ஏன் இந்தத் தலைப்பு?
ஒரு விளக்கம்

இந்தியாவின் அடிப்படையான சமூக, அரசியல் பிரச்சினைகளைக் காத்திரமாகவும் எளிமையாகவும் அறிமுகம் செய்யும் ஒரு நூல் வரிசையை பெங்குவின் இந்தியா வெளியிட்டுள்ளது. அதில் இடம்பெறும் நூல்களில் ஒன்று, The Shudras : Vision for a New Path. காஞ்சயா அய்லய்யா, கார்த்திக் ராஜா கருப்பசாமி இருவரும் இந்நூலின் தொகுப்பாசிரியர்கள். அம்பேத்கர் 1946இல் எழுதிய Who Were the Shudras? எழுப்பிய விவாதங்களை இந்நூல் பின்தொடர்ந்து செல்கிறது. இந்நூலின் முக்கியத்துவம் கருதி, ஆங்கிலத்தில் வெளிவந்த தலைப்பை மாற்றாமல், 'சூத்திரர் : ஒரு புதிய பார்வை' எனும் பெயரில் இந்நூல் தமிழாக்கம் செய்யப்பட்டுள்ளது. நால்வர்ண அடுக்கில் கீழே தள்ளப்பட்டிருக்கும் மக்களின் சமூகப் பிரச்சினைகளைத் தனிக்கவனம் கொடுத்து ஆராய்ந்து, பல புதிய வெளிச்சங்களை இந்நூல் பாய்ச்சுகிறது. சாதிப் பெயர்கள் வசைச்சொற்களாகவும் திரிந்திருக்கும் இன்றைய சூழலில், இந்தத் தலைப்பு ஏன் சூட்டப்பட்டிருக்கிறது என்பதற்கான விளக்கத்தை இக்குறிப்பு அளிக்கும் என்று நம்புகிறோம்.

சூத்திரர்

ஒரு
புதிய
பார்வை

காஞ்சா அய்லய்யா
கார்த்திக் ராஜா கருப்பசாமி

தமிழில் : தருமி

கிழக்கு

சூத்திரர்: ஒரு புதிய பார்வை
Suthirar: *Oru Puthiya Paarvai*

Ed. by *Kancha Ilaiah, Karthik Raja Karuppasamy* ©

Kizhakku First Edition: December 2023
288 Pages
Printed in India.

ISBN : 978-81-967919-5-7
Kizhakku - 1364

Kizhakku Pathippagam
177/103, First Floor, Ambal's Building, Lloyds Road,
Royapettah, Chennai - 600 014. Ph: +91-44-4200-9603
Email : support@nhm.in Website : www.nhm.in

◼ kizhakkupathippagam ◼ kizhakku_nhm

Kizhakku Pathippagam is an imprint of New Horizon Media Private Limited

The views and opinions expressed in this book are the author's own and the facts are as reported by the author, and the publishers are not in any way liable for the same.

All rights reserved. No part of this publication may be reproduced, stored in a retrieval system, or transmitted, in any form or by any means, electronic, mechanical, photocopying, recording or otherwise, without the prior permission of the publishers.

இந்திய வரலாற்றில் முதல் முறையாக
'வாசி, எழுது, போரிடு' என்ற முழக்கத்துடன்
சூத்திரர்களின் போராட்டத்தை ஆரம்பித்து வைத்த
மதிப்புமிக்க தம்பதியர்
ஜோதிராவ் புலே, சாவித்திரி புலே இருவருக்கும்
இந்நூல் அர்ப்பணிக்கப்படுகிறது.

பொருளடக்கம்

	தொகுப்பாசிரியர்களின் குறிப்புகள்	/ 09
1.	அறிமுகம்	/ 15
2.	நாடும் அதன் சூத்திரர்களும்	/ 40
3.	சமூக-ஆன்மீக அடிமைத்தனத்தில் சிக்கிக்கொண்ட சூத்திரர்கள்	/ 58
4.	சூத்திரர்களும் இந்தியக் குடியரசும்	/ 81
5.	இன்றைய இந்தியாவில் சூத்திர அரசியலின் முக்கியத்துவம்	/ 116
6.	பகுஜன் பெண்களின் நிலை	/ 142
7.	சூத்திரர்களுக்கான புதியதொரு விடிதல் சாத்தியமே	/ 155
8.	சூத்திரர்களின் ஆன்மீகம்	/ 177
9.	சூத்திரர்களிடையே சமூக-கலாச்சார அடையாள உருவாக்கம்	/ 201
10.	சூத்திரர்களின் விழிப்புணர்வும் நாளைய இந்தியாவும்	/ 218
11.	என் கனவின் இந்தியா	/ 239
12.	சாதியும், அரசியல் பொருளாதாரமும்	/ 249
	நூலிலுள்ள கட்டுரை ஆசிரியர்கள் பற்றி சில வரிகள்	/ 273

தொகுப்பாசிரியர்களின் குறிப்புகள்

மனோதத்துவ நிபுணர்கள் நமக்கு நல்ல செய்தியொன்று சொல்வார்கள். நம்முடைய உண்மையான முதல் எதிரிகள், நாம் முகம் பார்க்கும்போது எதிரில் இருக்கும் கண்ணாடிகள் காட்டும் முகம்தான் என்பார்கள். இந்தியர்களாகிய நாம் நிச்சயமாக அப்படிப்பட்ட ஒரு கண்ணாடியில் நமது முகங்களைத் தீர்க்கமாகப் பார்க்க வேண்டும். அவ்வாறு பார்க்க ஆரம்பித்தால் பல குழப்பங்களும் நிதர்சனங்களும் பல்வேறு இடங்களிலிருந்து நம்மை நோக்கி எதிரொலிக்கும். மாநில அரசாக இருக்கட்டும், ஒன்றிய அரசாக இருக்கட்டும், பல்வேறு அமைப்புகளாக இருக்கட்டும். எங்கும் எதிலும் வேலையில்லாத் திண்டாட்டம் வளர்ந்தோங்கி நிற்கிறது. நமது சூழல்கள் எந்த நேரமும் வெடித்துப் பாழாகத் தயார் நிலையில் உள்ளன. மக்களுக்கு வேண்டிய நல்வாழ்வு, அதற்கேற்ற மருத்துவம் இல்லாமை போன்றவை உச்ச நிலையில் இருக்கின்றன. கல்வி நிலையங்களோ தடுமாறி நிற்கின்றன.

சாதி, வர்க்கம், பாலினம் அடிப்படையிலான பாகுபாடுகள் அதிகரித்து வருகின்றன. இளைஞர்கள் தீர்க்க முடியாத பிரச்னைகளோடு கவலையில் ஆழ்ந்திருக்கிறார்கள். நமது உண்மையான எதிரிகள் வெளியிலிருந்து வரப்போவதில்லை; அவர்கள் பாகிஸ்தானியத் தீவிரவாதிகள் அல்ல; பங்களாதேஷில் இருந்து வரும் அகதிகள் அல்ல. நமக்கு நாமே எதிரிகள். நம்மிடம் வறண்டுவிட்ட கற்பனைகள், தொடர்புகள், கூட்டுறவுகள், அர்ப்பணிப்புகள் என்று ஏதும் இல்லாமல், முடிவற்ற ஒரு பாதையில் நாம் சென்று கொண்டிருக்கிறோம்.

நமது நாட்டின் அரசியலமைப்புச் சட்டம் தனது முன்னுரையில் மிக அழகாக மனித அடிப்படை உரிமைகளுக்கு மிகுந்த கண்ணியம் அளித்து, ஒவ்வொரு தனி மனிதனும் இந்த நாட்டின் ஒற்றுமைக்காகத் தீவிர சமத்துவ நீதியோடு இருக்க வேண்டும் என்று கூறுகிறது. இந்த அடிப்படையான, சிறப்பான உண்மைகள் நாட்டின் பெரும் தலைவர்கள் பலரால் கொண்டுவரப்பட்டது.

ஜவாஹர்லால் நேரு, பி.ஆர். அம்பேத்கர், எம்.கே. காந்தி, மவுலானா ஆசாத், சர்தார் பட்டேல், சரோஜினி நாயுடு, ஜெகஜீவன் ராம், அம்ரித் கௌர், ராம் மனோகர் லோகியா போன்ற பெரும் தலைவர்கள் ஒற்றுமைக் குரலை எழுப்பி உள்ளனர். இவர்களே இந்த நாட்டை உருவாக்கிய பெரும் தலைவர்கள். அவர்களின் தொலைதூரப் பார்வையை உண்மையாக்க, புதிய இந்தியாவை உருவாக்கும் நமது நாட்டின் எதிர்காலச் சிற்பிகள், அனைவரும் சமமான உரிமைகளோடும் கண்ணியத்தோடும் பாதுகாப்பான வாழ்க்கை வாழ வேண்டும் என்று உழைத்தார்கள்.

ஆனால் இன்றைய நிலைமை இத்தனை அழகோடு இல்லை. நமது அடிப்படை உரிமைகள் பெருத்த ஆபத்தில் உள்ளன. அனைத்து அரசு அமைப்புகளும், மக்கள் அனைவரும் மேல், கீழ் என்ற பாகுபாடு இன்றி, ஆண்டான் - அடிமை என்ற வேறுபாடின்றி இருக்க வேண்டும் என்பதற்காகவே உருவாக்கப்பட்டன. ஆனால் இன்று பழைய படிநிலைகளை முறித்து எறிந்து விடாமல், ஆனால் அதே சமயத்தில் புதுவகைப் படிநிலைகளும் உருவாகிக் கொண்டிருக்கின்றன. சமத்துவம் அழிந்து வருகிறது. அரசின் கொள்கைகள் எல்லாம் உதட்டளவில் மட்டுமே இருக்கின்றன; செயலளவில் உண்மையான நீதி கிடைப்பதில்லை. சமத்துவவாதம் என்று பேசப்பட்டாலும் உண்மையில் அதிகார உயரங்களில் நீதி கிடைப்பதில்லை. சட்டங்கள் மக்களுக்கு எதிராகவே பலமுறை கையாளப்படுகின்றன. சட்டமின்மை, ஊழல்கள், ஆளுக்கு ஏற்றது போல் எடுக்கும் நிலைப்பாடுகள் என்று ஒவ்வொரு கோணத்திலும் குளறுபடிகள்.

கிப்புத்தன்மையைத் தேடவேண்டிய நிலை. மக்கள் பாலியல் வேற்றுமைகளால் பிரிக்கப்பட்டும், ஜாதியால் ஒதுக்கப்பட்டும், மதங்களால் வெறுக்கப்பட்டும் நொறுங்கிக் கொண்டிருக்கிறார்கள். அனைவரும் ஒன்று என்ற எண்ணமோ, அரசியல் நோக்கமோ நமது நாட்டில் காண்பது சிரமமான ஒன்றாக உள்ளது.

இத்தனைச் சிரமங்களும் சவால்களும் நம்மை எதிர்நோக்கிக் கொண்டே இருக்கின்றன. இன்னும் சொல்லாத முக்கியச் சவால்களும் குவிந்துள்ளன. ஆனாலும் நிச்சயமாக நாட்டின் மற்றொருபுறம் நமக்கு மகிழ்ச்சியை அளிக்கின்றது. சமூக அரசியல்

அழுத்தம் பெற்று மக்களின் உணர்வுகள் உயிர்த்தெழுகின்றன. நமது அரசியலமைப்பில் உள்ள கோட்பாடுகள் உயிர்ப்போடு செயல்படுத்தப்பட வேண்டும் என்ற குரல்கள் ஆங்காங்கே ஒலிக்க ஆரம்பித்துவிட்டன. இவை வெறும் மொழியளவில் இல்லாமல், செயலளவிலும் நிறைவேற்றப்பட வேண்டும் என்ற உரத்த குரலும் கேட்கிறது. இந்தக் குரல்களை வெறுமனே பிரிவினைக் குரல்களாக மட்டும் கொள்ளக்கூடாது. விலகிப் போகச் சொல்லும் குரல்கள் அல்ல அவை. இளைஞர்கள், பெண்கள், காலங்காலமாய் மிகவும் தாழ்த்தப்பட்டுள்ள அடித்தட்டு மக்கள் போன்றவர்களின் புதிய குரல்தான் இது. சிறுபான்மையினரும் பெரும்பான்மையினரும் முன்னேறத் துடிக்கும் அனைத்து மனிதர்களும் கரம் கோர்த்து ஒன்றாக வேண்டும், ஒன்றாக நிற்க வேண்டும் என்று இணைந்து நிற்கின்றனர்.

'சம்ருத்தா பாரத் பவுண்டேஷன்' என்ற அமைப்பின் உறுப்பினர்களாகிய நாங்களும் மிகவும் பெருமையோடு இந்தக் குரல்களோடு இணைந்து நமது இந்தியாவின் இன்றைய, நாளைய சவால்களை எதிர்கொள்ளும் பேராவலுடன் போராடத் துணிந்து நிற்கிறோம். கடந்த இரண்டு ஆண்டுகளில் பல்வேறு குழுக்கள் அமைக்கப்பட்டன. வெவ்வேறுபட்ட சமூக, பொருளாதார, அரசியல் மாதிரிகளை உருவாக்கி, அதன் மூலம் இந்தியாவின் அரசியலில் பெரும் மாற்றத்தை ஏற்படுத்தத் தயாராகிக் கொண்டிருக்கிறோம். இந்தியாவில் உள்ள நானூறுக்கும் மேற்பட்ட கல்வித்துறையாளர்கள், போராளிகள், அதிகாரிகள், சட்ட வல்லுநர்கள், புதுக் கோட்பாடுகளை உருவாக்குபவர்கள் என்று பலரும், பல்வேறு அரசியல் சமூகத் தளங்களிலும் உள்ளவர்கள் இந்த அமைப்பின் குழுக்களுக்கு உதவுவதற்காக இணைக்கப்பட்டுள்ளனர்.

பல புது விசாரணைகள் மூலம் மக்களின் கருத்துகளை அறிவதும், பொதுமக்களின் குரல்களைச் செவிமடுத்து, அவற்றைப் பலருக்கும் எடுத்துச் சென்று பல்வேறு மாநிலங்களில் அதைப்பற்றி விவாதித்து, பல புதியக் கொள்கைகளை உருவாக்கும் முயற்சியில் உள்ளோம். 14 அரசியல் கட்சிகளின் தலைவர்களைக் கலந்து ஆலோசித்துள்ளோம். எதிர்காலத்திற்கான ஒரு குறைந்தபட்சத் திட்டத்தை உருவாக்குவது இதன் குறிக்கோளாகும். அரசியல், அதிகார வட்டங்களில் தங்களுக்காகவே மட்டும் உழைக்கும் மக்களின் நடுவே ஒரு புதிய உயிர்க் காற்றை ஊதி, மக்களிடம் அடிமட்ட மக்களின் உண்மை நிலைகளையும், பல ஆய்வுகளின் மூலம் கிடைத்த தகவல்களையும், அனுபவங்களின் விளைவுகளையும் எடுத்துக் கொடுத்து, அதன் மூலம் சமூக, அறிவியல் மாற்றங்களைக் கொண்டு வரும் முயற்சி இது. எத்தனை பெரும் ஆக்கங்களைக் கனிந்த இதயத்தின் மூலமும், உண்மையான ஆக்க உணர்வோடும், தேசிய உணர்வோடும் செய்ய

வேண்டும் என்பதே இந்த அமைப்பின் குறுகத் தரித்த கொள்கை.மேற்சொன்ன கருத்துகளை மக்களிடம் கொண்டு சேர்க்க வேண்டும். அத்துடன் ஒரு தேசிய விவாதத்தை ஆரம்பித்து வைத்து அனைவரையும் முனைப்போடு செயல்பட வைக்க வேண்டும்.

இந்த நூலை 14 தொகுப்புகளில் கொண்டு வந்துள்ளோம். ஒவ்வொன்றும் புத்தம் புதுக் கருத்துகளையும் புதியதோர் இந்தியாவிற்கான நம்பிக்கையையும் கொண்டுள்ளது. இவை வெறும் கருத்தோட்டங்கள் மட்டுமல்ல; வெறும் பிரச்னைகளை மட்டும் குவித்து வைக்கும் இடமும் அல்ல. மாறாக, கேள்விக்கான பதில்களையும், தீர்வுகளையும் கொடுக்கும் ஒரு முயற்சி. ஒருமுகமாக நாம் எல்லோரும் எதிர்கொள்ளும் பிரச்னைகளுக்கு ஒரு தீர்வுக் களமாக இவை அமைகின்றன. அனைத்துக் கட்டுரைகளும் பெரும் கல்வியாளர்களாலும் தொழில்நுட்ப வல்லுநர்களாலும் போராளிகளாலும் ஆற்றல் கொண்ட அறிஞர்களாலும் எழுதப் பட்டவை. இதனைப் பொதுமக்களிடம் கொண்டு சேர்த்து, அவர்களின் மேலான ஆர்வத்தையும் தூண்டிவிட்டு, அதன்மூலம் கிடைக்கும் பதில்களைக் கொண்டு நம் பொதுக் குறிக்கோள்களை அடைவதற்கு மக்களைக் கூர் தீட்டித் தயாராக்க வேண்டும்.

இதன் முதல் தொகுப்பு நமது பொதுக்கொள்கைகளுக்காகவே படைக்கப்பட்டது. அதன்மூலம் நமது மதிப்புகளையும், கொள்கைகளையும், நமது பாரம்பரியத் தொகுப்புகளையும் நமக்கே மீண்டும் நினைவுபடுத்திக் கொள்வோம். இதன் தலைப்பான 'புதிய நாட்டிற்கான ஒரு பார்வை: வழிகளும் முன் நோக்குகளும்' என்பதன் மூலம் ஒரு பன்முகத்தன்மையான, அனைத்தையும் அணைக்கும், நியாயமான, சமத்துவமான, வளமிக்க இந்தியாவை உருவாக்கும் வழியைக் காண்போம். இங்கே தனி மனித மாண்பு முழுமையாகப் போற்றிப் பாதுகாக்கப்பட வேண்டும். அதுவே நம் நாட்டின் ஒற்றுமைக்கும் துடிப்புக்குமான அடிப்படையாக அமையும்.

அடுத்து வரும் 13 தொகுப்புகளும் நெறிமுறைகளிலிருந்து நம்மைச் செயலாக்கம்வரை வழிநடத்தும். இதன்மூலம் பல்வேறுபட்ட இனக்குழுக்கள் - ஆதிவாசிகள், தலித் பகுஜன்கள், ஓ.பி.சி. மக்கள் - என்பவர்களோடு பெண்கள், சிறுபான்மையினர் போன்ற அனைவரும் எதிர்கொள்ளும் பிரச்னைகள், அதன்மூலம் நம்மை நோக்கி வரும் வேலையில்லாத் திண்டாட்டம், மருத்துவ உதவி, நகரமயமாக்கல், வளரும் உயர் கல்வி, கல்வி நிலையங்கள் பற்றிய விரிவான பார்வை போன்றவைகளை உள்ளடக்கி இருக்கும். ஒவ்வொரு தொகுப்பிலும் 10 முக்கியக் கொள்கைகள் விவாதிக்கப்படும். அதிலுள்ள பிரச்னைகளுக்கான தீர்வுகள் கொடுக்கப்படும். பிரச்னைகள்

மேலெழுந்தவாரியாக அல்லாமல் முழு வடிவில் அளிக்கப்படும். இதுபோன்ற புதுமையான மாற்றம் தரும் கொள்கைகள் ஒவ்வொரு ஆசிரியரின் அறிவார்ந்த ஆய்வுகளிலிருந்தும் அனுபவங்களிலிருந்தும் வெளிப்படும். அதற்கும் மேலாக அவர்கள் வார்த்தைகளிலுள்ள ஆழமான அர்ப்பணிப்பு நம் அனைவரையும் இயல்பான முறையில் நாம் யாராக இருக்க வேண்டும் என்பதை நமக்கு உணர்த்தும்.

அனைத்துத் தொகுப்புகளிலும் சூத்திரர், தலித்துகள், ஆதிவாசிகள், பெண்கள் போன்ற அனைவரின் தேவைகளும் ஆசைகளும் இடம்பெறும். அதோடு மட்டுமின்றி ஜாதிப் பிளவுகள் எவ்வாறு இந்தியாவின் வளர்ச்சியைத் தடுக்கும் முரணாக இருந்தன, இருக்கின்றன என்பதும் சொல்லப்படும். இதனால் வளர்ச்சிக்கான நமது வழிகள் அடைக்கப்பட்டுவிட்டன. நாம் மேற்சொன்ன மக்கள் இவ்வாறு ஒதுக்கி வைக்கப்பட்டு விட்டார்கள்; அவர்கள் இந்திய அரசியலிலும் ஆன்மீகத்திலும் கல்வியிலும் அரசியலிலும் பற்பல நூற்றாண்டுகளாக ஒதுக்கியே வைக்கப்பட்டுள்ளார்கள். இந்தச் சிக்கல்களைக் களைவதற்காக உழைத்த மிக முக்கியமான சமூக அரசியல் அறிஞர்கள் - கௌதம புத்தர், எம்.கே. காந்தி, ஜவாஹர்லால் நேரு, பி.ஆர். அம்பேத்கர் - போன்றவர்களின் சேவைகள் பின்னாளில் அப்படியே திசை திருப்பப்பட்டுவிட்டன.

முன்னோக்கி நகராமல் நம்மைப் பின்னோக்கி இழுக்கும் சக்திகள் அரசியல் அதிகாரத்தோடு இருக்கும்பொழுது நமது கொள்கைகளும் வளர்ச்சிகளும் தடைபட்டு நின்றுவிட்டன. இந்தத் தொகுப்பு இந்தியா எதிர்நோக்கும் சமூகக் கேள்விகளுக்கு முதலிடம் கொடுக்கின்றது. இதன்மூலம் அனைத்து இந்தியர்களுக்கும் முன்னேறுவதற்கான ஓர் அடிப்படைத் திட்டம் கொடுக்கப்படுகிறது. ஆன்மீக, சமூக, அரசியல், சுதந்திரம் இதன்மூலம் அனைவருக்கும் கிடைக்க வேண்டும்.

ஒவ்வொரு தொகுப்பும் நாம் எதிர்கொள்ளும் அனைத்துப் பிரச்னைகளையும் நாம் தாண்டிச் செல்வதற்கான ஒரு நீண்ட நெடுஞ்சாலையை நமக்குக் காண்பிக்கிறது. அது நம்மை வழிநடத்தும். அனைவரும் ஒன்றிணைந்து வளரக்கூடிய, நம்முடைய வேற்றுமைகளைக் களைந்துவிட்டு, நமது பழைய புண்களை ஆற்றிக்கொண்டு புதிய அரசியல் முறையில் அனைத்து அமைப்புகளையும் புதுமைப்படுத்தி வளரும் வழியைத் தருகிறது. ஒட்டுமொத்தமாகச் சொல்வதென்றால். ஒவ்வொரு தொகுப்பும் ஒரு பெரும் சக்திக் குவியல். நாம் கனவு காணும் இந்தியாவை நம் கண் முன் நிறுத்துகின்றது. நம்முடைய ஆசைகள் அவற்றில் தொகுக்கப்பட்டுள்ளன. நமது அரசியலமைப்பில் நாம் கண்ட கனவு உயிரோட்டமாய் இங்கே தரப்படுகிறது.

நாம் பார்க்கும் கண்ணாடியில் தெரிந்த அந்த முகத்தைச் சற்றே தள்ளி வைப்போம். பதிலாக ஒரு புதிய வடிவத்தை உருவாக்க முயல்வோம். நாம் ஒரு புது தேசத்தை உருவாக்குவோம். அதில் ஒவ்வொரு மனிதனுடைய அடையாளமும் கண்ணியமும் உயர்வாகத் தெரியும். நாம் நம் நாட்டை உள்நோக்கிப் பார்க்கும்போது நம் ஒவ்வொருவரின் மாண்பும் கண்ணியமும் அதில் தென்படும். நம்மையே நாம் உள்நோக்கிப் பார்க்கும்போது நாட்டின் பெருமையின் வீச்சை அதில் முழுமையாகக் காண முடியும்.

ஆகாஷ்சிங் ராத்தோர், மிருதுளா முக்கர்ஜி,
புஷ்பராஜ்தேஷ் பாண்டே, சையிதா ஹமீது

1

அறிமுகம்

காஞ்சா அய்லய்யா ஷெப்பர்ட், கார்த்திக் ராஜா கருப்பசாமி

சூத்திரர்களும் பிராமணத் தர நிலவரமும்

மேலோட்டமாகப் பார்த்தாலும், ஆழ்ந்த ஆய்வுகள் மேற்கொண்டாலும் ஓர் உண்மை தெள்ளெனத் தெரிகிறது; தொன்றுபட்ட பிராமண இலக்கியங்களிலிருந்து சூத்திர இனத்தின் மீது கையாளப்பட்ட அடிமைத்தனமும் அடக்கி ஒடுக்கி வைத்து அவர்களைக் கட்டுக்குள் வைத்துள்ளதும் மிகப் பண்டைய காலத்திலேயே இருந்தது என்பது தெரிகிறது. கி.மு. இரண்டாம் நூற்றாண்டுக்கும், கி.பி. இரண்டாம் நூற்றாண்டுக்கும் உள்ள கால இடைவெளியில் எழுந்த ஒரு சட்ட நூலான மனுஸ்மிருதி, பிராமணியக் கடுஞ்சட்டங்களைத் தூக்கிப்பிடிக்கும் நூலாக இருந்துள்ளது. அந்நூல் தொடர்ந்து உடலுழைப்பையும் ஆக்கப்பூர்வ உற்பத்தி வேலைகளையும் மிகவும் மட்டமானவைகளாகக் கற்பித்துள்ளது. ஆனால், த்விஜர்களின் (த்விஜ - 'இருமுறை பிறப்பு') ஆன்மிக-அறிவுசார் சொற்பொழிவுகளை பெருமையோடு வியந்தோதுகிறது.

பிராமணிய வகைப்படுத்தலான சூத்திரர்கள் – இதில் 'தீண்டத்தகாதவர்கள்' என்று ஒதுக்கப்பட்ட மக்களும் உள்ளடக்கம் - உழைத்து, உற்பத்தி செய்வதற்காகவே உண்டாக்கப்பட்டவர்கள். நம் முன்னோர்களும் அவர்தம் வாழ்வும் இந்த உழைப்பினால்தான் காப்பாற்றப்பட்டன. ஆனால் இந்த உழைப்பின் பயன்கள் என்னவோ மந்திரங்கள் ஓதும் இனத்தவருக்கே சென்றன. இந்த உழைப்பில் வைசியர்களும் பங்களித்ததாக - விவசாயப் பணிகளில் மேலாளர்களாக - ஒரு கருத்தும் உண்டு. ஆனால் சத்திரியர்களோ பிராமணர்களோ இவ்வுழைப்பில் சிறிதும் பங்கெடுத்ததாக வரலாற்று

ஏடுகளில் எங்கும் காணப்படவில்லை.[1] கௌடில்யரின் படைப்பான ‘அர்த்தசாஸ்திரம்’ என்ற நூலிலும் மேற்சொன்ன அடிமைத்தனமும் வேலைப்பளுவும் வெவ்வேறு சாதியினருக்கான பணிகளாக வகுக்கப்பட்டுள்ளன. சுரண்டல் ஒரு சட்டமாக அமைக்கப் பட்டுள்ளது. அதோடு இல்லாது, அர்த்தசாஸ்திரம் ஓர் அடிப்படைச் சட்ட அமைப்பை வலியுறுத்துகிறது. இருமுறைப் பிறப்பெடுத்த பிராமணர்கள் - த்விஜஸ் - இதுபோன்ற உடல் உழைப்புகளிலிருந்து முழுமையாக விடுவிக்கப்பட்டுள்ளனர். அதுமட்டுமின்றி அரசமைப்புகள் நாட்டின் பொருளாதாரத்தை மேம்படுத்தி, அதன் பயனைப் பிராமணர்களின் நல்வாழ்க்கைக்காகத் தர வேண்டும். சூத்திரர்களின் உழைப்பில் அப்பிரிவு சுகம் காண வேண்டும் என்றுள்ளது.

மனு, மிக அழுத்தமாகச் சூத்திரர்களுக்கும் அனைத்துச் சாதி பெண்களுக்கும் முற்றாகப் பலவற்றை மறுத்துள்ளது. அவர்களுக்கு வடமொழி பயிலும் உரிமை கிடையாது; வேதங்களைப் படிக்கவோ ஓதவோ கூடாது; போர், வணிகம் எதிலும் பங்குகொள்ளக் கூடாது. மறுக்கப்பட்ட இவைகள் பிராமணர், சத்திரியர், வைசியர்கள் இனத்து ஆண்களுக்கு மட்டுமே உரித்தானவை. மனு, சூத்திரர்களின் கடமை என்று மிகத் தந்திரமாகச் சிலவற்றைக் கைகாட்டி விடுகிறது. கடுமையான உடல் உழைப்பைத் தந்து, த்விஜர்களுக்குப் பணிந்து, பணிவிடை செய்வதே சூத்திரர்களின் சிறப்பான ஆன்மிகப் பணி என்கிறது. இத்தகைய ஒரு கீழ்த்தரமான அடுக்குமுறை அமைப்புகளே மிகச் சிறந்தது என்றும், வர்ண தர்மத்திற்கான அடிப்படை என்றும் இன்றுவரை போற்றிப் புகழப்படுகிறது.

பிராமணியத்தின் ஆன்மிக, அறிவியல் கொள்கைகள் எல்லாமே ஒரு முனைப்பாக, சூத்திரர்களுக்கு உடலுழைப்பைக் கட்டாயமாக்கி, வர்ண தர்மத்தை உயர்த்திப் பிடிப்பதாகவே உள்ளன. இந்தத் தத்துவம் சமயத்தின் புராணக் கதைகள்மூலம் தொடர்ந்து வலியுறுத்தப்பட்டு வந்துள்ளன. எண்ணிக்கையில்லா ஸ்மிருதிகளும் சூத்திரங்களும் சாத்திரங்களும் மகாபாரதம், இராமாயணம் போன்ற சமயப் புராணங்களில் நேரடியாகவோ, மறைமுகமாகவோ வர்ண தர்மங்களின் அடிப்படைக் கோட்பாடுகளை வலிந்து நிலை நிறுத்துகின்றன. இந்தக் கோட்பாடுகள் த்விஜர்களின் ஆளுமையையும் அதிகாரத்தையும் உயர்த்திப் பிடித்துக் கொண்டு, அதே சமயத்தில் பூணூல் அணிய முடியாத சூத்திர மக்களின் தலைமீது உழைப்பையும் தண்டனைகளையும் அடுக்கடுக்காய் ஏற்றி வைக்கின்றன.

இந்த 21ஆம் நூற்றாண்டிலும் ஏன் வேதங்கள் பலருக்கு மறுக்கப்படுகின்றன என்ற கேள்வியும்கூட அறியாமையிலிருந்து

எழும் கேள்வியாகவே பார்க்கப்படுகிறது. பிராமணர்கள் தங்கள் உரத்த குரலில் அவர்களின் வேதங்கள் 'எக்காலத்திற்குமான பேருண்மைகளைப்' பொதிந்து வைத்துள்ளன என்று கதைக்கிறார்கள். ஆனால் அது முக்கியமல்ல. அதற்குப் பதிலாகச் சூத்திரர்களை வெறுத்து, ஒதுக்கி, அடக்கி வைப்பதற்காகவே அவர்களது சூத்திரங்களில் அப்படிப்பட்ட 'உண்மைகளை' எழுதி வைத்துள்ளனர். இன்னும், இந்த நாளிலும் பல மாற்றங்களும் வழக்கங்களும் நடந்திருந்தாலும் இப்போதும் பிராமணியத்தின் மேலாதிக்கமும் அவர்கள் சொல்லும் உண்மைகளும் மேலோங்கி நின்று கொண்டிருக்கின்றன.

இன்றைய புதிய இந்தியச் சமூகத்திலும் சூத்திரர்கள் மீதான கெடுபிடிகளும் வெறுத்தொதுக்குதலும் தொடர்கின்றன. தங்களது வேதமும் வட மொழியும்தான் உயர்ந்தவை என்று பறைசாற்றிக் கொண்டிருக்கும் த்விஜர்கள், அதோடு நில்லாது ஆங்கில மொழி மூலமும் தங்கள் 'கொள்கை விளக்கங்களை' பரப்பிக் கொண்டுள்ளனர். அதிலும், 'ஆதிக்க சாதியினர்' என்று இன்று அழைக்கப்படும் சாதியினர் - ஜாட்டுகள், குஜ்ஜர்கள், பட்டேல்கள், யாதவர்கள், மராத்தியினர், நாயர்கள், ரெட்டிகள், கம்மாவினர், கௌனம்பிகள், லிங்காயத்துகள் - தங்கள் முன்னே பிளந்து கிடக்கும் சமூக ஏற்றத்தாழ்வுகளையும் பிரித்தாளும் இரட்டை முனைக் கத்தி போலிருப்பதையும் முழுமையாகப் புரிந்து கொள்ளாதவர்களாகவே உள்ளனர்.[2]

கடந்த இரு நூற்றாண்டுகளில் நிலவும் சூத்திர அரசியல்

சூத்திர இனத்துச் சமூகச் செயல்பாட்டாளர்களாக இருந்த சாவித்ரிபாய் ஜோதிபா புலே தம்பதியர் பகுஜன் புரட்சி ஒன்றினைக் கல்வி, சாதி மறுப்புத் திருமணம், அரசியல் பணிகளில் பங்கேற்பு போன்ற இவைகளையும் தாண்டி, ஆன்மிக - சமயப் பங்களிப்பு வேண்டும் என்று அன்றைய பம்பாய் மாகாணத்தில் ஒரு போராட்டத்தை ஆரம்பித்து வைத்தனர். பிராமணியர் சார்ந்த சமயம், சமூக அரசியல் மாற்றங்கள், அறிவுசார் விவாதங்கள் என்று அனைத்துத் தரப்பையும் ஜோதிபா தனது தத்துவாற்றல் மிகுந்த பேச்சாற்றலால் எதிர் கொண்டார். இந்த எதிர்வினைகள் சூத்திரர்கள் மனதில் மாற்றங்களை விதைத்தன.

ஜஸ்டின் ரானடே போன்ற உண்மையான சீர்திருத்தவாதிகளோடு நல்லுறவும் ஒத்துழைப்பும் கொண்டிருந்த ஜோதிபா, தங்களைத் தேசியவாதிகள் என்று போலியாகக் காட்டிக் கொண்டிருந்த பலரின் முகத்திரைகளைக் கிழித்தெறிந்தார். பிற்காலத்தில் நடந்த பல

ஆய்வுகளும் அந்தப் போலித்தலைவர்களின் இரட்டை நிலையைப் படம்பிடித்துக் காண்பித்தன. அவர்கள் ஒருபுறம் தங்களது சாதிய உணர்வுகளைத் தூக்கிப் பிடித்துக் கொண்டும், அதே சமயத்தில் நடந்து வந்த அரசியல் மாற்றங்களில் எழும் அதிகாரக் குவியலைக் கையகப்படுத்தும் பணியிலும் செவ்வனே தங்கள் திறமையைக் கூர்ப்படுத்தி வைத்திருந்தனர்.[3]

பேஷ்வாக்களின் காலத்திற்குப் பின் ஆங்கிலேய ஆட்சியாளர்கள் தீண்டத்தகாத மக்களும் மேல்நிலை நோக்கி முன்னேறும் நடுநிலைமையைக் கொண்டு வந்தனர். இந்தியாவின் மேற்குப்பகுதி மக்களின் தீண்டத்தகாத மக்களாகக் கருதப்பட்டவர்களும் அப்பகுதி சூத்திர மக்களும் பயனடையும் வாய்ப்புகள் அமைந்தன. ஆனால் இதைவிட இந்த மாற்றங்களால் பிராமணியர்களின் ஆதிக்கம் இந்தியா முழுமைக்கும் பரவியது.

புலே, கிறிஸ்துவச் சமயத்தினர் நடத்திய பள்ளியில் ஆங்கில வழிக் கல்வி பயின்றார். ஒரு முதிர்ந்த சிந்தனாவாதியாகத் தன்னை வளர்த்துக் கொண்டார். முதன்முறையாகப் பனியாக்கள் - பிராமணர்கள் பொருளாதாரத்திலும் அதிகார மேலாண்மையிலும் சூத்திரர் - அதி-சூத்திரர்கள் (சூத்திரர்/ஓபிசி/தலித்) என்ற உடலுழைப்புக்காரர் மீது முழு ஆதிக்கம் செலுத்தினர். புலே பிராமணர்கள் எந்த அளவு சூத்திரர்மீது தங்கள் சுரண்டலைத் தொடர்கிறார்கள் என்பதையும், பிராமணர்கள் சமயக் கதைகள்மூலம் ஏனையோரை அடக்கி ஆள்கிறார் என்பதையும் தன் சுய சிந்தனையின் வெளிப்பாடாகக் கொண்டுவந்தார். புரட்சிகளும் சீர்திருத்தங்களும் நடக்காவிட்டால் எதிர்காலம் முழுமையாகப் பிராமணர் வசப்பட்டு விடும் என்று கூறினார். அப்படி ஒரு போராட்டம் இன்றுவரையும் தேவையாகவே இருந்து வருகிறது. காலம் இன்னும் கனியவில்லை.

புலேவின் எழுத்துகளையும் செயல்பாடுகளையும் உற்று நோக்கினால், ஆளுமையும் அறிவாற்றலும் ஒன்றோடு ஒன்று பிரிக்க முடியாதபடி இணைந்திருப்பதை முழுமையாகப் புரிந்து கொண்ட மனிதர் அவர் என்பது எளிதாகப் புலப்படும்.[4] மேலும் அவர் பிராமணர்களின் மேலாண்மைக்கு முக்கியக் காரணம் அவர்களின் நடுவே இருந்த சமய அறிவும், அதை வைத்து அவர்கள் புதிதாகப் புதுப்பித்த 'புத்தம் புது உண்மைகள்' என்றும் கூறினார். அவரது துணைவியார் சாவித்ரிபாய் புலே கல்வித் தளத்தில் ஒரு பெரும் முன்னோடியாக நின்றார். பெண்கள் அனைவரும் - எந்தச் சாதியினராக இருந்தாலும் - கல்வி கற்க வேண்டும் என்பதைச் செயல்படுத்த ஆரம்பித்தார். இந்தச் செயல் பிராமணர்களுக்குச் சற்றும் பொருந்தாத ஒன்றாக இருந்தது. புலே 'உண்மை தேடுவோர்

சங்கம்' - (சத்ய ஷோதக்) என்ற ஓர் அமைப்பையும் ஆரம்பித்தார். காலனிய அரசு முடிந்த பிறகும் இந்த அமைப்பின் நோக்கம் பேசாப் பொருளாக ஊடுருவி நிற்பதும் நிஜம். அவை மறைபொருளாக நிற்பதற்கான காரணம் இந்து மதத்தவர் மட்டுமல்ல; அந்த அமைப்பில் இருந்த அறிவாளிகளின் ஆர்வமின்மையும் ஒரு பெரும் காரணம்.

இக்காலகட்டத்தில் தெற்கே மதராஸ் மாகாணத்தில் அயோத்திதாசர் *(1845-1914)* என்ற பறையர் இனத்து அறிஞர், அந்தப் பத்தொன்பதாவது நூற்றாண்டிலேயே 'சாதியற்ற தமிழன்' என்றொரு சமூக, அரசியல் நிலைப்பாட்டிற்கான முதல் முயற்சியை எடுத்தார். மேலும் அவர் அப்போது நிலவி வந்த 'பிராமணியத் தேசியவாதத்திற்கு' எதிராகத் திராவிடக் கருத்தியலைக் கொண்டு வந்தார்.[5] அயோத்திதாசர் ஏற்றிய தீபத்தை மேலும் எடுத்துச் சென்றவர் பெரியார் ஈ.வே. ராமசாமி நாயக்கர். அப்போதிருந்த காலனிய அரசமைப்பில் பிராமணர் அல்லாதவர்களுக்கும் வியத்தகு பெருமை தரும் முறையில் தன் சிந்தனைகளைப் பரப்பினார். ஒரு பெரிய பகுத்தறிவுவாதியாகவும் இறை மறுப்பாளராகவும் இருந்து சமயப் புராணக் கதைகளைத் தோலுரித்து தன் கருத்துகளைப் பரப்பினார். பழைய மூடநம்பிக்கைகளைக் களைந்து ஒரு புதிய சாதியற்ற, பகுத்தறிவுள்ள சமூக அமைப்பு வர பெரும் முயற்சி மேற்கொண்டார். பஞ்சாப் மாநிலத்தில் சாந்தாரம் செய்தது போல பெரியாரும் பாபாசாகிப் அம்பேத்கர் எழுதிய நூலான 'சாதிய ஒழிப்பு' என்ற நூலைத் தமிழ்ப்படுத்திப் பதிப்பித்தார்.[6]

எதிர்காலக் கண்ணோட்டத்தோடு 'உண்மையான ராமாயணம்' என்ற நூலையும் எழுதினார்.[7] சாதி பேசும் மாநிலங்களில் உள்ள சாதி மறுப்பாளர்கள் இந்நூலை மொழிபெயர்த்து ராமாயணம் கூறும் ஆரியப் பெருமையை உடைக்க இன்றும் பயன்படுத்துகிறார்கள். பெரியார் தனது பகுத்தறிவாலும் அவர் செய்த பல சமூக, சமயச் சீர்திருத்தங்களாலும் அவர் இறந்து பல்லாண்டுகள் கழித்தும் நாடெங்கும் பரவிய இந்துத்வா தமிழ்நாட்டிற்குள் தலை காட்ட முடியாத நிலையில் உள்ளது.

பெரியாரின் முனைப்புகளில் இருந்த ஒரு பெரும் தடைக்கல் யாதெனில் அவரது கருத்துகள் தமிழ் பேசும் மக்களின் நடுவே மட்டுமே நடமாட முடிந்தது. பல சாதியப் போராட்டங்கள் அத்திராவிடப் பகுதியில் இன்றும் நடந்தேறிதான் வருகின்றன. அதிலும் திராவிடக் கருத்துகள் சாதிய மறுப்புக் கொள்கைகளாக இருந்தாலும் தலித் மேம்பாட்டிற்கான பங்களிப்புகள் அதில் ஏதுமில்லை. அதிலும் இன்னும் சூத்திரர் சமூகம் இன்றளவிலும் அடிமைப்பட்டே இருக்கின்றது. சாதியச் சமூக அழுத்தங்கள்

அவர்களைத் தலைதூக்க விடாமல் வைத்துள்ளது. சமத்துவம் இல்லாமல் த்விஜர்களின் அழுத்தத்தில் இருந்து விடுபடாமல் இருக்கிறார்கள்.

நம் நாடு சுதந்திரம் அடைவதற்கு முந்தைய காலத்திலேயே மேற்கு, தெற்கு என்ற நாட்டின் இரு பகுதிகளிலும் பிராமணிய ஆதிக்கத்திற்கு எதிரான கருத்துகள் எழுப்பப்பட்டன. ஆனால் வட இந்தியாவில் அதுவும் இந்தி பேசப்படும் மாநிலங்களில் இக்கருத்துகள் ஏதும் பரவாமல் தனித்துப் பின் தங்கி நின்றன. அதுவும் பகுஜன் சமாஜ் கட்சி, சமாஜ்வாதி கட்சி, ராஷ்டிரிய ஜனதா தளம், ஐக்கிய ஜனதா தளம் போன்ற கட்சிகள் தோன்றி வளரும் காலம் வரை பிராமணர்களின் ஆதிக்கத்தின்மீது எந்தக் கேள்வியும் எழாமல் த்விஜர்களின் ஆதிக்கம் எதிர்ப்பில்லாமல் இருந்தது. மேற்கு வங்காளம், ஒடிசா மாநிலங்களில் மாற்றங்கள் ஏதும் இதுவரை கண்ணில் படவில்லை.

ஆனாலும் ஒரு முக்கியமான வேற்றுமையைக் காண முடியும். தெற்கே சில தலைவர்கள் தோன்றினார்கள். முன்னெடுப்புகளும் நடந்தேறின. தாழ்த்தப்பட்ட மக்களின் முன்னேற்றமும் பிராமணர்களின் ஆதிக்கத்தின் அளவுகோலைச் சுருக்குவதும் ஓரளவாவது நடந்தேறின. ஆனால் வடக்கிலும் கிழக்கிலும் நடந்த சில சீர்திருத்த முயற்சிகளும் பிராமணச் சாதியக் கட்டுப்பாட்டிற்குள் மட்டுமே நடந்தது. பல சூத்திரர்களின் அரசியல் அமைப்புகள் தோன்றின. ஆனால் இந்தி பேசும் மாநிலங்களில் அவர்கள் தங்கள் சமூக நிலையை உயர்த்திக்கொள்ள முயற்சித்தார்கள். ஆனால் பிராமண ஆதிக்கத்திற்கு எதிரான ஓர் ஒட்டுமொத்த முயற்சியோ எதிர்ப்போ நடக்கவேயில்லை.[8]

சென்ற நூற்றாண்டில் சூத்திரர்களின் விழிப்புணர்வும், போராட்டமும், உயர்வும் அவர்கள் கல்வியிலும் வேலை வாய்ப்புகளிலும் தங்களைச் சமூகத்தில் பிரதிநிதிப்படுத்துதலிலும் ஏறிய உயரங்களே கணக்கில் எடுத்துக் கொள்ளப்பட்டன. பொதுவாக மாநில அரசுகள் - அதிலும் தென்னிந்திய மாநில அரசுகள் - பல்வேறு செயல்பாடுகளால் பின்தங்கிய மக்களின் வாழ்க்கை வளர்ச்சிக்கான முன்னெடுப்புகளைத் தொடர்ந்து செய்து வந்துள்ளனர். ஆனால் ஒன்றிய அரசு அத்தகைய முயற்சிகள் எடுக்கும் மனமின்றி இருந்தனர். இடப்பங்கீடு பற்றிய நேர்மறையான கருத்துகள் அவர்களிடம் இருந்தது. ஒன்றிய அரசில் இருந்த காங்கிரஸ், பாரதிய ஜனதா கட்சி இரண்டுமே கள்ள மௌனத்திலும் தவிர்த்து நிற்பதிலும் ஒன்றே போல் இருந்தனர்.

கல்வி கற்பதில் பின்தங்கிய மக்களின் 'பிந்தைய நிலை'யிலிருந்து அவர்களை மீட்டெடுக்க நமது நாட்டின் அரசியல் அமைப்பில் எவ்வித

முன்முயற்சிகளும் இல்லை என்று அரசியலமைப்பு வந்த காலத்திலேயே எதிர்பார்ப்புகளும் எதிர்ப்புகளும் கிளம்பின. இருபதாம் நூற்றாண்டின் ஆரம்பத்தில், பிராமண எதிர்ப்பு போராட்டங்களின் மூலமாகக் கிடைத்த இனவாரி அரசியல் பங்கீட்டு முறையை மெட்ராஸ் உயர்நீதிமன்றமும் அதன் பின் உச்சநீதிமன்றமும் அவப்பெயரூட்டும் வழக்கு ஒன்றின்[9] மூலமாக மெட்ராஸ் மாநிலம் vs சம்பகம் துரைராஜன் வழக்கில் தடையிட்டுப் பறித்துவிட்டது.[10] 1927ஆம் ஆண்டில் மெட்ராஸ் மாகாணத்தில் ஓர் அரசாணை மூலமாக இடப்பங்கீட்டுச் சட்டம் ஒன்று இயற்றப்பட்டது. இச்சட்டத்தை மெட்ராஸ் உயர் நீதிமன்றம் இவ்வழக்கின் மூலமாகத் தடை செய்தது. அந்தத் தடையைப் பின்பு உச்ச நீதிமன்றமும் அங்கீகரித்தது. இந்த அரசாணை கல்லூரிகளிலும் அரசு வேலைகளிலும் சாதிவாரியான இடப்பங்கீட்டை அளித்திருந்தது. ஆனால் உச்ச நீதிமன்றமோ இச்சட்டம் இந்திய அரசியலமைப்பின் சரத்து 16 (2)க்கு எதிரானது என்று தீர்ப்பளித்துவிட்டது.

இந்த எதிர்மறைத் தீர்ப்புகளையும் தாண்டி, சமூக நீதிக்கான போராட்டங்கள் தென் மாநிலங்களில் தொடர்ந்து நடந்து கொண்டிருந்தன. இப்போராட்டங்களைத் தமிழ்நாட்டில் பெரியார் முன்னெடுத்து நடத்தினார். இதனால் மெட்ராஸ் ராஜதானியில் கொடுக்கப்பட்டிருந்த சூத்திரர்களுக்கான இட ஒதுக்கீடு இந்திய அரசியலமைப்பின் முதல் திருத்தமாகக் கொண்டுவரப்பட்டது. சூத்திரர்களுக்கு ஏதுவான இடப்பங்கீடு இச்சட்டத்தின் மூலமாக எதிர்ப்புகளைத் தாண்டி நின்றாலும்கூட, இந்தியத் துணைக் கண்டத்தில் உள்ள ஏனைய சூத்திரர்கள் மேலும் பலப்பல ஆண்டுகள் – 40 ஆண்டுகள் வரை – காத்திருக்க வேண்டியதாயிற்று.

மண்டல் கமிஷன்: தோற்றமும் பின்விளைவுகளும்

மண்டல் கமிஷனின் அறிக்கைகள் வெளிவந்ததும், வெளிப்பார்வைக்குப் புத்தம் புதிய கருத்துகள் கொண்டிருப்பதாகக் காட்டிக் கொண்டிருந்த, ‘சாதியில்லா சமூகம்’ என்ற நவீனப் போர்வைக்குள் இருந்த இந்தியாவின் த்விஜர் மக்களுக்குப் பெரும் அதிர்ச்சியாக இருந்தது.[11] ஏற்கெனவே பெரும்பான்மையோடு இருந்து வந்த பலமான ஒன்றிய அரசுகள் ஏதும் செய்யாத நிலையில்,சிறுபான்மையோடு இருந்த கூட்டணி அரசு ஒன்று இத்திட்டத்தை 1979-1980 ஆண்டில் வெற்றிகரமாகக் கொண்டு வந்தது. மீண்டும் இச்சட்டத்தில், 1990ஆம் ஆண்டு புத்துயிர் அளிக்கப்பட்டது. ஆனால் அதன் பின்வந்த முழு வலதுசாரி கொள்கைகள் கொண்ட ராஷ்டிரிய ஸ்வயம்சேவாக் சங்கம் (ஆர்எஸ்எஸ்) பாஜக கட்சியுடன்

இணைந்து இஸ்லாமியருக்கு எதிரான (பாபர் மசூதி விவகாரம்) நிலையெடுத்து தலித், சூத்திரர்களின் முன்னேற்றப் பாதையில் தடங்கல்களைக் கொண்டு வந்து, பிரச்னைகளை வளர்க்கும்போது, இடதுசாரியில் உள்ள படித்த மேம்பட்டோர், பிற்படுத்தப்பட்ட சூத்திரர்களின் முன்னேற்றத்திற்கான வழிகளைக் கருவறுத்துக் கொண்டிருந்தார்கள். சூத்திரர்கள் சமூகத்தில் இன்னும் ஒதுக்கப்பட்ட மக்களாகவே இருந்து வருகிறார்கள் என்பது ஒரு பெரும் வரலாற்று உண்மை.

த்விஜர் இனத்து சமூக ஆய்வாளர்கள் பெரும் கல்விக் கூடங்களின் உயர் பதவிகளில் அமர்ந்து கோலோச்சுகிறார்கள். 40 ஆண்டுகள் ஓடிவிட்டன. இருந்தும் இன்னமும் சூத்திரர்களின் மக்கள் கணக்கு அரைகுறையாகவே உள்ளது என்றும் அவர்கள் உண்மையிலேயே சமூகத்திலிருந்து ஒதுக்கப்பட்டவர்கள்தானா என்பதையும் இன்னும் அவர்கள் கண்டறியவே இல்லை.[12] அதே சமயத்தில் அவர்கள் மக்கள் சாதிவாரிக் கணக்கெடுப்பிற்கு எதிராகவே உள்ளனர். பிராமணர்களின் அதிமேதாவித்தனமும் சந்தர்ப்பவாதமும் சூத்திரர்களுக்கு ஆதரவான நல்ல பல முயற்சிகளுக்கு முழுமையாக முட்டுக்கட்டையாகவே உள்ளார்கள்.

1990இல் தான் ஓபிசி இடப்பங்கீட்டிற்கு ஆதரவாக அரசு வேலைகளில் இடமளிக்க வேண்டும் என்பது முடிவானது. ஆனால் மேலும் 20 ஆண்டுகள் கழிந்த பின்புதான் உயர்கல்விகளில் அவர்களுக்கான இடப்பங்கீடு கொண்டுவர முடிந்தது. ஆனால் இன்னும் த்விஜர் இனத்தவர்களின் குரல் இச்சமூக நீதிக்கு எதிராக ஒலித்துக் கொண்டேதான் உள்ளது. சமூகநீதி, சமத்துவச் சமுதாயம் போன்றவைகளை அழித்தொழிக்க அவர்கள் கையிலெடுத்துள்ள ஆயுதங்கள் – தகுதி மற்றும் திறமை.

இந்து ராஜ்யத்தில் சூத்திரர்கள்

நமது நாட்டின் மாநில-தேசிய அமைப்பு முழுமையாக உருவானது நாம் சுதந்திரம் பெற்ற 1947இல்தான். பிராமணியமே அடிப்படையில் சமூகத்தின் உட்கருவாக இருந்தபோதும், முறையான சமத்துவமும், எல்லோருக்கும் சம உரிமை அளிக்கும் தேர்தல் வாக்கு முறையும் பிறந்து வளர்ந்தன. ஆனால் இந்த உரிமைகளுக்கும் ஆபத்து உருவாகும் நிலை இப்போது ஏற்பட்டுள்ளது. ஆர்எஸ்எஸ் அமைப்பும், அது அணைத்து வளர்க்கும் பாஜக கட்சியும் அவர்கள் பரிந்துரைக்கும் 'இந்து ராஜ்யத்தை' நோக்கி நடைபோட ஆரம்பித்து விட்டனர். அப்படி ஓர் இந்து ராஜ்யம் விடிந்து விட்டால் அது சிறுபான்மை மதம் சார்ந்தவர்களுக்குப் பெரிய பிரச்னைகளைக்

கொண்டு வரும் என்று சிந்தனையாளர்களும் அரசியல் பண்டிதர்களும் நினைத்து அச்சப்படுகிறார்கள். ஆனால் இந்த இரு அமைப்புகளின் தத்துவமும் அரசியல் நோக்கும் நிச்சயமாகச் சூத்திரர்கள், தலித்துகள், ஆதிக் குடிமக்கள் எல்லோரும் ஒட்டுமொத்தமாகப் பெருமளவில் பலிகடாவாக ஆக்கப்படுவார்கள்.

இந்த அச்சம் தலித், ஆதிவாசிகள் மக்களுக்குச் சுலபமாகப் புரிகிறது. ஆனால் சூத்திரர்கள் அதுவும் மாநில சூத்திர அரசியல் தலைவர்களும் இடப்பங்கீட்டுக்கு வெளியே இருக்கும் மக்களும் அழிக்க வரும் இந்த ஆபத்துகளை உணர்ந்தாரில்லை. ஆபத்தை உணராத இந்த மக்கள் புதிய ஆய்வுகளையும், ஆர்எஸ்எஸ்-பாஜக அமைப்புகளின் ஆரம்பம், வளர்ச்சி, கொள்கை, கோட்பாடு பற்றித் தெரிந்து கொள்ளாமல் உள்ளார்கள். இந்து மதத்தின் ஒரு பகுதியாக இருக்கும் சூத்திரர் / ஓபிசி மக்கள் அனைவரும் ஆர்எஸ்எஸ்-பாஜக அமைப்புகள் இந்துக்களுக்காகவே பணிபுரிபவை என்றே இன்னும் நம்பிக் கொண்டிருக்கிறார்கள்.

சென்ற நூற்றாண்டில் வாழ்ந்த த்விஜர் புத்திசாலிகள் முறையாக இந்தியச் சமூக உண்மை நிலையை ஆய்வு செய்யும் பொழுது, சாதிய உறவுகளின் இயற்கையையும் சிக்கல்களையும் ஒதுக்கிப் புறக்கணித்துவிட்டே ஆய்வு செய்தனர். வகுப்புவாதம்,மதச்சார்பு இல்லாத இரட்டை நிலை என்பவை சாதியைப் பற்றிய தீவிர ஆய்வுக்குத் தடையாகவே இருந்தது. ஆங்கிலம் பயின்ற த்விஜர் அறிவுஜீவிகள் தங்களைத் தாங்களே 'சாதிக்கும் மேற்பட்டவர்கள்' என்ற நினைப்பில் சாதிப்பற்றில்லாத நடுநிலை ஆசாமிகள் என்று தங்களைக் கருதிக்கொண்டனர். ஆனால் அவர்கள் தங்களின் உண்மை நிலையையும் த்விஜர்களின் உயர் சமூக நிலைப்பாட்டையும், அதனுள் அவர்கள் அடைந்துள்ள சமூகச் சலுகைகளையும் முற்றிலுமாக கண்டுகொள்ளாமல் விட்டுவிட்டார்கள்.[13] அப்படிப் பட்ட த்விஜர் மக்கள் இப்போது 'பெரும் மனத்துடன்' பெரும் பான்மை நிலை பற்றிய தங்கள் விமர்சனங்களை முன் வைக்கிறார்கள். ஆனால் அவர்களைப் பொறுத்தவரையில், த்விஜர்களான அவர்கள் எந்த அளவு இந்து மதத்தினரோ, அது போல் சூத்திரர்களும் முழு உண்மையான இந்துக்கள் என்று தங்களுக்கு வசதியாக நினைத்துக் கொள்கிறார்கள். இந்த நினைவோடு, சூத்திரர்களும் ஆர்எஸ்எஸ்-பாஜக கருத்தியலுக்கு உட்பட்டவர்கள் என்று கணக்கிடுகின்றனர். இந்த நம்பிக்கை உண்மையுமல்ல; இந்து ராஜ்யத்தினை சமமாக வளர்க்கும் பங்குதாரர்கள் என்று தவறான நினைப்பில் உள்ளார்கள்.

சமூக விஞ்ஞானிகள் இனவாரி தொடர்பான கேள்விகளை ஆழ்ந்து ஆராய்கின்றனர். ஆனால் அவர்கள் தொடாமல் விட்டு விலகிச்

செல்வது சாதிய வேறுபாடுகள்.[14] இதனால் பல்வேறு சமயங்களில், சிறுபான்மை அதிலும் முக்கியமாக இஸ்லாமிய அறிஞர்கள் இதுபோன்ற பிரச்னைகளைப் பற்றிப் பேசும்போது ஏறத்தாழ த்விஜ அறிவாளிகளின் குரலிலேயே பேசுகிறார்கள். இதன் விளைவாக எழும் பெரும் சோகம் என்னவெனில், இன்றைய இந்திய வரலாற்றைப் பற்றிப் பேசும்போது 'உயர் சாதி இஸ்லாமியர்கள்' (இந்திய இஸ்லாமியரிடையே சாதி வேறுபாடுகளும் நிறைய நிலவுகிறது) சாதிப் பிரிவினை பற்றியோ சமய, சமுதாய அடிமைத் தளைக்குள் சூத்திரர்களும் தலித்துகளும் அல்லலுறுவதையோ கண்டுகொள்வதில்லை. த்விஜர்களின் குரலில்தான் இவர்களின் குரலும் ஒலிக்கும்.

இந்தியப் பிரிவினையின் போதும், பிரிவினைக்குப் பின் எழுந்த அரசியல் மாற்றங்களிலும் இந்திய இஸ்லாமியர்களின் குரலாய் ஒலித்த அபுல் கலாம் ஆசாத் அவர்களுக்கும், இன்னொரு அறிஞரின் குரலாய் ஒலித்த அம்பேத்கருக்கும் நடுவில் நடந்த அறிவுப் பரிமாற்றங்களில் சாதிப் பிரச்னை ஒதுக்கப்பட்டே இருந்தது. மேலும் சூத்திரர், தலித் அறிவாளிகளால் நிச்சயமாகச் சூத்திரர், ஓபிசி, தலித், ஆதிவாசி, சிறுபான்மையோர் என்று அனைவரையும் ஒன்றாகத் திரட்டி ஒருமனப்படுத்த முடியாத நிலையிலிருந்து வருகிறது. அதைவிட இன்னொரு கடினமான தடங்கலும் இருந்தது. புலே, அம்பேத்கர் போன்றவர்களின் கருத்தியலில் ஜனநாயக முறைகளும், அரசியலமைப்பிற்கு உள்ளிட்ட சாத்வீகப் போராட்டங்களை மட்டும்தான் கைக்கொள்ள முடியும்; ஏனைய வன்மையான போராட்ட வழி முறைகளுக்கு அவர்களிடம் இடமில்லை.

தலித் அறிஞர்கள் மற்றும் சமூகவியலாளர்கள் முன்பு இன்னொரு பெரும் பிரச்னையும் உள்ளது – சாதியம் நீக்கப்பட்ட சூத்திர-தலித் ஒற்றுமையைத் துணிச்சலுடன் சமநிலைப்படுத்துவது; அதே நேரத்தில் கிராமங்களில் தலித்துகளுக்கு எதிராக சூத்திரர்-ஓபிசிகள் இழைக்கும் தொடர் அட்டூழியங்களைக் கையாள வேண்டிய கட்டாயம். ஆனால் அடுத்த பக்கத்தில், த்விஜர்கள் இன்று சமய மேலாண்மை, போட்டியில்லா முதலாளித்துவம், அரசியல், அதிகாரம் போன்றவற்றின்மூலம் உயர் நிலையில் தங்களைத் தக்க வைத்துக் கொள்கிறார்கள். விவசாயத் துறையில் அவர்களின் ஆக்கிரமிப்பு அதிகமில்லை. இதனால் உடல் சார்ந்த குழப்பங்களிலும் போராட்டங்களிலும் அவர்களுக்கு அதிகத் தொடர்பில்லை. இச்சூழலில், சூத்திரர்கள் கிராமிய நிலைகளில் தலித்துகளோடு ஒத்திசைவு கொள்ளப் பல புதிய வழிகளைக் காண வேண்டிய கட்டாயத்தில் உள்ளனர். சாதியக் கட்டமைப்புகள் அவர்கள்

வாழ்க்கையில் ஏற்படுத்தும் கடும் எதிர்வினை பற்றிய உண்மை அவர்களுக்கு உரைக்க வேண்டும். அதை மாற்ற வேண்டும் என்ற உள்ளுணர்வு அவர்களுக்குத் தேவை. அதுவே இப்போது இருக்கும் சூழல் மாறுவதற்கான ஒரே வழி. இந்த முயற்சியைக் கையில் எடுத்து பகுஜன் அமைப்பை உருவாக்க வேண்டிய கட்டாயத்தை உணர்ந்து, சூத்திரர் - ஓபிசி மனம் மாறாவிட்டால் இந்து ராஜ்யத்தில் அவர்களது நிலை இன்னும் மோசமாகும்.

இந்நூலின் சில கட்டுரைகளிலிருந்து ஆர்எஸ்எஸ்-பாஜக இணைந்த கோட்பாடுகளில் சூத்திரர்கள் எங்கே எப்படிக் கையாளப் படுகிறார்கள்; அந்தக் கூட்டமைப்பின் செயல்முறைகள் என்னென்ன என்பதைத் துல்லியமாகப் புரிந்து கொள்ள முடியும். இதன் மூலம் மட்டுமே நமது மக்களாட்சி செல்லும் திசையைச் சரியாகக் கணிக்க முடியும். ஏனெனில் இப்போது ஆர்எஸ்எஸ்-பாஜக கட்டமைப்பு இந்தியாவை ஓர் இந்து ராஜ்யமாக மாற்றும் திசை நோக்கிப் பயணம் செய்கிறார்கள்.

நமது அரசியலமைப்பும் இந்து ராஜ்யமும்

நமது அரசியல் அமைப்பு ஒரு சமயச் சார்பற்ற, சமத்துவமான குடியரசாகவும், முறைப்படி முறையான தேர்தல்கள் மூலம் சட்டம் இயற்றவும், அரசு நடத்தவும், கால நிர்ணயப்படி இயங்கவும் துணை செய்யும் ஒன்றாக உள்ளது. ஆனால் நம்மை எதிர்நோக்கி வர முயற்சிக்கும் இந்து ராஜ்யம் எப்படி இருக்கும் என்று அனுமானிப்பது பலருக்கும் இயலாத ஒன்று. அப்படிப்பட்ட ஓர் அமைப்பு எப்படியிருக்கும்? பிராமண - பனியா தலைமையின் கீழ் இந்த ஆர்எஸ்எஸ்-பாஜக கூட்டமைப்பு எவற்றை எல்லாம் கையில் எடுக்கும்? தொடர்ந்து இஸ்லாமியர்களை 'மற்றவர்கள்' என்று நினைத்து ஒதுக்கி வைக்கும் நிலை என்னாகும்?

ஒருவேளை படித்துச் சிந்திக்கும் சூத்திரர்கள் ஆர்எஸ்எஸ்-பாஜக கூட்டணியோடு விவாதித்தால் சூத்திரர்களுக்கும் ஓபிசிகளுக்கும் அவர்களோடு இணைந்து சிறுபான்மையோர்களுக்கும் நாளை எப்படி விடியும் என்பது தெரிய வரலாம். இப்போது இருக்கும் ஆர்எஸ்எஸ் ஊட்டி வளர்க்கும் பாஜக இன்னும் தொடருமானால், நமது அரசியலமைப்புச் சட்டமும் அது போற்றிப் பாதுகாக்கும் ஜனநாயகமும் என்னவாகும் என்ற கேள்விக்குறி சூத்திரர்கள், ஓபிசி மக்கள் மனதில் எழும். ஆர்எஸ்எஸ்-பாஜக அமைப்புகள் இப்போது இருக்கும் சமயச் சார்பற்ற சோசியலிச, குடியரசு அமைப்புகளில் தொடருமா அல்லது முற்றிலும் வேறாக மாற்றிவிடுமா அல்லது இருப்பவற்றை மாற்றிவிட்டு ஒரு புதிய வர்ண தரும முறையை முழு

வீச்சில் கொண்டு வந்துவிடுமா என்றதொரு கேள்வியை ஆழ்ந்து சிந்திக்க வேண்டும்.

மேலே சொன்ன மாற்றங்கள், அச்சங்கள் உண்மையாகவே நடந்து விட்டால் சூத்திரர்களின் நிலை என்னவாகும்? சூத்திரர்களின் மாநில அரசியல் கட்சிகள் அங்கங்கு இருக்கின்றன. ஓபிசி மக்களுக்கான இடப்பங்கீட்டு முறையும் உண்டு. அவை நின்று நிலைக்குமா? இடப்பங்கீட்டு நிலை என்னவாகச் சென்று முடியும்? இப்போதே சூத்திரர்கள் மத்தியில் சாதிகள் ஒவ்வொன்றும் அடுத்த சாதிக்கெதிராகப் போராடி வருகின்றனர். இந்தக் கலகங்களைத் தூண்டிவிடும் வேலைகளை ஆர்எஸ்எஸ்-பாஜக அமைப்புகள் செய்துவிடும் வேளையில், த்விஜா அமைப்பு இந்து மதத்தைக் கையில் எடுத்துக்கொண்டு, சாதிகளுக்கு நடுவேயுள்ள படிநிலை அமைப்புகளை வசதியாகக் கையில் எடுத்துத் தெளிவற்ற, குழப்பமான சூழலை உருவாக்குகிறார்கள். இந்தச் சாதியப் படிநிலைகள் இந்துக்கள் மிகவும் புனிதமாகக் கருதும் வேத நூல்களில் சட்டமாக இருப்பதையும் மேற்கோள் காட்டுகிறார்கள். ஒரே ஒரு சான்று... 1949 நவம்பர் மாதம் 30ஆம் நாள், எம்.எஸ் கோல்வால்கர் ஆர்எஸ்எஸ் நடத்தும், 'ஆர்கனைசர்' என்ற இதழில் எழுதியது,

> ... நமது அரசியல் அமைப்பில் பழம் பாரதத்தில் இருந்த தனித்துவமான சட்ட ஒழுங்குகள் பற்றி ஏதும் குறிப்பிடப்பட வில்லை. மனுவின் நீதிச் சட்டங்கள் காலத்தால் ஸ்பார்ட்டாவின் லைக்கர்கஸ், பெர்ஷியாவின் சோலோன் என்பவர்களுக்கெல்லாம் முந்தியது. இன்னும் மனுஸ்மிருதியில் கூறப்பட்டுள்ளவைமீது உலகமே புகழ் மாலை சூட்டுகிறது. அவை வெகு இயல்பாகக் கீழ்ப்படியும் தன்மையையும், ஒத்து வாழ்வதையும் உயர்த்திப் பிடிக்கின்றன. ஆனால் நம் அரசியலமைப்பை எழுதிய மேதாவிகளுக்கு இந்தச் சிறப்பு பெரிதாகத் தெரியவில்லை.[15]

ஆர்எஸ்எஸ் தலைவரான மோகன் பக்வத் 2017ஆம் ஆண்டு அகில இந்திய வழக்கறிஞர்கள் கூட்டத்தில் ஹைதராபாத் நகரில், 'நமது அரசியல் அமைப்பு 'அயல்நாட்டுத் தரவுகளை' வைத்து எழுதப் பட்டன. அதை நாம் புரிந்துகொண்டு ஆவன செய்ய வேண்டும்' என்றார். தொடர்ந்து, 'நமது அரசியல் அமைப்பு நமது நாட்டின் விழுமியங்களைக் கொண்டே அமைய வேண்டும்' என்று கூறினார். நமது அரசியல் சட்டத்தில் கூறப்பட்டவைகளின் மீதோ அதன் உயர்நெறிகள் பற்றியோ அவருக்கு அத்தனை ஒவ்வாமை உள்ளது.[16]

நமது தேர்தல் முறைகளை மாற்றியமைத்தால்?

கடந்த 70 ஆண்டுகளாக இந்தியர்களாகிய நாம் தேர்தல்கள், வாக்களிப்புகள் என்றெல்லாம் பழகிவிட்டோம். ஐந்தாண்டிற்கு

ஒருமுறை நாம் வாக்களித்து, ஆளும் கட்சி மீது திருப்தி இல்லாவிட்டால் அக்கட்சியை மாற்றிவிட நம்மால் முடியும். சூத்திரர்களும் ஓபிசிகளும் எண்ணிக்கையில் அதிகமாக இருப்பதால் அவர்களது வாக்குகள் அரசாங்கங்களை மாற்றும் வலிமை படைத்தவை.

ஆர்எஸ்எஸ்-பாஜக அமைப்பு அமைக்க விழையும் இந்து ராஜ்யம், ஆர்எஸ்எஸ் கட்டமைப்பு போலவே அமைக்கப்பட வேண்டும். ஆனால் சூத்திரர்களுக்கும் ஓபிசிகளுக்கும் - பட்டியலினத்தவர்களை விட்டு விட்டாலும்கூட - இப்படிப்பட்ட ஒரு மய்யப்படுத்தப்பட்ட முறையின் மூலம் சாதியப் பண்பாட்டுக் கேள்விகள் எழலாம். ஆதி காலத்திலிருந்து சூத்திரர்களுக்குக் கல்வி பெறும் உரிமை மறுக்கப்பட்டு வந்துள்ளதால் அவர்களுக்கு பிராமணர்களின் வழிகாட்டல் தேவையாகவே இருந்து வருகிறது. சுதந்திரம் வந்து குடியுரிமை ஆகி எழுபது ஆண்டுகள் ஆன பின்னரும் அவர்களுக்குத் தேவையான அடிப்படை நம்பிக்கைகள் ஏதும் கிடைக்கவில்லை. இதற்கான முழு முதல் காரணம் சூத்திரர்களிடம் இருக்கும் ஆன்மீக அடிமைத்தனம்.

ஆர்எஸ்எஸ் கட்டமைப்பும் சூத்திரர்களும்

கேள்விப்பட்ட அளவில் ஆர்எஸ்எஸ் அமைப்பிற்கு வரும் ரகசிய நன்கொடைகள் பல பணம் பெருத்த பனியாக்கள் அமைப்பில் சேமித்து வைக்கப்படுகின்றன.[17] இதிலிருந்து வெளிப்படும் ஒரு முக்கிய உண்மை என்னவெனில் பண விவகாரங்கள் வெளிப்படையாக வங்கிகளின் மூலமாக இல்லாமல் தனியார் வசமே அதிகமாகக் கையாளப்படுகிறது. இந்தத் தனியார் நிறுவனங்களின் (என்ஜிஓ) கணக்கு வழக்குகள் அரசின் பார்வைக்கு வராது. ரகசியம்தான்.

ஆர்எஸ்எஸ் அமைப்பிற்கு ஆயுதங்கள் மீதான மதிப்பும் மரியாதையும் அதிகம்தான். அவர்களின் அணிவகுப்புகளில் லத்திக் கம்புகளுக்குக் கட்டாயம் இடம் உண்டு. அகிம்சை அவர்களின் கணக்கில் வராது; அது அவர்களின் கொள்கைக்கு ஏற்புடையதல்ல. இந்த அமைப்பின் ஆரம்பம், வளர்ச்சி, வரலாறு என்று எல்லாவற்றையும் உற்று நோக்கினால் இந்து ராஜ்யம் அமைப்பதே அவர்களின் இறுதிக் குறிக்கோள். அப்படி ஒன்று உருவானால் அது சூத்திரர்களுக்கும் தலித்துகளுக்கும் ஆதிவாசிகளுக்கும் மேலும் வேற்று சமய சிறுபான்மையோருக்கும்... ஏன், மதச்சார்பற்ற த்விஜர்களுக்குக்கூடப் பெரும் கேடே விளையும். குழப்பமே மிஞ்சும். பலரும் 'சாதியில் எனக்கு நம்பிக்கையே இல்லை' என்று மேம்போக்காகச் சொல்வதுண்டு. ஆனால் இந்த நூல் அப்படிப்பட்டவர்களின் பேச்சை

உண்மையானதாக எடுத்துக் கொள்ளாது. ஏனெனில் சாதி வேறுபாடுகள் ஒவ்வொரு மனிதனின் மனதினுள்ளும் மிக உண்மையான கருத்தாகச் சம்மணமிட்டு அமர்ந்திருக்கிறது.

இந்திய வரலாற்று ஏடுகளைத் திருப்பினால் சமய வரலாற்றுகளை விடச் சாதிகளின் வரலாற்றுப் பக்கங்கள் நீண்டவை. ஆர்எஸ்எஸ் தன் இந்து ராஜ்யக் கனவுகளைச் சமயக் கண்ணோடு முன்னிறுத்துவது போல் தோற்றம் தரும். ஆனால் உண்மையில், அடித்தளத்தில் சாதியக் கட்டுப்பாட்டு நிலைகள்தான் உறுதியாக இருக்கின்றன என்பதை ஐயம் ஏதுமின்றி ஆணித்தரமாகக் கூறலாம். சாதி வேற்றுமை இல்லாத, ஆன்மீக, சமூக, சமத்துவத்தோடு உள்ள ஒரு மதம் என்பது இந்து சமயத்திற்கு ஒவ்வாதது. அங்கங்கு அவ்வப்போது தோன்றும் சூத்திர அறிவுஜீவிகள் தங்கள் சகோதரர்களுக்குக் கிடைக்காத ஆன்மீகச் சமத்துவத்திற்கான கனவுகளைக் காணும்போது, அவை இந்து சமயத்தின் படிநிலைத் தத்துவத்திற்கு முழுமையாக எதிரானது என்பதைக் கண்டு கொள்கிறார்கள்.

இஸ்லாமியச் சமயத்தை ‘வேற்று மதம்’ என்று குடைக்குள் வலிந்து தள்ளி இந்துத்துவம் தனி ஒரு சக்தியாக நிற்கிறது. ஆனால் இந்த இந்து மதத்திற்குள் சூத்திரர்கள், ஓபிசி, தலித், ஆதிவாசி மக்களுக்கு எவ்வித உரிமையும் பங்களிப்பும் கிடையாது.[18] தலித்துகளும், ஆதிவாசிகளும் சட்டப்படி பட்டியல் சாதி / பழங்குடியினர் (எஸ்ஸி, எஸ்டி) என்றுதான் தொடர்ந்து அழைக்கப்படுகிறார்கள். அவர்களுக்குச் சட்டப்படி அனுமதிக்கப்படுபவை நமது நாட்டின் சமயச் சார்பற்ற அரசியலமைப்பு மூலம் மட்டுமே கிடைக்கிறது. 2014இல் கேரளாவில் ஆர்எஸ்எஸ் அந்தரங்க கூட்டத்தில் இப்போதைய ஆர்எஸ்எஸ் தலைவர் மோகன் பக்வத் ஒளிவு மறைவின்றிச் சொன்னது:

> ‘நமது சங்கம் சாதி ஒழிப்பு வேலைகளில் இறங்கக்கூடாது. சாதி அமைப்புகள் என்பது (இப்போது மோசமான நிலையில் இருந்தாலும்) நமது சமுதாயத்தில் நெடுங்காலமாக இருந்து வருகின்றன. அதில் நம்பிக்கை இருக்கும் வரை சாதிகள் சமுதாயத்தில் நீடித்தே நிற்கும்.’[19]

இது போன்ற ஒரு கருஞ்சூழலில் அவர்கள் வியந்தோதும் இந்து ராஜ்யம் நம்மீது திணிக்கப்பட்டால் ஏற்கெனவே சமூகத்தால் ஒதுக்கப்பட்டுப் பல காலமாகத் தாழ்த்தி வைக்கப்பட்ட சூத்திரர்கள், தலித்துகள், ஆதிவாசிகள் அனைவரும் மேலும் மேலும் துன்பங்களைத்தான் பெற முடியும்.

த்விஜர்கள் மீது சில தாக்குதல்கள் நடைபெறலாம். ஆனாலும் அச்சமுதாயம் ஒட்டுமொத்தமாக ஒரு பாதுகாப்பான, செழிப்பான

வாழ்க்கையைத் தொடரமுடியும். சில த்விஜர்கள் சமநிலையை விரும்பினாலும், ஏனைய சமுதாய ஆன்மீகச் சுகம் தேடும் த்விஜர்கள் போலவே அனைத்து நன்மைகளையும் பெற்றுக் கொள்ள முடியும். அவர்களில் யாருக்கும் நட்டமில்லை; துன்பமில்லை. இந்த நிலை ஏன் ஏற்படுகிறது என்றால், நம் சமுதாயத்தில் யாரோ சிலர் சமநிலை, சமத்துவம் என்று பேசினாலும் அல்லது பொதுவுடைமை பேசினாலும் வேரூன்றிய சாதியத் தீமைகள் அத்தனை எளிதாக நம் பண்பாட்டுத் தளத்திலிருந்து மறையாது, அழியாது.

த்விஜர்கள் மத்தியில் இருந்தும் இந்து ராஜ்யம் பற்றிய எதிர்ப்புணர்வோடு சிலர் எழும்பலாம். ஆனால் அவர்கள் மட்டுமே அதனை நிறுத்த முடியாது. சூத்திரர்களே முன்னெழுந்து வந்து அதற்கான தங்கள் நல்லுழைப்பைக் கொடுக்க வேண்டும். மண்டல் அறிக்கையின்படி இடப்பங்கீட்டில் இடம் பெறாத பல சூத்திர சாதிகள் உள்ளன. ஜாட்கள், குஜார்கள், பட்டேல், குர்மிஸ், மராத்தியர், ரெட்டி, கம்மா இனத்தவர், லிங்காயத்துகள், வோக்கலிகா, நாயர்கள், வெள்ளாளர்கள், நாயக்கர்கள் போன்ற பல சாதியினரும் எண்ணிக்கை அளவில் த்விஜா மக்களைவிட அதிகமாக இருக்கின்றனர். ஆனால் இந்த மத்தியச் சாதியினரின் நிலை ஆர்எஸ்எஸ் அமைப்பில் என்னவென்று தெரியாது. அதை இதுவரை ஆய்வுகள் செய்தவர் யாருமில்லை. பதில் இல்லா கேள்வி அது.

பன்வார் மெக்வான்ஷி என்பவர் ஆர்எஸ்எஸ் அமைப்பில் பணி செய்தவர். இவர் 'நான் ஓர் இந்துவாக இருக்க முடியாது' என்ற தலைப்பில் நூல் ஒன்றினை எழுதியுள்ளார்.[20] ஆர்எஸ்எஸ் அமைப்பின் முக்கிய முடிவுகளை எடுப்பது அகில பாரதிய பிரதிநிதி சபா (ABPS - Akhil Bharatiya Pratinidhi Sabha) இதன் மொத்த உறுப்பினர் எண்ணிக்கை: 36. இதில் 26 உறுப்பினர்கள் பிராமணர்கள். இவர்களோடு 5 பனியாக்கள், 3 சத்திரியர்கள், 2 சூத்திரர்கள். இதில் கடைசியாக உள்ள இனத்தவர் மக்கள் தொகையில் 52 விழுக்காடு உள்ள மக்கள். இவர்கள் விவசாயிகளாகவும் கை வினைஞர்களாகவும் உள்ளனர். இச்சபையின் எண்ணிக்கையும் சாதிய உறுப்பினர்களின் விழுக்காடும் 2003ஆம் ஆண்டிலிருந்து இதேபோல்தான் உள்ளது. எந்த மாற்றமும் இல்லை.

ஆர்எஸ்எஸ் அமைப்பின் மத்தியச் சூத்திரதாரி சர்சங் சாலக் என்ற அலுவலகத்தில் உள்ளவர்களே. இதன் தலைவர் யாராலும் கேள்வி கேட்க முடியாதவர். அனைவருக்கும் ஒட்டுமொத்தத் தலைவர். இதுவரை சர்சங் சாலக் பதவியில் இருந்த ஆறு பெயர்களில் ஐவர் - K.B. ஹெட்கேவார், M.S. கோல்வால்கர், M.D. டியோரஸ், K.S. சுதர்சன், மோகன் பகவத் - பிராமணர்கள். ராஜேந்திர சிங் என்ற ஆறாவது நபர்

ஒரு சத்திரியர். எந்த தலித் அல்லது சூத்திரர் - இவர்களும் இந்துக்களாகவே அழைக்கப்பட்டாலும் - ஆர்எஸ்எஸ் சர்சங் சாலக் அமைப்புக்குள் நுழையக்கூட முடியாது.

உள் கட்டமைப்பிலும் அதிகார மையங்களிலும் தத்துவ ரீதியாகவும் ஆர்எஸ்எஸ் முழுமையாகப் பிராமணர்களின் ஆளுமைக்குள்தான் உள்ளது. இதன் பொருளாதாரம் பனியாக்களின் கைகளில் முழுமையாக உள்ளது. வசூலாகும் பணம் மொத்தமும் சில பனியாக்களின் வீடுகளுக்குப் போய்விடும் என்கிறார் மெக்வான்ஷி. சத்ரியர்கள் இந்த அமைப்பை மிகவும் பெருமையுடன் 'வர்ண தர்ம பரம்பரை'யாக இருப்பதாகச் சொல்லி மகிழ்வார்கள். ஆனால் அவர்களுக்கோ இதில் கிஞ்சித்தும் இடம் கிடையாது.[21] யோகி ஆதித்யநாத், ராஜ்நாத் சிங் இருவரும் த்விஜா இனத்தவர்களே. சத்திரியர்களின் பங்கினை அங்கீகரிப்பது போல் ஒரே ஒரு சத்திரியருக்கு சர்சங் சாலக் இடம் கொடுத்து விடுகிறார்கள். இதிலிருந்து புரிவது ஒரே ஒரு நேரடி உண்மை! இந்த ஆர்எஸ்எஸ் அமைப்பு பழமையான வர்ண தர்ம பரம்பரையில் நடந்து வருகிறது; நிச்சயமாக நமது மதச்சார்பற்ற அரசியலமைப்பின்படி அல்ல.

இந்து ராஜ்யம் கட்டியமைக்கப்பட்டால்...

எப்படியோ இந்து ராஜ்யம் கட்டியமைக்கப்பட்டால், நிச்சயமாக இப்போது நடைமுறையில் உள்ள அரசியல் அமைப்பு மாறுவதற்கான வாய்ப்புகள் அதிகம். சட்டங்களையும் கொள்கைகளையும் வடிவமைக்கும் அமைப்புகள் ஆர்எஸ்எஸ்ஸில் உள்ளது போல் மாறலாம். அந்த ஒரு நிலையில் சூத்திரர்களும் ஓபிசி மக்களும் நிச்சயமாக ஒதுக்கப்படுவார்கள்.

ஏற்கெனவே இதற்கான வலிவான சான்று ஒன்று உண்டு. 'ராம் ஜென்ம பூமி தீர்த்த ஷேத்ரா நிர்மாண குழு' ஒன்று சமீபத்தில் ஆரம்பிக்கப் பட்டது. இதன் உறுப்பினர்களில் சூத்திரர்களோ ஓபிசிகளோ ஒருவரும் இல்லை. இதில் கவலைக்குரிய விஷயம் என்னவெனில், சூத்திரர்களும் ஓபிசிகளும் இன்னும் ஆன்மீக, சமூக, பொருளாதார, தத்துவ நிலைகளில் போதுமான வளர்ச்சியின்றி உள்ளனர். த்விஜர்கள் ஆன்மீகச் சமூக விஷயங்களில் தங்களை எதிலிருந்து ஒதுக்குகிறார்கள், எதில் தங்களை ஈடுபடுத்துகிறார்கள் என்பதே தெரியாமல் உள்ளனர். இந்து சமயத்தில் அனைத்து இந்துக்களையும் சமமாகப் படைத்துள்ளார் என்ற கருத்து கிடையாது. இது போன்ற தத்துவச் சிந்தனைகளுக்கு ஆர்எஸ்எஸ் இடம் கொடுப்பதே இல்லை. கள்ள மௌனம் தான் பதிலாக இருக்கும். இந்த மௌனமே அவர்களின் சாட்சி.

இந்திய அரசியலமைப்புச் சட்டங்கள், குடியரசு எல்லாவற்றையும் விடக் காலத்தால் முன்னே எழுந்தது ஆர்எஸ்எஸ் 95 ஆண்டுகள் ஓடிவிட்டன. அரசியலமைப்பின் வயது 70 ஆண்டுகள்தான். இந்த நீண்ட 95 ஆண்டுகளில், ஒருமுறைகூடத் தலைமை பதவிகளில் சூத்திரன் யாரையும் ஏற்றவில்லை; தங்கள் உறுப்பினர் மத்தியில் இந்த நினைவே எழும்பாதவாறு பார்த்துக் கொள்கிறார்கள். ஆனால் அரசியல் சட்டமைப்பும், நமது குடியாட்சியின் முறையிலும் சூத்திரர்கள் அங்கங்கு தலைவர்கள் ஆகும் வாய்ப்பைக் கொடுத்துள்ளது. பல மாநிலத் தலைவர்கள் மட்டுமல்ல, தேசியத் தலைவர்களும் உருவாகியுள்ளனர். சர்தார் வல்லபாய் படேல், காமராஜ் நாடார், எஸ். நிஜ லிங்கப்பா, நீலம் சஞ்சீவரெட்டி, வி.கே. கிருஷ்ணமேனன், ஒய்.பி. சவான் என்று பலரும் தேசியத் தலைவர்களாக இருந்துள்ளனர். ஆனாலும் இவர்களில் யாரும் பிரதமர் பதவி அளவிற்கு உயர முடியவில்லை (காங்கிரஸ் ஆட்சியில்). ஆனாலும் சமயச் சார்பில்லாத மக்களாட்சி அமைப்பினால் சௌதாரி சரண் சிங், எம். டி. தேவகவுடா பிரதமர் ஆனார்கள் - சிறிது காலத்திற்கேனும். இப்போது ஆர்எஸ்எஸ், மோடி ஓபிசியிலிருந்து வந்தவர் என்று உரக்கக் கூறினாலும், அவர் ஒன்றும் விவசாயச் சூத்திரக் குடும்பத்திலிருந்து வந்தவர் அல்ல.

சூத்திரர்களுக்குள் பிரிவினைகள்

1990ஆம் ஆண்டில் மண்டல் கமிஷன் முடிவுகளின்மூலம் சூத்திரர்கள் இரு பிரிவுகளாகப் பிரிக்கப்பட்டனர்: இடப்பங்கீடு பெறுபவர்கள், இடப் பங்கீட்டில் பங்கு பெறாதவர்கள். இந்த இரு பிரிவினைகளுக்கு நடுவே சமூகப் பொருளாதார வேற்றுமைகள் இருந்தாலும், இரு பிரிவினருமே வரலாற்றுப் பார்வையில் அடிப்படை விவசாயிகளே. சில சூத்திரர்கள் நாடு முழுவதும் நில உடைமையாளர்களாக, பெருங்குடி மக்களாக உயர்ந்தனர், வளர்ந்தனர். ஆனால் இப்படியெல்லாம் சில சூத்திரர்கள் உயர்ந்தாலும் த்விஜர்கள் ஆண்டு கொண்டிருக்கும் இந்தச் சமூகத்தில் அவர்களின் உயரம் எவ்விதத் தாக்கத்தையும் ஏற்படுத்தவில்லை. ஆன்மீகச் சமுதாய உயரங்களில் சூத்திரர்கள் மாற முடியவில்லை, ஏற முடியவில்லை.

இந்த நில உடைமையாளர்கள் தங்கள் பகுதிகளில் செல்வத்திலும், எண்ணிக்கையிலும் அதிகமாகும்போது அவர்களைச் சில சமூகவியலாளர்களும் அரசியல் ஆய்வாளர்களும் 'ஆதிக்க சாதியினர்' என்று அழைத்தனர். ஆனால் இந்த 'ஆதிக்கம்' அகில இந்திய அளவிலும், சமூகப் பொருளாதார நிலையிலும் வெறும் ஏமாற்று வார்த்தையாகவே இருந்தது. இந்தக் காலகட்டத்தில், வட இந்தியாவில் உள்ள பல ஆதிக்கச் சாதிகள் பல்

பிடுங்கப்பட்டவர்களாக எவ்வித ஆதிக்கமும் இல்லாமல் வர்ணாசிரமப் படிக்கட்டு நிலைகளில் கட்டுண்டு ஆர்எஸ்எஸ்-பாஜக கட்டுக்குள் வந்துவிட்டனர். இந்த நூலில் உள்ள கட்டுரைகள் மூலம் ஆர்எஸ்எஸ்-பாஜக கூண்டுக்குள் சூத்திரர் எப்படிப்பட்ட விநோதமான, விசித்திரமான நிலையில் உள்ளனர் என்பதைத் தெளிவாகக் காட்டுவதோடு, நமது அரசியல் அமைப்பு இப்போது நமக்குத் தந்துள்ள சமயச் சார்பற்ற நிலையில் எப்படி ஓர் அமைப்பை - தலித்துகள், ஆதிவாசிகள், சிறுபான்மையோரான இஸ்லாமியர்கள், சீக்கியர்கள், கிறிஸ்தவர்கள் என்றொரு அமைப்பை - பெரும் கூட்டணியாக அமைக்க முடியும் என்பதைத் திறனாய்வு செய்யும். எந்தச் சமயமாக இருந்தாலும் இனவாரியாகப் பிரிந்தால் அது சூத்திரர், ஓபிசி, தலித்துகள், ஆதிவாசிகள் நன்மைக்கு முற்றிலும் எதிரான ஒன்றாகவே அமையும்.

ஆர்எஸ்எஸ் அமைப்பு வர்ணாசிரம்-சாதிய வேறுபாடுகளின் அடிப்படையிலேயே உருவாக்கப்பட்டது என்பதைப் பார்த்தோம். இப்படிக் குறிப்பிட்டுச் சொல்வதால், ஏனைய அரசியல் கட்சிகள் - இந்தியப் பொதுவுடைமைக் கட்சி (சிபிஐ), இந்திய மார்க்சிய பொதுவுடைமைக் கட்சி (சிபிஎம்), காங்கிரஸ் - ஆர்எஸ்எஸ் போலவே தலித், ஆதிவாசிகள், சூத்திரர்கள் ஆகியோரை ஏதோ ஒரு வழியில் ஒதுக்கித்தான் வைத்திருந்தார்கள். கட்சிகளின் உயர் பதவிகள் இந்தக் கட்சிகளிலும் அவர்களுக்கு எட்டாக்கனியாகவே இருந்து வந்துள்ளது. இருப்பினும், இந்தியத் தேசியக் காங்கிரஸ் கட்சி அரசியலமைப்புச் சட்டத்தை இயற்றுகையில் அதன் தலைவராக முனைவர் பி.ஆர். அம்பேத்கர் அவர்களை நியமித்தது. அவர் ஒரு பெரும் கல்வி அறிவு பெற்ற வழக்கறிஞராக இருந்தது, த்விஜா தவிர்த்த ஏனைய அத்தனை சாதிக்காரர்களுக்கும் பெருமையானதாக இருந்தது. இந்தச் சட்டமைப்பில் ஜவாஹர்லால் நேரு, சர்தார் வல்லபாய் படேல் உறுப்பினர்களாக இருந்ததும், அவர்கள் அரசியலமைப்பை உருவாக்கும் நேரங்களில் அம்பேத்கரின் கண்ணோட்டத்திற்கு வேற்றாகவும் எதிராகவும் யோசித்தார்கள் என்பதும் ஒரு வரலாற்று உண்மை.

இந்தச் சட்ட அமைப்புகள் ஆர்எஸ்எஸ் அமைப்பினருக்கும் பொதுவுடைமைக் கட்சியினருக்கும் ஒவ்வாதவையாக இருந்தன - ஆனால் வெவ்வேறு காரணங்களுக்காக. எழுத ஆரம்பிக்கப்பட்ட அரசியல் அமைப்பு சட்டம் 1950ஆம் ஆண்டு முடிவடைந்து, ஏற்றுக் கொள்ளப்பட்டது. எழுதப்பட்ட ஆரம்பக் காலத்திலேயே ஆர்எஸ்எஸ் தன் எதிர்ப்புகளைத் தொடர்ந்து காண்பித்துக் கொண்டிருந்தது. அந்த அமைப்பைப் பொறுத்தவரையில் வழி

வழியாக வந்த இந்தியப் பண்பாடுகள் சட்டமைப்பில் இடம்பெறவில்லை எனவும், மனுஸ்மிருதியின் சட்டங்களிலிருந்து முழுவதும் விலகிய ஒன்று எனவும் கூறி எதிர்த்தது.[22] பொதுவுடைமை கட்சிக்காரர்கள் பாட்டாளி வர்க்க சர்வாதிகாரம் என்ற பார்வையோடு அதனை எதிர்த்தனர் நம்மைப் பொறுத்தவரை அது வர்ண தர்ம ஆட்சி என்பதும் ஒரு சர்வாதிகாரமே.

ஏனெனில் அது சாதிப்படி நிலை மூலம் அதிகாரம் சிலரது கையில் போகும். ஜனநாயக மாண்புகளுக்கு அங்கு சுத்தமாக இடமில்லை. 1950இல் இந்திய பொதுவுடைமைக் கட்சி பாட்டாளி வர்க்க அதிகாரத்தைத் தங்களது குறிக்கோளாக முன்வைத்தது. ஆனால் ஆர்எஸ்எஸ் தன் கொள்கையாக எந்தக் கோட்பாட்டையும் முன்வைக்கவில்லை. அந்த அமைப்பு தங்கள் கொள்கைகளை கோட்பாடுகளை வடமொழி, பரம்பரை என்ற இரண்டிற்கும் பின்புறமாக மறைத்து வைத்துக் கொண்டது. எப்படியாயினும் இந்த இரு வேறுபட்ட கருத்துகளும் சூத்திரர் ஓபிசி தலித் ஆதிவாசி மக்களுக்கு ஒரு சர்வாதிகார அரசாகவே அமையும்.

இற்றை நாளில் சூத்திரர்களின் ஆர்வமும் ஆதங்கமும்

சூத்திரர்களின் ஆர்வமும் ஆதங்கமும் இந்த இருவகை சர்வாதிகாரத்திலிருந்து விடுபட வேண்டும். அவர்கள் சாதியக் கட்டுப்பாடுகளை உடைத்துவிட்டு, தீண்டாமையை அடியோடு வேரறுத்துவிட்டு, பெண்களின் நலத்திற்காகப் போராட வேண்டும்; வேறு எதுவும் தேவையில்லை அவர்களுக்கு. எந்தவிதச் சர்வாதிகாரம் இந்தியாவில் தலைகாட்டினாலும் அது பிராமண வர்ண தர்மாஸ்ரம ஒழுங்காகத்தான் இருக்கும். இந்தியாவின் சமூக வரலாற்றுப் பின்புலம் இப்படித்தான் அமைந்துள்ளது. இந்த மக்களைத் தவிர மற்றையச் சிறுபான்மை சமயக்காரர்களுக்கும் நமது அரசியலமைப்பு மிகச் சாதகமாகவே இருக்கிறது. அதன் தத்துவக் கொள்கைகளும் முழு அமைப்பும் இவர்களுக்கு ஏதுவானதாக உள்ளன. சூத்திரர்கள், ஓபிசி, தலித்துகள், ஆதிவாசிகள் பொதுவான ஆங்கில வழிப் பள்ளிக் கல்வியையும் தங்கள் வட்டார மொழியையும் பெறக் கடுமையாகப் போராடி வெற்றி பெற வேண்டும். இக்கல்வியோடு சமயச் சார்பில்லாத, முற்போக்கான, மக்களாட்சி சார்ந்த கல்வியாகவும் அது இருந்தாக வேண்டும்.

இன்று அறிவுபூர்வமான வெளிப்பாடுகள் சூத்திரர்களிடமிருந்து வருவது மிகவும் குறைவே. இந்த நூல் எழுதும் முயற்சியில் நாங்கள் இக்குறையை அதிகமாகவே சந்தித்தோம். சூத்திர, ஓபிசி மக்களிலிருந்து ஆங்கிலத்தில் சமூகத் தத்துவ எழுத்துகளைப் பெற

முடிந்தது மிகக் குறைவே. ஆனாலும் வட்டார மொழியில் நல்ல அறிவுஜீவிகளைக் காண முடிந்தது. இந்த அறிவுக் குறைபாட்டிற்கு ஒரு முக்கியமான காரணம் சூத்திர மக்களிடமிருந்து படித்த பேராசிரியர்களின் எண்ணிக்கை மத்தியப் பல்கலைக்கழகங்களிலும் ஏனைய கல்வி நிலையங்களிலும் மிகக் குறைவே.[23]

சூத்திர மக்கள் ஆங்கிலத்தில் படிக்க, எழுத, சிந்திக்க முடியாமல் போனமைக்கு மற்றொரு காரணம், காலம் காலமாகக் கிடைத்த வாய்ப்பின்மையே. மேலும் மண்டல் கமிஷன் கொடுத்த பரிந்துரைகள் உயர்கல்வி இடங்களில் சரியான முறையில் நடைமுறைப்படுத்தாததும் ஒரு முக்கிய காரணம். இன்னொரு சோகமான நடப்பும் உள்ளது. படித்து எழுதும் ஆற்றல் கொண்ட பல சூத்திரர்கள் தங்கள் சாதியை வெளிப்படையாகக் காட்ட முடியாத சூழலும் உண்டு. ஏனெனில் அது அவர்களது வாய்ப்புகளை மிகவும் குறைக்கக்கூடும். வாழ்க்கையின் இனிமையையும் தொலைக்க வேண்டியது இருக்கும். இதுவே இப்போது இருக்கும் உண்மையான சமூகச் சூழல்.

சூத்திரர்கள் சந்திக்கும் இந்த இடர்பாடு ஆர்எஸ்எஸ் அமைப்பினருக்கு மிகவும் வசதியானதாகப் போய்விட்டது. அவர்கள் சூத்திரர்களையும் ஓபிசிகளையும் தங்கள் போராட்டங்களிலும் முயற்சிகளிலும் எளிதாக ஈடுபடுத்திக் கொண்டனர். ஆனால் பதவிகள், வாய்ப்புகள் அளித்ததில்லை. சர்சங் சாலக்கில் இருந்த சாதியக் கட்டமைப்புகள் இந்த உண்மைக்கு முக்கியச் சான்றாக நிற்கின்றன. இத்தனை இருந்தும் சோகத்திற்குரிய ஒரு விஷயம் என்னவெனில், சூத்திரர்கள் மத்தியில் அச்ச உணர்வு மிகுந்துள்ளது. விடுதலை உணர்வு மிகக் குறைவே. இந்நூல் அந்த அச்சத்தை வேரறுக்க முயலும். ஆனால் தலித்துகள் இந்த மனத் தடைகளை உடைத்தெறிந்துவிட்டனர். காரணம் ஒன்றே ஒன்றுதான் - அம்பேத்கரியம். அவரது கருத்துகள் அவர்கள் மனதிற்குள் எளிதாக நுழைந்துவிட்டன. தங்கள் சமூக அரசியல் பாதைகளிலும், அறிவாற்றல் நிறைந்த பாதைகளிலும் வேகமாக வீறுநடை போட ஆரம்பித்து விட்டனர்.

சூத்திரர்கள் யார்?

பல சாதி மக்கள். பலப் பல உற்பத்தி பொருள்களை ஆக்குபவர்கள். ஆகவே சமூகத்தின் இருப்பிற்கும் வளர்ச்சிக்கும் காரணமானவர்கள். படைக்கும் பொருள்களை வைத்தே இவர்களுடைய வாழ்க்கைச் சக்கரம் உருண்டோடிக் கொண்டிருக்கும். ஆனால், அனைவருக்கும் பயன்பட்ட மக்கள் பிராமணியம் கட்டமைத்த சமூகத்தால் எவ்வித

உரிமையும் மரியாதையும் இல்லாமல் புறக்கணிக்கப்பட்டு விளிம்பு நிலை மக்களாகி விட்டனர். இப்போது அவர்கள் பல பெயர்களால் அழைக்கப்படுகின்றனர். விவசாயப் பணியாளர்கள், பிற்படுத்தப் பட்ட மக்கள், இதர பிற்படுத்தப்பட்ட மக்கள், மிகவும் பிற்படுத்தப் பட்ட மக்கள் அல்லது அறிவிக்கப்படாத பிற்படுத்தப்பட்ட மக்கள். எப்பெயரில் அழைக்கப்பட்டாலும் இம்மக்களில் உள்ள ஆதிக்க சாதியினர் தங்களைப் 'புதிய சத்திரியர்களாக' உயர்த்திக் கொண்டுள்ளனர். இருப்பினும் பிராமணிய வர்ணாசிரமக் கொள்கையின்படி அவர்கள் இன்னும் சூத்திரர்கள்தான்.[24] மக்களுக்குள் ஏற்பட்டுள்ள ஏற்றத்தாழ்வுள்ள இந்த நிலைகள் பெருமளவில் அரசியல் காரணங்களால் வரலாற்றில் தோன்றியவை. இந்த நூலின் குறிக்கோளின்படி சூத்திரர்கள் என்பவர்கள் தங்கள் வாழ்க்கைக்கான பொருட்களைத் தாங்களே தயாரிக்கும் பல ஜாதி மக்கள் என்றும், ரிக் வேத காலத்தில் இருந்து புறக்கணிக்கப்பட்ட, இழிவுபடுத்தப்பட்ட மக்கள் என்றும் கருதப்படுகிறார்கள்.

சூத்திரர்களோ, ஓபிசி மக்களோ ஒருங்கிணைந்த ஒரே குழுவினர் என்று எடுத்துக் கொள்ளக்கூடாது என்றுதான் பல ஆய்வாளர்களும் அறிஞர்களும் தீர்மானமாகச் சொல்லி உள்ளனர். ஞான அலாய்சியஸ் ஓபிசி பற்றிய உரையாடலில், இந்த உரையாடல் மாநிலம் ஏற்படுத்திக் கொடுத்த தேவையில்லாத ஒன்று எனவும், இது வளர்ச்சிப் பாதை கூறிய ஒன்று அல்ல என்றும் வன்மையாகக் கூறியுள்ளார்.[25] ஆஷா சிங், நிதின் டொனால்ட் என்ற இருவரும் தங்கள் கட்டுரையில், ஓபிசி என்ற குழுவினர் பெரும் குழப்பமான வேதனை நிறைந்த வரலாற்றுக் காலத்தின் வழியே இன்றைய நிலைக்கு வந்துள்ளார்கள் என்றும், இதனால் இச்சமூகத்தின் பெண்களுக்கு ஏற்படும் தடைகள் பற்றியும் எழுதியுள்ளனர். மேலும் அவர்களது கட்டுரையில் 'ஓபிசி' என்ற இந்த 'நாமகரணம்' எழுப்பும் பிரச்னைகளைப் பற்றியும் எழுதி உள்ளனர்.[26] இத்தகைய வரலாற்றுப் பின்னணி இருப்பினும் இந்த நூலில் சூத்திரர்கள் பற்றி மட்டுமே விவாதிக்கப்படும். இந்தக் குழுவில் ஆயிரக்கணக்கில் இருக்கும் சாதியினரோ, துணை சாதியினரோ புத்துயிர் பெற தேசிய அளவிலான வாதங்களையும் சர்ச்சைகளையும் உருவாக்க வேண்டியது இந்நூலின் அடிப்படை நோக்கமாக உள்ளது.

இந்நூலில் உள்ள கட்டுரைகளின் வழியே நமது நாட்டில் இன்றுள்ள பல பிரச்னைகளை முன்னெடுத்து வைப்பதும், அவற்றைப் பற்றிய புரிதலை வாசிப்பவர்களுக்குத் தருவதும் முக்கிய நோக்கமாகும். அதனோடு சூத்திரர் பற்றிய பல கேள்விகளை நாட்டின் முன்னே புதியதோர் நோக்கில் தருவதையும் இக்கட்டுரைகள் செய்யும். மொத்தம் 11 கட்டுரைகள். சூத்திரர்களின்மீதான சமூக அழுத்தங்கள்

மீது அறிஞர்களின் ஆர்வத்தைத் தூண்டும் விதமாகவும், அதைப் போலவே ஏனைய மக்களின் மனதிலும் எழும் சிந்தனைகளைத் தீவிரமாக்கவும் குழப்பங்களைத் தீர்க்கவும் முனையும்.

'நாடும், அதன் சூத்திரர்களும்' என்ற நூலை எழுதிய அரவிந்த் குமார் பல கேள்விகளை எழுப்புகிறார். தேசிய அளவில் மேலோங்கி நிற்கும் ஒரு நிலைமை - அனைத்துக் குடிமக்களையும் ஒருபுறமும் சூத்திரர்களைத் தனிப்படுத்தி விளிம்பினராய் ஒதுக்கித் தள்ளுவதை - அவர் கேள்விகளுக்கு உட்படுத்துகிறார். மகாத்மா புலே, அம்பேத்கர் கொண்ட தத்துவக் கருத்தியல்களை மீண்டும் புதுப்பிக்கிறார். அதோடு நில்லாது, சுதந்திரம் பெற்ற பின்னும் சூத்திரர்களின் வறுமை நிலைக்குரிய காரணங்களை வெளிக்கொணர்கிறார். புதிதாய் பிறந்த நம் நாடு சமத்துவம் என்று வெளியே சொன்னாலும், அதனை நிறைவேற்ற ஏதும் செய்யாதிருப்பதையும் கோடிட்டுக் காண்பிக்கிறார்.

மற்றொரு பக்கத்தில் சுனில் சர்தார் 'சூத்திரர்கள் மீதான சமூக, ஆன்மீக அடிமைத்தனம்' என்ற கட்டுரையில் சூத்திரர்கள் பற்றிய கேள்விகளின் மீதான ஆன்மீகச் சுமை, ஆன்மீகப் பரிமாணம் பற்றிப் பேசுகிறார். பிராமணப் பழக்க வழக்கங்கள் சூத்திர மக்களுக்கு எதிராக எப்போதும் உள்ளது என்பதைக் கடந்த ஈராயிரம் ஆண்டுகளில் நடந்த சமுதாய - அரசியல் நிகழ்வுகள் மூலம் வெளிப்படுத்துகிறார். சர்தார் ஆழமான வரலாற்றுப் பயணம் ஒன்றை மேற்கொள்கிறார். சூத்திரர்களுக்கு எதிரான நிகழ்வுகளை ஒன்றன் பின் ஒன்றாக அடுக்கி வைக்கிறார். புத்த மதத்திற்கு முழு ஆதரவு அளித்த அசோக மாமன்னர், பசவன்னாவின் பக்தி மார்க்கம், பிராமணியப் பழக்க வழக்கங்களுக்கு எதிராக எழும்பிய குரு நானக், மகாத்மா புலே அவர்களின் 'உண்மை தேடும்' போராட்டம், இறுதியாக அம்பேத்கரும் அவரது புத்த மதப் புரட்சியும். புலேயின் வழியில் சர்தார் கையில் எடுத்த பாலி ராஜாவின் சமத்துவம், ராம ராஜ்யத்தின் படிநிலைக் கொள்கைகளுக்கு மாறானதாகவும் சூத்திரர்களுக்கு ஆன்மீக விடுதலை தருவதாகவும் இருந்தது.

காஞ்சா அய்லய்யா ஷெப்பர்ட் தனது 'சூத்திரர்களும் இந்தியக் குடியரசும்' என்ற கட்டுரையில் விடுதலை பெற்ற இந்தியாவில் சூத்திரர்களுக்கான அரசியல் நன்மைகள் பற்றிப் பேசுகிறார். காங்கிரஸ் கட்சி நாடு முழுவதும் பரவிக்கிடந்த சூத்திரர்களை அணுகிய தவறான விவாதங்களைத் தேடிப் பட்டியலிடுகிறார். பல பொருளாதார, சமூக, அரசியல் காரணங்களால் எப்படிச் சூத்திரர்கள் புறக்கணிக்கப்பட்டார்கள் என்பதையும் கண்டுபிடிக்கிறார். அவர் மேலும் வலதுசாரி சிந்தனையுள்ள ஆர்எஸ்எஸ்-பாஜக அமைப்புகளின் சூத்திரர்களை இந்துமயமாக்கும் திட்டத்தைப் பற்றி

ஆய்வு செய்கிறார். ஆனால் அதே நேரத்தில் இந்த வலதுசாரி இந்து அமைப்பு சூத்திரர்களை நாட்டின் முக்கிய நிகழ்வுகளில் இருந்தும் முற்றிலும் ஒதுக்கி வைத்திருப்பதையும் பற்றி ஆய்வு செய்துள்ளார். இந்த ஆய்வுகளின் அடிப்படையில் அவர் தனது கட்டுரையில் சூத்திரர்கள் தங்கள் ஆக்கத் திறன்களை வளர்த்துக்கொண்டு, வாழ்வை உயர்த்திக்கொண்டு, ஆன்மீக விடுதலைக்காக முனைந்து போராட வேண்டும். அதன் மூலம் ஆர்எஸ்எஸ்-பாஜக வளர்த்தெடுத்த பிராமணிய அடக்கு முறையிலிருந்து விடுபடப் புதிய பாதைகளைக் காண வேண்டும்.

சரத் யாதவ், ஓம் பிரகாஷ் மகாதோ இருவரும் எழுதிய கட்டுரையில் லோகியா பொதுவுடைமை வாதத்தின் கொள்கைகள் எவ்வாறு சாதிய எதிர்ப்போடு இருந்தது என்பதையும், பல போராட்டங்கள், அரசியல் வழிமுறைகள் இணைந்து வி.பி. சிங் அவர்களின் ஒன்றிய அரசு மண்டல் கமிஷன் அறிக்கைகளைக் கொண்டு வந்தது என்றும் குறிப்பிடுகிறார்கள். தாழ்த்தப்பட்ட சாதியினர் போராட்டங்கள் மூலமாக எழும்ப வேண்டும். மேலும் இப்போதுள்ள பகுஜன் தலைவர்கள் ஏதோ ஒரு சாதியை மட்டும் கையில் எடுத்துக் கொண்டு அரசியல் நடத்தும் போக்கினைக் கைவிட வேண்டும் என்று தங்கள் கோரிக்கையை முன்வைக்கிறார்கள். ஓம் பிரகாஷ் மகாதோ தனியாக சரத் யாதவ் அவர்களோடு தான் கொண்ட நேர்காணலில் விவாதித்த வற்றைத் திறம்பட இக்கட்டுரையில் வெளிக்கொணர்ந்துள்ளார்.

பிராச்சி பாட்டில் 'பகுஜன் பெண்கள் மீதான சில கேள்விகள்' என்ற கட்டுரையில் சில கேள்விகளை எழுப்புகிறார். முதலாவதாக, பகுஜன் பெண்கள் சாதியக் கட்டுப்பாட்டினுள் காலம் காலமாக இருந்து வருகின்றனர். இரண்டாவதாகச் சில பகுஜன் பெண்கள் அவ்வப் போது ஆணாதிக்க, சாதிக் கட்டுப்பாடுகளை எதிர்த்துக் குரலெழுப்பியதற்கான ஆதாரங்களையும் தடைகளையும் வெளிக்கொணர்ந்திருக்கிறார். இறுதியாக பகுஜனப் பெண்ணியம் தலித் பெண்ணியத்திலிருந்தும் பெண்ணிய சவர்ணா நிலையிலிருந்தும் விலகித் தனித்து நிற்கிறது. இந்தக் கட்டுரையின் ஆசிரியை பகுஜன் பெண்கள் பாலின ரீதியாகவும், சாதிய ரீதியாகவும் எவ்வாறு வினோதமாக, நுணுக்கமாகத் தரப்படுத்தி நிற்கவைக்கப் பட்டுள்ளனர் என்பதை விவாதிக்கிறார். இந்த நுணுக்கங்கள் வேறு பல கேள்விகளையும் எழுப்புகின்றன: எவ்வாறு பகுஜன் பெண்கள் பிரதிநிதிபடுத்தப்படுகிறார்கள்? அவர்களுக்கான மூலாதாரங்கள் எவை? இன்று வெவ்வேறு வாழ்வியல் நிலைகளில் அவர்கள் எங்கனம் நிறுத்தப்பட்டுள்ளார்கள்?

ஊர்மிலேஷ் இந்த நூலில் எழுதிய கட்டுரையில் உத்தரப் பிரதேசத்திலும் பீகாரிலும் நடந்து வந்த அனைத்து அரசியல் நிகழ்வுகளையும் போராட்டங்களையும் விரிவாகத்

தொகுத்தளித்துள்ளார். அம்மாநிலங்களில் பீகாரில் இருந்த பகுஜன் தலைவர்களான கர்ப்பூரி தாக்கூர், லல்லு யாதவ், நிதிஷ்குமார் உத்தரப்பிரதேச தலைவர்கள் கன்ஷிராம், முலாயம் சிங் யாதவ், மாயாவதி போன்றவர்கள் பிற்பட்ட மக்களின் முன்னேற்றத்திற்காகச் செய்த தொண்டுகளின் பட்டியலைத் தருகிறார். ஆனால் அதே இப்போதுள்ள பகுஜன் தலைவர்கள் செய்த தவறுகளால், பாஜக அரசியல் தலைமையை அவர்களால் எதிர்த்து ஏதும் செய்ய முடியாத நிலைக்கு உள்ளானார்கள் என்பதையும் வெளிப்படையாகத் தொகுத்துள்ளார்.

அடுத்த கட்டுரை ராம் ஷெப்பர்ட் பீனாவேணி அவர்கள் எழுதியது. இவரது கட்டுரையில் ஹரப்பன் நாகரிகத்தில் வேதகால ஆரியர்களும் அதற்கு முந்தைய காலத்து மக்களும் வணங்கி வந்த பெரு, சிறு தெய்வங்களைப் பற்றிய விவரங்களை ஆய்வு செய்து தந்துள்ளார். பழைய வேத நூல்களையும் வேத மதத்தோடு தொடர்பு இல்லாத மக்களின் பழக்க வழக்கங்களையும் ஆழமாக வாசித்து தன் கருத்துகளைப் பகிர்கிறார். மேலும் அவர் த்விஜா இனத்தவரின் ஆன்மீகத்திற்கு ஒரு வித்தியாசமான பரம்பரையை நிறுவுகிறார். அதோடு உற்பத்தியும் பாதுகாப்பும் கொண்ட சூத்திரர்களின் ஆன்மீகத்தையும் அலசுகிறார். இக்கட்டுரை தனித்து நிற்கும் இந்து மதத்தின் அனைத்தையும் உள்ளடக்கி வைத்திருத்தலை உடைத்து, பிரிக்க முயற்சி செய்கிறார். இதன்மூலம் இந்தத் துணைக் கண்டத்தில் பிறந்து வளர்ந்த இந்து மதத்தின் ஆன்மீகப் பழக்க வழக்கங்களை வெளிக்கொண்டு வருகிறார்.

பிந்து தோதகத்தி தனது கட்டுரையில் வோக்கலிகா, லிங்காயத் என்ற கர்நாடக மாநிலத்தில் ஆதிக்கச் சாதிகளின் சமுதாய நாகரிக அடையாளங்களின்மீது தன் ஆழ்ந்த குவியத்தைக் காண்பிக்கிறார். இவர்களில் லிங்காயத்துகள் தங்களது சமயம் தனியானது என்று கூறிக் கொண்டிருந்தாலும், அவர்களின் எண்ணங்களும் கருத்துகளும் முழுமையாகப் பிராமணத் தத்துவங்களுக்கு அடங்கியவையே என்பதை உணர்த்துகிறார். அதே சமயத்தில் வோக்கலிகா மக்களின் புதிய சத்திரியக் கூறுகளையும் ஆசைகளையும் தீவிரமாகக் காண்பிக்கிறார். தலித்துகளுக்கு எதிராகவும் பெண்களின் நிலைக்கும் எதிராக இருக்கும் வன்மத்தைக் கேள்விக்குள்ளாக்குகிறார்.

பள்ளிக் கொண்டா மணிகண்டா தனது கட்டுரையில் சூத்திரர்களின் மனநிலையைக் கணிக்கும் கடினமான வேலையைப் பற்றி எழுதியுள்ளார். இதன்மூலம் அவர்களின் மனம் செல்லும் வெவ்வேறு வழிகளையும் கணக்கிடுகிறார். தத்துவ ரீதியாகப் பார்க்கும்போது சூத்திரர்கள் அனைத்துத் தத்துவம் சார்ந்த நூல்களில் முழுவதுமாக விலக்கி வைக்கப்பட்டுள்ளனர். இதனால் அவர்களது தத்துவ அறிவு தேங்கிப் போய் நின்றுவிட்டது. சூத்திரர்களின் இருப்பே தன்னையே

அழித்துக் கொண்டிருப்பதில் தான் உள்ளது. இவர்கள் ஏனைய சாதிகளிடமிருந்து விலக்கப்பட்டு தனியே நிற்கிறார்கள். அவர்களது தொழில் மதிப்பிழந்த ஒன்றாகவே கருதப்படுகிறது. அவர்களது வரலாறு, உணவுப் பழக்கங்கள், கலாசாரம் அனைத்தும் ஒதுக்கப்பட்டு விடுகிறது. மற்றொரு பக்கம் எவ்வாறு இம்மக்கள் தலித்துகள், இஸ்லாமியர், கிறிஸ்தவர்களுக்கு முழுமையான எதிரிகள் என்று சித்தரிக்கப்படுகிறார்கள், இந்தக் கைங்கரியம் பிராமணர்கள் நிரம்பிய ஆர்எஸ்எஸ் அமைப்பினால் கட்டமைக்கப்படுகிறது,மேலும் குடியுரிமை திருத்தச் சட்டம் (சிஏஏ) தேசியக் குடிமக்கள் பதிவு (என்ஆர்சி) என்ற புதிய சட்டங்களுக்கு எதிரான போராட்டங்களைப் பற்றியும் ஆசிரியர் குறிப்பிடுகிறார்.

'எனது கனவு இந்தியா' என்று கட்டுரையை முனைவர் பி. வினய் குமார் எழுதியுள்ளார். அவர் தனது குடும்பப் பின்புலம் ஏனைய பிற்படுத்தப்பட்டோர் குடும்பங்களுக்கு எதிரான ஒன்றாக, கடும் போட்டி தரும் நிலையில் இருந்ததாக விவரிக்கிறார். சாதாரண குடும்பத்தில் இருந்து வரும் பிள்ளைகள் செல்வப் பின்னணியும் கல்வி பலமும் நிறைந்த தன் பிள்ளைகளோடு போட்டியிட வேண்டிய நிலை பற்றி விவரிக்கிறார். இவர் தன் கட்டுரையில் இடப் பங்கீட்டுக் கொள்கைகள் ஒழுங்காகப் புரிந்து கொள்ளப்பட்டு அவை மேலும் சீர்திருத்த வேண்டும். இடப்பங்கீட்டாளர்கள் அனைவருக்கும் பயன்தரத்தக்க வகையில் அதில் மாற்றங்களும் சீர்த்திருத்தங்களும் கொண்டு வர வேண்டும் என்ற தன் ஆவலை வெளிக் கொணர்கிறார்.

இறுதிக் கட்டுரை 'சாதியும் அரசியல் பொருளாதாரமும்' சூத்திரர் குழு ஒன்றினால் எழுதப்பட்டது. தேசியப் பத்ரலோக்குகள் - மேம்பட்ட சாதி மக்கள் - கைகளுக்குள்ளே நாட்டின் பொருளாதாரம் முழுவதும் ஒப்படைக்கப்பட்டுள்ளது. அவர்கள் அனைவரும் பிராமணர்களும் பனியாக்களும் ஆவர். சூத்திரர்கள் தனித்து விடப்படுகிறார்கள். அவர்களைப் பழைய நில உடைமையாளர்கள் என்றும், தரத்தில் தாழ்ந்தவர்கள் என்றும் ஒதுக்கி வைக்கப்பட்ட மக்களாக உள்ளனர். கிடைக்கும் தரவுகளை வைத்துப் பார்க்கும்போது, சாதி - முதலீடுகள் என்ற இரண்டையும் இணைத்து வைத்துப் பார்க்கும்போது, எப்படி ஆர்எஸ்எஸ்-பாஜக 2014ஆம் ஆண்டில் ஆட்சியைப் பிடித்தார்கள் என்பதற்கான காரணங்கள் புரிகின்றன. சமயச் சார்புள்ள முதலீடுகள், அதனோடு நெருங்கிய தொடர்பு கொண்டுள்ள ஆர்எஸ்எஸ்-பாஜக என்பவைகளைப் பார்க்கும்போது அவை நமது நாட்டின் சமயச் சார்பில்லாத நிலையை நிலைகுலையச் செய்துவிடும். ஒரு பக்கச் சார்பான முதலீடுகள் இதற்கு உதவி செய்யும் என்று அச்சமூட்டுகின்றது இக்கட்டுரை.

2

நாடும் அதன் சூத்திரர்களும்[1]

அர்விந்த் குமார்

'கல்வி இல்லையேல் அறிவு இல்லை; அறிவில்லையேல் ஒழுக்கம் இல்லை; ஒழுக்கம் இல்லையேல் வளர்ச்சி இல்லை; வளர்ச்சி இல்லையேல் வளமை இல்லை; வளமை இல்லையேல் சூத்திரர்களுக்காக மீதியிருப்பது அழிவுதான்: படிப்பறிவு இல்லாததால் இவை எல்லாம் தொடர்ந்து நடக்கின்றன.'[2] - ஜோதிபா புலே

மகாத்மா ஜோதிபா புலே மிகச் சரியாக சூத்திரர்களுக்குக் கடந்த நூற்றியம்பது ஆண்டுகளில் வாய்த்துள்ள வியாதிக்கான காரணத்தைக் கண்டுபிடித்துள்ளார். அவரும் அவரது துணைவி சாவித்ரிபாய் புலே இருவரும் இணைந்து தங்கள் எழுத்துகள் மூலமாகவும், அவர்கள் ஆரம்பித்த 'சத்ய ஷோடக்' அமைப்பு மூலமாகவும், 'சூத்திரர்களின் வியாதி'க்கான அறிகுறிகளையும் காரணங்களையும் கண்டுபிடித்தனர். இந்திய தேசத்தின் சூத்திர ஆண்களும் பெண்களும் புலே அவர்களைத் தங்கள் நாகரிக, தத்துவக் கோட்பாடுகளுக்கு ஒரு முதல் முன்மாதிரியாக எடுத்துக்கொள்ளத் தவறியதே மிகப் பெரும் சமூக இழப்பாகும்.

ஆனால் பி. ஆர். அம்பேத்கர் கௌதம புத்தரையும், ஜோதிபா புலேவையும் தன்னுடைய தத்துவ குருமார்களாக எடுத்துக் கொண்டதால் பல்லாயிரக்கணக்கான தலித் மக்களை (இம்மக்கள் சூத்திர மக்களைவிடவும் வர்ணாசிரம அல்லது சாதிய வழக்கங்களால் மேலும் அதிகமாக தாழ்த்தப்பட்டவர்கள்) புத்தர் வழிக்கு மாற்றி, ஒளி நிறைந்த இந்தியாவை நோக்கி, விடுதலையை நோக்கி காலெடுத்து வைக்க ஆரம்பித்த பிறகும், தலித்துகள் இந்து சமய சாதிப் படிநிலைகளின்படி, தங்கள் சமுதாய இடத்தை விட்டு மாறாமல்

இருந்துவிட்டனர். இதனால் அவர்கள் பிராமணியத்திற்குக் கட்டுப்பட்டே இருந்தனர்.

இக்கட்டுரையில் சூத்திரர்கள் தனியொரு சமூகக் குழுவாகவும் இந்திய வரலாற்றில் அவர்களின் இடம் போன்றவைகளையும் ஆய்ந்து எழுதும் எந்த முயற்சியும் இல்லை. அதற்குப் பதிலாக, இச்சமூகம் பல காலகட்டங்களிலும் தனித்து இயங்கும் சூழலில் ஏன் இவ்வாறு இருந்தன என்பதை நிறுவ முயலும்.

சூத்திரர்களுக்கான சமூக, நாகரிக, பண்பாட்டுக் களங்களில் அவர்கள் கல்வியறிவு பெறுவதில் மிகவும் ஒதுக்கப்பட்டவர்களாகவே இருந்து வந்துள்ளனர். ஆனாலும் அவர்கள் எண்ணிக்கையில் பெரும்பான்மையாகவே - பகுஜன் - இந்திய சமூகத்தில் இருந்து வந்துள்ளனர். 'நாடு' என்பதே பல்வேறு வகை மக்களும் பொதுவாக ஒன்றியிருப்பதே. அப்படியிருப்பினும், பெரும்பான்மை மக்களாக இருந்தும், நாடு என்ற அமைப்பை உருவாக்குவதில் பெரும் பங்கு அவர்களுக்கு இருந்தும், அவர்களுக்கான நியாயமான உரிமைகளைப் பெறுவதற்காக மீண்டும் மீண்டும் அவர்கள் எடுத்த முயற்சிகள் எப்போதுமே தோல்வியடைந்தே உள்ளன. இக்கட்டுரை இப்பிரச்னைக்கான தீர்வுகளைத் தருவதற்குப் பதில், சூத்திரர்களின் பிரச்னைகளை வெவ்வேறு கோணத்தில் தருவதற்கு முயற்சிக்கும்.

'நாடு'

'நாட்டிற்கே முதலிடம்' என்ற சொற்கள் சமீப காலங்களில் பெரும்பாலும் அதிகப் பயன்பாட்டில் உள்ளன. தங்களைத் தாங்களே தேசியவாதிகள் என்றழைத்துக் கொள்ளும் வலதுசாரி அமைப்புகளின் உறுப்பினர்களும் இதை உரத்த குரலில் சொல்லிக் கொண்டிருக் கின்றனர். இதை விளக்க வேண்டுமாயின், ஒரு சாதாரண மனிதனுக்கும் புரியும்படி 'நாடு' என்பது யாது என்று விளக்க வேண்டியதுள்ளது. நாடு என்ற அமைப்பு தன் குடிமக்களுக்குத் தரவேண்டியது என்ன; மக்களின் பெருமதிப்பில் உயர்ந்திருக்கும் அந்த அமைப்பை உருவாக்குவது யார்? பெனடிக்ட் ஆண்டர்சன் என்ற பெயர்பெற்ற கோட்பாட்டு அறிஞர் இதைப்பற்றிய தன் விளக்கங்களைக் கொடுத்துள்ளார். அவரது எண்ணத்தின்படி, 'நாடு' என்பதற்கான விளக்கங்களைக் கொடுத்துள்ளார்:

> 'ஒரு நாடு என்பது பெருமளவில் ஒரு 'கற்பிக்கப்பட்ட சமூகம்'; அதன்மீது மக்களின் நம்பிக்கைகள், எதிர்பார்ப்புகள், கற்பனைகள் எல்லாமும் ஒட்டுமொத்தமாக ஏற்றி வைக்கப்படுகின்றன. அங்குள்ள மக்கள் அனைவரும் தங்களையும் ஒருங்கிணைத்து,

அடையாளப்படுத்திக் கொள்ளும் கற்பிதங்களோடு உள்ளனர். நாடு என்பது நம்பிக்கையின் அடையாளம். மக்கள் அனைவரும் தாங்கள் அனைவரும் மொத்தத்தின் ஒரு பகுதி என்று நம்பும்போது ஒரு நாடு அமைகிறது.'[3]

பலரும் அறிந்த இந்திய வரலாற்று அறிஞர் ரொமிலா தாப்பர் இந்தியக் கண்ணோட்டத்தில் தேசம், தேசியவாதம் என்பவை மேனாட்டிலிருந்து இறக்குமதி செய்யப்பட்ட சமீபத்திய நிகழ்வுகள் என்கிறார். 'இந்திய நாடு' என்பதை பழங்காலத்தோடோ, அதன் பின்னுள்ள இடைக்காலத்தோடோ பொருத்திப் பார்த்தால் மிகுந்த குழப்பமே மேலோங்கி நிற்கின்றது. 'நாடு' என்பதற்கான பொருள் இன்றைய காலகட்டத்தில் சில சீரான கோட்பாடுகளோடு உள்ளது. நாட்டின் அனைத்து மக்களும் தங்களது தனித்தனி அடையாளங் களைக் கைவிடாது, ஆனால் அதே சமயத்தில் அனைவரும் சட்டப்படி ஒன்றிணைந்து நிற்கும் சீரான நிலையை அடைந்திருத்தல் வேண்டும்.[4]

தாப்பர் இதனோடு வேறு ஒன்றையும் இணைத்துள்ளார். நாட்டு மக்கள் அனைவரும் ஒரே மாதிரியான கடந்த காலத்தைப் பகிர்ந்து கொண்டு, இன்று முழு ஒன்றிணைப்போடு இருக்க வேண்டும் என்கிறார். இதன்மூலம் நாட்டின் பழைய வரலாறு இன்று மக்களை ஒன்றிணைக்கும் பிணைப்பாக இருக்க வேண்டும். ஒரு நாட்டின் வரலாற்றை ஏதோ ஓர் ஒற்றைக் குழு மூலமே மட்டும் அடையாளப் படுத்த முடியாது; கூடாது. தேசியம் என்பது எந்த ஒரு குழுவிற்கும் சொந்தமாகாது. தேசிய உணர்வு உண்டாகி வளர்ந்த விதமும், அதனிலிருந்து கிளைத்தெழுந்த ஒரு கற்பனை ராஜ்யம் என்பதும் நமது காலனியத்தோடு மட்டுமே தொடர்பு கொண்டது.[5] பல்வேறு கருத்துகளை ஒருங்கிணைத்து அவற்றைச் சமத்துவம் என்கின்ற ஒரே தட்டில் நிறுவுவது மட்டுமே ஒரு நாட்டின் தன்மையாக இருக்க முடியும். தாப்பர் கீழ்க்கண்ட கூற்றில் இக்கருத்தை வலியுறுத்துகிறார்.

> காலனிய ஆட்சிக்கு எதிராக எழுந்த தேசியவாதம் அனைத்து மக்களையும் ஒரு குடையின்கீழ் கொண்டு வந்தது. வெவ்வேறு மக்கள் குழுமங்கள் ஏறத்தாழ ஒரே ஒரு அடையாளத்துடனும், சமத்துவ நிலையோடும் ஒருங்கிணைந்து நாட்டின் விடுதலைக்காகப் போராடினர்.[6]

உழைப்பிற்கான மரியாதை, சமத்துவம், நீதி, நியாயம் போன்றவை களை விடுதலைக்குப் பிறகு நமது குடியரசுச் சட்டங்கள் மூலம் பெற்றுவிடலாம் என்று மக்கள் நம்பியிருந்தனர். ஆனால் அந்த நம்பிக்கை நடந்தேறவில்லை. இந்த நிகழ்வை அடிப்படையாக வைத்து கோபால் குரு புதிய சிந்தனை ஒன்றைத் தருகிறார். 'நாடு' என்பதற்கு அவரது நுண்ணிய பார்வை மூலம் புதிய விளக்கம்

ஒன்றைத் தருகிறார். 'நாடு உனக்கு என்ன செய்தது என்று நினைக்காதே; நீ நாட்டுக்கு என்ன செய்தாய் என்று நினைத்துப் பார்' என்ற மிகப் பிரபலமான மேற்கோளை கோபால் குரு சிறிது மாற்றி தன் பாணியில் இவ்வாறு கூறுகிறார்: 'இந்த நாடு உனக்காக என்ன செய்துவிட முடியும்?' இவ்வாறு அம்மேற்கோளை மாற்றியதன் மூலம் ஒரு நாட்டிற்கான முக்கிய தார்மீகக் கடமை பற்றிக் குறிப்பிடுகிறார். நாட்டின் அடிப்படையாக இருக்கும் பெரும் பான்மை குடிமக்களின் துன்பங்களைக் களையெடுப்பதே நாட்டின் முதல் கடமையாக இருக்க வேண்டும்.[7] குரு மேலும் தன் கருத்துகளை வலியுறுத்த, நாட்டின் முழுமையைப் புரிந்துகொள்ள, நாட்டிற்கும் அந்நாட்டின் குடிமக்களின் நடுவில் இருக்க வேண்டிய உறவு பற்றித் தெரிந்துகொள்ள கேட்க வேண்டிய ஒரு கேள்வியை நம் முன் வைக்கிறார்:

> 'நாடு என்பது என்ன? அதன் தார்மீகக் கடமை என்ன? என்பது போன்ற கேள்விகளைத் தவிர்க்கும் வலதுசாரி மக்களால் தேசிய உணர்வுகள் என்னவாகின்றன? அவை எந்த அளவு விளிம்பு நிலை மக்களையோ, அல்லது விளிம்பு நிலையைத் தாண்டியும் வெளித்தள்ளப்பட்ட மக்களையோ பாதிக்கின்றன? நாடு நமக்கு பகுப்பாய்வு செய்யும் வழிமுறைகளைத் தருகிறது. அதை வைத்து நாட்டின் நெறிமுறைகளை நாம் அறிந்துகொள்ள முடியும். மேலும் சமத்துவம், நீதி நியாயங்கள், சுதந்திரம், மரியாதை போன்ற அனைத்தையும் மேற்கூறிய நெறிமுறைகளை வைத்து கணக்கிட நமக்கு வாய்ப்புகளைத் தருகிறது. ஒரு தனிமனிதனுக்கு கிடைக்கும் மரியாதை நாட்டிற்கான மரியாதையோடு இணைந்திருக்க வேண்டும்.[8]

நாட்டில் விளிம்பு நிலை மக்கள் மிக அதிகம். சூத்திரர்கள் என்றழைக்கப்படும் அவ்வினத்து மக்களுக்கான பிரச்சனைகள் ஏராளமாகக் குவிந்தே கிடக்கின்றன. மற்ற இனத்தார் போலவே இந்த மக்களினமும் பல்வகை மக்களின் குவியல்தான். ஆகவே அவர்கள் ஒட்டுமொத்தமாக அடிமைத்தனமோ, இயலாமையோ கொண்டவர்களில்லை. அவர்களுக்குள் இருந்த இந்த வேற்றுமைகள் காலனிய ஆதிக்கத்திற்கான அறப்போரில் தெள்ளென வெளியே தெரிந்தன. நாடு என்பதைச் சுற்றி எழுப்பப்பட்ட தத்துவார்த்த கொள்கைகள் அப்போதைய பல்வேறு எழுத்தாக்கங்களில் பல மாற்றங்களையும் எதிர்ப்புகளையும் சந்தித்தன.[9] ஆனால் இப்பின்னணியில் எழுந்த மிகப்பெரிய கேள்வியை புலே எழுப்பியுள்ளார். மிகத் தெளிவாகவும் தன் கருத்தை அவர் வெளியிட்டுள்ளார்:

‘மகாபலி மன்னனின் நாடான இந்த தேசத்தின் அனைத்து மக்களும் - சூத்திரர்கள், ஆதி-சூத்திரரர்கள், பில்ஸ், மீனவர்கள் - முழு கல்வியறிவு பெற்று, அவர்களே சுயசிந்தனையோடு ஒட்டுமொத்தமாக அனைவரோடும் இணைந்து, உணர்வுபூர்வமாக கலந்து கொண்டால் மட்டுமே ஓர் உண்மையான, முழுமையான ‘நாடு’ உருவாக முடியும்’.[10]

இந்திய தேசிய விடுதலைப் போராட்டங்கள் எந்த அளவு அனைவரையும் அரவணைத்துக் கொண்டன? இக்கேள்வி மிகவும் முக்கியமானது. ஏனென்றால் இக்கேள்விக்கான பதிலை நோக்கிப் பெரும் கல்வியாளர்கள்கூடத் திரும்பவே இல்லை. பின்னாளில் மார்க்சியம் தலைதூக்கி, அடித்தட்டு மக்கள் வர்க்கப் போராட்டம், அதன் பிரச்னைகள் என்று உரத்த குரலில் பேச ஆரம்பித்த பிறகுதான் சாதியாலும், பால் வேற்றுமைகளாலும் ஓரத்திற்குப் புறக்கணிக்கப் பட்ட விளிம்புநிலை மக்களின் நிலைபற்றிய உணர்வுகள் வெளிவந்தன. இந்த நாள் வரும்வரை கிடைத்து வந்த விளக்கங்களும், தேசம், தேசியம் போன்றவைகளைப் பற்றிய கருத்தாடல்கள் அனைத்தும் ஐயங்களேதும் இல்லாமல் பிராமணியக் குரலாகவும், ஆணாதிக்க குரலாகவும் மட்டுமே ஒலித்தன. ஆனாலும் கெயில் ஓம்வெத் போன்ற சில அறிஞர்களின் குரல்களில், மறைக்கப்பட்ட சில முக்கிய வரலாற்றுப் பக்கங்கள் ஒலிக்க ஆரம்பித்தன. சாதிய எதிர்ப்புப் போராட்டங்களை முன்னெடுத்து நடத்திய புலே, பெரியார், அம்பேத்கர் போன்ற பலரின் உயர்ந்த சேவைகளை கெயில் வெளிக் கொணர்ந்தார். அவர்களைப் பற்றி கெயில் எழுதியவை:

‘19ஆம் நூற்றாண்டிலேயே படித்த மக்களின் கைகளிலிருந்த தேசிய உணர்வுகளுக்கு எதிராகத் தன் குரலை புலே எழுப்பினார். நாட்டின் தளித்த அடையாளம் மக்களிடையே இருத்தலின் முக்கியத்துவத்தை அவர் முன்னெடுத்து வைத்தார். சாதிகளால் பிளவுண்டு கிடக்கும் சமூகங்களால் ஓர் உண்மையான நாட்டை அமைக்க முடியாது என்றார் புலே. மேலும் இந்த அடிப்படைப் பண்பை மீறி ஒரு நாட்டை ஆக்க முயல்பவர்கள் உண்மையில் அழிப்பவர்களே. ஏனெனில் அவர்கள் நம்மில் நிலவும் கொடிய படிநிலைகளைக் கண்டுகொள்ளாமல் செல்வது மட்டுமின்றி, அந்த வேற்றுமைகளையே தங்கள் அதிகாரத்திற்கான படிக்கட்டுகளாக மாற்றி விடுகிறார்கள்.’[11]

சூத்திரர்கள்

‘சூத்திரன்’ என்ற சொல்லின் துவக்க வரலாற்றைப் பார்க்கும்போது அது நமது இந்தியத் துணைக் கண்டத்தின் இந்தோ-ஆரிய சமூக

அமைப்பின் காலத்தோடு ஒட்டி வருகிறது. இச்சொல்லின் ஆரம்பமும், அதிலும் முக்கியமாக 'சத்திரியர்' என்ற சொல்லின் ஆரம்பமும் என்பது பற்றிய நீண்ட நெடும் வாதங்கள் தொடர்ந்து நடந்து கொண்டே இருக்கின்றன.[12] சூத்திரர்கள், ஆதி-சூத்திரரர்கள் என்பவர்கள் இந்தோ-ஆரிய சமூகத்தில், வேத நூல்களின்படி நான்காவது வர்ணத்தினர் என்பதும், தீண்டத்தகாதவர்கள் என்றும் கருதப்பட்டவர்கள். அவர்கள் அனைவரும் உடல் உழைப்பால் உற்பத்தித் தொழிலில் முழுமையாக ஈடுபட்டிருந்தாலும் அவர்கள் தொடர்ந்து வன்முறைக்கு உள்ளாகிக் கொண்டே இருந்து வந்துள்ளனர். காலனிய காலத்தில் இதற்கு எதிராக முதல் குரல் எழுப்பியவர் புலே. பிராமணர் எதிர்ப்புப் போராட்டத்தின்போது இக்குரல் மேலெழும்பி ஒலித்தது. புலேவிற்குப் பின் அம்பேத்கர் இதே போராட்டத்தை சூத்திரர்களின் அரசியல் போராட்டமாக உருமாற்றினார். அம்பேத்கர் இப்போராட்டத்தில் தன்னை முழுமையாக இணைத்துக் கொண்டார்.[13] இந்தியா சுதந்திரம் பெறுவதற்கு ஓராண்டிற்கு முன்பே அம்பேத்கர் தன் கருத்துகளை இவ்வாறு எழுதியுள்ளார்:

> 'சதுர்வர்ண அமைப்பில் சூத்திரர்கள் தாழ்ந்த நிலையில் வைக்கப்பட்டதோடு, அவர்களைத் தொடர்ந்து பெருமளவு இழிவுபடுத்திக் கொண்டேயிருந்தனர். சட்டப்படி அவர்களுக்குக் கொடுக்கப்பட்ட இழிநிலையிலிருந்து மேலேறி உயர்வதற்கான வழிகள் அத்தனையும் முழுமையாக மூடப்பட்டன. வர்ண அமைப்பில் தீண்டத்தகாதவர்கள் என்ற ஐந்தாவது வர்ணம் உருவாகி தீண்டத்தகாதவர்கள் என்ற அமைப்பு வருவதற்கு முன், சூத்திரர்கள் இந்து தர்மத்தின்படி மிகமிகக் கீழானவர்கள் என்று வைக்கப்பட்டிருந்தனர். இந்த நிலை அவர்களின் சமூக நிலையைத் தெளிவாகக் காண்பிக்கின்றது. ஆயினும் இந்தப் பிரச்னைகள் அதிகமாக வெளிப்படையாகத் தெரியாமல் இருந்தது. ஏனெனில் இம்மக்களைப் பற்றியும், சூத்திரர்களின் எண்ணிக்கை பற்றியும் யாரும் கவலை கொள்ளவே இல்லை. மக்கள் தொகைக் கணக்கெடுப்பில் சூத்திரர்களின் எண்ணிக்கை தனியாக தொகுக்கப்படவே இல்லை. ஆனால் எவ்வித பேதத்திற்கும் இடமின்றி, தீண்டத்தகாத மக்களைத் தவிர்த்துப் பார்த்தால், சூத்திரர்கள் மொத்த இந்து மக்களில் 75 - 80 விழுக்காடு இருப்பார்கள். மிகப் பெரும் எண்ணிக்கையில் உள்ளவர்களைப் பற்றிப் பேசும்போதும், இது மிகச் சின்னதொரு பிரச்னையாகவே ஒதுக்கி வைக்கப்பட்டது.[14]

இன்று சூத்திரர்களாகக் கருதப்படும் மக்கள் பண்டைய காலத்தில் சூத்திரர்களாகக் கருதப்பட்டவர்களின் பரம்பரைகளில் வந்தவர்கள்

என்று கருதமுடியாது. இதில் ஐயத்திற்கு இடமில்லை. அதனால் இன்றைய சூத்திரர்கள் பழங்காலத்து 'தர்ம சாஸ்திரத்திற்கு' உட்பட்டவர்கள் கிடையாது. இன்று சூத்திரர்கள் மிகப் பெரும் எண்ணிக்கையில், வேறுபட்ட பல சமூகங்களில் உள்ளவர்கள் - இவர்கள் உழவுத்தொழில், கால்நடை வளர்ப்பு, கால்நடை மேய்ச்சல், மீன் தொழில், மரத்தொழில், குயவர் தொழில், இரும்புத் தொழில் போன்றவைகளையும் இதையும் தாண்டி வேறு கைவினைத் தொழில், கலைத் தொழில் போன்றவைகளையும் செய்து வரும் பெரும் மக்கள் கூட்டம். இவர்களில் அதிக எண்ணிக்கையில் உள்ளவர்கள். 'இதர பிற்படுத்தப்பட்ட வகுப்பினர்' என்று இன்றைய நடைமுறையில் நிர்வாக அமைப்பின் ஒரு பகுதியாக உள்ளனர். இவர்கள் தலித்துகளோடும் ஆதிவாசி மக்களோடும் சேர்ந்து ஒடுக்கப்பட்ட உழைப்பவர்களாகக் கருதப்படுகிறார்கள். சரத் படேல் மிகத் திறமையாக இதைப் பற்றி இவ்வாறு கூறுகிறார்:

> தாசர்களும் சூத்திரர்களும் இந்தியச் செழிப்பை உருவாக்கிய முதல் காரணகர்த்தாக்கள். நாட்டின் அதிகப்படியான உற்பத்திக்குக் காரணமானவர்கள். ஏறத்தாழ கடந்த மூவாயிரம் ஆண்டு காலமாக தொடர்ந்து மிகக் கடுமையாக முதுகொடிய வேலை செய்து நாட்டை உயர்த்தி உணவளித்த மக்களை, அதற்குப் பதிலாக தொடர்ந்து அடிமைகளாக்கி அடிபணிய வைத்திருக்கிறோம். அரசின் அதிகாரத்தின் வன்மம் அவர்களை அச்சத்தோடு அடிபணிய வைத்திருக்கிறது. அவர்கள் பிறப்பினால் இந்தக் கீழ்நிலையில் வைக்கப்பட்டுள்ளனர் என்று அவர்களின் சமயம் ஆழமாகக் கற்பிக்கிறது. அச்சமயங்களின் தத்துவம், இந்த உலகின் பொய்மையிலிருந்து விடுபட்டு, அடுத்த பேரின்ப உலகிற்குச் செல்ல இந்தப் பிறவிக் கடன்களைக் கடந்து செல்ல வேண்டும் என்று போதிக்கிறது.[15]

சூத்திரர் என்ற சொல்லும் அதன் பொருளும் சாதிகளைப் பற்றிய பல அறிவியல்பூர்வமான விவாதங்களில் விடுபட்டுப் போய்விடுகிறது என்பது ஓர் உறுத்தலான உண்மை. இந்தச் சொல்லின் முழுப் பொருள் என்ன என்றும், ஏன் வேதநூல்கள் சூத்திரர் என்றொரு வர்ணம் வந்தது என்பதையும் ஆர்.எஸ். சர்மாவின் கூற்று மிகத் தெளிவாக்குகிறது. இச்சொல்லின் அடிவேர் ஐரோப்பிய மொழியில் உள்ள 'ஸ்லேவ்' என எளிதாகப் புழங்கும் சொல். சமஸ்கிருத மொழியின் 'தாசா' என்ற சொல்லும் வெற்றியாளர்களின் சொற்களாகப் பிறந்துள்ளன. 'சூத்திரர்' என்ற சொல்லும் தோற்கடிக்கப்பட்ட இனத்தின் பெயரானது.[16] இன்னும் இச்சொற்களை தீவிரமாக ஆராய்ந்தால், சூத்திரர் என்ற சொல்லைத் தொடர்ந்து இழிவான பொருளோடும், ஒரு வர்ணத்தை அல்லது சாதியை மட்டும் தனித்து

வேறுபடுத்துவதற்காகக் கூறப்பட்ட சொல் என்பதையும் புரிந்து கொள்ளலாம். இக்கருத்தை நிலைநிறுத்த மேலும் ஒரு விளக்கத்தையும் தருகிறார்:

புதிதாக ஓர் எழுத்தாளர், சூத்திரர் என்ற சொல் 'Svi' என்ற 'Swell' என்ற பொருள் தரும் சொல்லும், 'dra' என்ற 'run' என்ற பொருள் உள்ள சொற்களையும் இணைத்து, 'வாழ்க்கை முழுதும் ஓடிக் கொண்டே இருப்பவன்' என்ற பொருளைத் தருகிறது என்றொரு விளக்கம் தருகிறார். அந்த எழுத்தாளர் சூத்திரர் என்பவர் வெறும் அறிவற்ற மனிதன்; இழிவான வேலைகள் செய்வதற்கு மட்டுமே ஆனவன் என்று பொருள் சொல்கிறார். அவர் சூத்திரர் என்பதற்கு இரண்டு வேர்ச்சொற்களை மட்டும் எடுத்துக் கொண்டார் என்பது ஓர் ஆச்சரியம். அது மட்டுமின்றி, அவைகளுக்குள் எந்தவித சொற் பிறப்பியலும் இல்லை. இதன்மூலம் இச்சொல்லின் பொருள் தேடியவருக்கு, வழக்கமாக, ஆண்டாண்டு காலமாக சூத்திரர் என்ற சொல்லுக்கு கொடுக்கப்பட்டிருக்கும் அதே பொருளை நிறுவவே இவ்வாறு 'ஆராய்ச்சி' செய்துள்ளார். உண்மையில் இச்சொல்லின் உண்மையான துவக்கம் இதுவல்ல.[17]

பிராமணியக் கருத்துகள் சூத்திரர்களை அவர்களது நாட்டின் எதிரில் தாழ்வாக நிற்க வைத்துள்ளது. அவர்களின் கடின உழைப்பால் நிமிர்ந்து நிற்கும் நாடே அவர்களுக்கு எதிராகத் திருப்பிவிடப் பட்டுள்ளது. தேசியப் போராட்டங்கள் முழுவதுமாக பிராமணர்களின் ஆதரவோடு நடத்தப்பட்டது. இருப்பினும் அது பிராமணிய ஆணாதிக்கம், சாதிய வெறி, மேலாதிக்கப் போக்கு ஆகியவற்றில் முழுமையாக ஊறி இருந்தது. வெளித் தோற்றத்தில் மிக நவீன மிடுக்குகளைக் காட்டினாலும் உண்மையான கருத்தியல் நவீனம் இந்திய சமூக அமைப்பில் மிக மிக மெல்ல நுழைய ஆரம்பித்தது. காலனிய அரசுக் காலத்திலும் சமயச் சார்பின்மை, சமத்துவம் போன்ற எண்ணங்கள் பிறந்தும் பிறவாத நிலையில்தான் இருந்தன. ஏனெனில் நம்மை ஆண்டுவந்த காலனிய அரசும் பிராமணியத்தால் கட்டமைக்கப்பட்ட 'பண்டிதர்களின் ஒழுங்கு முறைகள்' (Gentoo Code Laws) என்று விதிக்கப்பட்ட வழிமுறைகளால் தான் வழிகாட்டப் பட்டார்கள்.[18] ஒரு நாட்டின் அனைத்துக் குடிமக்கள், அவர்கள் எந்தச் சமூகத் தளத்தில், கலாசாரத்தில், பொருளாதாரத்தில், மொழிப் பிரிவுகளில் இதுபோன்ற இன்னும் பல வேறுபாடுகளால் பிரிந்திருந்தாலும் நாட்டிற்கு முன்பாக அனைவரும் சமமே என்ற கோட்பாடுதான் சரி. ஆனால் இது ஒரு வெறும் கனவுலக நிகழ்வாகவே கருதப்படுகிறது; அவ்வாறே நடைமுறைப்படுத்தப் படுகிறது. உண்மையான நிகழ்வுகள் இந்தக் கனவுலகத்திலிருந்து மிக மிக விலகியே இருக்கின்றன.

மேற்சொன்னதின் உண்மைத்தனத்தை ப்ரஜ் ரஞ்சன் மணி கீழ்க்கண்டவாறு உறுதிப்படுத்துகிறார்:

> சூத்திரர்களுக்கு 'பாதஜா' என்ற பெயர் கொடுக்கப்பட்டிருந்தது. அதன் பொருள் அவர்கள் பிரம்மாவின் காலிலிருந்து பிறந்தவர்கள். இதன்மூலம் கடவுள் அவர்களை அடிமைகளாகவே இருக்க படைத்துள்ளார். ஒருபுறம் பிராமணர்களின் உன்னத, உச்ச நிலையைப் பற்றிக் கூற ஆயிரக்கணக்கான சொற்கள் அம்பலமேறின: பிரம்ம ஜனனி, வேதக்ய, ஆச்சார்ய, உபாத்யாய, தேவவாணி, ஷாஸ்த்ரக்ய, பண்டித, மனுஷ்யதேவ, பூதேவ... இப்படிப் பல பெயர்கள். அதே சமயத்தில், மறுபுறத்தில் சூத்திரர்களை அவமதிக்கும் பல்வேறு சொற்களும் பழக்கத்தில் இடம்பெற்றன. தானவ், தைத்ய, ராட்சச, சண்டாள, பிசாச, மிலேச்ச, சூத்ர, நிக்ரித, த்விஜ்தச...[19]

பல குழப்பங்களுடனும், முரண்பாடுகளுடன் இந்நிலை இன்னும் நீடித்து நிற்கிறது. இந்த நிலை இவ்வாறு இருக்கும்போது, ஒரு க்காலகட்டத்தில் சூத்திர மக்களில் சில கிளைச் சாதியினர் ஒரு பெருங்குழுவாகச் சேர்ந்தனர். இவர்கள் ஏனைய சூத்திரர்களை அடக்கியாள ஆரம்பித்தனர். இவர்கள் இதனால் சூத்திரர்களில் முக்கிய, ஆளுமையுடைய இனத்தவராக ஆனார்கள்.[20] இதன்மூலம் பிராமணர்களால் உருவாக்கப்பட்ட சாதிப் பாகுபாடுகளிலும், படிநிலை அமைப்புகளிலும் இந்தப் புதுக் குழுவினர் பெரும் ஆதாயம் பெற்றனர். தலித்துகளுக்கு எதிரானவர்களாகவும் தலித்துகளை அடக்கியாள்பவர்களாகவும் மாறிவிட்டதாகக் குற்றம் சாட்டப் பட்டனர்.[21] இவர்களது பழக்க வழக்கங்கள், சடங்கு முறைகளும் அவர்கள் சமுதாயப் படிநிலைகளிலும் பிராமணர்களுக்கு அல்லது 'சவர்ணா'வாதிகளுக்குக் கீழ் நிலையிலேயே இருந்தன. இந்த சவர்ணா சாதியினர் பொருளாதாரத்திலும், அரசியல் அதிகாரங் களிலும் இவர்களைவிட மிகுந்த மேல் நிலையில் இருந்தனர். மேலும், சூத்திரர்களிலிருந்த சில பெரிய சாதியினர் நாட்டின் பல பகுதிகளில் உயர்நிலையில் இருந்தனர். இப்படிப்பட்ட சில சாதியினர்: ஜாட், மராத்திய, வோக்கலிகா, யாதவா, கோரிஸ், குர்மிஸ் போன்றவர்கள். இவ்வாறு சூத்திரர்களில் தங்களை உயர்த்திக் கொண்ட இம்மக்கள் தேசிய அளவில் அரசியல் அதிகாரம் ஏதும் இல்லாதவர்களாக இருந்தனர்.[22] ஓம்வெத் சாதிய நிலைகளில் உள்ள மற்றொரு குழப்பத்தையும் கோடிட்டுக் காண்பிக்கிறார். நில உடைமை உள்ள சூத்திரர்கள் – சான்றாக, குன்பிஸ் சாதியில் உள்ள பாட்டில்கள், வோக்கலிகர் சாதியில் உள்ள கௌடவர்கள், காப்பிலியர் சாதியினரில் உள்ள ரெட்டிகள், கம்மாஸ் சாதியின் சௌதரிகள் – 'உழவுத் தொழிலாளர்கள்' என்று அறியப்படுகின்றனர். இவர்கள்

கிராமங்களில் உள்ள பரம்பரை உழைப்பாளிகளான 'பாலுதேதார்'கள் என்பவர்களை விடவும், கிராமத்து தலித் மக்களையும் விட, தங்களை அதிக உயரத்தில் வைத்துக் கொள்கிறார்கள். ஆனாலும் இம்மக்களும் சூத்திரர்களாகவும், அவர்களின் இலக்கியங்களில் 'கிராமத்து முட்டாள்கள்' என்றுதான் அழைக்கப்படுகின்றனர்.[23]

ஓம்வெத் இதற்கான நல்லதொரு விளக்கத்தைக் தருகிறார்:

> குன்பி சாதியினர் அரிவாள் போன்ற நேர்மையற்ற மக்கள்; ஆனால் அடிமேல் அடித்தால் சரியாகிவிடுவார்கள்.

> குன்பிகளையும், தானிய மாவுகளையும் மாறிமாறி அடித்தால்தான் சரியான பதத்திற்கு வரும்.

> குன்பிகளுக்கு அறிவு மிக மிகக் குறைவு; எதையும் அவர்களால் கற்றுக் கொள்ள முடியாது.

> குன்பிகள் பேயைப் பார்த்து, பயந்தே செத்து விடுவார்கள். பிராமணர்களுக்கு வேகமாக வீசும் காற்றும், தங்க ஆசாரிகளுக்கு மூல வியாதியும் எதிரிகள்.

> குன்பிகள் தொடர்ந்து பயிரிட்டுக் கொண்டே இருப்பார்கள் - வைத்த செடிகள் வளர்ந்தனவா, செத்துவிட்டனவா என்பதும் அவர்களுக்குத் தெரியாது.[24]

இத்தகைய கீழ்த்தரமான, கேவலப்படுத்தும் வார்த்தைகள் சமூகத்தில் தங்களை உயர்த்திக் கொண்ட சூத்திரர்கள் மேலும் பாய்கின்றன. கர்ப்பூரி தாக்கூர் பீஹாரின் முதலமைச்சராக உயர்ந்தபோதும்கூட அவர்மீது சாதிச் சேறுகள் எறியப்பட்டன. கீழ்த்தரமாக விமர்சிக்கப் பட்டார். அவற்றில் ஒன்றை மட்டும் இங்கு சான்றாகப் பார்க்கலாம். 'கர்ப்பூரி ஓடிப்போ; உனக்கு எதற்கு நாற்காலி; கையில் சவரக் கத்தியோடு போய் உட்கார்ந்து கொள்'.[25] இதைப் போன்றே இன்னொரு அரசியல்வாதியும், ஒன்றிய அரசின் அமைச்சருமான ஷரத் யாதவ் கேலிக்கும் கிண்டலுக்கும் ஆளானார். இவர் தன் பதவிக் காலத்தில் சிறந்த பாராளுமன்ற உறுப்பினர் என்ற சிறப்புப்பெயர் எல்லாம் பெற்றிருந்தார். ஆனாலும் சாதிச் சாக்கடையின் சேற்றை அவர்மீதும் சாற்றினார்கள். 1981ஆம் ஆண்டு ராஜிவ் காந்திக்கு எதிராக அமேதி தொகுதியில் பாராளுமன்றத் தேர்தலில் போட்டியிட்டார். சாதிய வெறியோடு பல காங்கிரஸ் ஊழியர்கள் 'ஷரத் யாதவ் இங்கிருந்து திரும்பிப் போ; குச்சியை எடுத்துக்கொண்டு மாடு மேய்க்கப் போ' என கோஷமிட்டனர்.[26]

இன்றும் சூத்திரர்களின் சமூக நிலைக்கு முக்கியமான காரணமாக இருப்பது அவர்கள் உலக மொழிகளோடு எவ்விதத் தொடர்பையும்

ஏற்படுத்திக் கொள்ளவில்லை என்பதுதான். மொழிகளின் மூலமே தகவல் பரிமாற்றங்கள் மேற்கொள்ள முடியும். இதையே இருபதாம் நூற்றாண்டின் மார்க்சிய அறிஞரான கிராம்சி ஆதிக்க உணர்வுகள் மூலம் கலாசாரம் கட்டுப்படுத்தப்படுகிறது என்கிறார். சூத்திரர்களின் தோல்விக்கும் அடிமைத்தனத்திற்கும் அவர்கள் இந்த ஆயுதத்தைத் தங்கள் கைகளில் எடுக்காததே ஒரு முக்கிய காரணமாக இருந்துள்ளது. அவர்களின் குரல் அவர்களின் குறுகிய சுற்றுச்சூழலில் மட்டுமே முனங்கலாகக் கேட்டது. உலகம் முழுவதும் தங்கள் குரலை ஓங்கி ஒலிக்க வைக்கத் தவறிவிட்டனர். இதிலும் ஆச்சரியத்துக்குரிய விதமாக அனைத்து சூத்திரர்களும் பகுஜன் சாதிப் பிரிவினரும் ஒருமித்த குரலில் தாய் மொழிக் கல்வி மீது அதீத ஆர்வம் கொண்டிருந்தார்கள்.

இதையே அனைவருக்கும் அறிமுகமான சூத்திர அறிவிஜீவியான காஞ்சா அய்லய்யா ஷெப்பர்ட் ஒரு முக்கியமான கேள்வியாக முன்வைக்கின்றார். பிராமண-பனியா மக்கள் தங்கள் பிள்ளைகளை ஆங்கில வழிப் பள்ளிகளுக்கு அனுப்பும்போது ஏன் சூத்திரர்களும் அவ்வாறு செய்யாமலிருந்தார்கள்? ஆங்கில அறிவின் மூலம் நாடு முழுவதும் தொடர்பு கொள்ள முடியுமே. சுதந்திரப் போராட்ட காலத்திலும்கூட நாட்டின் அனைத்து தேசியவாதிகளையும் ஒன்று சேர்த்ததும்கூட ஆங்கிலம் மட்டும்தானே. பல சூத்திர அறிஞர்கள் தோன்றியும்கூட, பல பக்திமான்கள் இடைக்கால கட்டத்திலிருந்து இன்றுவரை தோன்றியும் கூட, அவர்களின் கருத்துகள், தத்துவங்கள், அறிவுத்திறன்கள் வெளி உலகத்திற்கு அதிகம் தெரியாமல் அமுங்கிப் போய்விட்டன. சமஸ்கிருதம், பெர்ஷியன், ஆங்கில மொழி போன்ற ஆளுமை நிறைந்த மொழியறிவை அவர்கள் கற்றுக் கொள்ளவே இல்லை. அம்பேத்கர் இந்தக் கூட்டத்தில் ஒருவராக இல்லாமல் தனித்து தன் அறிவை உலகிற்கு காட்ட முடிந்தது. இந்த வரலாற்றுத் தவறை அய்லய்யா தன் எழுத்துக்களில் முற்றிலுமாகப் பிரதிபலிக்கிறார்:

> சூத்திரர்கள் ஆங்கிலக் கல்வியின் பக்கம் செல்லாமல் பிராமண தேசியவாதிகள் தாய்மொழிக்காக செய்த விளம்பரங்களின் பின்னே சென்றுவிட்ட தவறைத் தொடர்ந்து செய்து வந்துள்ளனர். இதுபோன்று விளம்பரம் செய்தவர்களில் மிக முக்கியமானவர் பால கங்காதர திலகர். இவர் ஒரு முக்கியமான பிராமண தேசியவாதியாகவே அடையாளம் பெற்றவர். இவர் ஆங்கிலக் கல்விக்கு எதிரானவராக இருந்தார். ஜோதிராவ், சாவித்திரி புலே என்ற சூத்திர முன்னோடிகள் மகாராஷ்ட்ரப் பகுதியில் உள்ள சூத்திரர்கள். ஆணும் பெண்ணுமாய் கல்வி கற்பதற்காகப் பள்ளிகளும் திறந்தனர். பெண்களுக்கும்

தாழ்த்தப்பட்டவர்களுக்கும் கல்வியைக் கொண்டு செல்ல மிகுந்த முனைப்பெடுத்தனர். ஆனால் திலக் இந்த இரு சூத்திரர்களையும் அவர்கள் முயற்சிகளையும் முழுவதுமாக எதிர்த்தார். அதிலும் அவர் 'அனைவருக்கும் கல்வி' என்ற கருத்தையே முழு மூச்சாக எதிர்த்தார். பெண்களும் தாழ்த்தப்பட்டவர்களும் கல்வி கற்றால் சாதிய முறைகள் சரிந்து விடும்; அதன்மூலம் நாடே முழுவதுமாக அழிந்துவிடும் என்றார். மேலும் பிராமண தேசியவாதிகள் ஆங்கிலேயர்கள் ஆரம்பித்த பள்ளிகளையும் முற்றாக நிராகரித்தார்கள். அவை தேசியவாதத்தைக் குழி தோண்டிப் புதைத்துவிடும் என்றே பிராமணர்கள் கருதி அப்பள்ளிகளுக்கு எதிரானவர்களாக இருந்தனர். சூத்திரர்களும் தங்கள் கண்களை மூடிக்கொண்டு இதே தேசியவாதிகள் காட்டிய வழியில் மட்டும் நடக்க ஆரம்பித்தனர்.[27]

நாட்டிற்கு சமமற்ற குடிமக்கள் தேவையா, இல்லையா?[28]

இக்கட்டுரையின் இந்தப் பகுதியில் சூத்திரர்களின் நன்மைக்காக எடுக்கப்பட்ட முயற்சிகள் பற்றியும், அவைகளின் தாக்கம் பற்றியும் எழுதப்படும். இவைகள் எல்லாமே கோபால் குரு முன்பே எழுப்பிய கேள்விகளுக்குப் பதிலாகவும் இருக்கும். நாடு எந்த அளவு தன் குடிமக்களுக்கு பின்னால் ஓர் உந்துசக்தியாக உள்ளது என்ற குருவின் கேள்விக்குப் பதிலாகவும் இருக்கும். 1946ஆம் ஆண்டில் அம்பேத்கர் ஒரு வெகு முக்கியமான கேள்வியை தன் கட்டுரை ஒன்றில் எழுப்பியிருந்தார். 'சூத்திரர்கள் முன்பு யாராக இருந்தனர்? அவர்கள் எவ்வாறு இந்தோ-ஆரிய சமூகத்தின் நான்காவது வர்ணத்தில் நுழைக்கப்பட்டனர்? என்ற தலைப்பில் வந்த கட்டுரை அது.[29] ஜோதிபா புலே தன் துணைவியார் சாவித்திரி புலே இருவரும் இணைந்து காலனிய இந்தியாவின் முக்கியமான மேற்குப் பகுதியில் இதுவரை கேட்டிராத, செயலில் இல்லாத பெரும் முயற்சிகளைத் தங்கள் கைகளில் எடுத்துக் கொண்டனர்.

கடுந்தூக்கத்தில் இருந்த சூத்திர மக்களைத் தட்டியெழுப்பும் முயற்சி அது. பிராமணரல்லாத மக்களுக்கான போராட்டத்திற்கு முதல் அடிக்கல்லை அவர்கள் காட்டினார்கள். அவை மிகுந்த தீவிரத்துடனும் வேகத்துடனும் பிராமணியத்திற்கு எதிரான வலுவான குரல்களை எழுப்பின. அன்று காலனிய நாடு முழுவதும் சமுதாய சீர்திருத்தம் என்ற குறிக்கோளோடு ராஜா ராம் மோகன்ராய், ஈஷ்வர் சந்திர வித்யாசாகர் போன்றவர்கள் தீவிரமாக உழைத்துக் கொண்டிருந்தனர். தயானந்த சரஸ்வதி, சுவாமி விவேகானந்தர் போன்றவர்கள் மத மறுமலர்ச்சிக்காக முயற்சிகளை மேற்கொண்டார்கள். இச்சூழலில் புலே அவர்களின் இணையற்ற

சேவையைப் பாராட்டுவதற்காக அம்பேத்கர் தன் கட்டுரையை புலே அவர்களுக்குச் சமர்ப்பித்து பெருமைப்படுத்தினார்.[30] ஆனால் நாடு சுதந்திரம் அடைவதற்கு முன் சூத்திரர்களுக்கு ஏற்பட்ட பெருத்த இழப்பைப் பற்றி அம்பேத்கரின் வார்த்தைகள் தெளிவாகக் காண்பிக்கின்றன:

> இந்த நூல் ஏதுமறியாத, அறியாமையால் உழன்று கொண்டிருக்கும் சூத்திரர்களுக்காகவே எழுதப்பட்டது. ஏனெனில் அவர்களுக்கு நாம் எங்கிருந்து வந்தோம்; எப்படி இங்கு வந்து சேர்ந்தோம் என்பதெல்லாம் தெரியாது. இவையெல்லாம் எவ்வளவு திறமையோடு மேடையேற்றப்பட்டன என்பது அவர்களுக்குத் தெரியாது. அவர்களது கவலைகள் எல்லாமே வேளாண்மை பற்றியதுதான். எவ்வளவு இந்த ஆண்டு விளைச்சல் இருக்கும் என்பதே அவர்களின் ஒரே கவலை. இந்த ஆண்டு அதிகமாக விளைச்சல் கிடைக்குமா என்பதே அவர்களின் எதிர்பார்ப்பு. சதுர் வர்ணாஸ்ரமம் என்ற கேடுகெட்ட அமைப்பை உருவாக்குவதற்கே சூத்திரர்கள் பகடைக்காய்களாக ஆகிவிட்டனர். ஆனால் அதுவே அவர்களின் அழிவின் ஆரம்பமாகிப் போனது. இந்த சதுர் வர்ணாஸ்மரத்தை உடைத்தெரிய அவர்களால் மட்டுமே முடியும்.[31]

1946 டிசம்பர் 9ஆம் தேதி அமைக்கப்பட்ட அரசியலமைப்பு சபை இந்திய அரசியல் சட்டத்தை எழுதுவதற்காக முதல் முறையாகக் கூடியது. ஜவாஹர்லால் நேரு 13ஆம் தேதி 'குறிக்கோள் தீர்மானத்தை' கொண்டு வருகிறார். அந்தத் தீர்மானம் ஒருமனதாக 1947 ஜனவரி 22ஆம் தேதி நிறைவேற்றப்படுகிறது. இச்சபையில் ஒரு தீர்மானம் உறுதியாக சட்டமாக்கப்பட்டது. '...சிறுபான்மையினர், பிற்படுத்தப் பட்ட மக்கள், தாழ்த்தப்பட்ட மக்கள் போன்றவர்களுக்குத் தேவையான பாதுகாப்புகள் தரப்படும்.[32] ஆனால் இவற்றால் எவ்விதப் பெருமாற்றமும் அம்மக்களுக்கு ஏற்படவேயில்லை. ஒரே ஒரு மாற்றம் மட்டும் நிகழ்ந்தது. சூத்திரர்கள் அனைவரும் 'இதர பிற்படுத்தப்பட்ட வகுப்பினர்' என்ற அமைப்பின் கீழ் கொண்டு வரப்பட்டனர். 1953ஆம் ஆண்டு காகா காலெல்கர் என்ற பிராமண நாடாளுமன்ற காங்கிரஸ் உறுப்பினர் தலைமையில் முதல் தாழ்த்தப்பட்ட மக்கள் ஆணையம் அமைக்கப்பட்டது. இந்த ஆணையம் ஆரம்ப நாளிலிருந்தே ஒரு பக்கச் சார்போடு இயங்க ஆரம்பித்தது. முடிவில் அவர்கள் அளித்த நீண்ட அறிக்கை தூசிபடிந்து கிடந்த பல காகிதக் குப்பைகளோடு இரண்டறக் கலந்து மறைந்து போனது. இந்த ஆணையத்தின் முடிவு அப்படியானது.

ஓபிசி அமைப்பைக் கொண்டு வந்த குறிக்கோள் தீர்மானத்தினால் சமூகத்திலிருந்த பல மிகவும் தாழ்த்தப்பட்ட, அதிலும் சிறப்பாக

பொருளாதாரத்திலும் கல்வியிலும் மிகவும் பின்தங்கிய மக்கள் இந்த ஓபிசி அமைப்பிற்குள் கொண்டு வரப்பட்டனர். இவற்றில் வெகுசில சாதியினர் – மகாராஷ்ட்ராவிலிருந்த மராத்தியர்கள், உத்தரப் பிரதேசம், ஹரியானா மாநிலத்தில் இந்து ஜாட் இனத்தினர் – ஓரளவு பொருளாதாரத்தில் முன்னேறியிருந்தாலும் அவர்களும் இணைக்கப் பட்டிருந்தனர். இன்றைய இந்தியாவிலுள்ள சமூக ஆர்வலர்கள் ஒரு முக்கியமான கேள்வியை மறந்துவிட்டனர். சவர்ண சாதியினர் அமைத்துக்கொண்ட ஆன்மிக உயர்வை எப்போதும், யாரும் கேள்விக்குள்ளாக்கவேயில்லை; அதனோடு சூத்திரர்கள் தாங்கள் தாழ்த்தப்பட்டிருக்கிறோம் என்ற உள்ளுணர்வு அற்றவர்களாக இருந்தனர். அம்பேத்கர் இதனை மிகச்சுருக்கமாக, 'தரப்படுத்தப்பட்ட சமமின்மை' எனச் சரியாக அழைக்கின்றார்.

இந்தத் தாழ்வு நிலையைக் கழற்றி எறிய பல முயற்சிகள் சமூக அளவிலும், கலாசார அளவிலும் பல்வேறு அமைப்புகளால் முயற்சிக்கப்பட்டது. பீஹாரிலும், உத்தரப் பிரதேச மாநிலத்தின் கிழக்குப் பகுதியில் வாழும் மகாத்தோ, யாதவர் என்ற இரு இனத்தவர்களும் தாங்களும் சத்திரியர்கள் என்று குரல் கொடுத்து, அதனால் பூணூல் அணிந்து கொள்வோம், அது எங்கள் உரிமை என்று கொடி பிடித்தனர். அதனோடு பிராமணர்கள், பூமிகார்கள் என்ற உயர் சாதியினரின் நிலத்தில் கூலி வேலை செய்யவும் மறுத்தனர். இதனோடு கல்வியில் முன்னேற வேண்டும் என்ற ஒரு சமூக சீர்திருத்தத்தையும் கையில் எடுத்துக் கொண்டனர். இன்னொரு சூத்திர சாதியினரான நோனியா பீஹாரிலும் மத்தியப் பிரதேசத்திலும் உள்ளனர். இம்மக்கள் தாங்கள் சௌஹான் ராஜபுத்திரர்கள் என்று உரிமை கோர ஆரம்பித்தனர். இந்தப் போராட்டங்களுக்குக் கைம்மாறாக அவர்களுக்கு த்விஜா அல்லது 'இரு பிறப்பினர்' என்று தங்களை அழைத்துக்கொள்ளும் உயர்நிலை சாதியினரின் கொடுங்கோன்மையை எதிர்கொள்ள வேண்டிய சூழல் உருவானது. ஏனெனில் இந்த த்விஜா மக்கள் சமூகத்தின் உச்சத்தில் தங்களை உயர்த்தி வைத்துக் கொண்டிருப்பது பறிபோய் விடுமோ என்ற தவிப்பில் பல கொடுமையான செயல்களில் ஈடுபட்டனர்.[33] இது போன்ற அமைப்புகளின் கொடுஞ் செயல்களை அலாய்சியஸ் கீழ்க்கண்டவாறு விளக்குகிறார்:

> கொயிரி, குர்மி என்ற சாதியினரும் யாதவ சமூகத்தினரும் ஆரம்பித்த திருவேணி சங்கமமும் குர்மிகளும் கொயிரிகளும் ஆரம்பித்த ராகவ் சமாஜமும் எந்தவிதமான போராட்டங்கள் நடத்தினர் என்பது தெரியாது. ஆனால் இந்த சூத்திர சாதியினர் புதிதாக தங்களுக்குள் எழுந்த அரசியல் விழிப்புணர்வோடு பிராமணீயத்தின் உச்ச நிலையைக் கேள்விக்குள் கொண்டு

வந்தனர். இந்தக் குறிக்கோளோடு புதிய அரசியல் அமைப்பு களையும் ஆரம்பித்தனர்.[34]

சூத்திரர்களுக்கு இருந்த இன்னொரு பிரச்னையையும் அம்பேத்கர் முன் வைக்கிறார். 'மாநிலங்களும் சிறுபான்மையினரும்'[35] என்ற நூலை எழுதி முடிக்கும் தருவாயில் அவர் ஓர் உண்மை நிலையை உணர்ந்தார். சூத்திர தொழிலாளர்களும் விவசாயிகளும் பலவற்றை தெரிந்து கொள்வதற்கான ஓரமைப்பு என்று ஏதும் இல்லாமல் இருந்தனர். அவர்களில் பெரும்பான்மை மக்கள் தங்களை இந்துக்கள் என்றே உணர்கின்றனர். இதனால் அவர்கள் இஸ்லாமியர்கள் மட்டுமல்லாது தலித்துகளையும் தங்களுக்கு எதிரானவர்கள் என்று எண்ணுகிறார்கள் என்று புரிந்துகொண்டார்.[36]

இக்கட்டுரையை எழுதிக் கொண்டிருக்கும்போது நான் மேற்கொண்ட ஒரு கள ஆய்வில் 1990களில் இருபது வயதைத் தாண்டியிருந்த ஒரு தலித் தொன்னூறுகளில் நடந்த போராட்டங்களை நினைவுகூர்ந்து, தன் அனுபவங்களை என்னோடு பகிர்ந்து கொண்டார். அவர் தானும் தன்னோடு இருந்த தனது சாதி நண்பர்களும் 'கமண்டலம்' பற்றி கவலை கொண்டோம்; 'மண்டல்' பற்றி எங்களுக்கு எந்தக் கவலையும் இல்லை' என்றார். மேலும் அவர் ராம ஜென்ம பூமி போராட்ட வெற்றியில் மிகவும் அகமகிழ்ந்து இருந்ததாகவும் கூறினார். அப்போது எழுப்பப்பட்ட வெற்றி முழக்கமான, 'ராம பிரானின் குழந்தைகளான நாம் அனைவரும் அவருக்கான அத்தனையும் செய்வோம்' - என்பது அவருக்கு அத்தனை பெருமிதத்தை அளித்தது என்றார்.[37]

காங்கிரஸ் கட்சி எப்போதும் பிராமணர்களின் பிடியிலேயே இருந்தது. இக்கட்சி மெல்ல தன் அரசியல் மேலாண்மையை ஒரு காலகட்டத்தில் நழுவவிட்டது. இதனால் புதியதொரு சோஷலிச கட்சி உருவெடுத்தது. ராம் மனோகர் லோஹியா, ஜே.பி. கிருபளானி, பூபேந்திர நாராயண் மண்டல் போன்ற தலைவர்களின்கீழ் அக்கட்சி இயங்கியது. எண்ணிக்கையில் மிக அதிகமாக இருந்த சூத்திரர்களின் வாக்குரிமை அவர்களுக்குத் தேவை என்பதை அவர்கள் அறிந்திருந்தார்கள். புதியதொரு அரசியல் வாசகம் இதனால் உருவெடுத்தது. 'சன்சோப்பா' முளை விட்டுவிட்டது. (SANSOPA - Sanyukt Socialist Party; சன்யுக்த் என்றால் ஒற்றுமை) அனைத்து சோஷலிச மனமும் ஒன்றுகூடி விட்டன. எஸ்சி,எஸ்டி ஓபிசி 60% இட ஒதுக்கீடு பெறவேண்டும்'.[38]

1977இல் ஜனதா கட்சி டில்லியில் ஆட்சிக்கு வந்தது. அரசு 'இரண்டாம் தாழ்த்தப்பட்ட மக்கள் ஆணையம்' அமைத்தது. B.P. மண்டல் என்ற சூத்திர நாடாளுமன்ற உறுப்பினர் அதன் தலைவரானார். இவர் பீகார்

மதேபுர தொகுதியிலிருந்து வெற்றி பெற்ற உறுப்பினர். ஆணையம் ஆய்வு முடிவுகளை 1980ஆம் ஆண்டில் சமர்ப்பித்தது. இக்குழு மிகவும் பொறுப்போடு தாழ்த்தப்பட்ட மக்களின் சமுதாய, கல்வி நிலைகளில் பின்னடைந்திருப்பதற்கான காரணங்களைக் கண்டடைந்தது. ஓபிசியின் கீழ் 3000 சாதியப் பிரிவுகள் அதிகாரபூர்வமாகக் கொண்டு வரப்பட்டன. இவர்களோடு இஸ்லாமியர்களில் 80 விழுக்காடு மக்களும் சேர்க்கப்பட்டனர். இக்குழு பல்வேறுபட்ட சிபாரிசுகளை முன் வைத்தது. அவற்றில் முக்கியமானவை 1990ஆம் ஆண்டு வி.பி. சிங் தலைமையில் வந்த ஐக்கிய அரசினால் சட்டபூர்வமாக்கப்பட்டது. ஓபிசிகளுக்காக 29 விழுக்காடு சட்டப்பூர்வமாக இடப் பங்கீடு கொடுக்கப்பட்டது.

இதுவரை இருந்த அரசுகள் அரைகுறை மனதோடு செய்வதாகக் காண்பித்தவை முழுமையாக இப்போது நடைமுறைக்கு வந்தன. மண்டல் ஆணையத்தின் சிபாரிசுகள் இந்திரா சாஹ்ணி தீர்ப்பின் மூலம் உச்சநீதிமன்றத்தில் முறையாக அனுமதிக்கப்பட்ட பிறகும்,[39] இச்சட்டத்தை ஓபிசி / சூத்திரர்களுக்குச் சார்பாக நிறைவேற்றுவதற்கு எதிரான கடும் நடவடிக்கைகளை பிராமணிய நிர்வாகம் தொடர்ந்து செய்து கொண்டிருந்தது. முப்பது ஆண்டுகள் கடந்தாலும் இன்னும் ஏன் இச்சட்டத்தை முழுமையாக நிறைவேற்ற முடியாமல் போகிறது என்பதற்கான சரியான காரணத்தை யாரும் கண்டுகொள்வதில்லை. இதற்கும் மேலாக 2010 ஜூன் மாதம் இந்திய அரசின் பணியாளர்கள் தொழிற்பயிற்சித் துறை SC, ST, ஓபிசி - மக்களுக்காகக் கொண்டு வந்த தொகுப்பாணைகளும் வெளிவந்தன.[40] ஆனால் இன்றுவரை எஸ்சி, எஸ்டி மக்களுக்கான இடப்பங்கீடு முழுமையாக நிறைவேற்றப் படாமலேயே இருக்கின்றது. ஓபிசிகளுக்கான இடப்பங்கீடு 1993 செப்டம்பர் மாதம் 8ஆம் தேதி சட்டப்படி ஆரம்பிக்கப்பட்டது. ஆனால் 2017 ஜனவரி 1ஆம் தேதி வரை ஒன்றிய அரசின் 24 துறைகளில் உள்ள A, B தர வேலைகளில் ஓபிசிகளுக்கு 14/17 விழுக்காடு வேலைகள் மட்டுமே கொடுக்கப்பட்டுள்ளன. உச்சநீதிமன்றம் தீர்ப்பு வழங்கி, அதன்பின் அரசு அதனைச் சட்டமாக்கிய பின்பும் தீர்வுகள் இன்னும் எட்டாக்கனியாகவே உள்ளன.

ஓபிசிகளுக்கான சட்டம் இயற்றப்பட்ட பின்பு, மேலும் 15 ஆண்டுகள் கழித்து, 2008ஆம் ஆண்டின் இறுதியில் இரண்டாம் மண்டல் திட்டம் உருக்கொண்டது.[41] இதன்மூலம் சூத்திரர்கள் உயர்தரம் வாய்ந்த கல்விச் சாலைகளில் சேர்க்கப்பட வேண்டும் என்று ஒன்றிய அரசு ஆணையிட்டது. ஆயினும், அக்கல்வி நிலையங்களில் சூத்திரர்களின் எண்ணிக்கை மிக மிகக் குறைவு. ஒன்றிய அரசின் நாற்பது உயர் கல்வி நிலையங்களில் பேராசிரியர்கள், துணைப் பேராசிரியர்கள் ஓபிசி

இடப்பங்கீட்டின் மூலம் இடம்பெற்றவர்கள் யாருமே இல்லை. ஆனால் இந்த இரு பதவிகளுக்குப் பொதுப் பட்டியலிலிருந்து நியமிக்கப்பட்டவர்கள் எண்ணிக்கை 95.2, 92.9 என்ற விழுக்காட்டில் உள்ளனர்.[42] உயர்கல்வி நிலையங்களில் ஏனிந்த ஏற்றத் தாழ்வுகள்! சாதிய மேம்பாடுகளும் சூத்திரர்களின் தன்மானத்தையும் தன்னம்பிக்கையையும் முழுமையாக அடித்து நொறுக்கி விடுகிறது. இதில் சூத்திரர்கள் மட்டுமல்லாது ஆதி - சூத்திரர்களும் பெருமளவு பாதிப்புக்குள்ளாகிறார்கள்.[43]

இப்போதும் நம்மைச் சுற்றி நடக்கும் நிகழ்வுகள் பலவற்றைத் தோலுரித்துக் காட்டுகின்றன. 2019 நவம்பர் 30. இப்போது ஓபிசி என்ற சேர்க்கப்பட்டுள்ள சூத்திர இனத்து தர்மேந்திரா பார்மர் என்ற மத்திய பிரதேசத்திலுள்ள பர்வான் கிராமத்துப் பையனுக்குத் திருமணம். கல்யாண ஊர்வலத்தில் குதிரையின்மீது அவர் பவனி வருகிறார். ராஜபுத்திர சாதியினர் அவரைக் குதிரையிலிருந்து கீழே தள்ளிவிட்டு அவரது ஆடைகளைக் கிழித்து அவமானப்படுத்தியுள்ளனர். அவரது தந்தை அடித்து நொறுக்கப்படுகிறார். ஊர்வலத்தில் வந்த உறவினர் கற்களால் எறியப்பட்டு துரத்தப்படுகின்றனர். அவர்களது கார்களும் மோட்டார் சைக்கிள்களும் உடைத்து நொறுக்கப்பட்டன. அக்கிராமத்திலிருந்து தேர்ந்தெடுக்கப்பட்டிருந்த தலித் இனத்துத் தலைவர் கைலாஷ் மாளவியா 'ஏறத்தாழ 20 ஆண்டுகளுக்குப் பிறகு தாழ்த்தப்பட்டோரில் முன்னெடுத்த திருமண ஊர்வலம் இது. இந்த சாதியினர் கார், டிராக்டர்கள் ஏதும் வைத்துக்கொள்ளக் கூடாது என்பது அங்கிருந்த ராஜபுத்களின் கட்டளை'[44] என்கிறார். கல்யாண மாப்பிள்ளையும் தன் கருத்தைக் கூறியுள்ளார்: 'நாங்கள் சமூகத்தில் உயர்வதை அவர்களால் தாங்கிக் கொள்ள முடியவில்லை. அதைப் பார்த்து அச்சம் அவர்களுக்கு. சமூகத்தில் நாங்கள் மெலெழுவதை அவர்களால் பொறுத்துக் கொள்ள முடியவில்லை. நாங்களும் படித்துவிட்டோம்; முன்னேறுகிறோம். இனியும் நாங்கள் எல்லாவற்றிற்கும் அவர்களின் உத்தரவைக் கொஞ்சி பெறவேண்டுமா என்ன? அவர்கள் நிலத்தில் நாங்கள் பணிபுரியப் போவதில்லை என்று தீர்மானித்துள்ளோம். அதனால் எங்கள்மீது அவர்களுக்குத் தாங்க முடியாத கோபம்.'[45]

சூத்திரர்கள் ஓரளவு நாடாளுமன்றத்திலும் மாநில சபைகளிலும் தங்கள் இருப்பையும் அதிகாரத்தையும் மண்டல் போராட்டத்திற்குப் பிறகு பெற்றுள்ளார்கள். ஆகவேதான் இந்த மண்டல் போராட்டத்தை 'இந்தியாவின் அமைதிப் புரட்சி' என்று கிறிஸ்தொஃப் ஜாஃப்ரிலா அழைக்கிறார்.[46] ஆனால் மிஷேல் ஃபூகோ இதன் மறுபக்கத்தைக் காண்பிக்கிறார். 'அறிவே அதிகாரம்!'[47] என்கிற அவரது கருத்து, மிகச்

சிறிய விழுக்காட்டில் இருக்கும் சவர்னர்கள் அளவுக்கு மீறிய எண்ணிக்கையில் அனைத்து அதிகார பீடங்களிலும் கோலோச்சுவதை விளக்குகிறது. பிராமணியக் கட்டுப்பாட்டையும் சூழ்ச்சிகளையும் முழுமையாக அடித்து நொறுக்கினால்தான் சூத்திரர்கள் தங்கள் துன்பத்திலிருந்து விடுபட முடியும். இதுவரை சூத்திரர்கள் அதிகாரப் படிநிலைகளின் அடித்தளத்தில் அழுத்தி வைக்கப்பட்டுள்ளனர். இதிலிருந்து அவர்கள் தங்களை விடுவித்துக் கொண்டால் மட்டுமே, அறிவுத்திறனில் முன்னேறி இந்த நாட்டில் தங்களுக்குரிய பங்கை மீட்டெடுக்க முடியும்.

3

சமூக-ஆன்மீக அடிமைத்தனத்தில் சிக்கிக்கொண்ட சூத்திரர்கள்

சுனில் சர்தார்

அடிமைத்தனத்தின் ஆரம்பமும் வளர்நிலைகளும்

இந்தியாவின் சூத்திரர்கள் இப்போது அரசினால் இதர பிற்படுத்தப் பட்ட வகுப்பினர்(ஓபிசி) என்று அழைக்கப்படுகிறார்கள். இந்த மக்கள் கடந்த 3000 ஆண்டுகளாக சமூக, ஆன்மீக அடிமைத்தனத்தில் சிக்குண்டு கிடக்கிறார்கள். இதனை அடியாழத்திலிருந்து முழுமையாகப் புரிந்துகொள்ள ஓபிசி மக்கள் யாரென்று தெளிவாகப் புரிந்து கொள்ள வேண்டும். 1950 ஜனவரி 26 அன்று இந்தியாவின் அரசியலமைப்புச் சட்டம் ஆரம்பமானது. அதில் பட்டியல் இனத்து மக்களான எஸ்ஸி, எஸ்டி ஆகியோருக்கான இடப்பங்கீடு உறுதியாக்கப்பட்டது; சட்டமாக்கப்பட்டது. இந்தச் சாதிகளும், வகுப்பினரும் அரசியல் அமைப்புச் சட்டத்தின் பட்டியலில் இடம் பெற்றார்கள். ஆகவே பட்டியல் இனத்தார் என்ற பெயரில் சுதந்திர இந்தியாவின் சட்டமைப்புக்குள் வந்தது. இதுவே அவர்களின் சட்டபூர்வமான பெயராக ஆனது. இதற்கு முன்பு தீண்டப்படக் கூடாத மக்கள், 'தாழ்த்தப்பட்ட மக்கள்' என்றழைக்கப்பட்டிருந்தனர். இன்னும் வேறு சில பெயர்களும் பழக்கத்தில் இருந்தன. தலித், அரிசன மக்கள் போன்றவை அவற்றில் சில பெயர்கள். இந்தப் பெயர்கள் மூலமும், பழக்க வழக்கங்கள் மூலமும் அவர்களின்

பிறப்பிலிருந்தே எப்போதும் 'தீட்டுப்பட்ட' சுத்தமில்லாத மக்கள் என்றும், நாட்டில் பன்னெடுங்காலமாகப் பழக்கத்தில் இருக்கும் வர்ணாஸ்ரமத்தின் நாலாவது வகுப்பில் அவர்கள் வைக்கப் பட்டார்கள்.

இந்திய சட்டமைப்பில் பட்டியல் இன மக்களுக்கு இடப்பங்கீடு உறுதியாக்கப்பட்டது. எஸ்சி, எஸ்டி அல்லாத வேறு தாழ்த்தப்பட்ட மக்களின் நலனைக் காப்பதும் அரசின் கடமையாயிற்று. ஆகவே இந்திய அரசு புதிய பெயர் ஒன்றை உருவாக்கியது. அது 'இதர பிற்படுத்தப்பட்ட வகுப்பினர்' - ஓபிசி - என்ற பெயர் அது. பட்டியலின மக்களுமில்லாமல் 'இரட்டைப் பிறப்பினர்' (த்விஜர்கள்) மக்களுமில்லாமல் இருக்கும் மக்களுக்கான இடுகுறிப் பெயர் இது. இந்த இடைச்சாதி மக்கள் வர்ணாஸ்ரமத்தில் அடித்தட்டில் உள்ள வகுப்பினர். பிராமணிய வேதத்தின்படி இவர்கள் சூத்திரர்கள் என்றழைக்கப்பட்டனர். முதல் வேத நூலான ரிக் வேதத்தில் உள்ள புருஷ சுக்தம் என்ற பக்திப் பாடலில் மனிதகுலம் எவ்வாறாக முதல் மனிதனின் பலியினால் ஆரம்பித்தது என்று கூறப்படுகிறது. அம்முதல் மனிதனின் வாயிலிருந்து வந்தவர்கள் பிராமணர்கள்; அவனது கைகளிலிருந்து வந்தவர்கள் சத்திரியர்களும், கால்களிலிருந்து வைசியர்களும், பாதங்களிலிருந்து சூத்திரர்களும் வந்தனர். பிராமணர், சத்திரியர், வைசியர், சூத்திரர் என்ற 4 படிநிலைகள் இந்து தர்மத்தின் நான்கு அடுக்கு வர்ணாஸ்ரமமாக அமைக்கப்பட்டுள்ளது. இந்த சாதிப்பிரிவுகள் மீண்டும் அதன்பின் எழுந்த பிராமண நூல்களான மனு ஸ்மிருதி, அர்த்த சாஸ்திரம், பகவத் கீதா என்ற நூல்களில் மீண்டும் அடையாளங் காட்டப்படுகின்றன. ஓபிசி மக்கள் அனைவரும் சூத்திரர்கள். இந்தக் கோட்பாடு அல்லது வரையறை பிராமண இந்து மதத்தின் ஆரம்ப காலத்தில் இருந்து வந்துள்ளது. அதுமட்டுமின்றி, அந்தக் காலத்தில் இருந்தே சூத்திரர்கள் சமூக, ஆன்மீக அடிமைகளாகவே கருதப்பட்டு வந்துள்ளனர்.

மனு ஸ்மிருதி இந்து சமூகத்திற்கான சட்டங்களையும் ஒழுங்கு முறைகளையும் நெறிப்படுத்துகிறது. இந்த மனு சாத்திரத்தில் சூத்திரர்களை இழிவாகவும், தரம் குறைத்தும் நடத்த வேண்டுமென்று பணிக்கின்றது. அதன் சில கட்டளைகளைப் பொறுக்கி எடுத்தால் சூத்திரர்களின் பெயர்கள்கூட மரியாதைக்குரிய சொல்லாக இருக்கக் கூடாது; சூத்திரர்களின் பிறப்பே மீதி மூன்று சாதியினருக்கு உழைப்பதற்காகவேதான்; சூத்திரர்களுக்குக் கல்வி கொடுக்கப்படத் தேவையில்லை; வேதங்களைப் படிப்பதோ, சமஸ்கிருத மொழியைப் பயிலுவதோ தடை செய்யப்பட்டவை; அவர்களுக்கு சொத்துரிமை மறுக்கப்படுகிறது; பிராமணர்களின் அருகில் அவர்கள் வாய் திறந்து பேசினாலும் மிக மிக மரியாதையாகப் பேசவேண்டும்.

இந்தக் கட்டளைகளை மீறும் சூத்திரனுக்கு மிகவும் கடுமையான தண்டனைகள் தரப்பட வேண்டும். சில சான்றுகளாக, கொதிக்கும் எண்ணெயை அவர்கள் வாயில் ஊற்றுவது; காயவைத்த இரும்புக் கம்பிகளில் கடுமையாக சூடு வைத்தல்; நாக்குகளை அறுத்தெறிவது; காயடித்து ஆண்மை நீக்கம் செய்வது... வேறு வேத நூல்களில் இதுபோன்ற கடுமை இல்லை; ஆயினும் மேலே கூறப்பட்ட கடும் கொடூரமான தண்டனைகளைப் பற்றிப் பேசுவதோ, அவை தவறென்று கூறுவதோ கிடையாது. இதற்கொரு எடுத்துக்காட்டை பகவத் கீதையிலிருந்து சொல்லலாம். பகவத் கீதையும் சூத்திரர்கள் ஏனைய மூன்று வர்ணாஸ்ரம சாதியினருக்குச் சேவை செய்யப் பிறந்தவர்கள் என்று போதிக்கிறது. அதாவது மனு ஸ்மிருதி சொல்வதை அப்படியே கீதையும் உறுதிப்படுத்துகிறது. இதன்மூலம் மனுவில் சொல்லப்படும் கடுமையான தண்டனைகளையும் அனுமதிக்கிறது.

இந்த நூலாதாரங்களிலிருந்து ஓபிசி மக்களின் அடிமைத்தனம் நீண்ட நெடுங்காலமாக இருந்து வந்துள்ளது தெரிகிறது. மேலும் அவை எப்படிப்பட்ட அடிமைத்தனத்தை அவர்கள்மேல் சுமத்தின என்பதையும் மிகத் தெளிவாகக் காண்பிக்கின்றன. இந்து மதத்தின் வரலாற்றிலேயே ஆதியிலிருந்து சூத்திரர்கள் ஏனைய மூன்று சாதி நிலையினருக்குத் தொடர்ந்து சேவகம் செய்யப் பிறந்தவர்கள் என்பதைத் தெளிவாக உறுதிப்படுத்துகிறது. இந்து மத பிராமணிய எழுத்துக்கள் அனைத்தும் இவற்றைத் தெள்ளத் தெளிவாக போதிக்கின்றன. அவை அனைத்துமே மற்றவர்களுக்கு சேவை செய்யப் பிறக்கும் ஒரு பிறவி அடிமைதான் என்பதையும் ஒன்றுபோல் ஒருமித்துக் கூறுகின்றன. பொற்கொல்லர்கள், இரும்புக் கொல்லர்கள், தச்சு ஆசாரிகள், ஆடு, மாடு மேய்ப்பவர்கள், வேளாண் தொழிலாளர்கள், எண்ணெய் எடுப்பவர்கள், தோட்டக்காரர்கள், பயிரிடும் பணியாளர்கள், கள் இறக்குபவர்கள், நெசவாளர்கள், குயவர்கள், வண்ணார்கள், மீனவர்கள், செங்கல் சூளைப் பணியாளர்கள்... என்ற அனைத்து கீழ்நிலைப் பணிகளும் சூத்திரர்கள் செய்ய வேண்டியவை. ஆனால் சூத்திரர்கள் சாமியார்கள், வணிகர்கள், அரசர்கள், அமைச்சர்கள், கணக்கர்கள், எழுத்தர்கள், நூலாசிரியர்கள், நீதிபதிகள், வழக்கறிஞர்கள், அதிகாரிகள்... போன்ற எந்த உயர் பதவிகளை அண்ணாந்தும் பார்க்க முடியாது என்று மதத்தின் மூலம் சமூகம் மறுத்தது. பல்லாயிரம் ஆண்டுகளாக இந்தக் கீழ் நிலையிலேயே சூத்திரர்கள் வைக்கப்பட்டு வதைக்கப்பட்டனர். கல்விச் செல்வமும், பொருட் செல்வமும் முற்றாக அவர்களுக்கு அடியோடு மறுக்கப்பட்டன. அவர்களுக்கு அனுமதிக்கப்பட்டது எல்லாமே அவர்களது முன்னோர்கள் செய்து வந்த வேலைகளை

அதே பணிவோடும், அடிமைத்தனத்தோடும் தொடர்ந்து செய்து வருவதே.

இன்றைய இந்து மத சீர்திருத்தக்காரர்களும் கூட - இவர்களில் மகாத்மா காந்தியும் உள்ளடங்குகிறார் - இந்தச் சமூக நிலையும், படி நிலை தராதரமும் மிகவும் சரியானது என்றும், அனைத்து இந்துக்களும் சனாதனத்தை, பாரம்பரியத்தைத் தொடர்ந்து நடத்தி, அதனைக் காப்பாற்றி காலாகாலத்திற்கும் வைத்திருக்க வேண்டும் என்ற கொள்கையில் உறுதியாக நின்று வருகின்றனர். சாதி நிலைகள் எப்போதும் இதுபோல் தொடர வேண்டும் என்றனர். காந்தியின் பார்வையில், '... சூத்திரர்கள் மற்றவர்களுக்காக கடும் உழைப்பைத் தருகின்றனர். அவர்களுக்கென்று சொத்து, உடமைகள் ஏதுமின்றி, அதைப் பற்றிய ஆர்வமுமில்லாமல் மற்றவர்களுக்காக அவர்கள் தரும் உழைப்பிற்காகப் பாராட்டப்பட வேண்டும்; அவர்கள் மற்றவர்களுக்காகத் தரும் பெரும் உழைப்பினால் அவர்களே அனைவருக்கும் தலைவர்கள். கடமையில் கண்ணாயிருக்கும் சூத்திரர்கள் தங்கள் சேவைக்காக எதையும் எதிர்பார்ப்பதில்லை. ஆனால் இதற்காக கடவுள் அவர்கள் மேல் அனைத்து ஆசீர்வாதங் களையும் பொழிவார்...'[1] வெளிநாட்டிலிருந்து தூதுவர்களாக வந்த பல வரலாற்றாளர்கள் ஹெரோடோடஸ், மெகஸ்தனிஸ், தாலமி, பிளினி, எல்டர், ஸ்ட்ராபோ, மார்கோ போலோ போன்ற பலரும் சூத்திரர்களின் அடிமைத்தனம் இந்திய சமூகங்களில் மேலோங்கி நின்றதைத் தங்கள் எழுத்துக்களில் குறிப்பிட்டுள்ளனர்.

சூத்திரர்களுக்காகக் கடும் பணிகளைத் தருவதோடு மட்டுமின்றி அவர்களைத் தொடர்ந்து வறுமை நிலையிலேயே இச்சமூகம் அவர்களை நிலை நிறுத்தியிருந்தது. சூத்திரர்கள் நிதியாளுமை வாய்த்தவர்களாக இருந்தாலும், இதனால் இவர்கள் பிராமணர்களுக்கு இடைஞ்சல் அல்லது தீமை செய்பவர்களாகி விடுவார்கள் என்று மனு ஸ்மிருதி எச்சரிக்கிறது. இதனால் அவர்களை வறுமைக் கோட்டிலிருந்து மேலெழுந்து வர சமூகத்தால் அனுமதிக்கப்பட வில்லை. அடிமைகளாக சூத்திரர்கள் பெரும் எண்ணிக்கையில் இருந்தனர். அவர்களை ஆட்டிப் படைத்தவர்களோ மிகக் குறைந்த எண்ணிக்கையில் இருந்தனர். ஆனால் இந்தச் 'சிறு கூட்டம்' சூத்திரர்களின் வறுமையைப் பாதுகாத்து வந்துள்ளது. இதற்கு மனுவின் கூற்று ஒரு பெரும் காரணமாக இருந்துள்ளது. சமுதாயத்தின் அனைத்து செல்வமும் எப்போதும் ஒரு நிலையில் உள்ளது; அது கூடுவதுமில்லை, குறைவதுமில்லை. ஆகவே யாராவது செல்வம் சேர்த்தால் அது மற்றொருவரிடமிருந்து எடுக்கப்பட்ட ஒன்றாகவே இருக்கும். ஆகவே ஒரு சூத்திரன் செல்வம் சேர்த்தால் அவன் செல்வத்திற்குச் சொந்தக்காரனான ஒரு பிராமணனின் சொத்தைப்

பிடுங்கிச் சேர்த்ததாகவே இருக்கும் என்பது மனுவின் கருத்து. ஆகவே சூத்திரன் பணம் சேர்த்தால் அது நிச்சயமாக ஒரு குழப்பத்திற்கு விதையூன்றும். சூத்திரனது உடைமையும் உயிரும் ஆபத்துக்குள்ளாகும். மனுவின் அன்றைய கருத்து இன்றும் நடைமுறைப்படுத்தப்படுகிறது. உயர்சாதிக்காரர்கள் எப்போதும் செல்வம் சேர்க்கும் ஏழைகள்மீது சினம் கொள்கிறார்கள். பொறுமை யிழந்து கோபத்தின் உச்சிக்குச் சென்றுவிடுகின்றனர். இன்னும் அடிக்கடி பல இடங்களில் குழப்பங்கள் ஏற்படுத்தி, உயர்வோர்களின் வீட்டையும் சொத்தையும், ஏன் உயிரையும் கூட கூண்டோடு அழிக்கும் வெறித்தனம் அதிகமாகவே நடைபெறுகின்றன. சமூகம் கட்டமைத்து காத்து வந்திருக்கும் அதிகாரப் படிநிலைகள் மாறுகின்றன என்ற அச்சமும் அச்சத்தினால் எழும் கோபமும் இதுபோன்ற அழிவுச் செயல்களில் அவர்களைத் தள்ளுகின்றன. ஒரு சூத்திரன் செல்வம் சேர்த்தால் அது பிராமணனுக்கு ஆபத்து என்பதால், உயர் சாதியினர் சூத்திரர்களை அழிக்கவே முற்படுகின்றனர்.

அஷ்வினி தேஷ்பாண்டே என்ற இந்தியப் பொருளாதார வல்லுநர் இந்தியாவிலுள்ள பொருளாதார ஏற்றத்தாழ்வுகளைப் பற்றி ஆய்வு செய்துள்ளார். தொடர்ந்து எவ்வாறு சாதியக் கொடுமைகள் இதற்குத் துணையாக உள்ளன என்பது பற்றிய தன் கருத்தைக் கூறியுள்ளார்:

> தொழில் முறையில் இந்தியாவின் எந்த மாநிலத்திலும் ஓபிசிக்கள் உயர்சாதி மக்களைத் தாண்டி மேல்நிலை பெறுவது நடக்கவேயில்லை... இதற்கான வெகு முக்கியமான காரணம், உயர் சாதியினர் இன்னும் தொடர்ந்து நல்ல பதவிகளிலும் உயர் அதிகார நிலைகளிலும் தங்களை வலுவாக நிறுத்திக் கொண்டுள்ளனர். இவை எல்லாமே பணம் ஈட்டக்கூடிய தொழில்கள். ஆகவே பழைய பாரம்பரியத் தொழில்களிலிருந்து வெளிவந்து, புதிய பணம் ஈட்டும் தொழிலுக்கு வரக்கூடிய மாற்றம் ஏதும் நிகழவில்லை. சாதியப் படிநிலை தொடர்ந்து வந்து கொண்டிருப்பதால் ஏழை மக்களால் பொருளாதார மேம்பாட்டைக் காணமுடியாத நிலையே நீடிக்கின்றது.[2]

ஆயினும் சூத்திரர்களின் அடிமை நிலைமை வெறும் பொருளாதாரத் தடைகளால் மட்டும் அல்ல. உயர்சாதி இந்துக்கள் சூத்திரர்களை பொருளாதார, கல்வி ரீதியாக கீழே அழுத்தி வைத்ததோடு மட்டுமின்றி, அவர்கள் மீது மேலும் பல அழுத்தங்களைத் தந்தனர். சூத்திரர்களுக்கான பெயர்களும் கண்ணியமற்றவைகளாக இருந்தன. பிராமணர்களுக்கு அதீத மரியாதை அளிக்க வேண்டும் என்று முதலிலிருந்தே கட்டாயப்படுத்தி வைக்கப்பட்டனர். அந்த பிராமணர் சிறிதும் மரியாதைக்குப் பொருந்தாத மனிதனாக, ஒரு கேடுகெட்ட

குடிகாரனாகக் கூட இருக்கலாம். ஆயினும் அவனையும் சூத்திரர்கள் மிக மரியாதையோடு நடத்த வேண்டிய கட்டாயம் அவர்கள் மேல் இருந்தது. வயதான ஒரு சூத்திர மனிதர், மிகவும் வயதில் குறைவான பிராமணச் சிறுவனையும் மிக்க மரியாதையோடும், அடக்கத்தோடும் பேச வேண்டும். ஒரு சூத்திரர் குழந்தை பிறந்ததும், குழந்தையின் தாய் ஒரு பிராமண சாமியாரிடம் குழந்தையை எடுத்துச் செல்ல வேண்டும். அவர் குழந்தை பிறந்த நாளை வைத்துச் சோதிடத்தில் கணக்கிட்டு வைக்கும் பெயர்கள் எப்போதுமே கண்ணியமில்லாத பெயர்களாகவே இருக்கும். ஏறத்தாழ இப்பழக்கம் இன்றும் நடைமுறையில் உள்ளது. பலரும் அறிந்த சமூகவியல் அறிஞரான காஞ்சா அய்லய்யா ஷெப்பர்ட் ஒரு தாழ்ந்த சூத்திர குலத்தவர். தனது இளம் வயதில் தன் சக மாணவர்கள், ஆசிரியர்களும்கூட, அய்லய்யா என்ற பெயரை வைத்து அவரைத் தாழ்த்துவதும் அவமதிப்பதும் வெகு இயல்பாக நடந்தேறும் என்று கூறியுள்ளார். சிறு வயதிலேயே இதனால் அவர் மன அழுத்தத்திற்குள் தள்ளப்பட்டார் என்பதை அவர் கூறியுள்ளார்.[3]

ஆன்மிக அடிமைத்தனம் அன்றும் – இன்றும்

சமூகத்தில் கடைநிலையில் அழுத்தப்பட்டு சூத்திரர்கள் அடிமைகளாக இருந்து, தொடர்ந்து மற்றவர்களுக்குச் சேவை செய்ய வேண்டியதிருந்தது. இதனோடு ஆன்மிக அடிமைத்தனமும் இணைந்து கொண்டது. இந்த அடிமைத்தனம் சூத்திரர்களது தன்மானம், மரியாதை அனைத்தையும் வாரிச் சுருட்டிக் கொண்டு போய்விட்டது. சூத்திரர்கள் ஏனைய மக்களுடன் சமத்துவம் எப்போதாவது பேண முடியும் என்ற நினைவையும் நிலையையும் முற்றாக அழித்துப் போட்டுவிட்டது. அப்படி ஒரு கனவு கூட அவர்கள் மனதில் எழுந்துவிடக் கூடாது என்பதில் பிராமணர்கள் மிக முன்னெச்சரிக்கையுடன் தொடர்ந்து நடந்துள்ளனர். பிராமணர் களுக்கும் கடவுள்களுக்கும் மட்டும் தெரிந்த சமஸ்கிருத மொழி தேவ பாஷையானது. அதைப் படிப்பதற்கு சூத்திரர்களுக்கு உரிமையோ, வாய்ப்போ ஏதும் கிடையாது. தொடர்ந்து காலங்காலமாய் வந்த இந்த அழுத்தங்களால் சமூகத்தில் சூத்திரர்களிடமிருந்து இயல்பாக வரக்கூடிய போட்டிகள் ஏதுமில்லாமல் செய்ததால் பிராமணர்கள் தங்களின் சமூகத் தரத்தை எப்போதும் மேல் நிலையிலேயே வைத்துக் கொள்ள முடிந்தது. சூத்திரர்கள் சமஸ்கிருதம் பயிலக் கூடாது. அதனால் அவர்கள் மந்திரங்கள் எதையும் கற்றுக் கொள்ள முடியாது. சமஸ்கிருத மொழியின் மூலம் பிராமணர்கள் கடவுளையே தங்கள் இசைக்கேற்ப ஆடவைத்தனர். இந்த மந்திரங்களைச் செபிக்கும்போது கடவுளும் ஆனந்த மயமாகி அருட்கொடைகளைப் பிராமணர்களுக்கு

அள்ளித் தருகிறார். இதன்மூலம் கடவுளையும் 'காசு போட்டால் பொருள் தரும்' எந்திரம் போல் ஆக்கிவிட்டனர். மந்திரம் சொல்வோருக்கு அனைத்தையும் அள்ளித் தரும் வள்ளல்களாக கடவுள்கள் மாற்றப்பட்டுவிட்டனர். ஓதும் மந்திரம் மட்டும் சமஸ்கிருத மொழியில் 'ஸ்பஷ்டமாக' இருக்க வேண்டும்! கடவுள்களுக்கும் அதுமட்டும்தான் தேவை.

சூத்திரனுக்கு தன் நிலம், பயிர் ஆசீர்வதிக்கப்பட வேண்டுமா? உடல்நலமில்லாத தன் குழந்தையோ, மனைவியோ நோயிலிருந்து விடுபடவேண்டுமா? அல்லது தன் எதிராளியைப் பழிவாங்க வேண்டுமா? இவையெல்லாம் நடக்க கடவுளின் அருள் வேண்டுமே! கடவுளிடம் தேவ பாஷையால் பேசி இதையெல்லாம் பெற்றுத் தரும் கண்கண்ட தெய்வமான ஒரு பிராமணன் இதற்கு வேண்டுமல்லவா? இதனாலேயே பிராமணர்கள் 'பூதேவ்' கண்கண்ட தெய்வமாகி விட்டனர். அவர்களிடம் மட்டுமே ஆன்மிக, சமய, தேவ அதிகாரங்கள் குவிக்கப்பட்டுள்ளன. ஆகவே அவரை எதிர்க்க யார் இருக்கிறார்கள்? எப்படித்தான் எதிர்க்க முடியும்?

சூத்திரர்களிடமிருந்து சமஸ்கிருத மொழியை ஒதுக்கி வைத்தமையால் பிராமணர்களின் மந்திரங்களும் சூத்திரர்களிட மிருந்து தப்பித்தன. அதுமட்டுமின்றி அனைத்து வேத நூல்களும் தப்பித்து விட்டன. அனைத்து இந்து வேதங்களும் இம்மொழியில் தான் எழுதப்பட்டுள்ளன. கடவுள்களின் பேசும் மொழியே இதுதான் என்கின்றனர் பிராமணர்கள். கடவுள்கள் வேதங்களை மானுடர்களுக்குக் கொடுத்ததும் இதே மொழியில்தான். ஆகவேதான் வேத நூல்கள் அத்தனையும் சமஸ்கிருதத்தில் உள்ளன. வேத நூல்கள் சமஸ்கிருதத்தில் இருப்பதற்கான காரணம் இம்மொழி சூத்திரர்களிட மிருந்து அன்னியப்பட்ட ஒரு மொழி. ஆகவே சூத்திரர்கள் இதனைப் படிப்பதோ, கற்பதோ, புரிந்து கொள்வதோ முடியாத ஒன்றானது. அறிஞர்களின் கருத்துப்படி முதல் வேதமாக ரிக் வேதம் எழுத்துரு பெறுவதற்கு வெகு காலத்திற்கு முன்பே ஏறத்தாழ ஆயிரம் ஆண்டுகளாக வாய்வழிச் சொல்லாக இருந்துள்ளது. அக்காலத்தில் எழுத்துரு இல்லையென்பதும் சரியல்ல. எழுதி வைத்தால் தவறான மனிதர்களிடம் - சூத்திரர்களிடம் - போய்ச் சேர்ந்துவிடும். பிராமணர்கள் தங்கள் முதலிடத்தை இழந்துவிட நேரலாம். ஆகவே காலம் பல கடந்த பிறகே எழுத்தில் வந்தன. சமஸ்கிருத அறிவே அவர்களின் ஆளுமைக்கான திறவுகோலாக மாறிப்போனது. இந்திய மண்ணில் பிராமணர்கள் கால் பதித்த பின்பு அவர்களின் ஆதிக்கமும் மண்ணில் பதிந்தது. அந்நாளில் இருந்து சூத்திரர்கள் இந்து சமய அறிவு ஏதுமில்லாமல் இருக்கும் கட்டாயம் நிகழ்ந்தது. அவர்களுக்கு மதத்தின் கோட்பாடுகள் தெரியாது; முறைகளும் நியதிகளும் புரியாது;

இதனால் பங்களிப்பு ஏதும் கிடையாது. தேவ பாஷையை ஒளித்து வைத்தாகிவிட்டது. ஆகவே அவர்களுக்கு அவர்களின் கடவுளைப் பற்றிய நேரடி அறிவு இல்லை. பிராமணர்கள் இவை பற்றி ஏதும் சூத்திரர்களுக்குக் கற்பிக்கவில்லை. அவர்கள் செய்த ஒன்றே ஒன்று என்னவெனில், கடவுளிடம் போவதற்கு பிராமணர்களைத்தான் அணுக வேண்டும். கடவுளின் அருள் பிராமணர்கள் வழியாகவே கிடைக்கும் என்ற நிலை கற்பிக்கப்பட்டது. கெட்ட ஆவிகளின் தொல்லைகளைக் களைய தெய்வத்திடம் கூட நேரே போக முடியாது. பிராமணர்களே அனைத்துக்குமான வழியாகப் போய்விட்டார்கள்.

சூத்திரர்கள் சாமியார்கள் ஆக முடியாது. ஆகவே வழிபாடு மட்டுமல்ல, கோவில்களை நிர்வகிக்கும் உரிமையையும் பெற முடியாது. இந்தியக் கோவில்கள் பெரும்பாலும் அதிக சொத்துரிமை படைத்தவை. சூத்திரர்கள் நெருங்க முடியாதவை அவை. அவ்வளவு ஏன்? சூத்திரர்களின் திருமண விழாவோ, இறப்பு நிகழ்வோ - எதிலும் அவர்கள் ஆற்றக் கூடிய பங்கு ஏதுமில்லை. புதிய வேலைக்குச் செல்பவர்களோ, வீடு கட்டி புதிய வீட்டிற்குக் குடிபுக வேண்டுமோ - எதுவாயினும் அவர்களால் எந்த சமயச் சடங்குகளையும் செய்ய முடியாது. கடவுளுக்கு காணிக்கைகளை அள்ளிக் கொடுக்க மட்டும் செய்யலாம், அவ்வளவே! அவர்களின் வாழ்க்கை முறைகளே அவர்கள் கையில் இல்லை. வால்மீகி ராமாயணத்தில் சம்புகன் என்ற சூத்திர சன்னியாசி தவம் செய்ய முயன்றபோது ராமரால் கொல்லப்படுகிறார்.[4] எத்திசை திரும்பினும் சூத்திரர்களுக்கு வழியேதுமில்லை.

சூத்திரர்கள் மீதான உரிமை பிராமணர்களுக்கு முற்றும் முழுமையாக உள்ளது. உண்மையான அடிமைத்தனம் நிலவியது. ஆகவே பிராமணர்களின் கட்டளைக்கு முழுமையாகக் கீழ்ப்படிந்தேயாக வேண்டும். எத்தனை கடினமாக இருந்தாலும், கேவலமாக இருந்தாலும் பிராமணர் கட்டளைகளைச் சிரமேற்றுச் செய்ய வேண்டும். வேறு வழி கிடையாது சூத்திரர்களுக்கு. ஒரு சூத்திரரை ஆயிரம் கிலோமீட்டார் தொலைவு நடக்கவைத்து 'புண்ணிய தீர்த்தம்' என்று பிராமணர் கருதுவதை எடுத்து வரச்செய்து, அதை, பிறகு அடுத்த ஆயிரம் கிலோமீட்டர் நடக்கவைத்து இன்னொரு கோவிலுக்குப் போகச் சொல்லலாம். அவர் சொன்னது எல்லாம் சரியே. அதன்மீது சூத்திரர் எந்தக் கேள்வியும் எழுப்ப முடியாது. பிராமணர் அத்தனை புத்திசாலி. பிராமணர் சூத்திரரை எந்த அளவும் கேவலப்படுத்தலாம். சூத்திரர் அனைத்தையையும் தாங்கிக் கொண்டு காணிக்கை அளிக்க வேண்டும். பிராமணர் சூத்திரரின் ஜாதகம் சரியில்லை என்று பிறந்த நேரம் வைத்து கணித்துக் கூறுவார். சூத்திரர் தன் வீடு மனையெல்லாம் விற்று பிராமணர் மூலம் பரிகாரம் செய்வார்.

பிராமணர் எட்டிக் காலால் உதைத்தாலும், சூத்திரர் அந்தக் காலை வணங்கி பூசை செய்வார்.

இந்து மத வேத நூல்களில் சூத்திரர்கள் முன்னேறுவதற்கான வழிகள் இருப்பதாகச் சொல்லவேயில்லை. ஆயினும் அரிதிலும் அரிதாக வரலாற்றில் சில இடங்களில் சூத்திரர்களின் கை ஓங்கி நின்றிருக்கிறது. தங்கள் திறமைகளை வெளிக் கொணர்ந்திருக்கிறார்கள். இதற்கொரு சான்றாகத் திகழ்பவர்களில் ஒருவர் தந்திதுர்கன். எட்டாம் நூற்றாண்டில் ராஷ்ட்ரகுத்தா பேரரசை ஆரம்பித்து வைத்த மாமன்னர். பல போர்களில் வெற்றி வாகைசூடி தனது பேரரசை ஆரம்பித்து வைத்தார். இவர் மன்னராக முடிசூட்டிக் கொண்டதும் பிராமணர்கள் ஹிரண்ய கர்பா என்ற சடங்கு ஒன்றினைச் செய்தனர். இந்த யாகத்தில் தந்திதுர்கன் ஒரு தங்கக் கருப்பையிலிருந்து ஒரு சத்திரியனாக வெளிவந்தார்.

பிராமணியத்திற்கு எதிரான ஆன்மிகப் போராட்டங்களின் அணிவகுப்பு

சூத்திரர்கள் சமத்துவம் பெற வேண்டுமாயின் அவர்கள் பிராமணர்களை எதிர்த்துப் போராடியாக வேண்டும். அப்படிப்பட்ட ஐந்து சூத்திரர்களைப் பற்றி இனி இக்கட்டுரையில் காண்போம். அவர்கள்:

1. அசோகரும் புத்த மதமும்
2. பசவண்ணாவும் லிங்காயத்துகளும்
3. குரு நானக்கும் சீக்கியமும்
4. புலேயும் உண்மையைத் தேடுபவர்களும்
5. அம்பேத்கரும் புத்த மதமும்

அசோகரும் புத்த மதமும்

மௌரியப் பேரரசைத் துவக்கி வைத்த சந்திரகுப்த மௌரியரின் பாரம்பரியம் குழப்பத்திற்குரியதாகவே உள்ளது. புத்த மதத் தரவுகளில் அவர் ஒரு சத்திரியராகக் காட்டப்படுகிறார். ஆனால் பிராமண தரவுகளில் அவர் ஒரு சூத்திரராகவே இருக்கிறார்.[5] அவர் தன் வாழ்நாளில் ஒரு சமணராக மாறியதாகவும், தன் இறுதி நாட்களை கர்நாடகாவில் உள்ள சந்திரகிரி என்று பின்னாளில் பெயர் சூட்டப்பட்ட மலையில் சமண முறையில் உணவை மறுத்து உயிர் நீத்தார் என்றும் நம்பப்படுகிறது. அவரது மகன் பிந்துசாரர் ஆசீகவ நம்பிக்கைகளை ஏற்றுக்கொண்டவர். இந்த மதப் பிரிவு

பிராமணியத்திற்கு எதிரான நம்பிக்கைகளைக் கொண்டிருந்தது. இவரது மகன் அசோகர் மிகப் பெரும் பெயர் பெற்ற மௌரியப் பேரரசராக உருவானார். இந்தியாவை ஆண்ட மன்னர்களிலேயே உச்சத்தைத் தொட்ட பேரரசராக இவர் கருதப்படுகிறார். இவர் புத்த மத நம்பிக்கையாளர் என்பது மட்டுமின்றி புத்த தர்மத்தை உயர்த்திப் பிடித்து வைத்திருந்தார். புத்த சங்கங்களுக்குப் பெரும் புரவலராக இருந்தார். புத்த மதம் பரவுவதற்கான பெரும் முயற்சிகளை மேற்கொண்டார். புத்தரின் வழியில் பல சமுதாய சீர்திருத்தங்களுக்குக் காரணமாக இருந்தார். புத்தரின் அகிம்சா கொள்கைகளைத் தன் வாழ்நாள் முழுவதும் கைக்கொண்டு பெரும் வெற்றி பெற்ற பேரரசராகத் திகழ்ந்தார். இவரைப் பற்றி ப்ரஜ் ரஞ்சன் மணி கூறியவை:

> அசோகர் இந்திய சமூகத்திற்குக் கொடுத்த பெருங்கொடை அவருடைய நேர்த்தியான புத்த தர்மமே. தன் விரிந்த பேரரசு முழுமைக்கும் அதனை விரிவாக்கிச் செயல்படுத்தினார். சமூகப் பொறுப்புகள், அனைவருக்கும் பொதுவான ஒரே சட்டதிட்டங்கள், பொறுமை, அகிம்சை போன்ற புத்தரின் கொள்கைகளைத் தன் விரிந்த பேரரசு முழுமைக்கும் சொந்தமாக்கினார். அவர் முழுமையாக புத்தரின் வழி நடந்தார். அவரது ஐந்தாவது கல்வெட்டில், அவர் நாட்டின் மக்கள் அனைவரும் உயிர்ப்பலி கொடுப்பதை முழுமையாக தவிர்த்து விட்டனர் என்றும், அனைவரும் தங்கள் உறவினர்களோடும், மூத்தோர்களிடமும் நல்லுறவைப் பேணி வந்துள்ளனர் என்றும் பொறிக்கப் பட்டுள்ளது. மன்னரும், மன்னரின் வழியில் மக்களும் நேர்மை யான ஒத்துழைப்புடன் வாழ்ந்தனர். அழகான நேர்மையான சமுதாய ஒப்புறவு அவரது ஆட்சியில் நாடு முழுவதும் மிளிர்ந்திருந்தது.[6]

வேத மரபுகளின் ஒழுக்க நெறிகளால் அழுத்திக் கட்டுப்பட்டு அடிமைத்தனத்தில் ஊறிப்போயிருந்த சூத்திர மக்களுக்கு அசோகர் உருவாக்கிக் கொடுத்த இந்தச் சமூகச்சூழல் நிச்சயமாகப் பெரும் விடுதலையையும் மகிழ்ச்சியையும் கொடுத்தது.

பிராமணியம் இந்திய மண்ணில் வேரூன்றிய பிறகு சூத்திரர் அனைவரும் நம்பிக்கையிழந்த நிலையில் இருந்தபோது, அசோகரின் ஆட்சியில் அனைவருக்குமான சமமான வாய்ப்புகள் கிடைத்தன. அசோகர் ஒரு சூத்திரராகப் பிறந்திருந்தாரோ என்னவோ, ஆனால் இவர் அனைவருக்கும் பொதுவானவராக, புத்த மதக் கொள்கைகள் மூலம் பிராமணியத்தில் அழுந்திக் கிடந்த சூத்திரர்களின் மத்தியில் சமத்துவத்தைக் கொண்டு வந்து, பிராமணியத்தின் வேர்களை நீக்கி விட்டார். இந்திய மண்ணில் பிராமணியத்திற்கு எதிரான முழுச்

செயல்பாடாக அது கருதப்பட்டது. பின்னாளில் மௌரிய அரசின் மன்னனை பிராமண படைத்தலைவரான புஷ்யமித்ர சுங்கர் சூழ்ச்சி செய்து, கொன்று, புதிய சுங்கர் அரச மரபின் ஆட்சியை ஆரம்பித்து வைத்தார். மௌரியர்களின் ஆட்சியில் பொங்கி வழிந்த சமத்துவமும் இரக்கமும் ஒழுக்கமும் மிக வேகமாக சுங்கா மன்னர்களால் வேரறுக்கப்பட்டன. சினத்தில் எழுந்த கோபத்தின் விளைவுகளாகவே அவை இருந்தன. புத்த மதமும் அவர்களால் ஒடுக்கப்பட்டது.

பிராமணர்கள் சுங்கா ஆட்சியில் நடத்திய வெறியாட்டங்களை மணி விரிவாக வர்ணித்துள்ளார்:

> மௌரிய அரசர் ப்ரிஹத்ரதன் அவரது பிராமண படைத்தளபதி புஷ்யமித்ர சுங்கர் தலைமையில் நடந்த சூழ்ச்சியால் ஒரு ராணுவ அணிவகுப்பின்போது கி.மு. 185ஆம் ஆண்டில் மன்னனின் தலையைத் துண்டித்துக் கொன்றுவிடுகிறார். அரசனே கொல்லப் படுகிறார்.மக்கள் அனைவரும் சமம் என்று போதித்த புத்த மதத்திற்கு மன்னன் சென்றதால் எழுந்த பிராமணர்களின் எதிர் வீச்சே இம்மரணத்திற்கான காரணம். பல சங்க மடங்கள் முற்றிலுமாக ஒழிக்கப்பட்டு எரிக்கப்பட்டன. பாடலிபுத்திராவைச் சுற்றியுள்ள இடங்களில் கொடூர வேட்டையாடல் நடந்தது. வேட்டை மேலும் தொடர்ந்து பரவியது. சாகலா என்று அழைக்கப் பட்ட மேற்கு பஞ்சாபிலுள்ள சியால்கோட் பகுதிவரை இவ்வன்முறை நீண்டது. கொல்லப்படும் ஒவ்வொரு புத்த சந்நியாசிகளின் தலைக்கு நூறு தினார்கள் அல்லது தங்கக்காசுகள் பரிசாகக் கொடுக்கப்பட்டன. புத்த பிக்குகள் மீதும், புத்த மத நம்பிக்கையாளர்கள் மீதும் நடந்த இந்த வன்முறையைப் பற்றிய திபெத்திய, சீன தரவுகளும் சான்றாக உள்ளன.[7]

புஷ்யமித்ரா சுங்கர் என்ற பிராமண மன்னன் புத்த மதத்தை எதிர்த்து மிகவும் கொடூரமாக நடந்துள்ளார். மௌரிய அரசரின் கடைசி மன்னன் இவரது வாளால் வெட்டப்பட்டு, அந்த அரச பாரம்பரியம் முடிவிற்கு வந்தது. புத்த மதத்தின்மீதும் அதன் தம்மம்மீதும் மக்களனைவரும் சமம் என்ற புத்த மதக் கோட்பாட்டின்மீதும் பிராமணர்களுக்கு அத்துணை வெறுப்பும் கோபமும் இருந்துள்ளது. இந்த வெறியாட்டத்திற்குப் பிறகு மீண்டும் சூத்திரர்கள் பிராமணர்களால் அடிமையாக்கப்பட்டனர்.

பசவண்ணாவும் லிங்காயத்துகளும்

12ஆம் நூற்றாண்டில் உதித்த பெரும் சமயத் தலைவர் பசவண்ணா. லிங்காயத்து மக்களை ஒன்றுபடுத்தி, லிங்காயத் நம்பிக்கை சார்ந்த

பக்தி மார்க்கத்தில் மக்களை ஈடுபடுத்தினார். பிறப்பினால் பிராமணராக இருந்தாலும் அவர் பல் சூத்திரத் தலைவர்களோடு இணைந்து புதியதொரு நம்பிக்கை வழியை முன்னெடுத்தார். சாதிய தர்மங்கள் புறந்தள்ளப்பட்டன. வேதங்களும் அவை போதிக்கும் சடங்குகளும் ஒதுக்கி வைக்கப்பட்டன. குப்தர்கள் காலத்திலிருந்து பிராமணர்களால் மேற்கொள்ளப்பட்ட பல முறைகள் தவிர்க்கப் பட்டு, புதிய பக்தி மார்க்கம் பரப்பப்பட்டது. இதில் சாதிய வேறுபாடுகள் ஏதும் இல்லை.

பசவண்ணா தன் உயர் சாதி நிலையிலிருந்து தன்னைத் தாழ்த்திக் கொண்டு, அனைவருக்கும் சமமானவராகக் காண்பித்துக் கொள்வதை ஏற்றுக்கொண்டார். அனைவரும் சமம் என்பதைச் செயலில் காண்பிப்பதற்காக அனைத்து நம்பிக்கையாளர்களுக்கும் ஒரு லிங்கம் அளிக்கப்பட்டது. சிவபக்தர்கள் என்பதைக் காண்பிக்க இந்த லிங்கம் கொடுக்கப்பட்டது. இந்து வழிபாட்டில் வீடுகளிலும் கோவில் களிலும் லிங்க வழிபாடு நடத்துவது இந்தியாவின் எல்லா பாகங்களிலும் வழமைதான். ஆனால், பசவண்ணா கோவிலுக்குச் செல்வதை மறுத்தார்; தேவையில்லை என்றார். மக்களே நேரடியாக கடவுளை நாடிச் செல்ல வேண்டும். இந்த இருவருக்கும் நடுவில் ஒரு பிராமண இடைத்தரகர் தேவையில்லை என்பதை வலியுறுத்த சிறிய லிங்க உருவத்தை அனைத்து நம்பிக்கையாளர்களும், தங்களுக்குள் எவ்வித வேறுபாடின்றி வைத்து வணங்க வேண்டும் என்றார்.

தங்கள் கைகளுக்குள் வைத்துக் கொள்ளக்கூடிய லிங்கத்தின்மூலம் கடவுளோடு பக்தர்கள் நேரடியாகத் தொடர்பு கொள்ள வேண்டும். நேரம், காலம் எதுவுமின்றி எப்போதும் கடவுளைத் தொழலாம் என்று அறிவுறுத்தினார். சூத்திரர்கள் பலரும் பெருமளவில் லிங்காயத்து குழுவோடு ஐக்கியமானார்கள். கையில் தங்களுக்கான ஒரு லிங்கத்தோடு பிராமணர்களின் இடையூறு இல்லாமல், சமத்துவ உணர்வோடு இருப்பதில் கிடைக்கும் நல்லுணர்வை அனைவரும் அனுபவித்தார்கள்.

குரு நானக்கும் சீக்கியமும்

பிராமண இடையூறு இல்லாத லிங்காயத்துக்களின் பக்தி மார்க்கம் போலவே பஞ்சாப்பில் குரு நானக் ஒரு புதிய பக்தி வழியைக் கொண்டு வந்தார். பிறப்பினால் குரு நானக் ஓர் இந்து; கத்ரி என்ற இனத்தவர். இந்த இனத்தின் ஆரம்பம் எப்படி என்ற வரலாறு ஏதுமில்லை. ஆனால் மதிக்கத் தகுந்த இனமாக இருந்தது. பசவண்ணா கொண்டு வந்த சமய சீர்திருத்தத்தை பிராமணர்களுக்கு எதிரான சீர்திருத்தத்தை குரு நானக் அவர்களும் கொண்டு வந்தார்.

இந்த இரு சமயத் தலைவர்களிடம் ஒரு பெரும் வித்தியாசம் இருந்தது. பசவண்ணா இருந்த சமூகத்தில் இஸ்லாமியர்களின் எண்ணிக்கை அதிகமில்லை; ஆனால் குரு நானக் இருந்த இடத்தில் பெரும் எண்ணிக்கையில் இஸ்லாமியர்களால் சூழப்பட்டிருந்தனர். இதனால் குரு நானக் சாதிகளை மட்டுமல்ல, விக்கிரக ஆராதனையையும் புறக்கணித்தார். பல புதிய பக்திப் பாடல்களை இயற்றினார். இவர் காட்டிய வழி பல இந்து, இஸ்லாமிய சூத்திரர்களுக்கு மிகவும் பிடித்த சமய வழியாக மாறியது. சீக்கிய மதம் என்று அது அழைக்கப்பட்டது. குரு நானக் இயற்றிய பாடல்கள் குரு கிரந்த சாகிப் என்ற தொகுப்பில் சேர்க்கப்பட்டன. இவற்றோடு இஸ்லாமியராக, தாழ்ந்த ஒரு சாதியிலிருந்த கபிர் என்பவரின் பக்திப் பாடல்களும் இந்தப் பக்தி மார்க்கத்தில் இணைக்கப்பட்டன. இவை அனைத்தும் இணைந்து கொண்டு ஒரு புதிய மதமாக, சீக்கியம் உருவெடுத்தது. இதில் ஒரே ஒரு கடவுள்: எந்த இடைத்தரகரும் இல்லை; உருவமில்லாத கடவுள்; அனைத்து சீக்கியர்களுக்குமான பொதுவான ஒரே கடவுள். புத்த சமயம், லிங்காயத்துகள் போலவே சீக்கிய மதமும் பல சூத்திரர்களைத் தன் பக்கம் இழுத்தது. சூத்திரர்கள் சாதிய இழிவின்றி அனைவரும் சமம் என்ற உணர்வோடு இந்தப் புதிய சமயங்களில் தங்களை ஆர்வத்தோடு இணைத்துக் கொண்டனர்.

புலேயும் உண்மையைத் தேடுபவர்களும்

அசோகரின் புத்த மதம், பசவண்ணாவின் லிங்காயத், குரு நானக்கின் சீக்கிய மதம் போலவே மகாத்மா ஜோதிபா புலே தனியொரு சமய இயக்கத்திற்கு அடிகோலினார். ‘சத்திய ஷோதக்’ - உண்மையைத் தேடுபவர்கள் என்ற பொருளில் புதிய பக்தி வழியைக் காண்பித்தார். புலே ஒரு சூத்திரர். கிறிஸ்தவப் பள்ளிகளில் படித்தவர். சாவித்திரி பாய் என்பவரைத் தனது பதின்மூன்றாவது வயதில் மணந்தார். இவர்கள் இருவரும் இணைந்து 1873ஆம் ஆண்டு தங்களது புதிய ‘உண்மையைத் தேடுபவர்கள்’ என்ற பொருளில், ‘சத்திய ஷோதக்’ என்ற அமைப்பை உருவாக்கினர். ‘Slavery-அடிமைத்தனம்’ என்றதொரு நூலையும் வெளியிட்டனர்.[8] இந்துமதப் புராண கதைகளைப் புரட்டிப் போட்டார் புலே. புராணத்தில் வந்த கடவுள்களும் வீர தீரர்களும் புலேயின் புதிய பார்வையில் தீமைகளின் உருவங்களாக மாறின. அவற்றின்மூலம் எவ்வாறு பிராமணர்கள் சூத்திரர்களை வென்று தங்களின் அடிமைகளாக மாற்றினர் என்பதைக் காண்பித்தார். அவர் ஒரு புராணக் கதையாக, பாலி ராஜா என்ற மன்னன் அனைத்து மக்களையும் சமமாக வைத்து ஒரு நியாயமான, சமத்துவமான ஆட்சி தந்ததாகவும், அவர் மீண்டும் வந்து அடிமைத்தனத்தில் ஊறி மக்கிக் கிடக்கும் சூத்திரர்களை மறுபடியும்

மீட்டெடுப்பார் என்றும் கூறினார். இயேசு கிறிஸ்துவே இந்த பாலி என்றார் புலே. அவரது அமைப்பின் உறுப்பினர்கள் அனைவரும் சமத்துவத்தைப் பேணுவோம் என்றும், ஒரே ஒரு கடவுளை வணங்குவோம் என்றும், வேதங்களையும் பிராமணர்களையும் முழுமையாகத் தவிர்த்துவிடுவோம் என்றும் உறுதிமொழி எடுக்க வேண்டும். இந்த நாள் வரை சூத்திரர்கள் புலே அவர்களைத் தங்கள் தலைவராகவும் வழிகாட்டியாகவும் பெருமையோடு கருதுகிறார்கள். அவர்களுக்கான உண்மையான மகாத்மாவாக புலே திகழ்ந்தார்.

புலே எழுதிய 'அடிமைத்தனம்' என்ற நூலில் எவ்வாறு இந்து மதம் சூத்திரர்களை அடிமையாக்கியது என்ற வரலாறு எழுதப்பட்டுள்ளது. மகாராஷ்டிராவில் 19ஆம் நூற்றாண்டில் அப்போதிருந்த வெள்ளையர்களும் கிறிஸ்தவ மதப் பரப்பாளர்களும் பிராமணர்களுக்கு வேத நூல்களாக வேதங்களும், கீதாஞ்சலியும் இருக்கின்றன; ஆனால் சூத்திரர்களுக்கு இவ்வாறு எந்த வேத நூலும் இல்லை என்ற கருத்தை வலியுறுத்திக் கொண்டிருந்தார்கள். புலே இக்கருத்தை முழுமையாக அப்படியே ஒப்புக் கொண்டவர்.

இந்து மதம் தன்னை நம்பும் சூத்திரர்களை முழுவதுமாகக் கைவிட்டுவிட்டது. அவர்களுக்கான ஒரு முழுமையான, எளிதில் புரிந்துகொள்ளக்கூடிய சமய வழிகாட்டிகள் ஏதுமில்லை. இதுவே அம்மதத்தின் மீதான என் குற்றச்சாட்டு. புலே போன்ற புரட்சியாளர்கள் இந்து சமய நூல்கள் மூலமாக சமுதாயம் முழுமையாகக் கட்டப்பட்டு, பிராமணர்கள் சாதாரண - இந்துக்களை - சூத்திரர்களை - திட்டமிட்டு ஏமாற்றி வைத்துள்ளனர்.[9]

இந்த ஏமாற்றுத்தனத்திலிருந்து வெளிவந்து, பிராமண சமூகத்திலிருந்து விடுதலை பெற ஒரே வழி மதமாற்றம் தான். அப்படி நடந்த ஒரே ஒரு மதமாற்றம் பிராமணர்களின் நெஞ்சையே நேரடியாகத் தாக்கியது. பண்டித ராமாபாய் என்பவரின் மதமாற்றம்தான் அது. இவர் ஓர் இந்துமத சித்பவன் குழுவைச் சார்ந்தவர். இவரும் ஒரு பிராமணர்தான். இவர் பெண்களை இந்து மதம் மிகவும் கீழ்த்தரமாக நடத்துவதால் இந்து மதத்தை முற்றிலுமாகப் புறக்கணித்து, கிறித்துவ மதத்திற்கு மதம் மாறினார்.

இவர் அடிப்படைவாத பிராமணர்களாலும், பிராமண சீர்திருத்த வாதிகளாலும் கடுமையாகத் தாக்கப்பட்டார். மறுபக்கத்தில் இவர் கிறித்துவ சபையின் ஆங்கிலேயர்களிடம் காலனிய ஆதிக்கத்தையும், இனவெறியையும் கண்டு வெறுப்புற்றார். ஆனாலும் புலே இந்த மதமாற்றத்தை ஆதரித்தார். கிறித்துவம் மனித ஆத்மாவை ரட்சிக்குமோ என்னவோ, ஆனால் நிச்சயமாக பிராமண ஆதிக்கத்திலிருந்து விடுதலைப் பெற்றுத் தந்து விடும்.[10]

புலே மிக அழுத்தமாகத் தன் பாலி ராஜா கதைக்கு அழுத்தம் கொடுத்தார். பிராமணர்கள் உயர்த்திப் பிடிக்கும் ராமர், கணபதி, காளி என்ற தெய்வங்கள் பெயர்களால் மகாராஷ்டிர ஏழை உழவர் மக்களைத் தங்கள் பிடியில் அடிமைப்படுத்தி வைத்திருக்கும் பிராமணர்களுக்கான எதிர் கருத்தே பாலி ராஜா என்று கருதினார் புலே. பாலி மன்னர் ஏழை எளிய மக்களுக்கான ஆதி காலத்துத் தலைவர்; அவர் ஒரு பொற்காலத்தின் மன்னர். மராத்தி மொழியில் அடிக்கடி சொல்லப்படும் பொன்மொழிக்கு முற்றிலும் பொருத்தமானவர் – 'துன்பங்களும் துயரங்களும் ஓடிப்போகட்டும்; பாலி மன்னனின் ஆட்சி மலரட்டும்.'[11]

மன்னர் பாலியே அடிமைகளுக்கான விடுதலையாளர். இந்த மன்னன் தன் குடிமக்களான சூத்திரர்களுக்காகத் தன்னையே தியாகம் செய்தவர். நிச்சயமாக அவர் ஒரு நாள் அவர்களைப் பிராமணக் கிடுக்குப் பிடியிலிருந்து விடுவிக்கக் கட்டாயம் திரும்பி வருவார். அன்பு கிளர்ந்த அவரது மகத்தான ஆட்சி மீண்டும் மலரும்; மடிந்து போன நீதியை, நியாயத்தை உயிர்ப்பித்து அவை தூக்கி நிறுத்தப்படும். பாலி மன்னனைப் பற்றி புலே மிகவும் உறுதியாக, 'அடிமைத்தனம்' நூலில் எழுதியுள்ளார்.

> ...அடிமைக் கட்டுகளில் அகப்பட்டுக் கிடப்பவர்களைத் தூக்கிப் பிடிக்கும் தலைவன்; பெரும் ஞானி; உண்மையின் பிறப்பிடம். அப்படிப்பட்ட பாலி மன்னர் இந்த உலகிற்கு வந்தார். அனைத்தும் அறிந்த நமது கடவுள் தந்தை, தாயாக நம்மை உருவாக்கிக் காத்து வருகிறார் என்பதை பாலி மன்னர் முழுமையாகப் புரிந்து கொண்டார். அந்தப் பெரும் கடவுள் நமக்கு அன்பையும், அறிவையும் அளித்துள்ளார். அதனோடு அனைவரையும் சமமாகப் படைத்துள்ளார் என்றும் பாலி உறுதியாக நம்பினார். தெய்வத்தின் திருவுள்ளத்தின் ஆழத்தைப் புரிந்து கொண்ட பாலி மன்னர் அதனை அனைவருக்கும் போதித்தார். இதன்மூலம் அடிமைத்தனத்தில் மூழ்கியிருக்கும் ஏழை மக்களைத் தனது உடன்பிறப்புகளாக நினைத்து, அவர்களை கயமையும், தந்திரமும், கொடுமையும் கலந்த வேட்டைக்கார பிராமணர்களின் சங்கிலிப் பிடிகளை உடைத்து மீட்டெடுத்தார். கடவுளின் மகத்துவமான ஆட்சியை இந்த நிலத்திற்கும் கொண்டு வர முனைந்தார்.[12]

புலே தனது வழக்கமான தூண்டிவிடும் எழுத்துகளின் மூலமாக பாலி மன்னரையும் ஏசுவையும் ஒப்புமையாக்கி எழுதியுள்ளார். 'பட்ஜி'கள் என்ற பிராமண குருமார்கள் சூத்திரர்களையும், ஆதி-சூத்திரரர்களையும் அடிமைகளாக்கி விட்டனர். ஆங்கிலேயர்கள் பாலி மன்னரின் நற்செய்தியை இந்தியாவிற்குள் கொண்டு

வந்துள்ளனர். இதன்மூலம் சூத்திரர்களும் ஆதி-சூத்திரரர்களும் விடுதலை பெறுவார்கள். அப்படிப்பட்ட ஒரு கனவுலகத்தில் பாலி மன்னரின் மூலம் மக்களும் அவர்களின் ஆன்மாக்களும் அனைத்துத் தடைகளையும் நொறுக்கி எறிந்துவிட்டு, முழுமையாக மலர்ந்து நிற்கும்.[13]

அம்பேத்கரும் புத்த மதமும்

இதுபோன்ற பல சமூகப் புரட்சிகளில் இறுதியானது அம்பேத்கரும் புத்த சமயமும். இக்கட்டுரையில் பேசப்படும் ஒரே தலித் அம்பேத்கர் மட்டுமே. அம்பேத்கர், கபிர், புலே, புத்தர் போன்றவர்களைத் தன் முன்னோடியாக எடுத்துக் கொண்டார். அம்பேத்கர் சாதிகளைப் பற்றிய தன் எண்ணங்களை மிகத் தெளிவாக, தனது 'சாதியை அழித்தொழித்தல்' நூலில் (பேசுவதற்காகத் தயாரிக்கப்பட்ட ஆனால் வாசிக்கப்படாத) எழுதியுள்ளார். வேத பிராமணியம் மட்டுமே இந்திய சாதி முறைகளுக்கான அடித்தளம் அமைத்துக் கொடுத்தது. ஆரம்பம் ஆனதே அவர்களிடமிருந்துதான். ஆனால் சாதிகளை ஒழிப்பது இந்து மதத்திற்குள் நடக்கமுடியாத ஒன்று. இன்னொரு மதத்தின் மூலமாகவே அதைச் செயல்படுத்த முடியும். இப்பேச்சினை அம்பேத்கர் பேச முடியாமல் போனதற்கான காரணமும் அப்பேச்சில் உள்ள ஒரு முக்கிய கருத்தினால் தான் நடந்தது. வேறு மதத்தில் இருந்து தான் சாதியை ஒழிக்கமுடியும் என்பதால், அம்பேத்கர் மதம் மாற நினைத்துள்ளதாகக் கூறியிருந்தார்.[14] இதனாலேயே அப்பேச்சை மேடையேற்ற தடங்கல்கள் நடந்தன. பல்லாண்டுகள் பல மதங்கள் பற்றி ஆய்வுகளை மேற்கொண்டு, இறுதியில் தன்னுடைய கருத்துகளையும் புத்த மதத்தோடு இணைத்துக் கொண்டு ஒரு தனி புத்த மதப் பிரிவைத் தேர்ந்தெடுத்தார். அது நவயான புத்த மதம். தன்னைப் பின்பற்றுபவர்களுக்காக புத்தம் பற்றிய நூலொன்றை எழுதினார் – 'புத்தரும் அவர் தம்மமும்' அம்பேத்கர் புத்த மதத்திற்கு மாறிய அன்று அவரோடு ஐந்து லட்சம் தலித்துகளும் இணைந்து மதம் மாறினர்.

இதுவரை ஐந்து வகையான புதிய அமைப்புகள் பற்றிய ஆய்வுகளை மேற்கொண்டோம். ஓபிசி மக்கள் விடுதலை அடைய, பிராமண மதத்தின் அழுத்தத்தால் அவர்கள்மீது சுமத்தப்பட்டுள்ள சமூக, ஆன்மீக அடிமைத்தனத்தை முழுமையாகக் கழற்றி எறிய, மதமாற்றம் மட்டுமே ஒரே கருவியாக உள்ளது. ஐந்து வகை முன்னோடிகளும் வேதங்களை வெறுத்தனர்; கோவில்களை மறுத்தனர்; ஆயிரக்கணக்கான இந்து மதக் கடவுள்களைப் புறந்தள்ளினர்; சாதியக் கட்டுமானங்கள் உடைக்கப்பட வேண்டுமென்றனர்; பிராமணிய வேதங்கள் தேவையற்றதாயின. தற்போதைய காலத்தில் நம்மோடு

வாழும் காஞ்சா அய்லய்யா ஷெப்பர்ட் ஓபிசி / சூத்திரர்கள் என்பவர்களின் ஆன்மீக அடிமைத்தனத்தைப் பற்றிக் கீழ்க்கண்டவாறு சொல்கிறார்: 'ஆன்மீகத்திலும், அதோடு இணைந்து நித்தம் நித்தம் நடப்பவைகளிலும் முழு வெற்றியடையாவிடில், ஓபிசி மக்களின் போராட்டம் வெற்றி பெறவே முடியாது என்பதே என் தீர்மானமான கருத்து'.[15] அவர் மேலும் தொடர்ந்து, 'வேறு மதங்களுக்கு - கிறித்துவம், புத்த மதம் - மத மாறுதல் என்ற ஆயுதத்தைத் தலித்துகள் தங்கள் கைகளில் எடுத்துக்கொண்டு விட்டார்கள் என்ற அச்சத்தில் இந்து பிராமண கோஷ்டிகள் உள்ளார்கள். இதைப்போலவே, பிராமணர்களின் தள வீரர்களாக இப்போதிருக்கும் ஓபிசி மக்களும் தலித்துகள் போல் தங்கள் ஆன்மீக விடுதலை அடைய விரும்பினால் பிராமணியமும் அதனைத் தொடர்ந்து இந்து மதமும் முடிவடைந்து நொறுங்கி விழும்'.[16] ஷெப்பர்ட் சொல்வது போல் ஓபிசி மக்களும் தலித்துகள் போல் மதமாற்றம் என்னும் ஆயுதத்தைக் கையில் எடுத்து கிறித்துவம், புத்த மதத்திற்கு மாறாவிட்டால் அவர்களின் விடுதலைக்கு வாய்ப்புகள் ஏதும் கிடையாது.

சூத்திரர்களின் ஆன்மீக விடுதலைக்கான எதிர்காலம்

இந்தியா இப்போது பாதைகள் பிரியும் ஒரு நாற்சந்தியில் நிற்கின்றது; இப்போது நம்மை ஆளும் அரசு, தேசியம் என்ற பெயரில் அனைத்து சூத்திர சாதியினரையும் வலுவிழந்து நிற்க வைத்துள்ளது. மாநில, ஒன்றிய அரசு என்ற இரு நிலைகளிலும் இந்த நிலையே நீடித்துள்ளது. இந்து சமூகம், ஆன்மீகம் என்ற இரு அமைப்புகளில், முதலாவதில் வேளாண்மைத் தொழில் மூலம் சூத்திரர்கள் வேர் பரப்பி, அந்தந்தப் பகுதிகளில் நன்கு காலூன்ற முடியும். ஆனால், ஆன்மீகத்தைப் பொறுத்தவரையில் சூத்திரர்கள் முழுவதுமாக பிராமணர்களின் கட்டுப்பாட்டில் இருக்கிறார்கள். அரசியலிலும் அவர்கள் தேசிய அளவில் உயர் நிலைகளுக்கு வரமுடியாத சூழலே உள்ளது. மகாத்மா புலே அவர்களின் வார்த்தைகளில் சொல்வதென்றால் சூத்திரர்கள் முழுமையாக சேட்ஜ் (பனியாக்கள்), பட்ஜி (பிராமண சாமியார்கள்) கட்டுப்பாட்டுக்குள் கட்டுண்டு கிடக்கிறார்கள். ஏனிந்த நிலை?

மகாத்மா புலே கும்பி-மாலி என்ற சமூகத்திலிருந்து வந்தவர். இப்பிரிவினர் ஓபிசி என்ற பிரிவினருக்கு வெளியிலுள்ள இன மக்கள். ஆகவே இடப்பங்கீடுகளில் அவர்களுக்கான சலுகைகள் இல்லை. மராத்தியர்கள் இதற்காக நடத்திய போராட்டத்தால் மாநில அளவில் மட்டும் அவர்களுக்கு இடப்பங்கீட்டின் நலன் கிடைத்தது. ஆனால் ஒன்றிய அரசின் இடப்பங்கீட்டில் அவர்களுக்கு இடம் கிடையாது. மராத்தியர்கள் புலே அவர்களின் இனத்தவர் என்று உரிமை

கொண்டாடுகிறார்கள். புலேவின் காலத்திலேயே சூத்திரர்களின் அடிமைத்தனத்தைப் பற்றி அவர் தொடர்ந்து பேசியுள்ளார். சத்ரபதி சிவாஜியை புலே தனது இனத் தலைவராகக் கொண்டாடினார். இன்றும் மராத்தியர்கள் சிவாஜியை தங்கள் இனத்தின் தலைவராகக் கொண்டாடி, அவரது பிறந்த நாளையும் மறைந்த நாளையும் நினைவில் வைத்துக் கொண்டாடி வருகின்றனர்.

இந்தியாவின் உழைப்பாளி மக்களை இரு கூறாக புலே பிரித்தார். சூத்திரர்களும் ஆதி-சூத்திரரர்களும். இதைப்போல் உழைக்காமல் பதவி அதிகாரங்களில் அமர்ந்து ஆட்சி செய்யும் மக்களையும் புலே இரு கூறாகப் பிரித்தார். அவர்கள் பட்ஜிக்கள் (பிராமணக் குழுக்கள்), சேட்ஜிக்கள் (பனியாக்கள்). இந்த இருவகைக் கூறுகளிலிருந்து புலே ஒரு முடிவிற்கு வந்தார். மராத்தியர்களில் சூத்திரர்கள் பாதியளவு அடிமைத்தனத்திலும் ஆதி-சூத்திரரர்கள் முழுமையான அடிமைத்தனத்திலும் மூழ்கிக் கிடக்கின்றனர் என்றறிந்தார். அம்பேத்கர் 'சூத்திரர்கள் யார்?' என்ற தலைப்பில் முழு நீள நூல் ஒன்றினை எழுதினார்.[17] அனைத்துத் தாழ்த்தப்பட்ட மக்களைப் பற்றிய விவரங்களைத் தரும் நோக்கோடு, தேசிய அளவில் இந்த நூலை அம்பேத்கர் எழுதினார். ஆனால் மகாத்மா ஜோதிராவ் புலே எழுதிய நூலே ஒரு சூத்திரர் ஏனைய சூத்திரர்களைப் பற்றி எழுதிய முதல் நூல். வரலாற்று நிகழ்வாக பழங்காலத்திலிருந்து பிராமணர்களும் பனியாக்களும் சூத்திரர்களை அடக்கி ஆண்டு கொண்டிருந்தனர் என்பதையும், தான் வாழ்ந்த பத்தொன்பதாம் நூற்றாண்டிலும் இந்தியா முழுமையிலும் அதே நிலை இன்னும் நீடித்து வந்து கொண்டிருப்பதையும் பற்றி எழுதியுள்ளார்.

வேளாண் தொழிலில் உள்ள சூத்திரர்கள் பாதியளவிற்கு அடிமைத்தனத்தில் அமிழ்ந்து கிடப்பது இரு காரணங்களால் என்று புலே எழுதுகிறார். முதல் காரணம் வர்ண தர்மம் (ஆனால் இது இப்போது இந்து மதமாகவே மாறி நிற்கிறது). இரண்டாவது காரணம், சூத்திரர்களின் கல்வி அறியாமை. தங்கள் தாய் மொழியான மராத்தியைக்கூட கற்க முடியாத சூழலில் உள்ளனர். இந்திய வரலாற்றிலேயே ஆங்கிலம், மராத்தி மொழிகள் படித்து, நூல்களையும் எழுதிய முதல் சூத்திரராக புலே உள்ளார். ஆனால் புராணங்களில் ஸ்ரீ கிருஷ்ணர் என்ற யாதவர் பகவத்கீதையை அருளினார் என்று சொல்லப்பட்டாலும், அது ஒரு வரலாற்றளவில் நிரூபிக்க முடியாத ஒன்று. அது ஒரு புராணக் கதாபாத்திரமே.

புலேவின் புகழுக்கு இரண்டாவது காரணமும் உண்டு. அவர் மட்டுமே இன்றைய புதிய உலகத்தில் உள்ள அடிமைத்தனம் பற்றி எழுதிய புத்துலக நூலாசிரியர். இவர் மராத்திய மொழியில் 'குலாம்கிரி' என்ற

புகழ்வாய்ந்த நூலை எழுதினார்.[18] இது பின்னாளில் 'Slavery' என்ற தலைப்பில் ஆங்கில மொழியில் மொழிபெயர்க்கப்பட்டது. அந்த ஆங்கில நூல் அமெரிக்க நீக்ரோக்களுக்கு, அதாவது இன்றைய ஆப்பிரிக்க-அமெரிக்க மக்களுக்கு சமர்ப்பணம் செய்யப்பட்டது. 19ஆம் நூற்றாண்டின் நடுப்பகுதியில் வாழ்ந்த புலே இந்திய சூத்திரர்களும் ஆப்பிரிக்க-அமெரிக்கர்களும் ஒரே நிலையில் இருந்ததாக எழுதியுள்ளார். அதிலும் ஆதி-சூத்திரரர்களின் நிலைமை (வங்காளத்தில் இந்த தீண்டத்தகாதவர்கள் நாம-சூத்திரர்கள் என்று அழைக்கப்பட்டனர்) சூத்திரர்களின் நிலைமையைவிட மிக மோசமாக இருந்தது என்றும், அவர்கள் தீண்டத்தகாத அடிமைகளாகக் கருதப்பட்டனர் என்றும் எழுதியுள்ளார்.[19]

சூத்திரர்கள் ஆப்பிரிக்க-அமெரிக்க அடிமைகளைப்போல் 'தீண்டக் கூடிய' மக்களே என்று சேட்ஜிகளும், பட்ஜிகளும் நினைத்தாலும், சூத்திரர்களை நடத்திய விதமும், உழைப்பை உறிஞ்சிய விதமும் அப்படியே ஆப்பிரிக்க-அமெரிக்கர்களை வதைத்த வெள்ளைக்கார எஜமான்கள் போலவே இருந்தது. இதனாலேயே புலே தனது நூலான 'குலாம்கிரி'யை அடிமைகளான ஆப்பிரிக்க-அமெரிக்கர்களுக்காக அர்ப்பணிப்பு செய்தார். அதனோடு ஒரு குறிப்பையும் இணைத்தார்: 'என் சூத்திர சகோதரர்கள் பிராமணீயத்தின் கொடூரப் பிடிகளிலிருந்து தப்பித்து, அவர்களது அடிமை முறைகளிலிருந்து மீண்டெழுவதற்கு, அவர்கள் ஆப்பிரிக்க-அமெரிக்கர்களின் போராட்டத்தை முன்மாதிரியாக எடுத்துக் கொள்ள வேண்டும் என்பது என் பேராசையாக உள்ளது.'[20] 1873ஆம் ஆண்டில் புலே சொல்லும் பிராமணியம் செய்த அடிமைத்தனம் என்பது என்ன? புலே இவ்வாறு எழுதியது 1871ஆம் ஆண்டு. அன்று ஆங்கிலேய அரசு பல சூத்திர இன மக்களைக் குற்றவாளி இனத்தவர்கள் என்று அடையாளம் கண்டது. இவ்வாறு குறிக்கப்பட்ட இனத்தவர்களில் பிராமண - பனியா இனத்தவர் யாரும் இல்லை. அவர்களிலும் சில இன மக்கள் அல்லது சில கோத்ரா மக்கள் அப்படிப்பட்ட குற்றவாளி இனத்தவர்களாக இருந்தும் அவர்கள் இப்பட்டியலில் சேர்க்கப்படவில்லை. ஏனெனில் இச்சட்டம் இயற்ற ஆங்கிலேயர்களுக்கு உதவியவர்கள் அனைவரும் பிராமணப் பண்டிதர்களே. அந்தப் பண்டிதர்களே யார் யார் அந்தக் குற்றவாளிப் பட்டியலில் சேர்க்கப்பட வேண்டும் என்பதைத் தீர்மானிப்பவர்களாக இருந்தார்கள். அவர்கள் பல சூத்திர இனத்தவரை இப்பட்டியலில் சேர்த்தார்கள். அந்தக் காலத்தில் சூத்திரர்கள் சனாதன இந்துக்களில் சேர்க்கப்படவேயில்லை.

அத்தகையக் காலகட்டத்தில் புலே கேரளாவில் கொண்டாடப்படும் மகாபலி சக்கரவர்த்தியின் கதையில் வரும் மன்னரை சூத்திரர்களைக் காப்பாற்றி விடுதலை செய்ய வந்தவர் என்று கண்டு கொண்டார்.

பிராமண வழிமுறைகளில் ஆர்எஸ்எஸ்-பாஜக என்ற இரு அமைப்புகளும் பரம்பரைகள் பற்றிப் பேசுகின்றன. ஆனால் புலே இவற்றை ஒத்துக்கொள்ளவில்லை. சூத்திர அடிமைகளையும் தலித் அடிமைகளையும் காப்பாற்ற எந்த பிராமணக் கடவுளும் வரவில்லை என்பதை புலே கண்ணுற்றார். புலே கண்ட பாலி மன்னர் வாமனனால் கொல்லப்பட்டார்; மன்னர் தன் மக்களுக்காகத் தன் உயிரையே பலி கொடுத்தார். சிலுவையில் மரணித்த ஏசு பெருமான் போல், பாலி மன்னர் சூத்திர மக்களின் சமூக, ஆன்மீக விடுதலைக்காகத் தன்னையே அர்ப்பணித்தார். பாலி மன்னரும் ஒரு சூத்திரரே; அவரே சூத்திரர்களின் சமூக அரசியல் சமத்துவத்திற்காக தன் உயிரை வாமனனிடம் கையளித்தார்.

நாடு சுதந்திரம் பெற்றது; அம்பேத்கர் எழுதிய அரசியலமைப்புச் சட்டமும் பண்டிதர் ஜவாஹர்லால் நேருவின் பதினாலு ஆண்டு காலத்திய மதச்சார்பற்ற ஆட்சியும் சூத்திரர்களுக்கான அரசியல் அதிகாரம் பெற உதவி செய்தன. அவர்களுக்கும் வாக்குரிமை கிடைத்தது. தேர்தல்களில் வேட்பாளராகவும் நிற்பதற்கான உரிமை கிடைத்தது. ஆகவே அரசியல் அதிகாரத்தைக் கையில் எடுக்கும் அளவிற்கு உயர்ந்தனர். ஆயினும் பதவிக்குச் செல்ல இன்னும் பல தடைக்கற்கள் உள்ளன. சௌதாரி சரண்சிங், தேவ கௌடா இருவரும் சூத்திரர்கள்; அவர்கள் இருவரும் தங்கள் மாநிலங்களில் முதலமைச்சர்களாக இருந்தவர்கள். அவர்களால் மிகக் குறுகிய காலத்திற்கு மட்டும் பிரதமராக ஆக முடிந்தது. தேசியத் தலைவர்களாக அவர்கள் உருவாவதற்கு இந்தத் தடைகள் இன்றும் நீடிக்கிறது.

புலேவைப் பொறுத்தவரை சூத்திரர்கள் ஆன்மீக விடுதலையைப் பெறாமல் அவர்களால் தேசிய அளவில் உயரவே முடியாது என்ற கருத்தில் மிக உறுதியாக இருந்தார். தேசிய அரசியல் கட்சிகளான காங்கிரஸ், பாஜக தலைமைப் பொறுப்பிற்கு சூத்திரர்கள் வர முடியாது. ஏனைய அமைப்புகள் அனைத்தும் அதற்கு எதிராகவே இருக்கும். இதைப் போலவே இந்துக்களாகவே இருந்தும் சூத்திரர்கள் யாரும் இந்து மத குருமார்களாக முடியாது. இந்து ஆன்மீகமே அதற்கான தடையாக இருக்கும். நரேந்திர மோடி ஓபிசி சான்றிதழ் வைத்திருக்கிறார். ஆனால் அவரது பிறப்பு எவ்வகையிலும் சூத்திர வேளாண்மை இனத்தோடோ, தொழிலாளர் இனத்தோடோ ஒட்டியதல்ல. அதுவும் 1994ஆம் ஆண்டுதான் மோடியின் சாதியான மோத் காஞ்சி (Modh Ghanchi) இனமும் வேறு சில 36 சாதியினரோடு புதிதாக ஓபிசியாக மாற்றப்பட்டன.[21]

புலே சூத்திரர்களுக்காகவும் ஆதி-சூத்திரரர்களுக்காகவும் ஒரு புதிய மதத்தை ஆரம்பிக்க ஆவல் கொண்டிருந்தார். 'சர்வஜனிக் சத்ய தர்மா'

என்ற அந்த மதம் பாலி மன்னரை மையப்படுத்தி அமைய வேண்டும் என்றும் ஆசைப்பட்டார். ஆனால் இந்த ஆவல்களை நிறைவேற்றுவதற்கு முன் இயற்கை அவரை நம்மிடமிருந்து பிரித்து விட்டது.

நான் ஒரு மகாராஷ்ட்ர கிறித்துவன்; ஷரத் ஜோஷி ஆரம்பித்த 'ஷேத்காரி சங்கடனா' என்ற அமைப்பின் அடிப்படை உறுப்பினராக இருந்து வந்துள்ளேன். எனக்கு மகாபலிக்கும், ஏசுவிற்கும் நடுவில் உள்ள ஒற்றுமைகள் பற்றி தெரியும். இருவரும் கடவுளின் ஆட்சி பூமிக்கு வர வேண்டும்; அனைவரும் ஆன்மீக, சமூக, பொருளாதார சமத்துவத்துடன் வாழ வேண்டும். இவையெல்லாம் அனைத்து சாதியினருக்கும் இனத்தவருக்கும் சமூகத்திற்கும் இருக்க வேண்டும் என்பதற்கே அவர்கள் இருவருமே உழைத்தனர்.[22]

இப்போதிருக்கும் அரசியலமைப்பு சூத்திரர்கள், தலித்துகள் அல்லது தனி மனிதர்கள் தங்களை விடுவித்துக் கொள்ள, ஆன்மீக அடக்குமுறைகளிலிருந்து மீண்டு வெளிவர கிறித்துவத்திற்கு மதம் மாறுகிறார்கள் என்று முறையிடுகிறது. இதனை எதிர்த்து 'கர் வாப்ஸி' (தாய் மதத்திற்கு திரும்பி வா) என்ற அமைப்பை ஏற்படுத்தியுள்ளது. ஆனால் புலே ஆரம்பிக்க ஆவல் கொண்டிருந்த சத்யசோதக் அமைப்பில் நானும் ஓர் உறுப்பினன். இவ்வமைப்பு போலவே நானும் மதமாற்றத்தில் நம்பிக்கை கொண்டவனல்ல. பதிலாக, இவ்வமைப்பு பாலி மன்னர் தன் மக்களிடம் விட்டுச் சென்ற உண்மையையும், அமைதியையும் பரப்புவதையே தன் நோக்கமாகக் கொண்டுள்ளது. அசுர மன்னனான மகாபலி மன்னர் வாமனரைக் கொல்ல நினைத்திருந்தால் அதை அவர் மிக எளிதாகச் செய்திருக்க முடியும். ஆனால் உயிர்க் கொலைக்கு எதிராக உறுதிமொழி கொடுத்துள்ளதால் அதை நிறைவேற்றுவதற்காக வாமனனைக் கொல்லாது விட்டார். அவர் வழிவந்தவர்களே சூத்திரர்கள். அவர்கள் முழுமையாக உணவு உற்பத்தியில் ஈடுபட்டுள்ளனர். தங்கள் எதிரிகளையும் உணவிட்டுக் காக்கின்றனர். ஆனால் புலேவின் எண்ணப்படி சேட்ஜிகளும் பட்ஜிகளும் உணவளிக்கும் சூத்திரர்களையும் ஆதி-சூத்திரரர்களை யும் அடியோடு வெறுக்கின்றனர். ஆனாலும் சூத்திரர்களும் ஆதி-சூத்திரரர்களும் தானியங்கள், காய்கறிகள், பால், நெய் போன்ற அனைத்து உணவுப் பொருள்களிலிருந்தும் விலகுவதே இல்லை. அதிலும் பல சமயங்களில் தாங்களே பட்டினி கிடந்து, மிக உயர்ந்த மனிதத்தன்மையோடு உணவு உற்பத்தி செய்யாத மக்களுக்கு உணவளிக்கின்றனர். பாலி மன்னர் பழகிக் கொடுத்த உயர்ந்த தன்மை இது. இதுவே சூத்திரர்களின் மனதில் இருக்கும் பண்பு.

உண்மையைத் தேடும் நாங்கள் புராணக் கதைகளை நம்புவதில்லை. உண்மை தேடிகளான நாங்கள், புலே காண்பித்த மெய்யியலையும்

நல்வழியையும் பின்பற்றும் நாங்கள் அறிவியலையும் நம்பிக்கைகளையும் இறைவனின் படைப்பின் இரு பக்கங்களாகப் பார்க்கின்றோம். கடவுள் என்பது உண்மையின் தொகுப்பு என்று நம்புகிறோம்; இந்து மதப் புராணங்களில் வரும் கொலையாளிகளை நாங்கள் நம்புவதில்லை. எங்களது சத்ய சோதக் அமைப்பிற்குக் கடவுள் மீதான நம்பிக்கை உண்டு; இயற்கையே அந்தக் கடவுளின் திறந்த, உண்மையான 'புத்தகம்'. அனைத்து வேத நூல்களும் வார்த்தைகளின் தொகுப்பு; கலாச்சாரங்களையும் மொழியாக்கங் களையும் கொண்ட ஒரு தொகுப்பு. ஆனால் இயற்கை அப்படி உள்ளடங்கியதல்ல; அது அளவற்றுப் பரந்திருக்கிறது; மிகவும் புனிதமானது.

மகாத்மா புலே - ஒரு சத்திய சோதக் உறுப்பினராக - கடவுளைப் போற்றிப் புகழும் பக்திப் பாடல்களைப் பாடியுள்ளார். அனைத்து சத்யசோதக் உறுப்பினர்களும் 'நம்பிக்கை' இல்லாமல் அறிவியல் தனித்து நிற்க முடியாது என்று நம்புகிறார்கள். இந்த 'நம்பிக்கை' மூலமே மனித குலம் ஆக்கப்பூர்வமாகச் செயல்படுகிறது. அறிவியல் எங்கள் கற்பனைகளுக்கும் கனவுகளுக்கும் அடிப்படைக் காரணமாக அமைந்து விடுகிறது.

அரசியல் அடையாளங்கள் பாஜக கட்சியின் ஆட்சிக் காலத்தில் உச்சநிலை அடைந்துள்ளன. நரேந்திர மோடி தன்னை ஒரு ஓபிசி என்று அடையாளப்படுத்திக் கொண்டதன் மூலம் இந்த அரசியல் அடையாளங்களை உறுதிப்படுத்தியுள்ளார். சூத்திரர்கள் இந்தியா முழுமைக்கும் பரந்து கிடக்கிறார்கள். ஆனால் புலே எதிர்பார்த்தபடி, அவரது நம்பிக்கையின்படி அனைவரும் சேர்ந்த ஓர் அமைப்பாக தேசிய அளவில் உருவெடுக்கவில்லை. அவர்கள் பொதுவாக அந்தந்த மாநிலங்களில் மட்டுமே தனியொரு சாதியின் பெயரோடு தங்களை அடையாளப்படுத்திக் கொள்கின்றனர். அவர்கள் தங்கள் வேர்களைத் தேட வேண்டும்; தங்களைப் புதிதாக்கிக் கொள்ள வேண்டும்; அவர்கள் பெரியதொரு மக்களின் ஒன்றிணைப்பாக மாற வேண்டும்.

கேரளாவில் மட்டுமல்ல, பல சூத்திரர்களும் தலித்துகளும் மகாபலி மன்னன் சூத்திரர், ஆதி-சூத்திரரர், ஆதிவாசிகள் என்று அனைவரையும் உய்விக்க வந்தவர் என்று நம்புகிறார்கள். அடிமைத் தளையிலிருந்து விடுவிக்க வந்தவர் என்று நம்புகிறார்கள். இருப்பினும் பாலி மன்னரின் பாரம்பரியத்தை முழுமையாக விடவில்லை. எதிர்காலத்திலாவது அம்மன்னனின் ஆட்சியைப் பற்றியும் அவரைப் பற்றியும் ஆய்வுகளை மேற்கொள்ள வேண்டும். மகாபலியை சூத்திரர்கள் எவ்விதம் காண்கிறார்களோ, அதேபோல்தான் யூதர்கள்

மெசியாவையும் காண்கிறார்கள். பாலி ராஜாவின் பார்வையில் அனைத்து மக்களும் கடவுளின் படைப்பின்படி சமமானவர்களாக, சம உரிமைகளோடு இருக்க வேண்டும். மகாபலியின் முன் சாதி, இனம், பாலினம் போன்ற எந்த வேறுபாடுகளும் இல்லை. அரசு மனிதர்கள் மீது எவ்வித வன்முறையும் எடுக்காது. அதுபோலவே தனி மனிதர்களும் தங்களுக்குள் எவ்வித வன்முறையும் இன்றி அமைதியோடு வாழ வேண்டும். வன்முறை வேரறுக்கப்பட வேண்டும்.

4

சூத்திரர்களும் இந்தியக் குடியரசும்

காஞ்சா அய்லய்யா ஷெப்பர்ட்

சூத்திரர் என்ற சமூக அமைப்பு நீண்ட வரலாறு கொண்டது. ரிக் வேதம் கி.மு. 1500ஆம் ஆண்டில் தோன்றியதென்றால் சூத்திர பிரிவின் ஆரம்பம் அதே கால அளவைக் கொண்டது. ஏனென்றால் ரிக் வேதத்தில்தான் இந்திய சமூகம் நான்கு வகை வர்ணப் பிரிவுகள் கொண்ட மக்கள் இருந்ததாகக் கூறுகிறது. சூத்திரர், வைசியர், சத்திரியர், பிராமணர் என்ற நான்கு வர்ணங்கள் அவை.[1] இவற்றில் சூத்திரர் மிகவும் தாழ்த்தப்பட்டவர்களாகக் கூறப்பட்டனர். இதை வேறு வகையாகவும் கூற முடியும். சூத்திரர்கள் ஏனைய மூன்று பிரிவு மக்களுக்கும் அல்லது சாதியினருக்கும் அடிமைகளாக இருந்து பணியாற்ற வேண்டும் என்பது அந்தப் பழைய காலத்திலிருந்து இடைக்காலம் வரை சொல்லப்பட்டது. நான்காவது படிநிலையி லிருந்த இந்த மக்கள் இந்தியா முழுமைக்கும் இதே பெயரோடும் அதே தாழ்ந்த நிலையோடும் இன்று வரை இருந்து வருகிறார்கள்.

இந்த 21ஆம் நூற்றாண்டு பிறந்த பிறகும் ரிக் வேதத்தில் கற்பிக்கப் பட்ட அதே நிலையிலேயே வைக்கப்பட்டுள்ளனர். அவர்களின் சமூக, கலாச்சார நிலைப்பாடுகளில் இத்தனை ஆயிரமாயிரம் ஆண்டுகளில் மாற்றமில்லாத தேக்க நிலையிலேயே தள்ளி வைக்கப்பட்டுள்ளனர். அரசியலிலும் பொருளாதார நிலையிலும் சூத்திரர்கள் சிறிது முன்னேறி உரிமையாளர்களாக மாறியுள்ளனர். வரலாற்றைத் திரும்பிப் பார்க்கும்போது இந்த வர்ண மக்கள் எப்பகுதியிலும் மன்னராவதற்குரிய உரிமைகள் இல்லாமலிருந்தனர். ஒருவேளை அரசியல் அதிகாரம் வந்தால் முதலில் அவர்கள்

பிராமணர்களால் அவர்களுக்கு சத்திரிய தரம் வழங்கப்பட வேண்டும். ஆனால் இப்போதைய இந்தியக் குடியரசில் சத்திரிய தரம் பெறாமலேயே அவர்கள் அரசியல் பதவியில் அமர முடியும். வர்ண பேதங்களால் எழுந்த சாதிப் பிரிவினைகள் மீது அரசியலமைப்புச் சட்டம் இந்த அளவிற்கு ஈடுபட முடிந்திருக்கிறது.

இன்றைய இந்தியாவில் தலித்துகளும் சூத்திரர்களும் உற்பத்தித் தொழிலிலும் உழைப்புத் தொழில்களிலும் கைவினைத் தொழில்களிலும் முழுமையாக ஈடுபட்டுள்ளனர். ஆனால் இன்றும்கூட ஏனைய மூன்று சாதிப் பிரிவினரும் தங்கள் கைகளில் சேறு படாதபடி சுக வாழ்வு வாழ்ந்து வருகின்றனர். ரிக் வேத காலத்திற்கு முன்பும், ஆரியர் காலத்திற்கு முன்பும் நடந்த வேளாண் புரட்சிகள், சூத்திரர்களின் வரலாற்றையே பேசுகின்றன.[2]

வேளாண்மையைக் கைக்கொண்டிருந்த ஹரப்பா மக்கள் கிராமியப் பொருளாதாரத்தை வளர்த்து ஹரப்பா, மொகன்ஜதாரோ, தோலாவீரா போன்ற நகரங்களையும் உருவாக்கினர். அந்த நாகரிகம் வீழ்ந்து அழிந்து போனபின் அங்கிருந்த மக்கள் சூத்திரர்கள் என அழைக்கப் பட்டனர். அதற்கு அடுத்து வந்த கால்நாடைப் பொருளாதாரம் வந்த பின்போ அம்மக்கள் அடிமைகளாக மாற்றப்பட்டனர். அந்த அடிமைத்தனமும் அவர்களுக்குள்ளேயே ஊறிப்போய் தங்கிவிட்டது என்பதை இன்றுகூட நாம் அவர்களிடம் பார்க்க முடியும். அம்மக்களே தாங்கள் அடிமைகள் என்ற உள்மன நினைவிலேயே காலந்தள்ளுகிறோம் என்பதை உணர்ந்து, அதிலிருந்து விழித்தெழுந்து தங்களுடைய உரிமைகளை நிலைநாட்ட அனைத்திலிருந்தும் விடுதலை கிடைக்கப் போராடும் காலம் வரை இந்த அடிமைத்தனம் அப்படியே நீடித்துக் கொண்டுதான் இருக்கும். அதுவரை பிராமணிய ஆதிக்கம் சூத்திரர், ஓபிசி, தலித்துகள்மீது முழுமையாகத் தொடர்ந்து கொண்டேயிருக்கும். அவை தானாக கழன்று விழாது. அந்தக் காலம் வரை அம்பேத்கரின் சாதி ஒழிப்பு என்ற கனவு நிச்சயமாக நிறைவேறாது. இந்தச் சாதிகளே தீண்டாமைக்கும் காரணமாக உள்ளது. சாதிகளும், வர்ணாஸ்ரமும் ஒழிக்கும் காலம் வரை, இந்தியா ஓர் உயர்ந்த நாடாக மாறாது. சமூக, பொருளாதார நிலைகளில் இந்தியா, சைனா, ஐரோப்பா, அமெரிக்கா போன்ற நாடுகளோடு போட்டியிட்டு வெல்ல முடியாது. ஆகவே, நம்முள் நிற்கும் பிரச்னை தொழில் மீதான உயர்ந்த கண்ணியம் என்பதே. அனைத்து மனிதர்களும் அனைத்துத் தொழில்களிலும் உழைக்கும் விழிப்புணர்வு வரவேண்டும்.

சூத்திரர்கள் தங்களைத் தவிர உள்ள ஏனைய சாதியினரான பிராமணர்கள், சத்திரியர்கள், வைசியர்கள் போன்றவர்களின் உயர்ந்த

நிலையும், செழித்த வாழ்வும் கடவுள் அவர்களுக்குக் கொடுத்த கொடைகள் என்றே நினைக்கின்றனர். அதிலும் இந்த மூவகை மக்களும் கடுமையான வேளாண்மைத் தொழிலிலோ, உற்பத்தித் தொழிலிலோ உழைப்பவர்கள் கிடையாது. ஆயினும் அந்த மூன்று சாதியினரின் வாழ்வு உற்பத்தித் தொழில்களிலிருந்து முழுவதுமாக விலகியே இருந்தாலும் அதைக் கேள்வி கேட்பதே பெரிய தெய்வ நிந்தனை என்றதொரு அச்சத்தோடு தங்கள் வாழ்வை நகர்த்திக் கொண்டிருக்கிறார்கள் சூத்திரர்கள். சூத்திரர்களுக்கு இந்த நாள் வரை கடவுள் என்ற கோட்பாடு, சமயங்கள், மனிதர்களிடையே சமத்துவம், இறப்பிற்கு பின் என்ன... என்பது போன்ற கேள்விகளோ அவற்றுக்கான பதில்களோ ஏதும் தெரியாத நிலையிலேயே வாழ்ந்து வருகிறார்கள். அவர்கள் தங்கள் வாழ்க்கையை ஒரு பொதி சுமக்கும் விலங்கினைப் போலவே நடத்தி வருகின்றனர். கோவில்களிலோ சமூகத்திலோ அவர்கள் சமத்துவம் என்பதை என்றுமே ருசித்துப் பார்த்ததில்லை; யோசித்தும் பார்த்ததில்லை. மரணத்திற்குப் பின் முத்தி பெறுவோம் போன்ற எவ்வகை நம்பிக்கைகளற்ற வாழ்க்கை அது.

இத்தனை இருந்தும் அவர்கள் மனம் மருவி நிற்பது முழு அச்சத்தில் மட்டுமே. தங்களை அடக்கி ஆள்பவர்களை அச்சத்தோடு பார்த்து, தேவையற்ற மரியாதையைத் தருகிறார்கள். அந்த மக்கள் உணவை உருவாக்க ஏதும் செய்வதில்லை. அவர்கள் அனைவரும் வெறும் நுகர்வோர் மட்டுமே. ஆனால் அவர்கள் அமர்ந்திருப்பதோ சூத்திரர்கள் தலைமீதுதான். இதுபோன்ற நிலைதான் முழுவதுமாக மாற வேண்டும்; இல்லையேல் இந்தியா மாறவே மாறாது. சூத்திரர்கள் தங்கள் வழமையான வாழ்வியலை மாற்ற வேண்டும். அவர்கள் அவ்வாறு மாறாவிட்டால் தலித்துகளின் வாழ்க்கையும் மாறாமல் நிலை நின்று விடும். இதனால்தான் சூத்திரர்களின் வாழ்வியலையும் வரலாற்றையும் முற்றிலும் அழித்துக் கொள்வது மாற்றங்களுக்கும் சாதிய ஒழிப்பிற்கும் முதல் படியாக இருக்கும். தீண்டாமையைக் கருவறுப்பதற்கான ஆரம்பப் புள்ளியும் இதுவே.

இந்த 21ஆம் நூற்றாண்டிலும் வைசியர்கள், சத்திரியர்கள், பிராமணர்கள் அப்படியே அச்சசலாக ரிக் வேத காலத்தில் இருந்து வந்த அமைப்பு போலவே இன்றும் இருக்கிறது. அவர்களின் வாழ்க்கையே சூத்திரர்களுக்கு எதிரானதாகவும், மேலாதிக்க உணர்வோடும் உள்ளன. ஆனால் சூத்திரர்களின் வாழ்க்கை ரிக் வேத காலத்திலிருந்து வெகுவாக மாறுபட்டிருக்கிறது; அவர்கள் கிளை விட்டு பல்வேறு இனக் குழுக்களாகப் பிரிந்துவிட்டனர். அச்சாதி பல்வேறு துணைச்சாதிகளாகப் பிரிந்து வளர்ந்து விட்டது. இக்கட்டுரையில் இச்சாதியினர் எவ்வாறாக ஆர்எஸ்எஸ்-பாஜக

அமைப்புகளால் நடத்தப்படுகிறார்கள் என்பதையும், அதற்குக் குடியரசு அரசியலமைப்பு எவ்வாறு கைகொடுக்கிறது என்பதையும் பற்றிப் பேசலாம்.

வேத காலத்து சமூகம் ஒரு கால்நடை வளர்ப்பு சமூகமாக இருந்தது. ஹரப்பா நாகரிகத்தின் வேளாண்மை நாகரிகம் மறைந்தபோது, வெறுமனே கால்நடைப் பொருளாதாரம் அதன் இடத்தைப் பிடித்தது. பொது அறிவின் மூலமே சீரான கால்நடை, வேளாண்மை, நாகரிகம் இல்லாமல் ஹரப்பா மக்கள் அத்தகைய பெரும் நகர நாகரிகம் கொண்டவர்களாக உயர்ந்திருக்க முடியாது என்பதை அறியலாம். வேத காலத்தில் நகர நாகரிகம் இருக்கவில்லை. அப்போது கால்நடை நாகரிகம் மட்டுமே இருந்தது. அதனோடு சமூகம் வர்ணப் படிநிலைகளோடு இயங்கியது.

சூத்திரர்கள் கால்நடை மேய்க்கும் தொழிலைக் கொண்டிருந்தனர். வைசியர்கள் அவர்களை மேற்பார்வை பார்க்கும் மேல் நிலையில் இருந்தனர். ஒருவேளை அவர்கள் மேலெழுந்த வாரியாக கள வேலைகளிலும் ஈடுபட்டிருக்கலாம். ஆனால் நிச்சயமாக அவர்கள் வேளாண் துறையில் பங்கெடுக்கவில்லை. பிராமணர்களும் சத்திரியர்களும் அப்போதும் முழுமையாக உற்பத்தித் தொழிலை விட்டு விலகியே இருந்தனர். அதைப் போலவே கால்நடை வளர்ப்பிலும் வேளாண்மையிலும் அவர்களுக்குத் தொடர்பு கிடையாது. ஆனால் சூத்திரர் தவிர ஏனைய மூன்று சாதிகளும் த்விஜா - 'இரு பிறவி கொண்ட மக்கள்' என்று அழைக்கப்பட்டனர். ஆகவே அவர்களுக்கு இந்து சமயத்தில் பல உரிமைகள் உண்டு. ஆனால் அந்த உரிமைகள் சுத்தமாக சூத்திரர்களுக்குக் கிடையாது. ஆயினும் அவர்களும் இந்துக்கள் என்றேதான் அழைக்கப்பட்டனர். அதாவது அவர்கள் இந்துக்களாகவே பறை சாற்றப்பட்டாலும் அவர்களுக்கு சமய உரிமைகளோ, ஆன்மீகத் தொடர்புகளோ, தத்துவப் பங்கெடுப்போ ஏதும் சிறிதும் கிடையாது.

வரலாற்றுப் போக்கில் சூத்திரர்கள் நிலை சமூகத்தில் எவ்வாறு இருந்தது என்பதை அறிவதற்கான ஆய்வுகள் ஏதும் இல்லை. ஆனால் இக்கட்டுரையின் நோக்கம் சூத்திரர்களின் இன்றைய நிலையைப் பற்றிப் பேசுவதே. அதிலும் குறிப்பாக, இந்து மதம் அவர்களை எவ்வாறு புரட்டியெடுத்தது; இன்னும் எதிர்காலத்தில் என்ன செய்வதற்குக் காத்திருக்கிறது என்பதைப் பற்றியே அதிகம் பேசப் போகிறது.

ரிக் வேத காலத்திலும், பின் வந்த இடைக்கால நேரத்திலும் சமூகத்தில் சூத்திரர்களை வகைப்படுத்துவதில் சில மாற்றங்கள் ஏற்பட்டுள்ளன. வேளாண் தொழிலில் அவர்களுக்கான வேறுபட்ட வேலைகள்

கொடுக்கப்பட்டதால் இந்த சமூக வேறுபாடுகள் ஏற்பட்டன. ஆயிரமாயிரம் ஆண்டுகளாக அவர்கள் நிலத்தைச் சீர்படுத்துவதி லிருந்து கால்நடை மேய்ப்பதிலிருந்து பல்வேறுபட்ட தொழில்களை அவர்கள் தோள்களில் சுமந்தனர். இதனால் தொழில் வாரியாக பிரிக்கப்பட்டனர். நெசவாளிகள், தச்சர்கள், கட்டுமானக்காரர்கள், குயவர்கள், மரமேறிகள், மீனவர்கள், சூளைக்காரர்கள், நாவிதர்கள், வண்ணார்கள்... என்று பல்வேறாகப் பிரிவுபடுத்தப்பட்டனர். ஒவ்வொரு கிராமத்திலும் இந்த சூத்திரர்களுக்கும் கீழாக தலித் இனத்து மக்கள் என்று சிலர் ஒதுக்கப்பட்டனர். அவர்கள் தீண்டப்படத் தகாதவர்கள் என்றும், பல கீழ் நிலை வேலைகள் - சுத்தம் பேணுதல் போன்ற வேலைகள் - அவர்களுக்காக ஒதுக்கப்பட்டன.

சில சூத்திரர்கள் மேலெழுந்தனர். நில உடைமையாளர்களாக கிராமங்களில் ஆரம்பித்து சத்திரியர்கள், பிராமணர்கள், இஸ்லாமியர்கள் போல் தங்களை உயர்த்திக் கொண்டார்கள். பனியாக்கள் தங்களை கிராமத்து, நகரத்து நிலைகளில் வணிகர்களாக நிலை நிறுத்திக் கொண்டனர். 1947ஆம் ஆண்டில் சூத்திரர்களே எண்ணிக்கையில் பெருமளவு இருந்தனர். மொத்த மக்கள் எண்ணிக்கையில், 1931ஆம் ஆண்டின் மக்கள் கணக்கெடுப்பின்படி, 52 விழுக்காடு மக்கள் அவர்களே. தலித்துகள் 15 விழுக்காடு. ஏனைய மூன்று வர்ணத்து மக்களும் - பிராமணர், சத்திரியர், வைசியர் உள்பட - மொத்த எண்ணிக்கையில் 7 விழுக்காடு மட்டுமே இருந்தனர். மீதி மக்கள் இஸ்லாமியர்கள், கிறிஸ்தவர்கள், சீக்கியர்கள், ஆதிவாசிகள். இன்றும் அதே நிலைதான் நீடிக்கிறது. சூத்திரர்கள் தலித்துகளின் ஒத்துழைப்புடன் வேளாண்மைத் தொழிலை மேற்கொண்டிருக்கின்றனர்.[3]

சில மாநிலங்களில் இன்று கம்மாக்கள், ரெட்டிகள், மராத்தியர்கள், ஜாட்கள், யாதவர்கள், குர்மிகள், லிங்காயத்துகள் போன்ற பல்வேறு சாதியினர் தங்கள் சாதிக்காகவே அரசியல் கட்சி நடத்துகிறார்கள் – தெலுங்கு தேசக் கட்சி, YSR காங்கிரஸ், தெலுங்கானா ராஷ்ட்ர சமிதி, மதச்சார்பற்ற ஜனதா தளம், சமாஜ்வாதி கட்சி, திராவிட முன்னேற்றக் கழகம், ராஷ்டிரிய ஜனதா தளம், தேசிய காங்கிரஸ் கட்சி போன்ற பல கட்சிகள். இவற்றில் பல கட்சிகள் மாநிலக் கட்சிகளாகவே உள்ளன. இவர்களுடைய வளர்ச்சியால் காங்கிரஸ் போன்ற அனைத்து இந்திய அரசியல் கட்சிகள் தங்கள் பலத்தையும் ஆளுமையையும் இழந்தன. இதையும் தாண்டி வளர்ந்தது பாஜக 1990க்குப் பிறகு அதுவே காங்கிரஸ் கட்சிக்கு அடுத்த தேசிய கட்சியாக வளர்ந்து நிலைபெற்றுள்ளது.

ஜவாஹர்லால் நேருவின் காலத்தில் சூத்திரர் இனம் முழுமையும் அவரது காங்கிரஸ் ஆட்சிக்கு ஆதரவாகவே இருந்தது. முதலாளித்துவ

குவிப்பென்பது 1970 வரை அதிகமாக இல்லாத நிலை நீடித்தது. அதுவரை சூத்திர நில உடைமையாளர்கள் தங்கள் நிலப்பகுதியின் அதிகார மய்யங்கள் என்ற நினைப்பில் திருப்தியாக இருந்தனர். 1990 வரை இந்தியச் சமூகம் வேளாண்மைச் சமூகமாகவே இயங்கி வந்தது. ஆகவே சூத்திரர்களின் அதிகார மய்யங்களும் விரிவடைந்தன; கிராமச் சூழலிலிருந்து நகர் மய்யம் வரை அவர்களின் அதிகாரம் ஒளிர்ந்தது. வெகுசில இடங்களில் மட்டும் பிராமணர்களும் இஸ்லாமியர்களும் தங்கள் உரிமைகளை, அதிகாரங்களை பொருளாதாரத்தை நிலை நிறுத்தியிருந்தனர். 1990 வரை நடந்த வகுப்புவாத போட்டிகளும் குழப்பங்களும் நில ஒப்பந்ததாரர்கள், விவசாயக் கூலிகள், நில உடைமையாளர்கள் நடுவில் இருந்து வந்தன. இதில் நில உடைமையாளர்களாக மேல் சாதி சூத்திரர்கள் இருந்தனர்.

மெல்ல மாற்றங்கள் நடக்க ஆரம்பித்தன. மெல்லிய இந்த மாற்றங்கள் 1970களிலிருந்து ஆரம்பித்தன. இந்தியத் தொழில்நுட்பங்கள் தனியார் துறையிலும் அரசுத் துறையிலும் வளர்ந்து வேளாண்மைப் பொருளாதாரத்தை முந்திச் செல்ல ஆரம்பித்தன. 1971ஆம் ஆண்டில் நடந்த தேசியத் தேர்தல்களில் இந்திரா காந்தி நேரடியாக கிராமத்து வாக்காளர்களை நோக்கி நகர்ந்தார். சூத்திர நிலை உடைமையாளர்களின் அதிகார வட்டம் உடைபட்டது. அவருக்கு தலித்துகளின் முழு ஆதரவும் கிடைத்தது. சினமுற்ற சூத்திர நில உடைமையாளர்கள் தங்கள் ஆத்திரத்தைத் தலித்துகளின் மீது முழுமையாகக் காட்டினர். நாட்டின் பல பாகங்களில் தலித்துகளின் உடைமைகள், வீடுகள் போன்றவை சூத்திர செல்வந்தர்களான சாதி இந்துக்களால் அடித்து, நொறுக்கப்பட்டு, எரிக்கப்பட்டன. முக்கியமாக பீகாரிலிருந்த பெல்ச்சி பகுதி, ஆந்திராவிலிருந்த கரம்சேது போன்ற பகுதிகளில் இந்த வெறியாட்டம் அதிகமாக நடந்தது. நீலம் சஞ்சீவி ரெட்டி போன்ற நில உடைமைகள் பெரிதும் வைத்திருந்த சூத்திரர்கள் தலைமையில் நிலச்செல்வந்தர்கள் இந்திரா காந்திக்கு எதிராகப் போர்க்கொடி உயர்த்தினார்கள். இதுபோன்ற செல்வந்தர்கள் இணைந்து சஞ்சீவ ரெட்டியை இந்திய ஜனாதிபதி தேர்தலில் நிறுத்தினர். ஆனால் இந்திரா காந்தி புதிதாக வளர்ந்து வரும் தொழிலதிபர்கள் துணையுடன் இந்த முயற்சிகளைத் தோற்கடித்தார். இந்திராவின் பிராமண வேட்பாளரான வி.வி. கிரி இறுதியில் இந்தப் போட்டியில் வென்றார்.

இந்த முயற்சியின்போது இந்திரா காந்தி ஒரு புதுக் கூட்டணியை ஏற்படுத்தினார். அதில் சாதி இந்துக்களான பனியா தொழிலதிபர்களும், உயர்சாதி பிராமணர்களும், தலித்துகளும், ஆதிவாசிகளும், இஸ்லாமியர்களும், வேறு சில சிறுபான்மையினரும் ஒருங்கிணைத்திருந்தனர். இதற்கும் மேலாக

ஒரு பெண் இத்தனை உயர்ந்த தலைவராக இருந்ததால் பெண்களின் முழு ஆதரவும் அவருக்கு இருந்தது. கிராமத்துப் பெண் தெய்வங்களான துர்க்கை அல்லது காளியோடு அவர் ஒப்பிடப் பட்டார். நிலச் செல்வந்தர்களாக இருந்த சூத்திரர்கள் இக்கூட்டணியி லிருந்து ஒதுக்கப்பட்டார்கள். இதனால் வெறுப்படைந்த சூத்திரர்கள் ஜெயப்பிரகாஷ் நாராயண் ஆரம்பித்த ஜனதா கட்சியோடு இணைந்தனர். இதன் விளைவாக 1971 தேர்தலில் இந்த அணி வெற்றி பெற்றது. இதனால் சூத்திர யாதவர் B.P. மண்டல் தலைமையில் மண்டல் கமிஷன் உருவெடுத்தது.

இந்தச் சமயத்தில் ஜனசங் கட்சி ஜனதா கட்சியோடு இணைந்ததால் ஜனதா கட்சி ஒரு பெரும் கட்சியாக உருவெடுத்தது. இதன்மூலம் சூத்திரர்களின் கை ஓங்கியது. அச்சமயத்தில் ஓபிசி என்ற அமைப்பு இந்தியாவில் இல்லை. மண்டல் கமிஷனை ஆதரித்த சூத்திரர்களான பல ஓபிசி அரசியல் தலைவர்கள் - சரத் யாதவ், முலாயம் சிங், லாலு பிரசாத் யாதவ் - கொடுத்த அழுத்தத்தால் ஜனசங் கட்சி ஜனதா கட்சியிலிருந்து விலகி புதியதொரு கட்சியை உருவாக்கியது. அதுவே பாரதிய ஜனதா கட்சி. இக்கட்சி தன் ஒவ்வொரு முயற்சியிலும் தான் ஒரு சூத்திரர்களின் அரசியல் கட்சி என்பதை நிலைநாட்டியது. இக்கட்சி தலித்துகளுக்கும் இஸ்லாமியர்களுக்கும் எதிராக இருந்த சூத்திரர்கள் இணைந்து பாஜக இந்துத் தத்துவத்தைத் தூக்கிப் பிடித்தது. இதனால் புதிதாக பிராமணர் - பனியாக்கள் இக்கட்சியில் ஒருங்கிணைந்தனர். காங்கிரஸ் கட்சியைக் கடந்து புதிய முற்போக்கு கொள்கைகளைப் பேசினார்கள். அதேசமயம் இந்துத்துவம் அதன் முகமாக மாறியது. கிராமத்து நிலைகளிலிருந்தும் சூத்திர - ஓபிசி மக்கள் இதில் இணைந்தனர். வி.பி. சிங் அரசு மண்டல் கமிஷன் மூலம் ஓபிசி இடப்பங்கீட்டை நிறைவேற்றியது. இதன்பிறகு காங்கிரஸ், பாஜக இரண்டுமே மாறி மாறி மண்டல் கொள்கையை ஆதரிப்பதும், எதிர்ப்பதுமாக அரசியல் விளையாட்டை நடத்தினார்கள். ஆனால் நடுவில் பாஜக மிகவும் திறமையாக பாபர் மசூதி - ராமர் கோவில் என்ற பிரச்னையை ஊதிப் பெரிதாக்கியது. இதன்மூலம் சூத்திரர்கள், ஒபிசி மத்தியில் இந்துத்துவம் பரவலாகப் பதிந்தது. சூத்திரர்கள் அதிகமாகத் தலையெடுத்ததால் மெல்ல காங்கிரஸ் கட்சி தன் மதிப்பை இழந்தது. பாஜகவின் வளர்ச்சியும் இதனால் 1999இல் தடுத்து நிறுத்தப்பட்டது.

1980இல் காங்கிரஸ் கட்சி ஆட்சியை மீண்டும் பிடித்தாலும், அக்கட்சி அப்போது தன் கூட்டணியில் சூத்திரர்கள் ஆதரவை உள்ளிழுக்கவில்லை. அக்கட்சி இப்போதும் சூத்திரர்கள் அல்லாத சாதி இந்துக்களையும் சிறுபான்மையினரையும் தலித்துகளையும் ஆதிவாசிகளையும் தங்களை ஆதரிக்கும் மக்களாக

உட்கொணர்ந்திருந்தனர். இந்திரா காந்தியும் ராஜிவ் காந்தியும் மண்டல் கமிஷனை நிறைவேற்றாமல் அதற்கு எதிராக இருந்தனர்.

ஆனால் வி.பி. சிங் ஆட்சிக் காலத்தில் சூத்திரர்களின் கை ஓங்கியது. அதன்மூலம் மண்டல் கமிஷன் நிறைவேற்றப்பட்டது. இக்காலகட்டத்தில் சூத்திர உயர்குடி மக்கள் பல வட மாநிலங்களில் தங்கள் கட்சிகளை ஆரம்பித்து, வலுப்படுத்தினர். இதைப் பயன்படுத்தி ஆர்எஸ்எஸ், பாஜக அமைப்புகள் கல்வியறிவு அதிகம் சேராத தாழ்ந்த சாதி சூத்திர இளைஞர்களை ராமஜன்ம பூமி பிரச்னையை முன் வைத்து தன் பக்கம் இழுத்தது. பாப்ரி மசூதியையும் இடித்துத் தன் கட்சிக்கு பெரும் ஆதரவை அப்போராட்டத்தினால் கொண்டு வந்தது. 'ஜெய் ஸ்ரீராம்' என்ற கோஷமும், காவி வண்ண கயிற்றைக் கைகளில் கட்டிக் கொள்வதும் ஒரு பெரிய இந்துத் தன்மையைத் தருவதாக சூத்திரர்களும் ஓபிசி மக்களும் நினைக்க ஆரம்பித்தனர். அது பாஜகவின் அரசியல் அதிகாரத்திற்கு துணை நின்றது. மேலும் காங்கிரஸ் கட்சி இஸ்லாமியர்களைத் திருப்திப்படுத்த சூத்திரர்கள் ஓபிசிக்கு எதிராகச் செயல்படுவதாக ஒரு நம்ப வைக்கும் அரசியல் சித்திரத்தை பாஜக முன் வைத்தது. 1999இல் பாஜகவுக்கு ஏதுவான அரசியல் சூழல் உருவானது. 2014இல் இது உச்ச நிலை அடைந்தது. அரசியல் வெற்றி நோக்கி அக்கட்சி விரைந்தது.

1969ஆம் ஆண்டு வங்கிகள் தேசியமயமாயின. இதனால் இந்தியாவின் சந்தைப் பொருளாதாரம் மாற்றத்திற்கு உள்ளானது. தனியார் துறைகளும் இதே சமயத்தில் வளர ஆரம்பித்தன. வங்கிகள் இதற்குத் துணை நின்றன. இதனால் சில பெரும் செல்வந்தர்கள், வணிகர்கள் கைகளில் பெரும் முதலீடுகளால் சந்தை வளர்ந்தது. இதனால் அப்பெரும் பணக்காரர்கள் காங்கிரஸ் கட்சியின் தீவிர ஆதரவாளர்கள் ஆனார்கள். இந்தியப் பனியாக்கள் காங்கிரஸ் கட்சியை மகாத்மா காந்தியின் கட்சி என்றார்கள். காந்தி அந்த சாதியிலிருந்து வந்தவர். இந்திரா காந்தியின் பெயரிலுள்ள 'காந்தி'யும் அவருக்கான அரசியல் பெருமையை உயர்த்தியது. பனியாக்களில் இருந்த பெரும் செல்வந்தர்களின் ஆதரவு ஜனசங் கட்சியை விட காங்கிரஸ் பக்கமே அதிகமாக இருந்தது. இது ஓர் உணர்வுபூர்வமான ஆதரவு. இதனால் காங்கிரஸ் கட்சிக்குத் தேர்தல்களை எதிர்கொள்வதற்கான பண வசதி அதிகமாகக் கிடைத்தது. சூத்திரர்களின் நிலைமை இதற்கு எதிர்மாறாக இருந்தது. அப்போது நடந்த நிலச் சீர்திருத்தங்கள் சூத்திர செல்வந்தர்களை மேலும் பின்னால் இழுத்தது. பிராமண - பனியா மக்கள், அதிலும் அதிகம் படித்த அறிவுக்கூட்டம், இந்தியாவிலும் வெளிநாட்டிலும் படித்துப் பட்டம் பெற்ற மக்களாக இருந்தனர். இவர்களின் முழு ஆதரவு காங்கிரஸ் கட்சிக்கு இருந்தது. அவ்வளவு

ஏன், இடதுசாரி அறிவாளிகளின் ஆதரவும் காங்கிரஸ் பக்கமே இருந்தது.

இதில் ஆச்சரியப்படக்கூடிய ஒன்று என்னவெனில், படித்து வந்த இந்தப் புது அறிவாளிகளின் மத்தியில் சூத்திரர்களின் எண்ணிக்கையளவு சுத்தமாக இல்லை. இதனால் 21ஆம் நூற்றாண்டின் ஆரம்பத்தில் படித்த சூத்திரர்கள் மாநிலக் கட்சிகளில் மட்டுமே இருந்தனர். அவர்கள் இருந்த அரசியல் கட்சிகள், அவர்களே ஆரம்பித்த மாநிலக் கட்சிகளாகவே இருக்கும்; அல்லது காங்கிரஸ், பாஜக... ஏன் இடதுசாரி பொதுவுடைமை கட்சிகளும் கூட, ஒன்றிய அளவில் பிராமண-பனியா தலைமைகளின்கீழ் வந்தன. பொதுவுடைமைக் கட்சிகளில் ஒச்சலப்பள்ளி சுந்தரய்யா, சந்திர ராஜேஸ்வர ராவ் போன்ற சில சூத்திரத் தலைவர்கள் இருந்தாலும், அவர்களிடம் சாதி அபிமானம் அதிகம் இல்லை. அவர்களும் வேறு சில இளம் தலைமுறையினரை சூத்திரர் / ஓபிசி அமைப்புகளிலிருந்து கொண்டு வரவில்லை. ஆகவே தேசிய அளவில் சாதி, வர்க்கப் பிரிவினைகள், பிரச்னைகள் பற்றி ஆய்வு செய்யும் அளவிற்கு தேசிய அளவில் ஆளில்லாமல் போய்விட்டார்கள். இதனால் பொதுவுடைமைக் கட்சி முழுவதுமாகப் பிராமணர்களின் கைகளுக்குள் அடக்கமானது. இதே சமயத்தில் நடந்த பாஜகவின் வளர்ச்சியால் பொதுவுடைமைக் கட்சியின் வலிமை நலிவடைந்தது.

சூத்திரர் / ஓபிசி மக்களிலிருந்து உயர்கல்வி, ஆங்கிலக் கல்வி படித்து வளரும் அறிவுஜீவிகள் மத்தியப் பல்கலைக்கழகங்களிலும் ஆங்கில ஊடகங்களிலும் உயரதிகாரப் பீடங்களிலும் இல்லாமல் வறண்டு போனது ஒரு பெரும் சோகமான விளைவாக இருந்தது. வேளாண்மை மூலம் மட்டுமே சில சூத்திர செல்வந்தர்கள் உருவானார்கள். ஆனால் இவர்களும் உண்மையில் தங்கள் செல்வ நிலையில் உயர் மத்திய தர மக்களாகவே சமூகத்தில் இருக்க முடிந்தது. அந்தந்த மாநிலங்களில் மட்டுமே வேண்டுமாயின் அவர்கள் குரல்களுக்கு மதிப்பிருக்கலாம். இம்மக்களும் உயர்ந்து, ஒன்றிய அரசில் தலைமை வகிக்க வேண்டுமென்ற ஆர்வமின்றி இருந்தார்கள். உண்மையான அதிகார மய்யங்களை படித்த அறிவுஜீவிகள், அதிகார வர்க்கத்தினர் நடுவில்தான் எப்போதுமிருக்கும். ஆனால் அதுபோன்ற இடங்களில் சூத்திரர்கள் / ஓபிசி மக்கள் இடம்பெறாமல் இருந்தனர்.

ஆன்மீக அறிஞர்களும் தேசிய அளவில் நுண்மையான மாற்றங்களைக் கொண்டுவர முடியும். ஆனால் அதிலும் சூத்திரர்களின் இடம் வெறுமையாகவே இருந்தது. ஆனால் பிராமண-பனியா இனத்தவர்களிடமிருந்து பல ஆன்மீக அறிவாளிகள் தங்களைச் சுற்றி ஓர் அறிவுச் சூழலை உருவாக்கி, தங்கள் செல்வாக்கை நிலைநாட்ட

முடிந்தது. அவர்கள் புதிய கலாச்சார வரையறைகளை நாடு முழுவதற்குமாகக் கொடுக்கும் ஆற்றலை வளர்த்துக் கொண்டனர். அவர்களின் இலக்குகள் பிராமணர்-பனியா என்று மட்டும் இல்லாமல் சத்திரியர்கள் போன்ற அனைவர் மத்தியிலும் ஊடுருவின. சான்றாக, பிராமணிய நூல்களான இராமாயணம், மகாபாரதம், பகவத் கீதை போன்றவற்றை வாசிக்கவும் வாழ்த்தவும் பெரும் படையை அவர்களால் உருவாக்க முடிந்தது. இந்த அறிவுஜீவிகள் பகவத் கீதையைத் தூக்கிப் பிடித்து உயர்த்தினர்; ஆனால் கிருஷ்ண பகவானை அந்த அளவு உயர்த்தவில்லை. காரணம் அவர் ஒரு சூத்திரர்! ஆனால் ராமரை அதிகமாக உயர்த்தினார்கள்; காரணம் ராமர் ஒரு சத்திரியர்; ஆனால் எப்போதும் பிராமண குருவின்கீழ் பணிந்திருந்தார்.

சூத்திரர்களுக்கு கிருஷ்ணரைத் தூக்கிப் பிடிக்கும் தந்திரம் போதவில்லை. ஆர்எஸ்எஸ் மக்களுக்கு அது நன்கிருந்தது. சூத்திரர்கள் மத்தியில் இந்த இலக்கியங்களின் முக்கிய சித்தாந்தங்கள் ஊடுறவில்லை. அவைகளின் உள்ளே செல்ல முழுப் பொருளும், தத்துவமும் அவர்களிடம் போய்ச் சேரவில்லை. நிலத்தை எவ்வாறு ஆழமாக உழுவது; விளைச்சலை எவ்வாறு கூட்டுவது...இந்தச் செயல் முறைகளே அவர்களுக்கு முக்கியமாகப்பட்டது. இதைத் தாண்டி தங்கள் வாழ்வியலை அவர்கள் உயர்த்திக் கொள்ளவில்லை. ஆகவே அவர்களின் தலை பிராமணர்களின் கட்டுப்பாட்டிற்குள்ளும், அவர்களது செல்வம் பனியாக்களின் வணிகத்திற்குள்ளும் கட்டுப்பட்டுக் கிடக்கின்றன என்பதே தெரியாத அறியாமையோடு தான் வாழ்ந்து வருகிறார்கள்.

1991ஆம் ஆண்டிற்குப் பிறகு இந்தியாவில் நடந்த தாராளமயமாக்கலால் முதலாளித்துவம் தலையெடுத்த பிறகும்கூட, சூத்திரர்கள் தாங்களே நாட்டை தங்கள் தலைமீது தூக்கிச் சுமக்கிறோம் என்ற தவறான எண்ணத்தோடு இருந்தனர். இதனால் அவர்களின் இருப்பு பெரும் கேள்விக்குறியானது. அவர்களிடம் அறிவுச் செல்வமும் இல்லை; பணமும் கோடி கோடியாய் கொட்டிக் கிடக்கவில்லை. பிராமண-பனியா கூட்டிற்கு முன் ஒன்றுமில்லாதவர்களாக, அதிகாரம் பற்றிய உணர்வும் இல்லாதவர்களாக நின்றார்கள். ஆன்மீகம், சமூகம், வணிகம், அரசியல் என்று அத்தனையையும் ஆட்டிவைக்கும் அதிகாரம் முழுமையாக பிராமண - பனியாக்கள் வசம் சென்றடைந்தது.

ஐரோப்பாவிலும், மத்திய ஆசிய நாடுகளிலும் நடந்தவை வேறு மாதிரியாக இருந்தன. அங்கே பைபிள், குரான் போன்ற வேத நூல்களில் ஆழ்ந்திருந்த மத்திய தர வர்க்கம்கூட பெரும் அரசியல் தலைவர்களாகவும் அரசியல் அறிஞர்களாகவும் உருமாற முடிந்தது.

ஆனால் இந்தியாவில் நிலைமை வேறாக இருந்தது. இங்கே பிராமணர்கள் கைகளில் மட்டும் வேத நூல்கள் இருந்தன. பின்னர் அவை சத்திரியர்களுக்கும் பனியாக்களுக்கும் சென்றடைந்தன. யோகி ஆதித்யநாத் ஆன்மீகத் தலைவராக இருந்த ஒரு சத்திரியர். அவர் வெற்றிகரமாக அரசியல் தலைவராகவும் ஆனார். மகாத்மா காந்தி, ராம் மனோகர் லோகியா, நரேந்திர மோடி பனியா இனத்தவர்கள். அவர்கள் குடும்பப் பின்புலம், இந்து சமயத்தின் தத்துவார்த்தம், சிறு வயதிலிருந்தே வேத நூல்களை வாசிப்பது போன்ற வாழ்வியல் முறை இவர்களுடையது. அனைத்து பிராமண தலைவர்கள் எல்லோருக்குமே ஆன்மீக, அரசியல் பின்புலம் மிகவும் அழுத்தமாகவே கிடைத்துவிடுகிறது. ஆனால் இன்றைய நாள் வரையிலும்கூட சூத்திரர் / ஓபிசி மக்களுக்கு இந்த அனுபவங்கள் கிடைப்பதேயில்லை.

தமிழ்நாடு, வங்காளம் என்ற இரு மாநிலங்களிலிருந்தும் பிராமணர்கள் தேசிய அரசியலுக்குள் எளிதாக, அதே சமயத்தில் திட்டமிட்டுக் களமிறங்கினர். அரசியல் சூழலும் அதிகார நிலையும் அவர்களுக்கு இந்தப் பாதையை எளிதாகக் கட்டியமைத்துக் கொடுத்தன. அவர்களுக்கு ஆங்கிலக் கல்வி எளிதாகக் கிடைத்தது. தேசிய உணர்வும் அவர்களிடம் செழித்து வளர்ந்தது. ஆனால் சூத்திரர் / ஓபிசி மக்களுக்கு அது மிஞ்சிப் போனால் அவர்களிடம் இருப்பது மாநில அளவு உணர்வு மட்டுமே உண்டு. அதனால், இம்மக்கள் விளிம்பு நிலைகளில் மட்டும் உலாவிக் கொண்டிருக்க, பிராமணர்கள், பனியாக்கள் தேசிய அளவில் அதிகாரத்திலும் செல்வ நிலையிலும் எளிதாகக் கோலோச்சிக் கொண்டிருந்தனர்.

இடப்பங்கீட்டுத் திட்டத்தால் இச்சூழல் சிறிதளவு மாறியது. மிகக் குறைந்த எண்ணிக்கையில் தலித்துகளும் சூத்திரர்களும் ஓபிசிக்களும் ஆங்கிலக் கல்வி பெற்ற சில இஸ்லாமியர்களும் டில்லியிலும் கண்களில் தென்பட ஆரம்பித்தனர். அதிலும் மாநிலக் கட்சிகளை வென்று பாஜக ஆட்சிக்கு வந்தபின்பு சூத்திரர்களில் செழிப்போடு இருந்த மக்கள் தாங்கள் அதிகார வட்டங்களில் மிகவும் பின்தங்கியிருப்பதை உணர ஆரம்பித்தார்கள். இதைப் போலவே மாநிலங்களில் மட்டும் ஆட்சி அதிகாரத்தைப் பெற்ற சாதியினர்கள், தாங்கள் தேசிய அளவில் அதிகாரம், அரசியல் ஆளுமை என்று ஏதுமில்லாமல் இருப்பதை உணர ஆரம்பித்தனர். இதனால் அவர்களும் இடப்பங்கீட்டில் இடம்பெற வேண்டும் என்று நினைக்க ஆரம்பித்தனர். மராத்தியர்கள், பட்டேல்கள், ஜாட்கள், குஜ்ஜர்கள் இதற்காகப் போராட்டங்கள் நடத்தி அதன்மூலம் தங்கள் மாநிலங்களின் இடப்பங்கீடுகளில் இடம் பிடித்தனர். பாஜக அரசு 2019 தேர்தலுக்கு முன்பு புதிய சட்டம் இயற்றியது. அரசியலமைப்பு

சட்டம் 103வது திருத்தச் சட்டம், 2019 என்பதன் மூலம் 10 விழுக்காடு இடப்பங்கீடு முறையைக் கொண்டு வந்தது. இதன்மூலம் கல்வியிலும் பணிகளிலும் பொருளாதாரத்தில் நலிந்த மக்களுக்காக பத்து விழுக்காடு ஒதுக்கப்படும் என்றது அந்தச் சட்டம். இதன்மூலம் த்விஜர்கள், சூத்திரர்கள், சிறுபான்மையினர் மக்களுக்கு இந்த ஒதுக்கீடு உதவியாக இருந்தது. இதன் அடிப்படையே இது பொருளாதாரத்தில் தாழ்ந்த நிலையில் உள்ள மக்களுக்கானது. இதன்மூலம் பாஜக மத்திய தரத்தில் கீழ்நிலையில் உள்ள மக்களும் சில ஏழை சூத்திரர்களும், சூத்திரர் அல்லாத மேல் சாதி ஏழை மக்களும் தங்கள் வாக்குகளை 2019 தேர்தலில் பாஜகவுக்கு அளித்தனர். இந்து சமயத்தில் ஆழமாக இருந்த சூத்திரர்கள் வாக்குகளும் அவர்களுக்குக் கிடைத்தன.

வரலாற்றுப் பார்வையில் காங்கிரஸ் பல தொடர் தோல்விகளையும் ஏமாற்றங்களையும் சந்தித்தது. அரசியல் ஆளுமையை இழந்தனர்; பெரிய தேசியத் தலைவர்களை உருவாக்க முடியாதிருந்தனர். சூத்திரர்களிலிருந்து மேனிலையில் இருந்த ஜாட்கள், யாதவர்கள், கம்மாக்கள், ரெட்டிகள், மராத்தியர்கள், லிங்காயத்துகள், வோக்கலிகாக்கள், பட்டேல்கள் தங்கள் தங்கள் மாநிலங்களில் புதிய மாநிலக் கட்சிகளை தோற்றுவித்தனர். இதனால் தேசிய அளவில் அதிகாரமும், பொருளாதாரமும் பிராமணர் - பனியாக்கள் கைகளுக்கு முழுமையாகப் போய்ச் சேர்ந்தன. தோல்விகளைத் தழுவிய காங்கிரஸ் கட்சி இப்போது இஸ்லாமிய மக்கள் மீதும் பிராமணர் - பனியாக்கள் மீதும், தலித்துகள் மீதும் தங்கள் ஆர்வத்தைத் திருப்பியது. கிராமங்களில் ஆரம்பித்து டில்லி வரை இந்த ஆர்வத்தைக் காங்கிரஸ் காண்பித்தது. ஆயினும் இதனால் அதிக பயனில்லை. ஆனால் மாநிலக் கட்சிகள் இணைந்து டில்லியிலும் ஒரு கூட்டணி அரசு ஏற்படுத்தலாம் என்ற நம்பிக்கையோடு முனைந்தார்கள். இந்த முயற்சி 1999 வரை நடந்தது. 2004 வரை மாநிலக் கட்சிகள் பற்றிய கூட்டணி அரசு அமைக்க முயற்சிகள் எடுத்தன. ஆனால் நாடு மெல்ல தேசியக் கட்சிகள் பக்கம் திரும்ப ஆரம்பித்தது. இதில் பாஜக வெற்றிகரமாக முன்னேறி, மாநிலக் கட்சிகளையும், காங்கிரஸ் கட்சியையும் புறந்தள்ளியது.

1970இல் ஆரம்பித்த இந்த கடும் முயற்சிகளைத் தொடர்ந்து 1990களின் நடுப்பகுதி வரை பாஜகவின் வளர்ச்சி அடுத்தடுத்து மேலோங்கியது. மெல்ல சூத்திர மக்களைத் தங்கள் பக்கம் இருக்க ஆரம்பித்தது. இந்துப் போர்வைக்குள் அவர்களைச் சுருட்டி வைக்க எடுத்து வைத்த முயற்சிகளுக்கு வெற்றி கிடைத்தது. இதே சமயத்தில் ஆர்எஸ்எஸ்-பாஜக அமைப்புகள் ஆதிவாசி மக்களை இந்துத்துவ அமைப்புக்குள் கொண்டு வர முயன்றன. இதற்காகப் பல

ஆதிவாசிகளின் இயற்கைக் கடவுள்கள் பிராமணியக் கடவுளாகத் திரிக்கப்பட்டனர். தென்னிந்திய மாநிலங்களில் தலித்துகள் கிறிஸ்தவர்களாக மதம் மாறினார்கள். வட இந்தியாவில், அதுவும் மகாராஷ்ட்ராவில் படித்து முன்னேறிய தலித்துகள் புத்த மதத்திற்கு மாற ஆரம்பித்தனர். 1956இல் அம்பேத்கர் எடுத்த மதமாற்றம் இப்போதைய மக்களுக்கு முன்மாதிரியாக இருந்தது. சில ஆண்டுகளுக்கு கன்ஷிராம் ஆரம்பித்த கட்சியான பகுஜன் சமாஜ் கட்சி வட இந்திய தலித்துகளுக்கு புதியதொரு அடையாளத்தை வாங்கிக் கொடுத்தது. டில்லியிலும் உத்தரப் பிரதேசத்திலும் அவர்கள் அரசியல் அதிகாரத்தைச் சிறிது அனுபவித்தார்கள். இது வடக்கு மாநிலங்களில் இருந்த காங்கிரஸ் கட்சியையும் வெகுவாகப் பாதித்தது.

ஆர்எஸ்எஸ்-பாஜக அமைப்புகள் தீண்டத்தகாத மக்கள் இந்து மதத்திலிருந்து மாறி கிறிஸ்துவத்திற்கோ புத்தத்திற்கோ செல்வதை மிகவும் சிரமத்தோடு கவனித்தார்கள். அதனோடு இம்மக்கள் ஆரம்பிக்கும் புதிய அரசியல் கட்சிகளும் அவர்களின் கவனத்தை ஈர்த்தது. இதற்கு மாற்றாக, பாஜக 'தலித் மோர்சா' என்று தலித்துகளை இணைத்துப் பேரணி நடத்தினர். மேலும் தங்களுக்கு தலித்துகள் மீதுள்ள அக்கறையைக் காண்பிக்க, பங்காரு லட்சுமண் என்ற தலித்தை அவர்கள் கட்சியின் தலைவராக 2000-01ஆம் ஆண்டுகளில் அமர வைத்தனர். ஆனால் அவர் பெயர் ஊழல் ஒன்றில் இணைக்கப்பட்டு, அவரது அரசியல் வாழ்க்கையை முடிவுக்குக் கொண்டு வந்ததோடல்லாமல், அவரது அரசியல் வாழ்க்கையை அழித்து, சிறைக்கு அனுப்பி, மரணத்திற்கும் இட்டுச் சென்றது. இப்போது காங்கிரஸ் கட்சிக்கு இதுபோன்ற சமயங்களையும் முன்னிறுத்தி அரசியல் சாதுர்யம் ஏதும் செய்யவில்லை. ஆனால் ஒரு சில வட மாநிலங்கள் தவிர ஏனைய இடங்களில் தலித்துகளை அரவணைத்துச் சென்றனர். காங்கிரஸ் கட்சி தலித் தாமோதரம் சஞ்சீவய்யா என்பவரை 1960இல் தங்கள் மாநிலக் கட்சித் தலைவராக்கினார்; தொடர்ந்து 1960-62இல் அவர் ஆந்திரப் பிரதேச மாநில முதல்வரானார். காங்கிரஸ் ஆட்சிக் காலத்தில் கே.ஆர். நாராயணன், இந்தியாவின் முதல் தலித் ஜனாதிபதியானார். பாஜக காலத்தில் ஆர்எஸ்எஸ்-பாஜக அமைப்பின் ராம்நாத் கோவிந்த் என்ற தலித் இந்தியாவின் இரண்டாம் ஜனாதிபதியானார்.

சங் பரிவார் அமைப்பு ஆட்சி செய்யும் மாநிலங்களில் மதமாற்றத் தடைச்சட்டத்தைக் கொண்டுவர வேண்டுமென்ற அழுத்தத்தைத் தொடர்ந்து காங்கிரஸ் ஆட்சியின்மீது வைத்தது. காங்கிரஸ் ஆட்சிக்கு பாஜக கட்சியை எதிர்த்து நிற்பதற்கான அரசியலற்ற வழிமுறைகள் ஏதும் கிடைக்கவில்லை. காங்கிரஸ் கட்சியில் உள்ள பிராமணர்களும் கூட சமயச் சார்புகள், இடப்பங்கீடு, வர்ணாஸ்ரம தத்துவங்கள்

போன்ற பிரச்னைகளில் நேரடியாகவோ, மறைமுகமாகவோ பாஜகவுக்கு ஆதரவாக இருந்தனர். காங்கிரஸ் கட்சியோ சூத்திரர் / ஓபிசி அமைப்புகளை வரலாற்றின் நெடுக இருந்த விளிம்பு நிலை மக்களாகப் பார்க்க முனைந்ததுமில்லை; அந்த நம்பிக்கையும் அவர்களிடம் இல்லை. சாதியை வெறும் அரசியல் ஆயுதமாக, வாக்கு சேகரிப்பதற்கான ஆயுதமாக மட்டுமே பயன்படுத்தியது. பின்னாளில் பாஜக இதே வழியைப் பின்பற்றித் தொடர்ந்தது. ஆனால் அதில் வலிமையான பிற்சேர்க்கை ஒன்றையும் சேர்த்துக்கொண்டது. தங்களின் இறுதிக் குறிக்கோளாக இந்து ராஷ்ட்ரம் என்று இந்தியாவை மாற்றுவது என்பதே அது.

சூத்திரர் / ஓபிசி மக்கள் ஆன்மீக அதிகாரம் பெற்று இந்து சமயத் தத்துவ அறிவை அடைந்து, இந்து மதத்தின் அத்தனை பகுதிகளிலும் பங்கெடுக்காமல், இந்து சமயக் குருவாகும் தகுதியிலிருந்து அனைத்தையும் பெறாமல் வாளாவிருந்துவிட்டால், நிச்சயமாக அவர்கள் அனைவரும் ஒட்டுமொத்தமாக இந்து சமயத்தில் சொல்லப்படும் வர்ணாஸ்ரமச் சாதிக்குள் மீண்டும் மிக ஆழமாகப் புதைந்து போவார்கள்; புதைத்து விடுவார்கள். இதனால் வருங்கால அரசியல் மேலும் மேலும் இந்து மதச் சார்போடு ஒன்றித்து விடும். அதன்பின் அரசியல் அதிகாரத்தின் உச்சியில் பிராமணர்கள், பனியாக்கள், சத்திரியர்கள் மட்டுமே உட்கார்ந்து கொண்டு கோலோச்சுவார்கள். அவர்கள் ஒரு நவீனமயமான அதிகாரம் மிக்க இந்து முதலாளித்துவ ஆட்சியைக் கொண்டு வருவார்கள். இதன் எதிரொலியாக சூத்திரர்களும் ஓபிசிகளும் இரண்டாம் தரக் குடிமக்களாக அழுத்தப்படுவார்கள். இதற்கு வேறு வழியோ மாற்றோ நடக்காது. அவ்வித அமைப்பில் ஆன்மீகத் தீண்டாமை பரவலாக்கப்படும்; சமூக, அதிகார படிநிலைகள் உருவாகும்; வர்ணாஸ்ரமக் கொள்கைகள் வலியுறுத்தப்பட்டு, அவை அரியணை ஏறும். 1999ஆம் ஆண்டில் பாஜக ஆட்சிக் கட்டிலில் அமர்ந்த பிறகு சமூக - ஆன்மீகச் சிந்தனைகளும் நடவடிக்கைகளும் சூத்திரர்களைப் பொறுத்தவரையில் ஏற்கெனவே பின்னோக்கிச் செல்ல ஆரம்பித்துவிட்டன. இவ்வாறு பின்னோக்கிச் செல்வதன் வேகம் 2014ஆம் ஆண்டிற்குப் பிறகு வெகு தீவிரமாகவும் மாறிவிட்டது.

இனி ஆர்எஸ்எஸ்-பாஜக அமைப்புகள் முற்றிலுமாக இணைந்து நமது நாட்டில் உள்ள கூட்டாட்சி முறை கட்டவிழ்க்கப்பட்டு, அனைத்து அதிகாரங்களும் பிராமணர் - பனியாக்கள் - சத்திரியர்களின் கைகளுக்குச் சென்றுவிடும். இம்மூவரின் கூட்டணியின் கீழே முழு நாடும் சென்றுவிடும். இந்து மதத்தில் பாஜக ஆட்சிக்கு வருவதற்கு முன்பே வர்ணாஸ்ரம் மேல் தட்டில்தான் இருந்து வந்தது. இந்த வர்ணாஸ்ரமக் கட்டுகளை உடைக்க, இந்தியாவில் பெரும்

எண்ணிக்கையில் இருக்கும் சூத்திரர்களால் ஏதும் செய்ய முடியவில்லை. வர்ணாஸ்ரமத்தின் தலைமையில்தான் இந்துக் கலாச்சாரம் இயங்கி வந்தது. அதுவே இந்தியக் கலாச்சாரமாகவே மாறிக் கொண்டிருந்தது. சூத்திரர்கள் கைகளில் இந்து சமய தத்துவ நிலைப்பாடும், ஆன்மீக சக்தியும், சமத்துவ நிலையும் ஏறாவிடில் அவர்கள் எந்தக் காலத்திலும் அந்த மூவர் கூட்டணிக்கு - பிராமணர் - பனியாக்கள், சத்திரியர் - சமமாகும் வாய்ப்பே நிச்சயமாக வராது. சூத்திரர்கள் முன்னால் ஓர் இருவழிப் பாதை திறந்துள்ளது. ஒரு வழியில் சென்று இந்து சமயத்தின் ஆன்மீக வாய்ப்பையும் சக்தியையும் தங்கள் கைகளில் எடுத்துக் கொள்ள வேண்டும். இல்லையேல், இனியொரு பாதையில் சென்று இந்து மதத்தில் இருந்து வெளியேறி, தங்களுக்கான தரத்தை, சக்தியை வேறு வழிகளில் தேடி அடைய வேண்டும்.

இந்திய அரசியலின் சமீபத்திய ஏடுகளைத் திருப்பிப் பார்த்தால், சூத்திரர்கள் மாநில அளவில் அரசியல் அதிகாரத்தைக் கைப்பற்ற முடிந்தது; இதனால் தேசிய கட்சியான காங்கிரஸ் நலிவடைந்து, ஏறத்தாழ இல்லையென்ற நிலைக்கு வந்துவிட்டது. பி. வி. நரசிம்ம ராவ் ஆட்சிக் காலத்தில் காங்கிரஸ் மிகப் பெரும் அளவில் பிராமணர்களால் நிரப்பப்பட்டிருந்தது. அதன்பின் அடல் பிகாரி வாஜ்பாய் பிரதம மந்திரியானார். இப்போது வலிமையானதாக இருந்த பிராமணர்களின் இருப்பு மிக மிகப் பெரிதாக ஆனது. இதனால் இந்து தேசியவாதம் மிகப் பெரும் வலிமையடைந்தது. சூத்திரர்களோ மாநிலம் என்ற சிறு சட்டிக்குள் தங்கள் அதிகாரத்தை ஓட்டிக் கொண்டிருந்தனர். ஆனால் ஒன்றிய அரசில் பெயர் சொல்லுமளவிற்கு ஒரே ஒரு தேசிய தலைவர் கூட இல்லாமலேயே காலம் சென்றது. டில்லி தலைநகரிலிருந்து சூத்திரர்களுக்காக குரல் கொடுக்க எந்த ஒரு சூத்திரத் தலைவரும் இதுவரை தோன்றவில்லை. அனைத்து சூத்திர சாதியினரையும் ஒன்றிணைத்து ஒரே ஒரு பேரணி நடத்தவும் முடியாத நிலையே பல காலமாக நீடித்து நிற்கிறது. சூத்திரர்கள் தங்களுக்கான ஓர் அடையாளத்தை இதுவரையிலும் எங்கும் பதித்ததேயில்லை. ஆனால் பிராமண-பனியா-சத்திரிய மக்கள் மிக்க வலுவாக தங்கள் அடையாளத்தை முன்பே நிறுவியது மட்டுமல்லாமல், அதனை அங்கேயே வெற்றிகரமாகவும் நிறுத்தி வைத்துள்ளனர். இந்த அடையாளம் டில்லியில் மட்டுமல்லாமல் நாடு முழுவதும் அனைத்து நிலைகளிலும் அவர்களுக்கு உண்டு. சூத்திரர்களில் மிகப் பல சாதிப் பிரிவினைகள் நூற்றுக்கணக்கில் உண்டு. அதுவும் அவை நாட்டின் ஒவ்வொரு பகுதியிலும் வெவ்வேறு சாதிகள். இதனாலேயே அவர்களால் ஒரு தேசிய தலைவரையோ, தங்களுக்கான அடையாளத்தையோ நிறுவவே முடியாத நிலை இருந்தது. ஆனால்

பனியாக்கள் வரலாற்றளவில் நீண்ட காலமாக வணிக சாதியினராக சமூகத்தில் வேர் பாய்ச்சிய இனம். அவர்கள் அப்படியே இன்றைய நவீன முதலாளித்துவத்திற்குத் தங்களைத் தகவமைத்துக் கொண்டு விட்டார்கள். நாடு முழுவதும் அவர்கள் பெயர்கள் மட்டுமல்ல, அவர்களின் குழுக்களும், உற்பத்திப் பொருள்களும் பரவியுள்ளன. இதன்மூலம் நவீன இந்தியாவில் அவர்கள் தங்கள் வேர்களைப் பரப்பி நின்றுவிட்டனர். மகாத்மா காந்தியும், ராம் மனோகர் லோகியாவும் அரசியல் தலைவர்களாகி, தங்கள் சட்டபூர்வமான ஆளுகையை நிலைநிறுத்திக் கொண்டனர். மண்டல் காலத்திற்குப் பிறகு இச்சாதியினர் தேசத்தை ஆள்வதற்கு பாஜகவைத் தேர்ந்தெடுத்துக் கொண்டனர். இதனால் இன்று நரேந்திர மோடியும் அமித் ஷாவும் அவர்களின் அரசியல் பிரதிநிதியாகி விட்டனர்.

மன்மோகன் ஆட்சி பத்தாண்டுகள் நடந்தன. இந்தக் காலகட்டம் ஆர்எஸ்எஸ்-பாஜக அமைப்பிற்கு ஒரு பேருதவி செய்தது. இந்தப் பத்தாண்டு காலத்தில் தொடர்ந்து ஒன்றைப் பரப்புரை செய்தனர். அது சூத்திரர் / ஓபிசி மக்கள் மனதிலும் ஆழமாக இறங்கிவிட்டது. மன்மோகன் சிங் ஒரு சீக்கியர்; சோனியா காந்தி ஒரு கிறிஸ்தவ அயல் நாட்டவர். சிறுபான்மையினத்தைச் சேர்ந்த இவ்விருவரும் பெரும்பான்மையான இந்துக்களை ஆண்டு கொண்டு இருக்கின்றனர். இக்கருத்தும் மக்கள் மனதில் ஆழமாகப் பதிந்தது. ஆர்எஸ்எஸ்-பாஜக சோனியா காந்தியை 'இத்தாலியப் பெண்' என்று தொடர்ந்து சொல்லி அவர் ஓர் இந்திய மருமகள் என்பதை முழுவதுமாக மறக்கடித்தனர். 2014 பொதுத் தேர்தலில் இந்துத்துவா தேசியவாதிகளுக்கு வெற்றி பெறுவதற்கான சூழ்நிலை மிகவும் சீராகக் கட்டப்பட்டது. பல ஊழல்களை வெளிக்கொண்டு வந்து பேசினாலும், அவைகளைவிட சோனியா காந்தி என்ற கிறித்துவ இத்தாலிய நாட்டுப் பெண் என்பதையும், மன்மோகன் சிங் சிறுபான்மை சீக்கியர், சீக்கிய கத்ரி சாதியினர் என்றும், முகமது ஹமித் அன்சாரி என்ற இஸ்லாமியர் உதவி ஜனாதிபதி என்றும் பேசி மக்கள் மனதில் ஆழமான நச்சு விதைகளை விதைத்தனர். இம்மூவரில் மன்மோகன் சிங், அன்சாரி இருவருக்குமான வாக்கு வங்கி என்று ஏதுமில்லை. சோனியா, மன்மோகன் சிங், அன்சாரி என்ற மூவருமே வாக்குகளை ஈர்க்கும் வல்லமை இல்லாதவர்கள். இவர்களுக்கு எதிராக மோடி பரப்புரை செய்வதிலும், வாக்குகளைத் தன் பக்கம் இழுப்பதில் வல்லவராக இருந்தார்.

பிரதீபா பாட்டில் முதல் பெண் ஜனாதிபதியாகவும் அவருக்கு அடுத்து பிரணாப் முகர்ஜி அடுத்த ஜனாதிபதியாகவும் இருந்தனர். பாட்டில் ஒரு சூத்திரப் பெண் என்பதால் அவர்மீது அதிக வெளிச்சம் படவில்லை. ஆனால் அடுத்து வந்த முகர்ஜி ஒரு வங்காள பிராமணர். இதனால்

காங்கிரஸ், பாஜக இரு கட்சிகளுமே அவரைத் தூக்கிப் பிடித்து ஆராதித்தன. பாட்டில் இருந்த காலம்வரை அவரை யாரும் கவனிக்கவில்லை. ஆனால் முகர்ஜி பாரத ரத்னா விருதை பாஜகவிடமிருந்து பெற்றார். மாற்றாந்தாய் மனப்பான்மை? ஆச்சரியத்திற்குரிய இன்னொரு நிகழ்வும் காங்கிரஸ் ஆட்சியில் நடந்தது. காங்கிரஸ் ஆட்சி அதிகாரத்தில் இருந்தபோது மண்டல் திட்டத்தை ஆதரிக்கும் ஒருவரைக்கூட ஒன்றியப் பல்கலைக் கழகங்களில் துணைவேந்தராக நியமிக்கவே இல்லை. வந்த அனைவருமே மண்டல் திட்டம் சார்பாக ஒரு வார்த்தைகூட பேசாத மக்களாகவே இருந்தனர். இவை எல்லாமே இணைந்து 2014 சூத்திரர், ஓபிசி மக்களை மோடிக்கு ஆதரவாக மாறும் சூழல் முழுமையாக இருந்தது. பாஜக இதில் முழு வெற்றி அடைந்தது.

காங்கிரஸ் கட்சியோ அல்லது மாநில ஆட்சிகளில் இருந்த சூத்திரர்கள் மத்தியிலிருந்து அரசியல் அறிவு கொண்ட பெரும் தலைவர்கள் யாருமே உருவாகவில்லை. ஆர்எஸ்எஸ்-பாஜக பரப்புரைகளை முறியடிக்கும் அளவிற்கும் பிராமண-பனியாக்கள் ஆளுமையைத் திறமையாக எதிர்க்கவும் புதிய தலைவர்கள் ஏதும் முளைக்கவில்லை. காங்கிரஸ் கட்சி அதிகமான பிராமண ஆளுமை கொண்டிருந்தது. இவர்களோ, ஆங்கிலப் புலமை பெற்ற படித்த பலரும் மதச்சார் பற்றவர்களாக, ஒரு பக்கச் சார்பு கொண்டவர்களாக இருந்தனர். ஆனால் இந்த மதச்சார்பற்ற கொள்கை சூத்திரர் / ஓபிசி மக்களிடம் சுத்தமாக எடுபடவேயில்லை. பதிலாக ஆர்எஸ்எஸ்-பாஜக அமைப்புகள் இந்தியா முழுமைக்குமான இந்துத்துவ அடையாளத்தைத் தருவதாகவும், இந்து சமயத்தைக் காப்பாற்ற வந்த தேவர்களே தாங்கள்தான் என்றும் அடையாளப்படுத்திக் கொண்டனர். இந்துத்துவம் வேர் பிடித்து வளர்ந்தது. இதனால் சூத்திரர் / ஓபிசி மக்களுக்குப் புதிதாக இந்து மதத்தில் எவ்வித ஆன்மீக அதிகாரப் பங்கும் கிடைக்கவேயில்லை. ஆனால் ஆர்எஸ்எஸ்-பாஜக அமைப்புகள் மக்கள் அனைவரின் மீதும் இந்து என்ற முத்திரையைப் பதிக்க முயற்சித்து வெற்றியும் கொண்டனர். இதனோடு இஸ்லாமியர்களுக்கு உலக அளவில் ஓர் அடையாளம் உண்டு; கிறித்துவத்திற்கு அதைவிடப் பெரிய உலக அடையாளமும் உண்டு. இதற்கு இணையாக சூத்திரர்களோடு ஓர் இந்திய அடையாளம் என்பது ஒரு முக்கியமான, புதிய அடையாளமாக ஈர்த்தது. அதுவும் கல்வியறிவு பெற்ற சூத்திரர் / ஓபிசி மக்களுக்கு இப்படி ஒரு தேசிய அளவிலான அடையாளம் புதியதொரு உலகின் சிறந்த அடையாளமாகத் தோன்றியது. அவர்களுக்கு பிராமண - பனியாக்களின் உள்ளார்ந்த திட்டங்கள் பற்றிய புரிதல் ஏதுமில்லாமல் போயிற்று.

1992இல் ராமஜன்ம பூமி பிரச்னை பெரிதாக வெடித்தது; 1999இல் பாஜக டில்லியில் ஆட்சிக் கட்டிலில் ஏறியமர்ந்தது. இந்தக் காலகட்டத்தில் சங் பரிவார் இந்துத்துவ அடையாளங்களை ஒவ்வொரு ஊரிலும் கிராமத்திலும் வீட்டிலும் பதித்துவிட்டது. படித்த இளைஞர்களும் காவிக் கயிறுகளைத் தங்கள் மணிக்கட்டில் கட்டிக் கொள்வது என்பது இந்தியா முழுவதும் பரவியது. சூத்திரர் / ஓபிசி மக்கள் எம்மொழி பேசுபவர்களாக இருப்பினும், நாட்டில் எங்கெங்கோ வசித்தாலும் அவர்களிடம் முழுமையாக இப்பழக்கம் தொற்றிக்கொண்டது. பல புனித பயணங்கள்; பல அரசியல் நிகழ்வுகள்; அடுத்தடுத்து நடத்தப்பட்ட இத்தகைய நிகழ்வுகளால் மதச்சார்பற்ற மாண்பு என்பது தேய்ந்து இந்துத்துவம் மட்டுமே முன்னால் நின்றது. பாஜகவுக்கு எத்தகைய அழகான சூழல் இது! இச்சூழலை முழுமையாக உள்வாங்கிய அந்தக் கட்சி 1999, 2004 ஆண்டுத் தேர்தல்களில் முழு வெற்றி அடைந்தது. இதுவரை சூத்திரர்/ ஓபிசி மக்களுக்கான வெளி அடையாளங்கள் ஏதும் கிடையாது. அப்படிப்பட்ட மக்களுக்கு இதோ ஓர் அடையாளம் என்று ஆர்எஸ்எஸ் கைகாட்டியது. அதனோடு முழுமையான சமயச் சார்பும் இணைந்து கொண்டது. சூத்திரர் / ஓபிசி மக்களின் மனதில் அடித்தளத்தில் இருந்த வெறுமை உணர்வை இது மாற்றியது; இந்த மாற்றத்தில் இருந்து ஆர்எஸ்எஸ்-பாஜக பெரும் அறுவடை செய்துள்ளது. தண்ணீர் தாகத்திலிருந்த மக்களுக்கு அமிர்தம் கிடைத்து விட்டது என்பது போன்ற உணர்வைக் கொடுத்துவிட்டனர். ஆனால் இத்தனை மாற்றங்கள் மக்கள் மனதில் நடந்து கொண்டிருக்கும்போது காங்கிரஸ், பொதுவுடைமை கட்சிகள் மதச்சார்பற்ற நிலை பற்றி பேசிக் கொண்டிருந்தார்கள். ஆனால் அவை யார் காதிலும் விழவே இல்லை. அதிலும் சூத்திரர் / ஓபிசி மக்கள் இதைச் சுத்தமாகக் கண்டு கொள்ளவேயில்லை.

மாநிலக் கட்சிகள் தங்கள் குரல் டில்லியில் ஒலிக்க வேண்டும் என்பதற்காக தேசிய அளவில் பிராமண / பனியாக்களையே முழுமையாகச் சார்ந்திருந்தனர். அவர்களது அறிவின் மீது அத்தனை நம்பிக்கை கொண்டு அத்தகையவர்களைத் தேர்ந்தெடுத்து, ராஜ்யசபை உறுப்பினர்களாக டில்லிக்கு அனுப்பினர். பாஜகவின் சத்திஷ் மிஸ்ரா, ஐக்கிய ஜனதா தளத்தின் பவன் வர்மா, சமாஜ்வாதி கட்சியின் கௌரவ் பாட்டியா போன்றவர்கள் இதற்கான நல்ல சான்றுகள். மிஸ்ராவின் அறிவுபூர்வமான வழிகாட்டலால் மாயாவதி தன் சுய சிந்தனையை இழந்தார். அதுமட்டுமா, தன் தலைமையுணர்வையும் இழந்தார்.

இதுவரை சூத்திரர்கள் / ஓபிசி / தலித்துகள் / ஆதிவாசிகள் தங்களிடமிருந்து ஆற்றலும் அறிவும் அரசியல் தெளிவும் உள்ள

தலைவர்கள் யாரையும் உருவாக்கவேயில்லை. ஆளும் திறமை நம்மிடமும் உள்ளது என்பதை நிரூபிப்பதற்குக்கூட தலைவர்கள் யாரையும் உருவாக்கவில்லை என்பது ஒரு பெரும் சோகம். காங்கிரஸ் சில இஸ்லாமியர்களையும் தலித்துகளையும் ஓரளவு வளர்த்து இன்றைய அரசியல் நிலைமைக்குத் தயாரித்தார்கள். ஆனால் இது ஓபிசி மக்களின் நடுவே நடக்கவில்லை. மோடி 2014ஆம் ஆண்டு நடந்த தேர்தலில் அதுவும் பன்னிரண்டு ஆண்டுகள் குஜராத்தில் முதல் மந்திரியாய் இருந்த பின்பு, தன்னை ஒரு ஓபிசியாக அறிமுகப்படுத்திக் கொண்டார். அதிலும் இதை வட இந்தியா முழுமைக்கும் மக்கள் மனதில் பதித்துவிட்டனர். வட இந்தியர்களைப் பொறுத்த வரையில் இன்று மோடி ‘தங்களில் ஒருவர்’ என்ற எண்ணத்தை ஓபிசி மக்கள் மனதில் இறுகப் பதித்துவிட்டனர். இது மக்களுக்கு அவர்மீது ஓர் இறுக்கத்தையும் உறவையும் ஏற்படுத்திக் கொடுக்கிறது.

ஆர்எஸ்எஸ்-பாஜக அமைப்புகள் தொடர்ந்து மோடியை ஒரு ஓபிசி என்று காண்பிப்பதற்காக ஒரு துவந்த யுத்தமே செய்து வருகின்றன. அத்தனை அடிப்படை வேலைகளைச் செய்து அவரை ஓபிசி மக்களுக்கு நெருக்கமாகக் காண்பிக்க முயல்கிறார்கள். அவரது சாதி பனியாக்களின் ஒரு கிளைச் சாதி என்பதை மறைக்கவே முயன்று வருகிறார்கள். அவரது சாதி, நிச்சயமாக அவர்கள் சொல்வது போல, சூத்திர இனத்தைச் சேர்ந்த வேளாண் தொழில் சார்ந்த ஓபிசி அல்ல. அதிலும் பிராமணர்களும் பனியாக்களும் எந்த அரசியல் கட்சிகளில் இருந்தாலும் தங்களுக்குள் வெகு சுமூகமான உறவை வைத்துக் கொள்கிறார்கள். ஓபிசி மக்களும் இதுவரை அகில இந்திய அடையாளமின்றி விளிம்பு நிலை மக்கள் போலவே உள்ளனர். ஆகவே அவர்களால் மிக எளிதாக மோடியோடு தங்களை அடையாளப்படுத்திக் கொள்வது எளிதாகிறது.

இவர்களிடம் இருந்தெல்லாம் காங்கிரஸ் கட்சி அறிவாளிகள் தனித்து நிற்கின்றனர். ஏனெனில் அவர்களில் பலரும் த்விஜா சாதியினர் - இருமுறை பிறப்பாளர்கள். அவர்களுக்கு சூத்திரர்களின் மனநிலை அவ்வளவாகப் புரிவதில்லை. பிராமண அறிவாளிகளுக்கும் ஓபிசி மக்களுக்கும் நடுவில் எந்தவிதமான புரிதலும் இல்லை. அதிலும் மணி ஷங்கர் ஐயர், சஷி தரூர் (இவர் ஒரு சூத்திரர்தான். தான் எந்தச் சாதி என்பதே தெரியாததுபோல் நடித்துக் கொள்வார்), மணிஷ் திவாரி, ஜனார்த்தனன் துவிவேதி போன்றவர்கள் தங்கள் நடத்தையால் சூத்திரர்களை விட்டு விலகி நிற்பதோடல்லாமல், அவர்களைப் புறந்தள்ளுவதால் பல சூத்திரர் / ஓபிசி மோடியின் பக்கம் சென்றுவிட்டனர்.

மாநில சூத்திர தலைவர்களும் தங்கள் சாதியினருக்கு மட்டும் சார்பானவர்களாக உள்ளனர். அனைத்து சூத்திரர்களையும்

ஒன்றிணைத்து அவர்களுக்குள் இயல்பான உறவோடு ஓர் ஒருங்கிணைப்பைக் கொண்டுவரத் தவறிவிட்டார்கள். அவர்களுக்குள்ளும் உறவில்லாவிட்டாலும் பரவாயில்லை; ஆனால் இவர்கள் விரோதத்தையும் பொறாமையையும் நடுவில் விதைத்துக் கொண்டனர். இந்த எதிர்ப்பு உணர்வுகளைத் தங்கள் வெற்றிக்கான படிக்கட்டுகளாக பாஜக மாற்றிக்கொண்டது. அதன் விளைவுகளை 2014, 2019 தேர்தல்களில் காண முடியும். காங்கிரஸ், பொதுவுடைமைக் கட்சிகள் இந்தத் தள நிலையைப் புரிந்து கொள்ளவில்லை. ஆகவே தங்கள் கட்சியில் அமைப்புகளின் கருத்துகளில் ஆர்வமின்றி பல இழப்புகளைப் பெற்றனர். இந்த அரசியல் பள்ளங்களைத் தங்களுக்குச் சாதகமாக ஆர்எஸ்எஸ்-பாஜக சாதுர்யமாக மாற்றிக் கொண்டன.

சூத்திரர்கள் மத்தியில் முக்கியமான முரண்பாடு ஒன்று உண்டு. சூத்திரர்களிலேயே உள்ள சில மேல் சாதிக்காரர்கள் முதலில் காந்தியின் இந்துத்துவத்தைத் தங்கள் கைகளில் எடுத்துக் கொண்டனர். இதனால் காந்தியின் கணக்கின்படி வர்ணாஸ்ரமம் என்ற சமூக அமைப்பு மாறக்கூடாது என்றிருந்தனர். அதன்படி, சூத்திரர்கள் இந்து மதத்தில் எந்தவித ஆன்மீகப் பொறுப்புகளுக்காகவும் முயற்சிக்கக் கூடாது. அவர்களுக்கான சம உரிமைகள் மதத்தில் மறுக்கப் படுகின்றன. இதனால் நாடு முழுவதுமுள்ள இந்து மதம் முழுமையாக ஆர்எஸ்எஸ்-பாஜக, விஷ்வ ஹிந்து பரிஷத் போன்ற தலைமை அமைப்பின் கைகளில் மட்டுமே உள்ளது. ஏனைய சூத்திரர்கள் தலையெழுத்து, தேசிய அளவில் உயர்வதற்கான வாய்ப்புகள் சுத்தமாக நொறுங்கிப் போய்விடுகின்றன. அவர்கள் அரசியல், பொருளாதாரப் பொறுப்புகளில் தேசிய அளவில் வளர முடிவதில்லை. அவர்களால் தேசிய அளவில் ஓர் அரசியல் கட்சியை நடத்தவும் முடிவதில்லை. ஏனெனில் அரசியலோடு மதமும் ஓர் முக்கிய அங்கமாக ஒட்டி நிற்கின்றது. அரசியலில் வளர மதத்தின் மீதான ஆளுமையும் தேவையாக உள்ளது. சூத்திரர்களுக்கோ இந்து மதத்தில் ஒரு சாமியாராகவோ, குருக்களாகவோ முடியாது. ஆகவே மதத்தில் அவர்கள் தலையெடுக்கவே முடியாது. இதையெல்லாம் தாண்டுவதற்காகவோ என்னவோ ராகுல் காந்தி தன்னை ஒரு பிராமணர் என்று வெளிப்படையாக அறிவித்துள்ளார். இதனால் தானோ என்னவோ, ஓபிசிகளின் சார்புத்தன்மை இன்னும் அதிவேகமாக மோடியின்மீது அளவுக்கதிகமாக கூடிவிட்டது!

மோடி வளர்த்தெடுத்துள்ள சாதிய அரசியல் அமைப்புகள் மிகவும் முக்கியமானவை. ஆனால் சூத்திரர் / ஓபிசி மக்களுக்கு இதன் உண்மை முழுமையாகப் புரிபடவில்லை. சான்றாக ஒன்றைச் சொல்லலாம். மோடி குஜராத்திலுள்ள பனியாக்களின் சாதிய

அமைப்பிலிருந்து வந்திருந்தாலும் அவர் தன்னை ஓபிசி என்று வெளிப்படையாக அறிவித்து, அதனையும் முழுமையாகப் பயன்படுத்தி வருகிறார். ஆனால் ஓபிசி மக்களை எந்த அளவு முன்னெடுத்துச் சென்றிருக்கிறார் என்பதே ஒரு கேள்விதான். சௌதாரி சரண்சிங், தேவ கவுடா என்ற இரு சூத்திரத் தலைவர்களும் பிரதம மந்திரியானார்கள். ஆனாலும் அவர்கள் கைகளில் இருந்த அதிகாரம் மூலம் அவர்கள் எவ்வித ஆன்மீக, சமூக அதிகாரங்களைச் சூத்திரர்களுக்கு அளிக்க முடியாமலேயே போய்விட்டது. அவர்களுக்கும் அதுபோன்ற நினைப்பும் எழவேயில்லை. இவ்விருவருமே தங்கள் சொந்தத் தலைமைத் தன்மையில் இந்த உயர் பதவிக்கு வந்ததாகத் தெரியவில்லை. சொல்லப் போனால், இந்தியாவின் பிரதம மந்திரிகளில் மிகவும் சாதாரணமான, திறமையற்ற பிரதம அமைச்சர்களே இவர்கள்தான்.

சூத்திரர்கள் / ஓபிசி மக்களுக்கே தாங்கள் இந்துக் கோவில்களில் குருமார்களாக ஆக வேண்டும் என்று ஆசைப்படுவதோ, முயற்சி எடுப்பதோ கிடையாது. அந்த எண்ணமே மனதில் தோன்றுமளவிற்கு வளர்ச்சியில்லாத மக்களாகத்தான் இருந்தனர்; இருந்து வருகின்றனர். அவர்களுக்கு வேத நூல்களைப் பற்றிய அறிவும், அதனை விளக்கங்கள் கொடுக்குமளவிற்கு தெரிந்து வைத்திருப்பதும் கிடையாது. ஆனால் அவர்கள் எப்போதுமே பிராமணர்கள், பனியாக்கள் வழிநடத்தப்படுவதற்கு தயாராகவே இருந்துள்ளனர். ஒவ்வொரு ஊரிலும், கிராமத்திலும் சூத்திரர்கள் பிராமணக் குருமார்களினால் வழிநடத்தப் படுகிறார்கள். மதங்களில் மட்டுமல்ல, அரசியலிலும் இதே நிலையே நீடிக்கின்றது.[4] இதனால் பிராமண குருமார்கள் ஆன்மீக வழிகாட்டிகளாக இருப்பதுபோல், ஆர்எஸ்எஸ்-பாஜக அமைப்புகள் அவர்களுக்கு அரசியல் வழிகாட்டிகளாக இருக்கின்றனர்.

இப்படி இருந்து வந்த சூத்திரர்கள், மகாத்மா காந்தி அரசியல் ஆன்மீகத் தலைவராக ஆனதும் சூத்திர மக்கள் பனியாக்கள் தலைமையின் கீழ் வந்துவிட்டனர். இதுபோன்ற சூழலில் ராம் மனோகர் லோஹியா சோசலிசத் தலைவராக பீகாரிலும், உத்தரப் பிரதேசத்திலும் மேலெழுந்தார். வட இந்தியாவில் உள்ள பல மாநிலங்களிலும், தென்னிந்தியாவில் சிறிதளவும் அவருக்கான ஆதரவு பெருகியிருந்தது. ஆனால் அன்றிலிருந்து இன்றுவரை காந்தி, லோகியா போன்ற பெரும் தலைவர் ஒருவர் சூத்திரர்கள் மத்தியிலிருந்து எழவே இல்லை. பிராமணர்களிலிருந்து ஜவாஹர்லால் நேரு மிகப் பெரும் தலைவராக உயர்ந்தார்; முதல் பிரதம மந்திரியாகவும் ஆனார். ஆர்எஸ்எஸ்-பாஜக அடல் பிகாரி வாஜ்பாய் அவர்களை ஒரு தேசியத் தலைவராக முன்னிறுத்தின. அவர்

இறந்த பிறகும் அவரது பெயரும் புகழும் உச்சத்திற்கு எடுத்துச் செல்லப்பட்டன. ஆர்எஸ்எஸ்-பாஜக குழுவின் முதல் பிரதமராக, பிராமண சாதியினராக, நேரு காங்கிரஸ் கட்சியில் இருந்த புகழின் அளவிற்கு உயர்வாகக் கருதப்பட்டார். இப்போது மோடி ஆர்எஸ்எஸ்-பாஜக அமைப்பிலிருந்து வந்த இரண்டாவது பிரதம மந்திரி. அவர் இப்போது மக்களின் தலைவராக, உயர்ந்த ஓர் அரசியல் தலைவராக மக்கள் முன் மிகப் பூதாகரமாக நிறுத்தப்பட்டுள்ளார். இந்த அளவுக்கு சூத்திரர்கள் ஒரு தலைமையை உருவாக்க முடியாமல் உள்ளனர். நில உடைமையாளர்களாக இருக்கலாம்; ஆனால் அரசியல் தலைமை? அப்படி ஒருவர் உருவாக வேண்டுமெனில் அவர் இந்து மதத்தின் ஆன்மீக அரவணைப்பைக் கட்டாயம் பெற்றவராக இருந்தால் மட்டுமே முடியும்.

மாநிலத் தலைவர்கள் பிராமண - பனியாக்களின் ஆளுமையிலிருந்து பிரிந்து தாங்களும் பெரும் அரசியல் தலைவர்களாக உருவானாலும் அப்படிப்பட்ட சூத்திரத் தலைவர்களும் தங்களை வழிநடத்த பிராமண குருக்களை, சாமியார்களை நாடிச் சென்றனர். இதுபோன்ற பிராமணக் குருக்கள் மூலம் பலரையும் ஆர்எஸ்எஸ்-பாஜக அமைப்பிற்குள் அவர்கள் உள்ளிழுத்துக் கொண்டனர். விஷ்வ ஹிந்து பரிஷத் அனைத்துக் கோவில் குருக்களையும் தங்களது அதிகாரத்தின்கீழ் கொண்டுவந்து, அவர்களை முற்றிலுமாக காங்கிரஸ் கட்சிக்கு எதிராகத் திசை திருப்பி விட்டனர். இதன்மூலம் 1990களின் நடுக் காலகட்டத்தில் இந்துக் கோவில்கள் அனைத்தும் ஆர்எஸ்எஸ்-பாஜக அமைப்புகளின் அதிகாரத்திற்குள் வந்தன. அவர்களின் மதப் பரப்புரைகளும் இஸ்லாமிய விரோதப் போக்கும் பல சூத்திரர்களால் வெகுவாகப் பாராட்டப்பட்டன, பின்பற்றப் பட்டன. இந்த அளவு அவர்கள் இந்து மதத்திற்கு முழு ஆதரவோடு இருந்தாலும் அவர்களால் இந்து சமய குருக்களாக மாறக்கூடிய ஆன்மீக அதிகாரம் பெறவில்லை; பெறவும் முடியாது. இதுவே முக்தி பெறுவதற்கான ஒரு வழியாகச் சொல்லப்பட்டாலும் அக்கதவுகள் சூத்திரர்களுக்கு ஆதரவாக எப்போதும் திறப்பதே இல்லை. இருப்பினும் இந்தப் புதிய சூத்திரர்களின் முழு ஆதரவும் ஆர்எஸ்எஸ்-பாஜக அமைப்பிற்கே இருந்தது. பிராமண குருக்கள் மிக அழுத்தமாக சூத்திரர்கள் தங்கள் முன் ஜென்ம கர்ம வினைகளால் அவர்கள் சூத்திரர்களாகப் பிறவி எடுத்துள்ளனர் என்றும், அவர்களுக்கு இந்த ஜென்மத்தில் முக்தி கிடைக்கவே கிடைக்காது என்றும் சொன்னாலும் சூத்திரர்கள் முழு அடிவருடிகளாகவே பிராமணர்களின் தயவிற்காகக் காத்திருந்தனர். இதுபோன்ற ஒரு சாதியக் கட்டமைப்பை அவர்கள் முற்றிலும் நம்பிக் கொண்டிருக்கும் காலம் வரை சூத்திரர்களுக்கு விடிவு காலம் என்பது பிறக்கவே

பிறக்காது. சூத்திரர்கள் இந்து மதத்தோடு பூர்ணமாக இணைய வேண்டுமெனில், இந்து மதம் முழுமையாக ஆன்மிக விடுதலை பெற்று அனைவரையும் சமமாகக் கொள்ள வேண்டும். ஆனால் அது என்றுமே நடைபெற முடியாத ஒரு நீண்ட நெடும் கனவு மட்டுமே.

ஆர்எஸ்எஸ் என்ற இந்துத்துவ அமைப்பே மகாராஷ்ட்ராவில் உள்ள சித்பவன் பிராமண சாதியினரால் உருவாக்கப்பட்டது. அவர்களின் தத்துவ மரபுகளால் மட்டுமே அது உருவாக்கப்பட்டது. அதுவே இன்று வரையும் தொடர்ந்து நடைபெற்றுக் கொண்டிருக்கிறது. இஸ்லாமியர்களையும் கிறிஸ்தவர்களையும் இவ்வமைப்பு ‘அயலவர்களாகவே’ சித்தரிக்கின்றது. ஆர்எஸ்எஸ் அமைப்பு அனைத்துச் சாதியினருக்குமான ஓரமைப்பு என்று தன்னை அழைத்துக் கொள்கிறது. ஆனால் அவர்கள் அனைவரின் சமத்துவத்தைப் பற்றி இவ்வமைப்பு கவலைப்படுவதில்லை. இவ்வமைப்பு மாற்று மதத்தினரைப் பற்றிக் கவலைப்படுவதை விடவும், தாங்கள் அனுசரித்துவரும் வர்ண தர்மம் எந்தவகையிலும் மாறுபடுவதற் காகவே பெரும் கவலை கொள்ளும்.

பனியாக்களின் முழுமையான முதலாளித்துவம் ஆர்எஸ்எஸ் அமைப்பின் கனவை முழுமையாக்கியுள்ளது. முன்பிருந்தே நில உடமைத் தனத்தில் சூத்திரர்களின் கைகள் ஓரளவு ஓங்கியிருந்தன. கிராமங்களிலும் சமூகத்தின் அடித்தள நிலைகளிலும் சூத்திரர்களின் அதிகாரம் மேலோங்கியிருந்தது. ஆனால் இப்போது பூதாகரமாக வளர்ந்து வரும் பனியாக்கள் முதலாளித்துவத்திற்கு முன்னாள் நிலவுடமை என்பது ஒன்றுமில்லாமல் போய்விட்டது. முன்பு பிராமணர்கள் ஓரளவிற்காவது சூத்திரர்களின் ஆளுமைகளுக்குக் கட்டுப்பட்டு இருந்தனர். அப்போதெல்லாம் பிராமணர்களிடம் ஆங்கிலக் கல்வி இல்லாமல் இருந்தது. ஆனால் இப்போது பிராமணர்கள் ஒட்டுமொத்தமாக ஆங்கிலக் கல்வியும் நகரக் கலாச்சாரமும் பெற்றுவிட்டனர். ஆனால் சூத்திரர்கள் இன்றும் கிராமத்து நில உடைமைகளோடு அப்படியே நின்று, தேங்கி விட்டனர். மிகவும் செல்வந்தர்களாக இருந்த நில உடைமை யாளர்கள்கூட கல்வியில் பிராமணர்கள் போலல்லாது வளராது தேங்கிவிட்டனர். இதனால் பிராமணர்களின் கல்வியறிவிற்கு முன்னால் சூத்திரர்கள் கூனிக் குறுகி நிற்கும் நிலை வந்துவிட்டது.

நில உடைமைத்தனம் செழிப்பாக இருந்த காலத்தில் பனியாக்கள் கிராமங்களில் வட்டிக் கடைகள் நடத்திக் கொண்டிருந்தனர். ஆனால் அவர்கள் சூத்திரர்களின் கட்டுப்பாட்டிற்குள் இருந்தனர். பிராமணர்களோடு பனியாக்கள் ஆங்கிலக் கல்வி பெற்று, அதன்மூலம் உயர்ந்து, அரசியல், அதிகாரம், பல்கலைக்கழகம்,

ஊடகம், மென்பொருள் உற்பத்தி என்று பலவற்றிலும் தலையெடுத்து, சூத்திரர் / ஓபிசி மக்களைச் சமூகத்தில் தங்களின்கீழ் பிரித்துவிட்டனர். தேசிய முதலாளித்துவம் அனைத்தும் பனியாக்களின் கைகளுக்குள் வந்துவிட்டன. அவர்கள் தங்களுக்குள் இறுகிய உறவுகளாகச் சந்தைப் பொருளாதாரத்தின்மூலம் நெருங்கிவிட்டனர். கிராமங்களில் ஆரம்பித்த உறவுகள் மும்பை போன்ற பெரு நகரங்கள் வரை இந்த உறவு நீண்டது. 1999, 2004 தேர்தலுக்குப் பிறகு நரேந்திர மோடி, மோகன் பகவத் இருவரும் மாறிவந்துள்ள இந்தப் பின்புலத்தின் துணையோடு சமூக, அரசியல், அதிகாரங்களைக் கைப்பற்றினர். அவர்கள் பெற்ற வெற்றி சூத்திரர்களின் தோல்விக்குக் காரணமாயின. இந்த மாற்றங்கள் அனைத்திலும் ஆன்மீக அரசியல் பெரும் இடம் பிடித்தது. ஆர்எஸ்எஸ்-பாஜக அமைப்புகள் இந்துப் பாரம்பரியத்தைத் தங்கள் கைகளில் முழுமையாக இப்போது எடுத்திருப்பதுபோல் எடுக்காமல் இருந்திருந்தால், அவர்களால் இத்தனை உயரம் சென்றிருக்கவே முடியாது. இவர்களுக்கு முன்பிருந்த சோனியா காந்தி - மன்மோகன் சிங் ஆட்சி இருந்த பத்து ஆண்டுகளில் சூத்திரர் / ஓபிசி மக்களுக்கும் சிறுபான்மையினருக்கும் நடுவில் சில பிளவுகள் நிகழ்ந்தன. அவற்றை ஆர்எஸ்எஸ்-பாஜக தன் நலனுக்காக முழுவதுமாக மாற்றிக் கொண்டது.

சூத்திரர் / ஓபிசி மக்கள் இன்னும் நெடுங்காலம்வரை சமய, சமூக சமமின்மையோடுதான் இருந்தாக வேண்டும். அதுவும் டில்லியில் தலைமைப் பொறுப்புகள் கிடைக்கும் வரை அவர்கள் கைகளில் சமத்துவம் கிட்டாத அரும்பொருளாக விலகியே இருந்துவரும். அதோடு, இந்து சமயத்தின் வழியே அடுத்த ஜென்மத்திலாவது முக்தி பெறக்கூடிய வாய்ப்புகளும் இதைப் போலவே தள்ளிப் போய்க்கொண்டுதான் இருக்கும். ஒரு சமயத்தின் சாமியாராக ஆகக் கூடிய தகுதி ஒருவருக்கு அம்மதத்தில் கிடைக்கவில்லை என்றால் எப்படி அவரால் மோட்சத்தை அடைய முடியும்! ஒரு மதத்தில் உள்ள அனைவரும் சாமியார்களாக ஆக வேண்டியதில்லைதான். ஆனால் அவ்வாறு ஒருவர் ஆக ஆசைப்பட்டால் அந்த உரிமைக்கு ஒரு முக்கியத்துவம் கிடைத்துவிடுகிறது. வெங்கையா நாயுடு போன்ற சூத்திர அரசியல் தலைவர்கள் சூத்திர மக்களையும் தலைவர்களையும் இந்துப் போர்வைக்குள் இழுத்து வரும் முக்கிய பணியைத் தொடர்ந்து செய்து வந்தார்கள். ஆனால் அவரைப் போன்ற தலைவர்களும் இந்து மதத்தினுள்ளே இல்லாத சமமின்மை பற்றி கவலை ஏதும் படவில்லை.

இந்துத்துவ சக்திகள் அனைத்தும் இந்து - தேசியம் என்ற இரண்டையும் முழுவதுமாகத் தொடர்புப்படுத்தின. கடவுள்,

மதங்கள் எப்போதும் எல்லோருக்குமானது. நாடும் ஆட்சியும் ஒரு மதத்தையோ பல மதங்களையோ கொண்டிருக்கலாம் அல்லது மத நம்பிக்கையே இல்லாதவர்களும் அரசியல் அதிகாரத்தில் இருக்கலாம். ஆனால் மதங்களின் தாக்கம் மிகவும் அதிகமாக இந்தியத் தேர்தல்களில் பின்னிப் பிணைந்துள்ளன. சமயத்தின் பிடிப்பைக் கையில் எடுத்துக்கொண்டு, அதனோடு அதிகாரத்தையும் எடுத்துக் கொள்ளாமல் தேர்தல்கள்மூலம் இறுதி வெற்றியடைவது மிக சுலபமான ஒன்றாக ஆகிவிடுகிறது. நலிந்து போய்விட்ட நில உடைமைத் தத்துவங்கள் இதற்குக் கையேதும் கொடுக்காது. இப்படிப் பட்ட ஒரு சூழலால் சமய ஆளுமையும் அரசியல் அதிகாரமும் ஒருவரின் கைகளுக்குச் சென்றால் அவருக்கு நடப்பதெல்லாம் வெற்றி மட்டுமே. மாநில அதிகாரமும் அடங்கிப் போயே ஆகவேண்டும். இந்தத் தத்துவத்தை மிக மிக முழுமையாக பிராமண - பனியா மக்கள் தங்கள் கைகளில் வெற்றிகரமாக எடுத்துக் கொண்டுவிட்டனர். இதிலிருந்து நம் நாடு விடுபட இன்னும் பல காலம் தேவைப்படும்.

காங்கிரஸ் தன் ஆட்சிக்காலத்தில் மதச்சார்பின்மையைத் தன் கையில் வைத்திருந்தது, நல்லெண்ணத்திலும் இருக்கலாம்; அல்லது இஸ்லாமிய வாக்கு வங்கியைத் தனதாக்கிக் கொள்ளவும் இருக்கலாம். ஆனால் இதனால் பல சூத்திரர்கள் இக்கொள்கையை விரும்பாதவர்களாகவே இருந்தனர். இதனால் இக்கட்சியில் மீதி இருந்தவர்களில் பலர் பிராமண அறிவாளிகளும் சில இடதுசாரி சிந்தனையாளர்கள் மட்டுமே. இவர்களில் பெரிய இந்திய அல்லது வெளிநாட்டுப் பல்கலைக்கழகங்களில் கல்வி பெற்றவர்கள், அதிகக் கல்வியறிவு பெறாத சூத்திர தலைவர்கள் ஆர்எஸ்எஸ்-பாஜக அமைப்பை நோக்கி நெருங்கிச் சென்றனர். அவர்களுக்கு பாஜக கட்சியின் நெருக்கம் பிடித்தது. ஏனெனில் அக்கட்சி சமய தேசியவாதக் கொள்கைகள் பற்றி பேசியது; அதுவும் அவர்கள் மொழியில் பேசியது. உயர் கல்வி ஆதிக்கத்திலிருந்து விலகியிருப்பது போன்ற தோற்றத்தையும் கொடுத்தது. ஆங்கிலக் கல்வி அளிக்கும் மேதாவித்தனம் இல்லாமல் இருந்தது. ஆனாலும் அதே சமயத்தில் ஆர்எஸ்எஸ்-பாஜக அமைப்புகளிலும் உயர் கல்வி கற்றவர்கள், அதிலும் முக்கியமாக பிராமணர்களும் பனியாக்களும் பின்புலத்தில் இந்துத்துவாவின்மீது பெரும் ஈடுபாடு கொண்டவர்களாகத் துணை நின்றனர். இவர்களுக்கு எதிராக நிற்பதற்குப் போதுமான படித்த சிந்தனையாளர்களின் ஆதரவு மாநில சூத்திரத் தலைவர்களுக்குக் கிடைக்காது போய்விட்டன. சூத்திர தலைவர்கள் இந்நிலையை இதுவரை முழுவதுமாக உணரவில்லை; உணர்ந்தாலும் உடனே இது நடக்கக்கூடிய மாற்றமும் இல்லை.

சூத்திரர் / ஓபிசி மக்கள் இன்னொரு பிரச்னையையும் எதிர்கொள்ள வேண்டியதுள்ளது. ஒன்றிய, மாநில உயர்கல்வி நிலையங்களில் உள்ள இடதுசாரி சிந்தனையாளர்கள் பலருக்கும் ஓபிசிகளுக்கான இடப்பங்கீடு மீதான ஆர்வம் கிடையாது. அவர்களில் பலரும் இருமொழி தெரிந்தவர்கள்தான். இருப்பினும் அவர்கள் முன் நிற்பது ஆங்கிலவழிக் கல்வி மட்டுமே. நல்ல ஆங்கிலம் பேசுவது என்பதே அவர்களின் அறிவுப் புலமைக்குச் சான்றாக உள்ளது. இதுபோன்ற கல்வி அறிவுசார்ந்த மக்கள் சூத்திரர்கள், தலித்துகள், ஆதிவாசிகள் போன்ற மக்கள்மீது அதிக மதிப்போ நம்பிக்கையோ கொள்வதில்லை. அவர்களின் ஆங்கில மொழிப் புலமை குறைவு... அதனால் அறிவும் குறைவு என்ற நிலைப்பாட்டில் உள்ளார்கள். ஆனால் அதே நேரத்தில் அரசாங்க, கிராமியப் பள்ளிகளில் ஆங்கிலத்தை நன்கு கற்றுக்கொடுக்க வேண்டும் என்பது போன்ற ஆர்வமும் அவர்களிடம் இருப்பதில்லை.

இதன் அடிநாதத்தை பாஜக நன்கு புரிந்துகொண்டு விட்டது. சூத்திரர்கள் இடதுசாரி மக்களிடமிருந்து விலகியிருப்பதன் காரணத்தைப் புரிந்துகொண்ட இக்கட்சி ஓபிசி இடப்பங்கீடு மீது புதிய ஆர்வத்தைக் கொட்டியது. முதலில் இதற்கு எதிரான கருத்து கொண்ட இக்கட்சி தன் நலனுக்காகத் திசை திரும்பியது. இதன்மூலம் மோடியின் நிலை மேலும் ஒரு படி உயர்ந்தது. அவருக்கும் அவரைச் சார்ந்தோருக்கும் இதனால் இன்னொரு பயனும் விளைந்தது. அவரது சாதியான மோத் காஞ்சி என்பது ஒரு வணிக சாதியாக இருப்பினும், அது ஓபிசி பட்டியலில் சேர்க்கப்பட்டு, இடப்பங்கீட்டிலும் இடம்பிடித்தது.[5] இந்தப் புதிய கொள்கையை, தத்தெடுத்து, மேலெடுத்து அதன் மூலம் ஆர்எஸ்எஸ்-பாஜக, 2014 தேர்தலில் வெற்றிகரமாக அறுவடை செய்தது. இந்தத் தேர்தலில் காங்கிரஸ் கட்சி பெரும் வீழ்ச்சியைச் சந்தித்தது. அக்கட்சியினரும் அவர்களை ஆதரித்த இடதுசாரி பிராமணர்களும் இதுபோன்ற தேர்தல் வீழ்ச்சியை எதிர்பார்க்கவே இல்லை.

காங்கிரஸ் கட்சியினர் ஒன்றைப் புரிந்துகொள்ளத் தவறிவிட்டனர். ஓரினம் புறக்கணிக்கப்படும்போது, அந்த இனம், தங்களை அணைத்துக் கொள்ள விரும்பும் ஒரு புதிய அரசியல் மாற்று வழியைச் சிந்திக்க ஆரம்பித்து விடுவார்கள் என்ற அடிப்படை உண்மையை காங்கிரஸ் தலைமை மறந்துவிட்டது. இதைப் போலவே புறக்கணிப்பட்ட சாதி மக்களும் அதேபோல் மாற்று வழி தேடுவார்கள். சூத்திரர்கள்/ஓபிசி மக்கள் அரசியல் அதிகாரத்திற்கும் அடையாளத்திற்கும் ஏங்குகிறார்கள் என்பதையே சிபிஐ, சிபிஎம் கட்சிகள் மறந்துவிட்டனர். இதனால் இடதுசாரி இயக்கங்களின்

வீரியம் குறைந்து போய் இப்போது அவை பொருளற்றுப் போய், தன் இருப்பையே ஒரு கேள்விக்குறியாக்கிக் கொண்டுவிட்டது.

சூத்திரர்கள் தங்களுக்குப் பிடித்த ஒரு திறமையான பேச்சாளராக மோடியைப் பார்க்க ஆரம்பித்தனர். வெளிநாட்டுக் கல்வி கற்று, மக்களுக்குப் புரிந்ததோ, புரியாமல் போனதோ என்ற அளவில் பேசும் பேச்சுக்கள் போலல்லாமல் ஓர் உரையாடலை மோடியிடம் கண்டனர். நாட்டிலும் நில உடைமை அதிகாரம் நலிவடைந்தது. சில இந்துத்துவ பனியா குடும்பங்கள் செல்வங்களில் கொழித்துச் சேர்ந்தன. பல பெரும் முதலாளித்துவ குடும்பங்கள் தாராயமயமாக்கலால் தங்கள் செல்வம் வளர்த்தனர். இவர்கள் மெல்ல காங்கிரஸ் பிடியிலிருந்து வெளியேறி பாஜக ஆதரவாளர்களாக மாறினார்கள். 1990களின் போது ஆர்எஸ்எஸ்-பாஜக பெரும் மக்கள்கூட்டத்தை அயோத்தியாவில், ராமர் கோவிலை முன் வைத்துத் திரட்டினர். இந்துத்துவ திருநாட்களிலும் சிறு, பெரிய நகரங்களில் மக்கள் கூட்டத்தைத் திரட்ட ஏதுவாக அமைந்தன. இந்துத்துவம் மூலம் பிராமணத் தொழிலும் வணிகமும் பெருகியது பாஜகவுக்கு மிகவும் ஆதரவான ஒன்றாக மாறியது. பல தொழிலமைப்புகளில் சூத்திரர்கள், தலித்துகள், ஆதிவாசிகள் பெருமளவில் இருந்தனர். இவர்களும் 2014 தேர்தலில் இந்துத்துவ சக்திகளின் முழு ஆதரவாளர்கள் ஆனார்கள்.

சோனியா காந்தி காங்கிரஸ் தலைவரானதும் பெரும் எண்ணிக்கையில் கல்வியை உள்நாட்டிலும் வெளிநாட்டிலும் பெற்ற பிராமணர்கள் தங்கள் ஆதரவை அவருக்குத் தெரிவித்தனர். ஆனால் அப்போது ஆர்எஸ்எஸ்-பாஜக காங்கிரஸ் கட்சியிலும் ஆட்சியிலும் சூத்திரர்கள் / ஓபிசிகளுக்கு இடமில்லை என்ற கருத்தை வேகமாகப் பரப்பினர். அதை அப்படியே உண்மை என்றும் மக்கள் ஏற்றுக் கொண்டனர். ஆனால் மன்மோகன் சிங் பதவியேற்றதும் பாஜக தன் குரலை வேறொரு பக்கம் மாற்றியது. கிறித்துவர்களும் சீக்கியர்களும் நாட்டை ஆள்கிறார்கள். சிறுபான்மையினர் பெரும்பான்மை மக்களை ஆள்கிறார்கள் என்ற போதனை தொடர்ந்தது. ஓபிசி மக்களுக்கென்று அந்த ஆட்சியில் சிறப்பிடம் ஏதும் கிடைக்கவுமில்லை. ஆகவே, அவர்கள் பாஜகவின் கூற்றை முழுமையாக நம்பினர். அதற்கு ஏற்றதுபோல் அப்போதிருந்த திட்ட ஆணையம், பல்கலைக்கழக மானியக் குழு (UGC) என்ற இரண்டிலுமே தலைவர், உப தலைவர், அவைத்தலைவர் என்று அத்தனை முக்கியப் பதவிகளிலும் இஸ்லாமியர், தலித், சீக்கியர் என்றிருந்தனர். பிரதீபா பாட்டில் என்ற சூத்திரப் பெண்மணி ஜனாதிபதியாக ஆக்கப்பட்டிருந்தாலும், அவர் சூத்திரர் / ஓபிசி மக்களின் ஆதரவு ஏதுமில்லாதவராக இருந்தார். மேலும் அவர் மராத்தியப் பின்புலம் கொண்ட வணிகக் குடும்பத்திலிருந்து வந்தவர். அவரும் இடப் பங்கீட்டிற்கு எதிரானவராகவே தன்னைக் காட்டிக் கொண்டார்.

மாநில அரசுகளுக்கு ஒன்றிய உயர்கல்விக் கூடங்களில் எவ்வித அதிகாரப் பங்கும் சுத்தமாகக் கிடையாது. அவை பிராமண-பனியா மக்களின் கைகளில்தான் இருந்தன. அவர்களின் ஆளுமை அங்கு வெகு முழுமையாக இருந்தன. மிகவும் அதிகமான பெயர் பெற்ற அறிவாலயங்களான ஜவாஹர்லால் நேரு பல்கலைக்கழகம் போன்ற பெரும் ஆராய்ச்சிகளும் அறிவாற்றலும் நிறைந்த பல்கலைக் கழகங்கள், இந்திய மேலாண்மைக் கல்லூரிகள் (AIIMS), மிகவும் உயர்தர மருத்துவப் பல்கலைக்கழகங்கள் போன்ற அனைத்தும் ஒன்றிய அரசின் முழுக் கட்டுப்பாட்டில் மட்டுமே உள்ளன. மாநிலங்களின் கட்டுப்பாட்டில் மாநிலப் பல்கலைக்கழகங்களும், தரக் குறைவான ஆராய்ச்சி மையங்களும் உள்ளன. இவற்றின் அதிகார மையங்களில் சூத்திரர்களே பெரும்பாலும் உள்ளனர். இடப்பங்கீட்டையும் முழுமையாகக் கடைப்பிடிக்கின்றனர். ஆனால் ஒன்றிய அரசின் உயர்கல்விக் கூடங்களோடு இவைகளால் போட்டியிட முடிவதில்லை. பெரும் அறிவாளிகளை ஆக்கும் திறன் இக்கல்விக்கூடங்களுக்குப் போதுமான அளவு இல்லை என்பதே உண்மை. ஆனால் அந்த உயர்கல்விக் கூடங்களில் யாருடைய கைகளில் உள்ளன என்பது அனைவருக்கும் தெரிந்த உண்மைதான் - பிராமணர், பனியாக்கள் கைகளில்தான்.

இதற்கு சிபிஎம் கட்சியிலிருந்தே சான்று அளிக்கலாம். அதன் உச்ச நிலைத் தலைவர்கள் பிரகாஷ் காரத், சீதாராம் யெச்சூரி அவர்கள் இதுவரை ஒரே ஒரு பட்டியலின உறுப்பினரைக்கூடத் தங்கள் கட்சியின் உச்சநிலை பொலிட்பீரோவில் சேர்க்கவில்லை! சிபிஎம் கட்சியின் உயர்மட்ட வேலைகள் அனைத்தும் ஆங்கில மொழியில் தான் நடந்து வருகிறது. ஆனால் இதுவரை கிழக்கு வங்காளம், திரிபுரா மாநிலங்களிலிருந்து ஆங்கில உயர்கல்வி பயின்ற சூத்திரர்/தலித்/ ஆதிவாசி எவரும் வளர்வதற்கு இடமில்லை. இதனால் சிபிஎம் கட்சியின் உயர் நிலைகளுக்கு இதுவரை சூத்திரர்/ஓபிசி/ எஸ்ஸி,எஸ்டி, ஆதிவாசி எவரும் வரவுமில்லை; வளரவுமில்லை; வளர்த்து விடப்படவும் இல்லை.[6] ஒரே ஓர் ஆறுதலான விஷயம். தென் மாநிலங்களிலிருந்து சில சூத்திரர்கள் / ஓபிசி மக்கள் ஆங்கிலக் கல்வி கற்று உருவானார்கள். ஆனால் அவர்களும்கூட சாதாரண மக்கள் திரட்டும் பணிகளில் மட்டுமே ஈடுபடுத்தப்பட்டனர். இடதுசாரிக் கட்சிகளை விட காங்கிரஸ் கட்சியில் எஸ்ஸி, எஸ்டி மக்கள் அதிக எண்ணிக்கையில் உள்ளனர்; ஆனால் சூத்திரர் / ஓபிசி மக்களைப் பொறுத்தவரையில் அவர்கள் அக்கட்சியில் இல்லை.

ஆர்எஸ்எஸ் எப்போதுமே இடப்பங்கீட்டிற்கு எதிரான அமைப்பு. அதன் தலைவர் மோகன் பக்வத் வெளிப்படையாகவே இதைப்பற்றி பேசியிருக்கிறார். பேசிய நாள் 2019, ஆகஸ்ட் 19. அவ்வாறு

பேசும்போது இடப்பங்கீட்டின் மீதான ஒரு விவாதம் விரைவில் நடத்த வேண்டுமென்றார். எஸ்ஸி, எஸ்டி, ஓபிசி மக்களுக்கான இடப்பங்கீட்டைப் பற்றிய முழு விவாதம் நடத்த வேண்டிய தேவை உள்ளதாகக் கூறியுள்ளார்.[7] இதற்கு முன்பும் இதே தொனியில் இடப்பங்கீட்டிற்கு எதிராகப் பேசியுள்ளார். பாஜக ஒன்றிய அரசிலும் மாநில அரசிலும் ஆர்எஸ்எஸ்ஸின் பல கோட்பாடுகளை ஒன்றன்பின் ஒன்றாக நிறைவேற்றி வருகின்றன. சான்றாக, பாஜக ஆள்கின்ற மாநில அரசுகளில் பசுப் பாதுகாப்புச் சட்டங்கள் இயற்றப்பட்டுள்ளன. இதனால் கால்நடை வளர்ப்பில் ஈடுபட்டுள்ள சூத்திரர்களின் பொருளாதாரம் பாதிக்கப்படலாம். ஒன்றிய அரசு முத்தலாக் வழக்கத்திற்கு எதிரான சட்டம் கொண்டு வந்துள்ளது. அதைப் போலவே அரசியலமைப்புச் சட்டம் 370 ரத்து செய்யப்பட்டுள்ளது. இன்னும் இதுபோன்ற பல ஆர்எஸ்எஸ் கொள்கைகள் காத்திருப்புப் பட்டியலில் தயாராகக் காத்திருக்கின்றன. அவற்றில் ராமர் கோவில் கட்டுவதும், இடப்பங்கீட்டை ரத்து செய்வதும் முக்கியமானவை.

ஓபிசி வாக்குகளை மிகுதியாகத் தேற்றிய அதே மோடி ஓபிசிகளுக்கான இடப்பங்கீட்டை ஒழிக்கவும் செய்வார். காங்கிரஸ் கட்சியிலிருக்கும் பிராமணர்களும் இதற்கு தங்கள் நேரடி அல்லது கள்ள ஆதரவைத் தருவார்கள். மோகன் பக்வத் இதைப் பற்றி ‘விவாதம் நடத்த வேண்டும்’ என்று சொன்னதை எளிதாக, அதே பொருளிலும் எடுத்துக் கொள்ள முடியாது. ஏனெனில் இதை வாய்விட்டு சொன்னவர் ஆர்எஸ்எஸ்–பாஜக அமைப்பின் மிகப் பெரும் புள்ளியாகும்.

இதுவரை நில உடைமையுள்ள சூத்திரர்/ஓபிசி மக்கள் ஆர்எஸ்எஸ்-பாஜகவின் உள்ளார்ந்த நோக்கம் என்ன என்பதைத் தெரிந்து கொள்ளாத மக்களாகவே இருப்பது சோகமானது. காங்கிரஸ் கட்சி நிலப் பிரபுத்துவத்தைக் கிராமங்களிலிருந்து பெயர்த்தெடுக்க இது உதவியது. பல மாநில சூத்திர அரசுகள் அமைவதற்கும் இது உதவியது. ஆனால் அவ்வாறு மேலெழுந்து வந்துள்ள சூத்திரர் / ஓபிசி மக்களையும், அவர்களிடம் இருக்கும் சில அதிகாரங்களையும் தட்டிப் பறிக்கும் முயற்சியை நோக்கி ஆர்எஸ்எஸ்-பாஜக அமைப்புகள் இயங்கி வருகின்றன. இதற்காக ஓபிசி, எம்பிசி மக்களையும் இவ்வமைப்புகள் பயன்படுத்துகிறார்கள். இதனால் சூத்திரர்கள் எவரும் பெரிய அளவில் தேசியத் தலைவர்களாக ஆக முடியவில்லை. அதுவும் இந்து சமயத்தின் ஆன்மீகம் அவ்வாறு சூத்திரர்கள் உயர்வதை ஒத்துக்கொள்ளாத ஒன்றாகவே இருந்தது. ஆனால் இப்போது ஆர்எஸ்எஸ் சூத்திரர்களையும் ஓபிசிகளையும் தலித்துகளையும் ஆதிவாசிகளையும் இந்துக்கள் என்று ஒன்றுசேர்த்தபின் அம்மதத்தின் குருமார்களாகவும் ஆக வேண்டும் என்று இந்த மக்கள் உரத்த

உரிமைக்குரல் எழுப்பவேண்டும். அவர்களும் வேத நூல்களை வாசித்து அவைகளுக்கு விளக்கம் தரும் தகுதிபெற வேண்டும்; பிராமண குருமார்கள் இந்து மதத்தின் இந்த விளக்கங்களை அனைத்து மக்களுக்குமே அவர்கள் தருவதற்கு இணங்க வேண்டும். இன்றைய நவீன சமூகத்திலும் ஆன்மீகச் சக்திக்குத்தான் இறுதி உயர் மரியாதை கிடைக்கின்றது. அதே மரியாதை சூத்திரர்களுக்கும் சென்றடைய வேண்டும்.

சில சூத்திரர்கள் / ஓபிசி மக்கள் ஆர்எஸ்எஸ்-பாஜக அமைப்புகளில் ஒரு சில மத்திய நிலை தலைவர்களாக உள்ளனர். அவர்களால் சங் உறுப்பினர்களையும் இடப்பங்கீட்டை ஓரளவிற்காவது ஒத்துக் கொள்ள வைக்க முடியும். ஆனால் இதுவும் ஒரு மிகக்குறுகிய காலத்திற்குத்தான். அதுவும் பொருளாதாரத்தில் நலிந்தவர்களுக்கான இடப்பங்கீடு (EWS) என்ற புதியதொரு திட்டத்தைக் கொண்டு வந்தபின் ஓரளவு இடப்பங்கீட்டிலும் அவர்களுக்கென்று ஓரிடத்தை பெற்றதை பாஜக இடப்பங்கீட்டையே சாதிகளிலிருந்து வெளியே கொண்டு வந்துவிட்டது. இந்தத் திட்டம் காங்கிரஸ் கட்சியையும் ஒரு பொறியில் மாட்ட வைத்து விட்டது.[8] மண்டல் காலத்திற்குப் பின்பு பாஜக சர்தார் பட்டேலை மிகவும் தூக்கிப் பிடித்து, அவரை ஜவாஹர்லால் நேருவைவிட உயர்ந்த, சிறந்த தலைவராகச் சிருஷ்டிக்க முயல்கிறது. இந்தக் கைங்கரியம் முதலில் அத்வானியால் ஆரம்பிக்கப்பட்டது. அத்வானியையும் படேலுடன் ஒப்பிட ஆரம்பித்தனர். அத்வானி ஒரு சிந்து மார்வாடி. பாஜகவுக்கு தேசிய அளவில் நேருவிற்கு இணையாக அல்லது அவருக்கும் உயர்வாக ஒருவரை அவர்கள் இதுவரை தங்கள் குழுவில் கண்டதில்லை. அந்தக் காலியிடத்தை நிரப்ப அவர்கள் தலைகீழாக நின்று முயற்சிக்கிறார்கள்.[9]

சர்தார் பட்டேல் என்ற குஜராத்தி சூத்திரர் நேருவைப் பல கோணங்களில் எதிர்த்து நின்ற தலைவர். ஆயினும் பின்னாளில் அத்வானி, மோடி, ஷா போன்ற பாஜக தலைவர்கள் பட்டேலைத் தங்கள் ஆதர்சனத் தலைவராக்கிக் கொண்டனர். குஜராத்திலிருந்து வந்த அவரை ஆர்எஸ்எஸ்ஸின் ஆதரவாளராக அவரை உயர்த்திப் பிடித்தனர். தன்னையும் ஒரு ஓபிசி குஜராத்திய சூத்திரராகக் காண்பித்துக்கொண்ட மோடிக்கு இது ஒரு பெரும் அரசியல் பலத்தைக் கொடுத்தது.

மோடியை முன்னிறுத்தி காங்கிரஸ் கட்சியை எதிர்ப்பதால் இந்த அரசியல் போர்க்களத்தில் பாஜக பல ஓபிசி மக்களை மாநில சூத்திரத் தலைவர்களிடமிருந்து பிரித்தெடுத்துத் தங்கள் பக்கம், தங்கள் கட்சியின் ஆதரவாளர்களாக ஆக்கிக் கொண்டனர். உத்தரப் பிரதேசம்,

பீகார், மகாராஷ்ட்ரம், ஹரியானா என்ற மாநிலங்களையும் ஓரளவு கர்நாடக மாநிலத்தையும் தங்கள் பாஜக கட்சியின் தீவிர ஆதரவாளர்களாக மாற்றிக் கொண்டுள்ளது. வேறு சூத்திர மாநிலக் கட்சிகள் தங்கள் வலுவை இம்மாநிலங்களில் பெரிதும் இழந்து விட்டன. தமிழ்நாடு, ஆந்திரா, தெலுங்கானா பகுதிகள் ஓரளவு இதுவரை தப்பித்துள்ளன. கிழக்கு வங்காளம், ஒடிசா மாநிலங்களில் இன்னும் அதிகாரம் பிராமணர்களின் கைகளில் மட்டுமே உள்ளன.

பல மாநிலங்களில் மேலெழுந்த சூத்திரர்களால் ஆங்கங்கே காங்கிரஸ் கட்சி தன் மேலாண்மையை முழுவதுமாக இழந்தது. இது பாஜகவுக்கு மிகவும் ஆதாயகரமான ஒன்றாக மாறிப்போனது. பிரிந்துபோய் பாஜகவின் ஆதரவாளர்களாக மாறிப்போன அந்த சூத்திர மக்கள் திரும்பி வந்தால் மட்டுமே காங்கிரஸ் உயிர் தரிக்க முடியும். இதற்காக அக்கட்சி சூத்திரர்கள் தலைமையில் உள்ள அனைத்துக் கட்சிகளையும் கட்சித் தலைவர்களையும் தங்கள் பக்கம் இழுக்க காங்கிரஸ் முயன்று வருகிறது. அதன்மூலம் தான் தலைமையேற்று தன்னை மீண்டும் உயிர்ப்பித்துக் கொள்ள முடியும் என்று நம்புகிறது. ஆனால் அதற்கு சுதந்திர காலத்தில் மகாத்மா காந்தி இருந்தது போன்ற ஓர் ஒற்றைத் தலைமை காங்கிரசில் இப்போது உருவாக வேண்டும். அதன்மூலம் அனைத்து மாநில சூத்திரத் தலைவர்களைத் தன்பக்கம் ஈர்க்க முடியும். அப்படி ஒரு தலைவர் இல்லாத சூழலில் ராகுல் காந்தி பெரும் முயற்சி எடுக்கிறார். அவை இதுவரை வெறும் முயற்சிகளாக மட்டுமே உள்ளன.

சுதந்திரத்திற்கு முன்பு காங்கிரஸ் வகித்து வந்த முதன்மையான உச்ச நிலை அடைய வேண்டுமானால் அது இருவழி முயற்சிகளை மேற்கொள்ள வேண்டும். மகாத்மா காந்தியின் மறைவிற்குப் பின், அக்கட்சியில் ஒரு காலத்தில் மேம்பட்ட ஒரு பெரும் தலைவர், அதுவும் அரசியலை விட்டு ஒதுங்கிநின்று, அரசியல் அதிகாரம் ஏதுமின்றி வெளியிலிருந்து கட்சியை வழிநடத்திய காந்தியைப் போல் இன்னொரு காந்தி அக்கட்சிக்குத் தேவை. அப்படிப்பட்ட தலைவர் ஒருவர் இக்கட்சிக்கு உருவாக வேண்டும் அல்லது இரண்டாவதாக, ஓர் அரசியல் தலைமை அக்கட்சிக்கு சூத்திரர், ஓபிசி, தலித் மக்களிடமிருந்து எழ வேண்டும். அத்தலைமை முதலில் சூத்திரர்களிடமிருந்து தன் பணியை ஆரம்பிக்க வேண்டும். இதில் எந்த சாதியிலிருந்து வந்தாலும் அவர், தன்னை தேசிய, உலகளாவிய விஷயங்களில் முன்கால் பதித்து தன்னை ஒரு பொறுப்பான தலைவராக உயர்த்திக் காண்பித்துக் கொள்ள வேண்டும். இப்போதிருக்கும் மாநிலத் தலைவர்களைத் தன்பக்கம் இருப்பதோடு நிறுத்திக் கொள்ளாமல் அவர்களைத் தேசியப் பார்வையின் முன்

தூக்கி நிறுத்த வேண்டும். இதுபோன்ற முயற்சிகளை முன்னெடுத்தால் பாஜகவைச் சிறிது அசைத்துப் பார்க்க முடியும். அதேபோல், மாநிலத் தலைவர்களும் ஒரு புரிதலோடு மாற வேண்டும். ஒரு தேசிய கட்சியின் மேடையில் ஏறி, தங்களையும் தேசியத் தலைவர்களாக மாற்றிக் கொள்ள வேண்டும். அவ்வாறு அவர்கள் தங்கள் நிலையை உயர்த்திக் கொள்ளாவிட்டால் அவர்களால் இப்போதிருக்கும் அரசியல் நிலைப்பாடுகளை அவர்கள் விருப்பத்திற்கு ஏற்றதுபோல் மாற்றிக் கொள்ள முடியாது. தங்களை மாநில அளவிற்குள்ளேயே பூட்டி வைத்துக் கொண்டால் அவர்களால் இந்த மாற்றங்களைக் கொண்டு வரவே முடியாது. அதுவும் அவர்களுக்கு எதிராகவே செயல்படும்.

குடியாட்சி சூத்திரர்களுக்குக் கொடுத்த கொடைகள் நிறையவே உள்ளன. முதலாவதாக, அவர்கள் அனைவரும் சமமான வாக்குரிமை பெற்ற மக்களாக உள்ளனர். ஏனைய சாதி மக்களுக்கு இணையாகத் தேர்தலில் போட்டியிட முடியும். அவர்களின் பிள்ளைகள் பள்ளிகளுக்குச் சென்று, அங்குள்ள அடுத்து உயர்சாதி மக்களோடு போட்டி போட முடியும். அரசியல் களத்திலும் பிராமணர்களுக்கு எதிராக நின்று போட்டியிட முடியும். ஆயினும், இத்தனை இருந்தும், இந்து சமயத்திற்குள் உள்ள பிராமணர்களின் மேலாதிக்கம் மீது சூத்திரர்களுக்கு எவ்விதப் பிடிப்பும், கேள்வியும் கிடையாது. பிராமணர்களால், பிராமணர்களுக்காகவே நடத்தப்படும் வேத குருகுலங்களில் சூத்திரர்கள் நுழையவே முடியாது; சூத்திரர்கள் பிராமண குருக்களுக்கு எதிராக நின்று அவர்களோடு ஆன்மீக ஆளுமைக்குப் போட்டியிட முடியாது; சூத்திரர்கள் தங்களைச் சத்திரியர்களாக உயர்த்திக் கொண்டு, பிராமணர்களின் அனுமதியோடு சடங்காச்சாரங்களை மேற்கொள்ள முடியாது; சூத்திரர்களால் பனியாக்களோடு எவ்வித வணிக உறவும் எளிதாகக் கொள்ள முடியாது; பிராமணர்களால் சூத்திரர்கள் சடங்கு முறைகளால் புதிய பனியாக்களாக 'உபநயனம்' செய்தால் மட்டுமே பனியாக்களோடு வணிக உறவு கொள்ளமுடியும் என்ற நிலையே நீடிக்கின்றது.

இந்திய அரசியல் சட்டமைப்பும் சூத்திரர்களுக்குப் பல புதிய உரிமைகளைப் பெற்றுத் தந்திருக்கிறது. ஆனால் ரிக் வேதமும், மனு தர்மமும் அவர்களை இன்னமும் காலங்காலமாய் இருந்து வரும் அடக்குமுறைகளிலேயே அடக்கி வைத்துள்ளது. அந்த இடைக்கால முறைகளே இன்னும் நீடிக்கின்றது. ஆனால் ஹரப்பா நாகரிகத்தில் இவர்கள் பல உரிமையோடு இருந்த மக்கள்தான். அவர்கள் சமூக, அரசியல், மதத் தலைவர்களாக இருந்தவர்கள்தான். பொருளாதாரத்திலும் மேம்பட்டு இருந்த மக்கள்தான். புதிய

கிராமங்களையும் நகரங்களையும் உருவாக்கிய பண்பட்ட மக்கள்தான். தங்களுக்குப் பிடித்த தங்கள் கடவுள்களை நேரடியாகப் பூசித்த மக்கள்தான். கடலோடி திரவியம் தேடிய பெரும் மக்கள் கூட்டம்தான். தங்களைத் தாங்களே முறையாக, குடியாட்சித் தத்துவங்களோடு தங்களையே ஆண்டு கொண்ட மக்கள்தான். ஆனால் இத்தனை உரிமைகளையும் அவர்கள் இழந்துவிட்டனர்... அவர்களிடமிருந்து அவை வன்மையாய் பிரித்தெடுக்கப்பட்டு, பிய்த்தெடுக்கப்பட்டு விட்டன. உரிமைகளை இழந்தனர்; சுதந்தரம் இழந்தனர்; சமத்துவம் பறிக்கப்பட்டு விட்டது; சமய உரிமைகள் பறிபோயின. ரிக் வேத காலத்து கால்நடைப் பொருளாதாரத்தோடு ஆரிய பிராமணர்கள் நாட்டிற்குள் நுழைந்ததும் இவை அனைத்தும் நடந்தேறின. வர்ணாஸ்ரமம் தலையெடுத்து ஆண்டான் அடிமை உறவுகள் கட்டமைக்கப்பட்டன; கட்டியெழுப்பப்பட்டன.

அந்தக் காலகட்டத்திலேயே சூத்திரர்கள் போர்க்கொடி தூக்கியிருந்தால் அவர்களது மத உரிமை நிலைநாட்டப்பட்டு இருந்திருக்கலாம். சனாதன தர்மம் கிறித்துவ மதம்போல் வேறு உருவெடுத்திருக்கலாம். சூத்திரர்கள் அரசியல் அதிகாரங்கள் நிலைநாட்டப்பட்டு தேசிய அளவில் அவர்கள் வேறுவித மக்கள் கூட்டமாக வெற்றிகரமாக மாறியிருந்திருக்கலாம். பல பெரும் முதலாளிகள், அறிஞர்கள், அறிவுஜீவிகள், அரசியல் தலைவர்கள் பெரும் எண்ணிக்கைகளில் சூத்திரர்கள் மத்தியிலிருந்து புதிதாக உருவாகியிருப்பார்கள். ஆனால் அவர்களோ அமைதியாக இருந்துவிட்டனர். தங்களை இரண்டாம் தர குடிமக்களாகவும் தலித்துகளை மூன்றாம் தர குடிமக்களாகவும் வைத்துக் கொண்டு விட்டனர். இரண்டாம் நிலைக்கு அக்காலத்தில் தங்களை வகுத்துக் கொண்ட சூத்திரர்கள் இன்றளவும் அதே நிலையில் ஆடாது, அசையாது இருத்திக் கொண்டு விட்டனர் என்பதே பெரும் சோகம். இதனால் தலித்துகளும் தங்களது தாழ்ந்த மூன்றாவது நிலையிலேயே தேங்கி நின்றுவிட்டனர். சூத்திர அறிவாளிகள் அவர்களின் நடுவே தோன்றி சமயச் சுதந்திரமும், சமய சமத்துவமும் மட்டுமே சமூக சுதந்திரத்திற்கும், அரசியல் சமத்துவத்திற்கான அடிக்கண் ஊற்றுகள் என்று கற்றுக் கொடுத்திருக்க வேண்டும். சமயச் சுதந்திரம் ஏதுமின்றி ஓர் அரசியல் தன்னாட்சி உருவாக முடியாது என்றும் கற்பித்திருக்க வேண்டும். அப்படி ஒரு வெளிப்படையான கருத்துகளை உலவ விட்டிருக்க வேண்டும்.

இந்த அறிவுபூர்வமான வழிகளைத் துறந்துவிட்டு, அவர்கள் வெறும் உடல் பலத்தை நம்பிவிட்டனர். தங்கள் பகுதிகளில் உள்ள தங்கள் சக்தியை, ஆளுமையைப் பெரிதாக நினைத்துவிட்டனர். குறுநிலங்களில் தங்கள் அதிகாரத்தை நிலைநாட்டுவதில் குறியாக

இருந்துவிட்டனர். வெறும் அரசியல், பொருளாதார பலத்தை மட்டும் நாடிவிட்டனர். இதனால்தான் இன்றளவும் சூத்திரர்கள் பெருமளவில் வளரவில்லை. இதுவே காங்கிரஸ், பாஜக கட்சிகளில் அவர்களுக்கென்று தனிப்பெரும் இடங்களை அவர்களால் தக்கவைத்துக் கொள்ள முடியவில்லை. இன்னும் வரப்போகும் காலத்திலும் அவர்கள் வளர்ந்து விடுவார்கள் என்ற நம்பிக்கையும் இல்லை. ஏனெனில் சமயச் சுதந்திரம் இல்லாவிட்டால், சமயத்தில் அவர்களுக்கான பங்கு என்று இல்லாவிட்டால் நிச்சயமாக அவர்கள் உச்ச நிலையை அடைவது முடியாத ஒரு கனவாகவே நீட்டிக்கும்.

சூத்திரர்களிடம் இருந்து ஓர் உணர்வுமிக்க எழுச்சி நடக்கவேண்டும். சமய, சமூக, அரசியல் சுதந்திரங்கள் அனைத்தும் கிடைத்து, வெற்றியொளியை நோக்கி நடக்க வேண்டும் என்ற புதிய சித்தாந்தம் அவர்கள் மனதில் வளர வேண்டும். இதுபோன்ற ஒரு புதிய சித்தாந்தம் தேசிய சுதந்திரப் போராட்டத்தின்போது பிராமண - பனியாக்கள் மனதில் உதித்தது; செயல்பட்டவர்கள் வெற்றி பெற்றார்கள். பல அறிவாளிகள், சமய, சமூகத் தலைவர்கள் உருவானார்கள். அவ்வழியில் சென்று வெற்றி காணும் முயற்சி சூத்திரர்களிடம் உருவாக வேண்டும். எப்போதும்போல் பிராமண - பனியாக்களின் அடிவருடிகளாக மட்டும் சூத்திரர்கள் இருந்து விடுவதோடு நின்றுவிடக்கூடாது. இவ்வாறின்றி சூத்திரர்கள் பின்தங்கிப் போனதற்கான ஒரு வெகு முக்கியமான காரணமாக அவர்கள் ஆங்கிலக் கல்வியைத் துறந்ததுதான். அம்பேத்கரும் மகாத்மா காந்தியும் ஜவாஹர்லால் நேருவும் தொடர்ந்து எழுதிவந்தனர்; மக்களோடு அளவளாவினர்; மக்களுக்கு முன்னோடியாக நின்றனர். இதனாலேயே அவர்கள் மிகப் பெரும் அரசியல் ஆளுமைகளாக, தலைவர்களாக உயர்ந்தனர். ஆனால் சூத்திரர்கள் எல்லாவற்றையும் கேட்டுக்கொண்டு, கூட்டத்தில் ஒருவராக காந்தி, நேரு பின்னால் செல்லும் கூட்டத்தில் ஒருவனாக இருந்துவிட்டார்கள்.

இப்போது, இந்தக் கணத்தில் சூத்திரர்கள் தங்கள் அறிவுக் கண்களைத் திறக்க வேண்டும்; திறந்தாக வேண்டும். இல்லையேல் அவர்கள் எப்போதும், காலாகாலத்திற்கும் பிராமண - பனியாக்களின் அரசியல், சமயத்தில், பொருளாதாரத்தின்கீழ், ஆர்எஸ்எஸ்-பாஜக அமைப்பின் கீழ் முடங்கியே இருக்கவேண்டும். சமயச் சுதந்திரம் சூத்திரர்களுக்குக் கிடைக்காவிடில் எப்போதுமே பாஜக பிராமணர்கள் ஆதிக்கத்தி லிருந்து கைமாறாது. அப்படியே இருந்துவிடும். கோவில்கள், மடப்பீடங்கள், இந்து மக்களின் சமுதாய அமைப்புகள் போன்ற அனைத்தும் இப்போது பிராமணர் கைகளில் கட்டுண்டு உள்ளன. அவர்களின் விருப்பமே சமயத்தின் விருப்பமாகவும்,

சமுதாயத்திற்கான கட்டளைகளாகவும் உள்ளன. இதனால் தலைநகரான டில்லியின் தலைவாசலைக் கூட மிதிக்க சூத்திரர்கள் தகுதியில்லாதவர்களாகவே கடைசி வரை இருக்கக்கூடும். இந்துத்துவமே நமது அரசியல், சமூக அமைப்புகளைக் கட்டிக் காக்கின்றன. இதனால் இந்திய அரசியலமைப்புச் சட்டம் இந்துத்துவத்திற்கும், இந்து சமயத்திற்கும் மட்டுமே அரணாக நிற்கும். இதன் நேரடிப் பொருள் யாதெனில், சட்டங்கள் பிராமண - பனியாக்கள் பக்கமே மட்டும் சார்ந்து நிற்கும். ஆகவே, அனைத்திற்கும் இறுதியாக, சூத்திரர்கள் முன்னால் நிற்பது ஒரு புதுவகைப் போர்க்களம் - ஆன்மீக மறுமலர்ச்சியை நோக்கிச் செல்ல வேண்டிய புதிய களம். அதன்மூலம் மட்டுமே முழுமையான, சமத்துவமான புதியதொரு சமுதாயத்தை அவர்களால் படைக்க முடியும்.

5

இன்றைய இந்தியாவில் சூத்திர அரசியலின் முக்கியத்துவம்[1]

ஷரத் யாதவ், ஓம் பிரகாஷ் மகாதோ

அம்பேத்கர் போலவே, அவரோடு இணைந்து, ராம் மனோகர் லோகியா தன் வாழ்நாளைச் சாதிப் பிரிவினைகளால் எழுந்துள்ள அநியாயங்களையும் அநீதிகளையும், சமத்துவமின்மையையும் எதிர்த்துப் போராடினார். இந்திய சோசலிச அமைப்பின் வழியே தனிமனித சுதந்திரம், வளர்ச்சி இவற்றை நோக்கி அவர் பயணித்தார். அவர் காலத்திய சோசலிச தலைவர்கள் போலின்றி, லோகியா வர்க்கப் போராட்டத்திற்குள் சிக்காமல், அவர் சமமின்மையைச் சாதி, பாலினம் என்பவற்றை அடிப்படையாக வைத்துப் பார்த்தார். அவரைப் பொறுத்தவரையில், 'சாதி வாய்ப்புகளை மறுக்கிறது; கட்டுப்படுத்தப் பட்ட வாய்ப்புகளால் திறமைகள் மதிப்பிழக்கின்றன; மறுக்கப்பட்ட திறமைகள் வாய்ப்புகளை மேலும் மேலும் குறைக்கிறது. எங்குச் சாதிகள் வியந்தோதப்படுகின்றனவோ அப்போது வாய்ப்புகளும், வசதிகளும் ஒரு குறுகிய வட்டத்திலுள்ள சிறு மக்கள் குழுவிற்கு மட்டுமே கிடைக்கின்றன.'[2]

இதனாலேயே முனைவர் லோகியா கீழ்க்கண்டவாறு கூறுகிறார்:

சமத்துவத்திற்காகப் போராடும்போது நாம் கட்டாயம் அதிகாரத்தின் உச்சியிலிருக்கும் ஆளுமைகளை எதிர்த்துப் போராடுவது கட்டாயமாகிறது; அதனோடு அந்த ஆளுமைகள் சாதியையும் (சவர்னம்), ஆங்கிலக் கல்வியையும் பணத்தையும் சார்ந்தே நிற்கின்றன. ஆளும் வர்க்கத்தினரில் 90 விழுக்காடு உயர்சாதி மக்களாகவே உள்ளனர். அந்த மக்கள் அனைவரும் ஆங்கிலக் கல்வியும் செல்வச் செழுமையும் வாய்த்த மக்கள்.

ஆனால் இவைகளுக்கு, இவர்களுக்கு எதிராக, சாதி பற்றிய நிலைமைகள் எவையும் மாற்ற முடியாத, மாறமுடியாத நிலைகளாகவே நிமிர்ந்து நிற்கின்றன.³

ஆனால் லோகியா கொண்டிருந்த ஆங்கில எதிர்ப்புக் கொள்கை தலித் - பகுஜன் மக்களுக்கு எதிரானதொரு கொள்கையாக இருந்தது. 'இரட்டைப் பிறவி' எடுக்கும் சாதியினரின் பிள்ளைகள் அனைவரும் ஆங்கிலவழிக் கல்வியைத் தனியார் பள்ளிகளில் இருந்து படித்து, அதன்மூலம் தங்கள் வாழ்வைச் செழிப்பாக்கிக் கொண்டனர். ஆனால் அவ்வாறின்றி, உலக மொழிக் கல்வியில்லாமல் தலித், பகுஜன் மக்கள் – அதில் ஜாட்கள், யாதவர்கள், குஜ்ஜர்கள், பட்டேல் போன்ற சாதியினரும் அடக்கம் – தங்கள் நிலையை உயர்த்திக் கொள்ள முடியாதவர்களாக இருந்தனர். அது ஒரு பெரும் இழப்பாகப் பின்னாளில் போய்விட்டது.

ஆயினும் லோகியாவின் கொள்கையை நேருவின் அரசியலுக்கும் அவருக்கு எதிராக இருந்த அரசியலையும் வைத்தே விவாதிக்க வேண்டியுள்ளது. நேருவின் சோசலிச அமைப்பில் 'ஒவ்வொரு ஐந்தாண்டுத் திட்டத்தின் இறுதியிலும் 5 லட்சத்திலிருந்து 10 லட்சம் மக்கள் அரசின் ஆட்சிப் பீடத்திற்கு ஏறிவர முடியும்; அவர்களின் வாழ்க்கைத் தரம் உயரும்... உண்மையில் மிக மிகக் குறைந்த எண்ணிக்கையில் மட்டுமே பின் தங்கிய மக்களால் மட்டுமே ஆட்சிப் பீடத்திற்கு அருகில் நெருங்க முடிந்தது.'⁴ நமது சோசலிச அமைப்பில் வர்க்கப் போராட்டம் என்று தவறான ஒன்றை வெளியில் பிரதிபலித்தது. அரசின் அதிகாரிகளுக்கும் வணிகத்திலும் தொழில்நுட்பத்திலும் உள்ளவர்களுக்கும் நடுவில் உள்ள உறவு போலியான ஒன்றே. இந்த இரு வர்க்கத்து மக்கள் அனைவருமே உயர் சாதியினராகத் தானிருந்தார்கள். அவர்களுக்கு இடையே இருந்ததாகக் கருதப்பட்ட போட்டி வெறும் வெளி அடையாளம் மட்டுமே. உண்மையில் இதனால் மக்களிடையே உள்ள சமமின்மை மேலும் மேலும் அதிகரித்தது. லோகியா அன்று பயன்படுத்திய 'இந்து - இந்துஸ்தானி' என்ற கோஷம் இன்று ஆர்எஸ்எஸ் அமைப்பினால் 'இந்து, இந்தி, இந்துஸ்தானி' என்று மாறி நிற்கிறது. அரசியல் பக்கம் இவ்வாறெனில், நடைமுறையில் தனியார் பள்ளிகளின் வழியே ஆங்கிலக் கல்விமுறை பெரிதாக வளர்ந்து வருகிறது. இந்தி மொழிக்காக வட இந்தியாவில் மிகப் பெருமையுடன் எழுப்பப்பட்ட கோஷத்தால் இந்தி மட்டும் படித்துவிட்டு, சூத்திரர் / ஓபிசி / தலித் மக்கள் கடையேற முடியாமல் அப்படியே தேங்கி நின்றுவிட்டனர். வளர்ச்சியை அவர்கள் எட்டவேயில்லை.

மக்களிடையே சமத்துவத்தைக் கொண்டுவர லோகியா மூன்று திட்டங்களை முன்வைத்தார். முதலாவதாக, சட்டத்தின்முன் அனைவரும் சமம்; இரண்டாவதாக, அரசியலில் சமத்துவத்தைக் கொண்டுவர (முன்பே அம்பேத்கர் சொன்ன கொள்கையான) 'ஒரு மனிதன்; ஒரு வாக்கு' என்ற கொள்கை; மூன்றாவது கொள்கை, பொருளாதாரச் சமத்துவம்; அனைவரின் வாழ்க்கைத் தரம் உயர வேண்டும். இந்த மூன்று கொள்கைகளை முன் வைத்த லோகியா அதனோடு, தாழ்த்தப்பட்ட மக்களின் தேங்கி நின்றுவிட்ட 'அக்கறையின்மையை' நீக்குவதற்கு அனைத்து அரசியல் கட்சிகளும் முயற்சியெடுக்க வேண்டுமென்றார். அதனோடு 'உயர்சாதியினரின் அதிகார மேலாதிக்கத்தை உடைத்து நொறுக்க வேண்டும்' என்பதாகவும் அவர் கொள்கைகள் இருந்தன. உண்மையென்ன வெனில், அனைத்து அரசியல் அமைப்புகளின் தலைவர்களாகவும், முன்னணி மக்களாகவும் இருந்தவர்கள் அனைவரும் பிராமணர்களே. அவர்கள் எவ்வாறு லோகியாவின் கொள்கைகளை நடைமுறைப் படுத்துவார்கள்? அவர்கள் இவற்றைக் காது கொடுத்துக் கேட்பதே பெரிய விஷயம்! பின் எங்கிருந்து விடியும் சமத்துவம்? லோகியா கீழ்த்தட்டு மக்களுக்காகக் குரல் கொடுத்தவர்; ஆனால் அவர் ஒரே ஒரு வீச்சில் சமத்துவத்தைக் கொண்டு வரும் அதிசய, அபூர்வ மனிதரில்லையே. லோகியாவே பனியா இனத்தவர். அம்பேத்கர், காந்தி இருவரின் கருத்துகளின் நடுவில் லோகியா நின்று கொண்டிருந்தார். நேரு ஒரு சாதி, சமயச் சார்பில்லாத பிராமணராக இருந்தும், சாதிய முனைப்புகளாலும் பிரிவுகளாலும் எழும் குளறுபடிகளைத் தீர்த்து வைக்கும் ஆர்வமில்லாதவர். முற்றாகப் புறக்கணித்துவிட்டு, அவற்றின் பக்கமே திரும்பாமல் இருந்துவிட்டார்.

லோகியா ஆளும் கட்சிகளுக்கு ஓர் அறைகூவல் விடுத்தார். 'பெரும்பான்மை மக்களை மதம், சாதி, பொருளாதாரம், சமூகக் கட்டுப்பாடுகள் போன்றவற்றில் இருந்து விடுவித்து, அவர்களுக்கான தேவைகளைத் தருவதற்கு மிகவும் வெளிப்படையான முன்னுரிமைகளை அளித்து உய்விக்க வேண்டும்' என்றார்.[5] இதனாலேயே லோகியாவின் ஒரு தீவிரக் கருத்து மிகவும் மதிப்பிற்குரியதாக இருந்தது. அவர் சமத்துவம் என்பது வெறும் பள்ளங்களை நிரப்புவது மட்டுமல்ல, அனைத்துப் பள்ளங்களையும் சீராக்கி, பின் அவற்றைப் பெரும் மேடுகளாகவும் உயர்த்த வேண்டும் என்றார். இதற்கு ஒரு முன் முயற்சியாக, அரசியலமைப்புச் சட்டத்தின் மூலம் இம்மக்களுக்கு முன்னுரிமையாக 60லிருந்து 70 விழுக்காடு வரை அரசியல், அரசுப் பதவிகள், இராணுவம், வணிகம், தொழிற்துறைகள் அனைத்திலும் உள்ள தலைமைப் பதவிகளை

அவர்களுக்கு அளிக்க வேண்டும். சூத்திரர்கள், தலித்துகள், ஆதிவாசிகள், பிற்படுத்தப்பட்டவர்கள், சிறுபான்மையினர் என்ற அனைத்து மக்களுக்குமான முன்னுரிமைகளைச் சட்டத்தின் மூலம் கொடுக்க வேண்டும் என்றார்.[6]

இத்தனை நல்லவைகளை முன்மொழிந்த லோகியா மொழி விஷயத்திலும் கல்வி அமைப்புகளிலும் வேறொரு திருத்தத்தைக் கொடுக்கத் தவறிவிட்டார். ஆங்கிலக் கல்வியின் முக்கியத்துவத்தை, அது மக்கள் அனைவருக்கும் பொதுவானதாக இருக்க வேண்டுமென்பதை நினைக்காமல் விட்டுவிட்டார். ஆங்கிலக் கல்வி மூலம் மட்டுமே தாழ்த்தப்பட்ட மக்கள் உயர்வு பெறமுடியும் என்பதை அவர் உணரவில்லை. வரலாற்றின்படி சூத்திரர்களுக்குச் சமஸ்கிருத மொழி கற்பிக்கப்படவில்லை என்பது லோகியாவிற்கு நன்கு தெரியும். பத்தொன்பதாம் நூற்றாண்டின் மத்தியில் மகாத்மா புலே அனைவருக்கும் ஒரே மொழியில் ஒரே கல்வித் திட்டத்தைக் கொடுத்தால் மட்டுமே சமத்துவத்தைக் கொண்டு வரமுடியும் என்றார். அவரது காலத்தில் லோகியா ஒரு பெரும் முன்னேறிய தத்துவ அறிஞர் என்றே கருதப்பட்டவர். ஆனால் அவரால் (அவர் காலத்தில் வாழ்ந்த) அம்பேத்கரது அரிய சேவையைப் புரிந்து கொள்ள முடியவில்லை. ஆனால் புலே அவர்களும் பெரியார் அவர்களும் அதைப் புரிந்து கொண்டு தங்களுக்கென புதிய வழி ஒன்றைத் தெரிந்து கொண்டார்கள். இதனாலேயே லோகியாவின் பல கருத்துகளும் திட்டங்களும் சாதி வெறுப்புகளில் மூழ்கிக் கிடந்த சமுதாயத்தை முன்னெடுக்க முடியாமல் போய்விட்டன.

லோகியா புதிய கருத்தொன்றை மக்களிடம் எடுத்துச் சென்றார். ஏற்கெனவே நிலைநிறுத்தப்பட்டுவிட்ட 'பழைய சாதிக் கருத்துகள்' புறந்தள்ளப்பட வேண்டும். ஏனெனில் அக்கொள்கை 'சாதிகளைச் செங்குத்துத் தொகுப்பாக' (vertical solidarity of castes) வைத்துள்ளது. இதற்காக ஒரு 'புதிய சாதிக் கொள்கைகளை' கொண்டு வரவேண்டும். இதன்மூலம் பிற்படுத்தப்பட்டோர், தலித்துகள், ஆதிவாசிகள், சிறுபான்மையினர், பெண்கள், உழவுக் கூலிகள், தொழிற் கூலிகள் என்ற அனைவரும் ஓர் 'கிடைமட்டத் தொகுப்பாக' (horizontal solidarity) உருவாக்கப்படுவார்கள்.[7] இது போன்ற ஒரு 'கிடைமட்டத் தொகுப்பின்' விளைவாகவே 'மண்டல்-ஓபிசி-அரசியல்' போன்றவை உருவெடுத்தன. இந்தப் புதிய கிளர்ச்சிகள் சாதியச் சமமின்மையைக் கேள்வி கேட்பதோடு நிற்காமல், சாதிய அடிப்படையில் புதிய உறுதியான நடவடிக்கைகளைக் கையில் எடுப்பதற்கான உத்திகளையும் கொடுத்தன.

லோகியா ஒரு பனியா சாதியிலிருந்து வந்திருந்தாலும், அப்போதிருந்த சூழலில் சாதிக்கு எதிராகவே தன்னை நிறுத்திக்

கொண்டிருந்தார். கிடைமட்டத் தொகுப்பு என்று ஆரம்பித்தது ஒரு பகுஜன் அடையாளமாக இருந்தது. அது அப்போதைய காலத்தின் அடிப்படைத் தேவையாகவும் இருந்தது. இதுவரை இல்லாமலிருந்த மாறிவரும் சமூக, கலாச்சார, பொருளாதார, அரசியல் மாற்றங்களுக்கு மிகவும் தேவையான ஒன்றாக இருந்தது. லோகியா விளைவித்த மாற்றங்களின் விளைவாகவே, பின்னாளில் வட இந்தியாவில் இருந்த பல பனியா சாதிகள் தங்களையும் ஓபிசி பட்டியலில் இணைத்துக் கொண்டனர். இந்த நிகழ்வு மண்டல் அறிக்கை வெற்றிகரமாகச் செயல்படுத்தும்போது நடந்தேறியது. ஒரு குஜராத்தியாகவும் தாழ்ந்த சாதி என்று கருதப்பட்ட மோத் காஞ்சி என்ற வணிக சாதியினத்தவராகவும் இருந்த நரேந்திர மோடி இந்த ஓபிசி அமைப்பினால் பயனடைந்தார். அதே அடையாளத்துடன் அரசியலில் உயர்ந்த பிரதம அமைச்சராகவும் ஆனார். ஆனால் அவர் எடுத்த முயற்சிகள் லோகியாவின் முயற்சிகளுக்கு எதிரான ஒன்றாகவே இருந்தது. ஏனெனில் அவர் ஒரு ஆர்எஸ்எஸ் உறுப்பினர். அந்த அமைப்பு மண்டல் அறிக்கை வந்த பிறகும், அதற்குப் பின்பும் ஓபிசி சாதியினருக்கு எதிராகவே தன்னைக் கட்டமைத்துக் கொண்டிருந்தது. லோகியா தன் வாழ்நாள் முழுவதும் நம்மையெல்லாம் தன் கட்டுப்பாட்டில் அழுத்தி, அமுக்கி வைத்திருக்கும் இந்தியச் சாதி அமைப்புகளுக்கு முற்றும் முழுவதுமாக எதிரானவராகவே இருந்து வந்தார். இதனாலேயே இன்றும் இடப்பங்கீட்டிற்கு முழு ஆதரவைத் தரும் அரசியல் கட்சிகளான சமாஜ்வாதி கட்சி, ஐக்கிய ஜனதா தளம், ராஷ்டிரிய ஜனதா தளம் லோகியாவைத் தங்களின் கருத்தியல் குருவாக வரித்து வைத்துள்ளதைக் காணலாம். ஆனால் இதுவரை, மோடி ஒரு முறை கூட, தான் சாதியப் பிரிவினைகளுக்கு எதிரானவர் என்று ஒரு மூச்சுக்குக் கூடக் காண்பித்துக் கொண்டதில்லை.

சோசலிச இலக்கு ஒன்றை நோக்கி...

லோகியா பல ஆக்கப்பூர்வமான திட்டங்களையும் கருத்துப் பட்டறைகளையும் சத்தியாகிரகத்தையும் ஒத்துழையாமை இயக்கத்தையும் தன் ஆயுதங்களாக எடுத்துக் கொண்டார். சோசலிச இலக்குகளை நோக்கிச் செல்லவும், அதில் வெற்றியடையவும் இந்த ஆயுதங்களைப் பயன்படுத்தினார். அவர் சோசலிசம் ஒரு தீர்க்கமான, உறுதியான வழிமுறை என்று முழுமையாக நம்பினார். அது எப்போதும் மிகவும் மந்தமாகச் செயல்படும் அரசியலமைப்போடு ஒத்துப்போகாது என்றும் நம்பினார். ஒரு நாடு வளர்ந்து வருவதற்கு அதன் சட்டங்களும், மெல்லிய வற்புறுத்தல்களும் நிச்சயமாக ஏதுவானவைகளாக இருக்க முடியாது என்று நினைத்து, தன்னை ஒரு

வேகமான செயல்பாட்டாளராக நம்முன் நிறுத்திக் கொண்டார். இதனாலேயே அவரது தலைமையின் கீழ் சோசலிச கட்சி பல புதிய வேகமான நடவடிக்கைகளை முன்மொழிந்தன. வேளாண்மைத் தொழிலைச் சுற்றிப் பல ஆக்கப்பூர்வமான நடவடிக்கைகளை அவர் முன்வைத்தார். புதிய கால்வாய்கள், கிணறுகள், நீர் நிலைகள், போக்குவரத்துச் சாலைகள் அமைக்க வேண்டும் என்று மக்களைத் தூண்டினார். தன் கட்சியின் ஓரமைப்பாக இருந்த 'இந்து உழவர் பஞ்சாயத்து' மூலம் மக்கள் தங்கள் வழமையான பழக்கவழக்கங்களி லிருந்து மாறுபடும் காலம் வந்துவிட்டது என்றார். அநீதிகளுக்கு எதிராகப் போராட வேண்டும் என்று கூறினார். மக்கள் தாங்கள் வழக்கமாகப் பயிரிடும் உணவுப் பொருள்களில் மாற்றம் கொண்டு வரவேண்டும்; புதிய வகைப் பயிர்கள் பயிரிட வேண்டும் என்றும், நவீன வழிகளில் உரம் தயாரிக்க வேண்டும்; விளைவித்தப் பொருள்களை பதனமாகச் சேமித்து வைத்திருந்து சந்தைப்படுத்த வேண்டும்; புதுவகை வேளாண்மைக்கு ஏற்ற புதிய வேளாண் கருவிகள் உற்பத்தி செய்யப்பட வேண்டும் என்று தொடர்ந்து பல மாற்றங்களுக்கு அடிகோலினார்.

பூதான் (நில தானம்), சர்வோதயா அமைப்புகள் போன்றவற்றுக்கு லோகியா முழு ஆதரவு அளித்தார். இதன்மூலம் சமூக மாற்றங்களுக்குக் காந்தி காட்டிய திசையில் தீவிரமாக லோகியா காலடி எடுத்து வைத்தார். 'விளம்பரக் கூட்டங்கள்' 'கல்விப் பட்டறைகள்' ஒவ்வொரு கிராமத்திலும் தொடர்ந்து நடத்தி, அவைமூலம் அரசியல்வாதிகளுக்கு வாழ்விடத்துத் தேவைகள் பற்றிக் கற்றுத்தரவும் பயிற்றுவிக்கவும் முடியும். இதன்மூலம் ஒரு புதிய அரசியல் முறைகளைத் திருத்தவும் கற்பிக்கவும் முடியும். மேலும் எப்போதும் அரசியல் சட்டங்கள் மட்டுமே மாற்றங்களை விளைவித்துவிடாது என்று லோகியா நம்பினார். அப்படிப்பட்ட மாற்றங்களுக்காக மக்கள் பொறுமையாகக் காத்திருக்கவும் கூடாது; அப்படிக் காத்திருக்க வேண்டியதிருந்தால் மக்களுக்கு அரசியலமைப்பின் மீது ஏமாற்றம் மட்டுமே கிடைக்கும் என்றார். ஆகவே அவர் காந்திய வழியில் அகிம்சா முறைப் போராட்டங்களை, காந்தி சத்தியாகிரகம் என்றழைத்த போர்முறையைத் தங்கள் ஆயுதமாகக் கையில் எடுக்கவேண்டும் என்று லோகியா அறிவுறுத்தினார். இவை மூலமே சமுதாய மாற்றத்தையும் அரசியல் சீர்திருத்தத்தையும் கொண்டு வரமுடியும் என்றார். ஆயினும் இத்தனைக் கோட்பாடுகளும் பிராமணியத்தின் நிழலில்தான் அறிவிக்கப்பட்டன. ஆனால் பிராமணியமோ தொழில்களுக்கு உரிய மரியாதையைத் தருவதே இல்லை. லோகியாவும் பல பிராமணத் தலைவர்கள் போலவே அயல்நாடு சென்று உயர்கல்வி பெற்றவர்.

ஆகவே அவரும் தன் கொள்கைகளும் கோட்பாடுகளும் சாதிய முறைகளில் நல்ல மாற்றங்களை விளைவிக்கும் என்றும் நம்பினார். ஆனால் காலப்போக்கில் ஆர்எஸ்எஸ்-பாஜக அமைப்புகளின் தீவிரப் பாய்ச்சலினால் லோகியாவின் சோசலிசக் கொள்கைகளை அவை மழுங்கடித்துவிட்டன. அதற்குப் பதிலாக மிகவும் மோசமான சமய அடிப்படைத்துவத்தையும், தனிமைப்படுத்துதலையும் உட்கொணர்ந்தன. ஏதுவாக ராமர் கோவில், பாபர் மசூதிக் குழப்பங்கள் அவ்வமைப்புகளுக்குத் துணையாக வந்து சேர்ந்தன. ஆயினும் இத்தனைத் தடங்கல்கள் வந்தாலும், லோகியாவின் முயற்சியினால் வடஇந்தியப் பகுதிகளில் சூத்திரர் / ஓபிசி அமைப்புகள் மாநிலங்களில் புதிய தலைமைகளோடு மேலெழுந்தன என்பதை அனைவரும் ஒப்புக்கொண்டே ஆகவேண்டும். லோகியாவின் சோசலிச, சாதி மறுப்பு கருத்துகள் இதனை வெற்றிகரமாகச் செய்தன என்பதும் ஒரு வரலாற்று உண்மை.

அரசியலமைப்பின் ஒரு கருத்து

அம்பேத்கரின் கருத்தான 'ஒரு மனிதன்; ஒரு வாக்கு; அதற்கான ஒரே மதிப்பு' என்ற கொள்கை லோகியாவின் மீது அதிகத் தாக்கத்தை உண்டு பண்ணியது. இதன்மூலம் சமூகத்தின் விளிம்பு நிலை மனிதர்களுக்கு அதிகாரம் போய்ச் சேரும் என்றறிந்தார். ஆயினும் அம்பேத்கர் இதனைச் செயலாக்குவதில் வரக்கூடிய ஐயங்கள், அச்சங்கள் பற்றியும் கூறியுள்ளார். மேலும் காலனிய அரசிலிருந்து விடுபட்டு குடியாட்சிக்குள் நுழையும் நிலை வரும்போது, ஏற்படக் கூடிய மாற்றங்களை அம்பேத்கர் தன் புத்தப் பின்னணியோடு வைத்து யோசித்து, தன் கேள்விகளையும் முன்வைத்தார். ஒரு முழுமையான குடியாட்சியாக அது மலர வேண்டும் என்று விழைந்தார். குடியாட்சியின் அமைப்பும், பண்பும் முறையாக இருக்க வேண்டும்; அதன்மூலமே சமூக, பொருளாதார உயர் குறிக்கோள்களை நாம் அடைய முடியும் என்றார் அம்பேத்கர்.

அதிலும் அம்பேத்கர், காந்தி விட்டுச் சென்றுள்ள அராஜகத்தின் இலக்கணத்தை நாம் விரைவில் தூரமாக எறிந்துவிட வேண்டும் என்று விரும்பினார். அதன் மூலமாக முழுமையான அரசியலமைப்பை நமது குடியரசின்மீது ஏற்றமுடியும் என்று நம்பினார்.[8] ஏனெனில் அம்பேத்கர் மிக ஆழமாக ஒன்றை நம்பினார்; அதை வலியுறுத்தினார். இந்தியர்கள் புதிதாகக் கிடைத்த குடியாட்சியோடு திருப்தி அடைந்துவிடக்கூடாது. பதிலாக, ஒரு கூட்டாட்சிச் சமூகமே நாட்டை ஒரு முழுமையான, சமுதாய, பொருளாதாரக் குடியரசாக மாற்ற முடியும் என்றார் அம்பேத்கர். 1950 ஜனவரி 26ஆம் தேதியில் அம்பேத்கர்:

நாம் இப்போது பல்வேறு குழப்பங்கள் நிரம்பியுள்ள வாழ்க்கைக்குள் அடியெடுத்து வைக்கிறோம். அரசியலில் நாம் சமத்துவம் பெற்றுவிட்டோம்; ஆனால் சமுதாய, பொருளாதார நிலைகளில் இன்னும் சமமின்மையே நீடித்து நிலை பெற்றிருக்கிறது. அரசியலில் நாம் 'ஒரு மனிதன்; ஒரு வாக்கு; ஒரே மதிப்பு' என்ற உயர் நிலைக்கு வந்துவிட்டோம். ஆனால் நமது சமுதாய, பொருளாதாரக் கட்டமைப்புகளால் நாம் இன்னும் 'ஒரு மனிதன்; ஒரே மதிப்பு' என்ற நிலைக்கு அருகிலும் செல்லவில்லை. அது முழுமையாக மறுக்கப்பட்டே இன்றும் இருக்கிறது. இப்படிப்பட்ட குழப்பங்களோடு நாம் இன்னும் எத்தனை நாள்தான் வாழ்வது? இன்னும் எத்தனை காலம்வரை நமது சமுதாயத்திலும், பொருளாதாரத்திலும் இந்தச் சமமின்மையைப் பொறுத்துக் கொள்ள வேண்டும்? இன்னும் பல காலத்திற்கு இவை மறுக்கப்பட்டால் நாம் பெற்ற குடியாட்சிக்கு நாமே இறுதி மணி அடித்துவிடுவோம். குடியாட்சியை ஆழப் புதைத்துவிடுவோம். குழப்பங்களை எந்த அளவு விரைந்து தீர்க்கிறோமோ அவ்வளவு நல்லது; இல்லையேல், சமமின்மையால் அல்லலுறும் மக்கள் நமது கடினத் தியாகங்களில் உயிர்ப்பித்த நமது குடியாட்சி முறையை அடித்து நொறுக்கி எறிந்து விடுவார்கள்.[9]

வட இந்தியாவில் லோகியாவின் வழியில் சென்ற சூத்திரர்கள் அம்பேத்கர் காட்டிய தலித்துகளோடு எவ்வித நல்தொடர்புகளையும் ஏற்படுத்த முடியாது என்ற நிலைமையே உள்ளது. இதனால் ஏற்பட்ட புதிய விளைவாக லோகியாவின் சமாஜ்வாதி கட்சி, முலாயம் சிங் யாதவ் தலைமையின் கீழ் முளைத்தது; அம்பேத்கரின் தலித் பாஜக ஆட்சி உத்தரப் பிரதேசத்தில் கன்ஷிராம் தலைமையில் முளைத்தது. இதனால் மண்டல் அறிக்கை அமல்படுத்தப்பட்ட பின்பு வேளாண் தொழிலில் உள்ள ஜாட் இனத்தவர்கள் இரு பக்கத்திலும் சேராமல் தனித்து நின்றனர். இதுபோன்றவைகளின் பக்க விளைவுகளாகப் பிராமணர்களால் ஆக்கிரமிக்கப்பட்ட காங்கிரஸ் கட்சி மிகவும் பலவீனமடைந்தது. உத்தரப் பிரதேசத்தில் இதன் உச்சக்கட்டம் 1994இல் நடந்தது. இந்த மாற்றங்கள் மூலமே இந்துத்துவவாதியான சத்திரிய யோகி ஆதித்யநாத் உத்தரப் பிரதேசத்தின் முதல் மந்திரியானார்.

வட இந்தியாவில் சூத்திரர்களின் அமைப்புகள்

உலகின் பல்வேறு பகுதிகளில் இருந்து நம் நாட்டிற்குப் பல பயணிகள், தூதுவர்கள் பல்வேறு காலகட்டங்களில் வந்துள்ளனர்.

அவர்கள் தங்கள் பயணக் குறிப்புகளில் நம் நாட்டிலுள்ள மிகவும் மட்டமான சாதிப் பிரிவினைகள் பற்றி எழுதியுள்ளனர். பழம் இலக்கியங்களிலாவது சாதிக் கட்டமைப்புகள் - பிரம்மாவிடமிருந்தே - ஆதிக்கடவுளிடம் இருந்தே உற்பத்தியானது என்று கருதப்பட்டது. அந்தப் பிரம்மத்தின் உடம்பிலிருந்து மனிதர்கள், ஆணும் பெண்ணுமாக உற்பத்தி செய்யப்பட்டு வெளிவந்தனர். அவரது தலை, கரம், தொடை, கால்களில் இந்த உற்பத்தித் தொழில் நடந்தது. தலையிலிருந்து பிறந்த பிராமணர்களுக்கு அறிவும் கல்வியும் கொடுக்கப்பட்டன. கைகளிலிருந்து பிறந்த சத்திரியர்கள் பெரும் வீரர்களானார்கள்; தொடையிலிருந்து பிறந்த வைசியர்கள் வணிகர்களானார்கள்; இதில் எனக்கு இரு குழப்பங்கள் ஏற்பட்டன. முதல் கேள்வி: ஈனமான தொழில்கள் செய்யும் சூத்திரர்களும் எப்படி பிரம்மாவின் பாதத்திலிருந்து பிறந்திருக்க முடியும்? இரண்டாவது கேள்வி: ஏன் பிரம்மாவின் உடலிலிருந்த நான்கே நான்கு உடலுறுப்புகளில் இருந்து மட்டும் மனிதர்கள் 'ஜன்மம்' எடுத்தார்கள்? அவரது கழுத்து, மார்பு, வயிறு, பின்கால்கள் போன்ற பகுதிகள் என்னவாகின? யாரேனும் இந்தச் சாதி முறையையும், சாதிப் பிறப்புகளையும் முழுமையாக நம்புபவர்கள் இருந்தால் அவர்கள் அறிவியல் மூலமாகவோ, பகுத்தறிவு மூலமாகவோ இதற்குப் பதிலளித்தால் நான் 'தன்யனாவேன்!'

சாதியப் படிநிலைகளின் இறுதிப் படிநிலையில் உள்ள தலித்துகளும் சூத்திரர்களும் மிகவும் பரிதாபத்துக்குரியவர்கள்; முழுவதுமாகப் புறக்கணிக்கப்பட்ட விளிம்பு நிலை மக்கள். பல்லாயிரம் ஆண்டுகளாக வாய்ப்புகள் ஏதுமில்லாது வாழ்ந்து வந்த மக்கள். சமுதாயத்தின் அடித்தளத்திற்கு அமுக்கப்பட்ட மக்கள். கலாச்சாரம், சமூக வாழ்க்கை, பொருளாதாரம், அரசியல் என்று அனைத்திலும் இந்து மதம் கற்பித்து, காத்து நிற்கும் சாதியப் படிநிலைகளால் அடித்தளத்திற்குத் தள்ளப்பட்ட மக்கள் இவர்கள். இந்தச் சாதியப் படிநிலையில் மனிதனின் பிறப்பால் அவனுக்கென்று சில சமுதாய வேலைகளும் பொறுப்புகளும் கொடுக்கப்பட்டன. இப்படித்தான் ஓர் அழுக்கான, தீமையான சமுதாயம் உருவாக்கப்பட்டது.

இந்தியா சுதந்திரம் பெற்றது; அம்பேத்கர் தலைமையில் எழுதப்பட்ட இந்திய அரசியல் சட்டம் பயனுக்கு வந்தது. இந்த நாடும் அரசும் மக்கள், மக்களால், மக்களுக்காக என்று அமைந்தது. நீண்ட நெடிய போராட்டங்களுக்குப் பிறகு நமது நாட்டின் பிதாமகன்களின் முயற்சியால் காலனி அரசு முடிவிற்கு வந்து, ஆட்சி நம் கைகளுக்கு மாறியது. இதன் பிறகு இந்த நாடு ஒரு மித்த நாடாகவும், சோசியலிச நாடாகவும், சமயச் சார்பற்ற, அனைத்து மக்களுக்கும் சமத்துவம் என்ற கோட்பாட்டோடு ஒரு பெரும் குடியரசாக மாறியது. இதன்

மூலம் சமூக, பொருளாதார, அரசியல் நியாயங்கள் அனைத்து மக்களுக்கும் சென்றடைந்தது. அதனோடு சிந்தனைச் சுதந்திரம், கருத்துச் சுதந்திரம், நம்பிக்கைச் சுதந்திரம், வழிபாட்டுச் சுதந்திரம் என்பவற்றோடு அனைவருக்குமான சமத்துவம் கிடைத்தன. தங்களை முன்னேற்றிக்கொள்ள பல வாய்ப்புகள், ஒற்றுமையோடு நாட்டுயர்வுக்கு ஈடுபடுதல் என்று பல நல்ல விஷயங்கள் நடந்தன. அனைத்து இந்திய மக்களுக்கான ஒரு பொதுவான அரசியல் அமைப்புச் சட்டத்தைத் தனது தலைமையில் ஆக்கிக்கொடுத்தார் அம்பேத்கர். அதன்மூலம் சரியான சமூக நீதி என்பதோடு அரசியல் பொருளாதார நீதி அனைவருக்கும் - அதிலும் பின்னுக்குத் தள்ளப்பட்ட மக்களுக்கும் - கிடைக்கும் வாய்ப்பு வந்தது. அம்பேத்கரின் பெரும் விருப்பமான ஒரு மனிதன், ஒரு வாக்கு, சம மதிப்பு என்ற கொள்கை செயல்முறைக்கு வந்தது. ஆகவே இவற்றின்மூலம் சூத்திரர்களுக்கும் ஏனைய விளிம்புநிலை மக்களுக்கும் சமூக, பொருளாதார முன்னேற்றம் கிடைப்பதற்கு உழைக்கவேண்டியது அனைவரின் கடமையாக உள்ளது.

சூத்திரர்கள் முழுமையாக தலித்துகள் போல், சமூகத்திலிருந்து விலக்கி வைக்கப்படவில்லை. அவர்களின் வாழ்விடங்களும் ஒதுக்குப்புறமான வேறு இடங்களாகவும் இல்லை. அளவுக்கு அதிகமாகவும் அவர்கள் மற்ற இனத்து மக்களால் விலக்கி வைக்கப்படவும் இல்லை. பொதுவாகவும், அதுவும் குறிப்பாக, த்விஜர்களும் சூத்திரர்களை 'தீண்டக்கூடிய' மக்களாகத்தான் பார்த்தனர். தீண்டத்தகாதவர்கள் என்று ஒதுக்கப்படவில்லை. ஆனால் மண்டல் திட்டத்திற்குப் பின்னால் தென் இந்தியாவிலும், வட இந்தியாவிலும் பல்வேறு வழிகளில் அவர்களின் இனம் பல்வேறு அரசியல் தாக்கங்களுக்கு உட்பட்டது. இந்தியாவின் தெற்கு, மேற்குப் பகுதிகளில் சூத்திரர்கள் இனமயமாக்கலுக்கு உட்படுத்தப்பட்டனர். ஆனால் வடக்குப் பகுதியில் அவர்கள் மீதான தாக்கம் வேறொரு விதமாக இருந்தது. முதலில் சொன்ன தெற்கு, மேற்குப் பகுதிகளில் உயர்ந்த சாதியினர், குறிப்பாகப் பிராமணர்கள் சிறிய எண்ணிக்கையிலேயே இருந்தனர். இதனால் சூத்திரர்கள் தங்களுக்குள்ளாகவே சாதிய அமைப்புகளைத் தங்கள் பகுதிகளில் ஆரம்பித்து அதன்மூலம் சாதியப் படிநிலைகளைச் சிறிதளவாவது முறிக்க முடிந்தது. இத்தகவலை கிறிஸ்தொஃப் ஜாஃப்ரிலா தனது 'India's Silent Revolution' என்ற நூலில் குறிப்பிடுகிறார்.[10]

ஆனால் இந்தியாவின் வட மாநிலங்களில் இந்திய அரசியலில் சாதி அமைப்புகள் அனைத்துமே சமஸ்கிருதமாக்கலின் உள்ளேயே இருந்தன. இதனால் சமஸ்கிருத மொழியின்மீது கேள்விகளை எழுப்புவதிலிருந்தும், அதற்கு எதிராகப் புரட்சிகளையும்,

போராட்டங்களையும் எழுப்புவதிலிருந்தும் தவறி, மாற்றாக அம்மொழியோடு இணைந்து, உயர்சாதி மக்கள் சமத்துவமின்மையைத் தரப்படுத்தியதற்குள் இணைந்து செயல்பட்டனர். இவ்வாறிருந்த சூத்திர சாதியினருள் யாதவ சாதியினர் ஒரு பெரும் சாதியாக இருந்தனர். இவர்கள் தங்களைக் கிருஷ்ணக் கடவுளின் வழிவந்தவர்களாகக் காண்பித்துக் கொண்டனர். குர்மி, கொயிரி என்ற இரு சாதியினரும் தங்களைச் சத்திரியர்கள் என்றழைத்துக் கொண்டனர். இங்குச் சாதிய அமைப்புகள் தென்னிந்தியாவில் இருந்ததுபோல கூட்டமைப்புகளாக அமையவில்லை. இப்பகுதியில் சமஸ்கிருத மொழி ஆதரிக்கப் பட்டதால், பிராமணரல்லாத சாதியக் கட்டமைப்புகளை அமைக்கச் சாதியினர்கள் தயாராகவில்லை. இதனால் தென் இந்தியப் பகுதியில் உள்ள சூத்திரர்களின் நிலை ஓரளவு வடக்குத் திசையில் உள்ளவர்களோடு ஒப்பிடும்போது பரவாயில்லாமல் இருந்தது. ஆயினும் நாட்டை முழுமையாகப் பார்க்கும்போது அரசியல் பணியில் அமர்ந்த சூத்திரர்கள் எண்ணிக்கை மிகக் குறைவாகவே இருந்து வந்தது. ஒரு சான்றை எடுத்துக் கொள்ளலாம். நாடு முழுவதுமுள்ள நாற்பது ஒன்றிய அரசின் பல்கலைக்கழகங்களில் ஒரு ஓபிசி பேராசிரியர்கூட வேலை பெறவில்லை. இதில் உயர்நிலைப் பல்கலைக்கழகங்களான JNU மற்றும் அனைத்து IITகளும் அடங்கும்.[11]

மண்டல் திட்டங்களின் மீது ஒரு மீள் பார்வை

'பிற்படுத்தப்பட்ட வகுப்பு' என்ற சொற்றொடர் மதராஸ் ராஜதானியில் முதன் முறையாக 1917இல் பயன்படுத்தப்பட்டது. இதுபோன்ற கல்வியறிவில்லா மக்களை உயர்த்துவதற்காகப் பல புதிய திட்டங்கள் ஆலோசிக்கப்பட்டன. 1946ஆம் ஆண்டில் ஜவாஹர்லால் நேரு அரசியலமைப்புக் குழுவின் முன்னால் 'புறநிலைப் புரட்சி' பற்றிப் பேசும்போது இச்சொல்லைப் பயன்படுத்தினார்.[12] அவர் புதிய திட்டம் ஒன்றை ஆதிவாசிகளுக்கும் பிற்படுத்தப்பட்ட மக்களுக்கும் சிறுபான்மையினருக்கும் தாழ்த்தப் பட்ட வகுப்பினருக்கும் ஓபிசி மக்களுக்கும் முன்மொழிந்தார். ஒவ்வொரு மாநிலத்திலும் இம்மக்களுக்காகத் தனிப்பட்ட அதிகார அமைப்பை உருவாக்க வேண்டும். அம்பேத்கரைப் பொறுத்த வரையில் 'பிற்படுத்தப்பட்டோர் வகுப்பு' என்பது பலவகை சாதிகளின் ஒருங்கிணைப்பு என்பதே.

சுதந்திரம் அடைந்த பிறகு, இதுவரை வரலாறு முழுவதும் விளிம்பு நிலை மனிதர்களாக ஒதுக்கப்பட்ட மக்களுக்காகவும், அவர்களின் உரிமைகளுக்காகவும் பல முயற்சிகள் எடுக்கப்பட்டன. 1953, ஜனவரி

29ஆம் தேதி முதல் பிரதமர் ஜவாஹர்லால் நேரு 'பிற்பட்ட வகுப்பினருக்கான ஆணையம்' ஒன்றை காகா சாஹெப் கேல்கர் என்பவரின் தலைமையின்கீழ் ஆரம்பித்தார். இது இந்திய அரசியலமைப்புச் சட்டத்தின் 340ஆம் சரத்தின்படி ஆரம்பிக்கப் பட்டது. இந்த அமைப்பு பின்னாளில் கேல்கர் ஆணையம் என அழைக்கப்பட்டது. இந்த ஆணையத்தின் நோக்கமே பிற்படுத்தப் பட்ட மக்கள், பிற்படுத்தப்பட்ட சாதியினர்களைப் பற்றிய சமூக, கல்வி நிலைகளை ஆராய்ந்து, அந்த விவரங்கள் அனைத்தையும் தொகுத்து, அதன்மூலம் அவர்களை உயர்த்துவதற்காகப் புதிய பரிந்துரைகளைக் கொடுக்க வேண்டும் என்பதே.

கேல்கர் மற்றும் அவரோடு இணைந்து அந்த ஆணையத்தில் பணியாற்றிய மக்களின் பெரும்பான்மையோர் ஓபிசி மக்களை நான்கு அளவுகோல்களால் அடையாளமிடுகிறார்கள். அவை: இந்து சமுதாயத்தின் சாதிய அடுக்கு முறைகளில் அம்மக்களுக்கு மிகக் கீழான இடமே கொடுக்கப்பட்டுள்ளது. இரண்டாவது, ஓபிசி மக்களில் பலரும் கல்வியறிவு பெறாதவர்கள்; அரசுப் பணிகளில் இம்மக்கள் வெகு குறைவான எண்ணிக்கையில் மட்டுமே உள்ளனர்; வணிகம், பொருளாதாரத் துறைகள், தொழிற்சாலைகள் போன்றவைகளில் அவர்களது பங்களிப்பு போதுமானதாக இல்லை. ஓபிசி மக்களில் சாதிகள் ஒரு முக்கிய அடையாளமாக உள்ளது.

கேல்கர் ஆணையம் தனது அறிக்கையை 1955இல் கொடுத்தது.[13] அதில் தொழிற் கல்விகளிலும் வேலைவாய்ப்புக் கல்வி நிலையங்களிலும் 70% இடங்களைத் தகுதி பெற்ற பிற்படுத்தப்பட்ட மாணவர்களுக்கு அளிக்க வேண்டும்; மாநில, மத்திய அரசுப் பணிகளில் முதல் பிரிவில் 25%, இரண்டாம் பிரிவில் 33.3%, மூன்றாம், நான்காம் பிரிவில் 40% தர வேண்டும் என்று சிபாரிசு செய்தது. மேலும், இவ்வறிக்கை 1961இல் நடக்கும் மக்கள் கணக்கெடுப்பை சாதிவாரியாகப் பிரித்து எடுக்க வேண்டும் என்ற கருத்தை முன்வைத்தது. மேலும், நிலச் சீர்திருத்தம், கிராமியப் பொருளாதார மேம்பாடு போன்றவைமூலம் ஓபிசி மக்களை முன்னேற்றும் முயற்சியெடுக்க வேண்டும். நிலதானம், கால்நடை வளர்ச்சி, பால் பண்ணைகள், வீட்டு நலத்திட்டம், பொதுச் சுகாதாரம், குடிநீர்ப் பெருக்கம், முதியோர் கல்வி போன்ற பல்வேறு திட்டங்கள் மூலம் அம்மக்களை முன்னேற வைக்க வேண்டும். அனைத்துச் சிபாரிசுகளுடன் ஆணையத்தின் அறிக்கை சமர்ப்பிக்கப் பட்டது. ஆனால் அதோடு கருத்து வேற்றுமைகளும் உடன் சேர்ந்து எழுந்தன. மொத்தமுள்ள 2399 பிற்படுத்தப்பட்ட சாதியினக்கும் வகுப்பினருக்கும் இடஒதுக்கீடு அளிக்கப்படவேண்டுமா எனும் விவாதம் எழுந்தது. சோசலிச எண்ணங்களைப் பிற்படுத்தப்பட்ட வகுப்பினருக்கு இடப்பங்கீடு கொடுத்து அவர்களை முன்னேற்ற

வேண்டும் என்ற அவாவினால் எழுந்தது இந்த ஆணையம். ஆனால் பின்னால் எழுந்த குழப்பங்களால் அந்தத் திட்டத்தைப் பின்பற்றி எதுவும் நடைபெறவில்லை. ஒரு பெரிய வரலாற்றுக் கனவு, கனவாகவே அழிந்தது.

1975-77 இந்தியாவின் அவசரக் காலம் அது. அப்போது அனைத்துச் சோசலிச தலைவர்களும் ஒரே மேடையில் ஒன்றிணைந்தனர். அவர்களின் இணைப்பில் புதிதாக உருவானது ஜனதா கட்சி. அக்கட்சி 1977இல் ஆட்சியைப் பிடித்தது. அக்கட்சி தன் தேர்தல் அறிக்கையில் பிற்படுத்தப்பட்ட சாதி மக்கள் அனைவரையும் முன்னேறுவதற்கான அத்தனை முயற்சிகளையும் அரசு எடுக்கும் என்ற உறுதிமொழி இருந்தது. அத்தருணத்தில் இந்தியா நாடு முழுமைக்கும் பிற்படுத்தப்பட்ட மக்களின் தரத்தை உயர்த்துவது பற்றிய விவாதம் எழுந்தது. சமூக, கல்வி முன்னேற்றம் பற்றிப் பேசிய ஜனதா கட்சி, அதை நிறைவேற்றும் முயற்சியில் ஆறு உறுப்பினர்களை வைத்து புதிய ஆணையம் ஒன்றை அமைத்தது. அதன் தலைவராக பீகாரின் முந்தைய முதலமைச்சரான B.P. மண்டல் தலைமையில் இக்குழு அமைந்தது. குழு ஆரம்பித்த தினம் 1 ஜனவரி, 1979. இந்த ஆணையம் மண்டல் ஆணையம் என்றே அனைவராலும் அழைக்கப்பட்டது.

சமூக, கல்வி, வேளாண்மை, தொழிற்துறை என்று எங்கும் விரவிக் கிடக்கும் பிற்படுத்தப்பட்ட மக்களின் முன்னேற்றத்துக்காக ஜனதா அரசு தீவிரமாக முயற்சி எடுத்தது. இதுவரை இந்த மக்களுக்குத் தொடர்ந்து நடைபெற்று வரும் மக்கள் எதிர்ப்புக் கொள்கைகளை நிறுத்துவதற்கு முயற்சிக்காமல், இனிவரும் காலங்களில் அவர்களுக்கான நீதியும் நியாயமும் கிடைப்பதற்கான புதிய முயற்சிகளில் அரசு ஈடுபட்டது. மண்டல் ஆணையம் ஆரம்பிக்கப் பட்ட பிறகு நான் அரசின் மூத்த பெரும் தலைவர்களைச் சந்தித்தேன். பிரதம அமைச்சர்கள் மொரார்ஜி தேசாய், ஜகஜீவன் ராம், சௌதாரி சரண் சிங் போன்றவர்களைச் சந்தித்து, அவர்கள் எடுத்திருக்கும் புது முயற்சிகளுக்கு என் வாழ்த்துகளைத் தெரிவித்தேன். ஆனால் அந்த அரசு விரைவில் வீழ்ந்தது. பல உட்கட்சிக் குழப்பங்கள், மறைமுகத் திட்டங்கள், வெற்று அரசியல் போன்ற பலவற்றால் ஜனதா கட்சியின் ஆட்சி 1979இல் வீழ்ந்து, முடிந்தது. 1980 ஜனவரி மாதம் மீண்டும் காங்கிரஸ் கட்சி அறுதிப் பெரும்பான்மை பெற்று ஆட்சிக்கு வந்தது.

1931ஆம் ஆண்டு நடந்த மக்கள் தொகை கணக்கெடுப்பில்,[14] பதினொரு அடையாளக் குறிப்புகள் / வரைகூறுகளை முன்வைத்து மக்களின் சமூக, கல்வி, பொருளாதார நிலைப்பாடுகள் கணக்கெடுக்கப்பட்டன. இதன்மூலம் ஓபிசி அமைப்பில் மொத்தம் 3743 சாதிய அமைப்புகள் கணக்கிடப்பட்டன. மொத்த மக்கள் கணிப்பில் 52 விழுக்காடு ஓபிசி

மக்கள் இருப்பதாகப் பட்டியலிடப்பட்டது. நானே முன்னின்று சௌதாரி சரண் சிங், B.P. மண்டல் இருவரையும் பலமுறை 1979ஆம் ஆண்டு சந்திக்க வைத்துள்ளேன். அப்போது உத்தரப் பிரதேசத்திலும், ஹரியானாவிலும் இருந்த செல்வந்தர்களான ஜாட் இனத்தவர்கள் தங்களைப் பிற்படுத்தப்பட்ட வகுப்பில் சேர்ப்பதற்கு மறுப்புத் தெரிவித்தனர். பரத்பூரில் சரண் சிங் அவர்களை ஜாட் இனத்துத் தலைவர்களைச் சந்தித்து தங்களைப் பிற்படுத்தப்பட்ட வகுப்பில் சேர்த்துவிடக்கூடாது என்று கூறி அதிலிருந்து தங்களை, மண்டல் அறிக்கையிலிருந்து விடுவிக்கக் கோரினார்கள். முதலில் தயாரித்த பட்டியலில் மண்டல் இச்சாதியினரைச் சேர்க்கவில்லை. ஆணையத்தின் அறிக்கை இந்திய ஜனாதிபதி ஜியானி ஜெயில் சிங் அவர்களிடம் டிசம்பர், 1980இல் கொடுக்கப்பட்டது.[15] அந்த அறிக்கையின் மிக முக்கியமான பரிந்துரையில் சமூக நிலைகளிலும், கல்வியிலும் பின்தங்கியுள்ள பிற்படுத்தப்பட்ட மக்களுக்காக இடப்பங்கீட்டில் 27% ஒதுக்கப்பட வேண்டும் என்பது இருந்தது. இந்த இடப்பங்கீடு ஒன்றிய அரசுப் பணிகளிலும், பொதுப்பணித் துறைகளிலும் கொடுக்கப்பட வேண்டும் என்றிருந்தது.

ஜனாதிபதியைப் பார்த்து அறிக்கையைக் கொடுத்த பிறகு, மண்டல் பிரதம மந்திரி இந்திராவைச் சந்திக்கச் சென்றார். வேண்டுமென்றே வெகு நேரம் காத்திருக்கும்படி ஆனது. ஆயினும் அதன்பின் சந்திப்பு நடந்தது. பிரதம மந்திரியைச் சந்தித்த பின்பு மண்டல் மிகவும் வருத்தத்தோடும் குழப்பத்தோடும் வெளிவந்தார். அங்கிருந்து நேராக என் வீட்டிற்கு என்னைச் சந்திக்க வந்தார். சோகம் கப்பிய குரலில் 'என் அறிக்கையை நான் கங்கை நதி வெள்ளத்தில் எறிந்து மூழ்கடித்து விட்டேன்' என்றார். நிச்சயமாக இந்திரா காந்தி அரசு அதனைச் செயல்படுத்தாது என்று அவர் உறுதியாக நம்பினார். ஆனால் அறிக்கை பாராளுமன்றத்தில் விவாதத்திற்கு வந்தது. அது நாட்டின் ஏழாவது மக்களவை. அதில் நான் உறுப்பினராக இல்லை என்பதும் இன்னொரு சோகம். ஆயினும் என்னால் முடிந்த அளவு பாராளுமன்ற உறுப்பினர்களையும், ஜனதா கட்சியினரையும் அந்த அறிக்கையின் மீதான விவாதத்தில் முக்கிய பங்கெடுக்குமாறு கேட்டுக் கொண்டேன். ஆனால் மண்டல் மனதில் உதித்தது சரியாகவே இருந்துள்ளது; அந்த அறிக்கை வெறுமனே கிடப்பில் போடப்பட்டது.

1988 அக்டோபர் 11இல் ஜனதா தள் என்ற புதிய அரசியல் கட்சி உருவானது. அது ஜன் மோர்ச்சா, ஜனதா கட்சி, லோக் தள், காங்கிரஸ் (S) என்ற அரசியல் கட்சிகள் இணைந்து இந்தப் புதிய கட்சி ஆரம்பிக்கப்பட்டது. அக்கட்சியின் தலைவராக விஷ்வநாத் பிரதாப் சிங் தேர்ந்தெடுக்கப்பட்டார். 1989இல் பொதுத் தேர்தல் வந்தது. ஜனதா தள் பல மாநிலக் கட்சிகளான திராவிட முன்னேற்றக் கழகம்,

தெலுகு தேசக் கட்சி, அசோம் கன பரிஷத் என்பவற்றுடன் இணைந்து ஒரு தேசிய முன்னணியை அமைத்தது. வி.பி. சிங் அதன் அமைப்பாளராகவும், என்.டி. ராமாராவ் அதன் தலைவராகவும் பொறுப்பேற்றனர். நான் மிக நிச்சயமாக மண்டல் அறிக்கை ஒரு பெரும் திருப்புமுனையாக அமையும் என்று நம்பினேன். அதன்மூலம் இந்தியச் சமூகத்தில் நிலவி வரும் சமமின்மையும், வரலாற்று அநீதிகளும் எவ்வாறு பிற்பட்டவர்களைப் பாதிக்கிறதோ அதனைச் சீர்செய்துவிடும் என்று மனதார நம்பினேன். அதன் அறிக்கையில் உள்ள உரிக்கப்பட்ட உண்மைகளும், புள்ளிவிவரங்களும் இந்த மாற்றங்களுக்குத் துணை நிற்கும் என்றும் நம்பினேன். ஆனால் பத்தாண்டுகளுக்கு மேலாக அரசு இதனைக் கிடப்பில் போட்டு விட்டது. அதனால் தான் சிபாரிசுகளும் உள்ளடங்கிப் போய்விட்டன. மண்டல் அறிக்கையில் பிற்படுத்தப்பட்டோர் என்ற பட்டியலில் இந்து, இஸ்லாமியர், சீக்கியர், கிறிஸ்துவர் என்ற பல்வேறுபட்ட மதத்தினரும் இருந்தனர். ஜனதா கட்சியும், லோக் தள் கட்சியும் இந்த மக்களுக்கு நீதி கிடைக்க வேண்டுமென்று கருத்தாக இருந்தன.

அக்கட்சியினரது தேர்தல் அறிக்கையும் மண்டல் அறிக்கையின் சிபாரிசுகள் மீது எடுக்கப்பட்டதாகவே இருந்தது. மக்களும் அதிக நம்பிக்கையுடன் ஜனதா தள் கட்சியை 1989 தேர்தலில் வெற்றி பெற வைத்தனர். தேசிய முன்னணியாக, ஜனதா தள் தன் தோழமைக் கட்சிகளோடு இணைந்து பெரும்பான்மையோடு ஆட்சி அமைத்தது. ஏழாவது பிரதமராக வி. பி. சிங் டிசம்பர் 1989இல் பதவியேற்றார். ஆனால் அவர் பதவியேற்ற பிறகும் பிற்படுத்தப்பட்ட மக்கள் மனதில் மருட்சியே நீடித்து நின்றது. ஏனெனில் முன்பிருந்த அரசியலில் உள்ள இந்திய தேசிய காங்கிரஸ் கட்சியினர் மண்டல் கமிஷன் சிபாரிசுகளை நிறைவேற்றுவதற்கு அன்றும், இன்றும் தடையாகவே இருந்தனர். அவர்கள் வெளியில் காட்டிக்கொண்ட 'பகுஜன் உணர்வு' வெறுமனே வாக்கு வங்கிகளைக் கவர்வதற்காகவே இருந்தது. பிற்பட்டவர்களின் வாக்குகளைக் கவர்ந்து விட்டு, அவர்களைத் தொடர்ந்து அறியாமை இருட்டிலேயே மூழ்கடிக்கவே விரும்பினர். இந்தப் பழைய காங்கிரஸ் தலைவர்களால் இப்போதைய ஜனதா தளத்தின் மீதான மக்களின் நம்பிக்கை குறைந்து கொண்டே போனது.

சோசலிசத் தலைவர்களுக்கு இச்சூழலும், அதிலும் குழப்பமும் அதிர்ச்சி அளித்தது. அவர்கள் கவலை கொண்டனர். லோக் தள் கட்சியில் எழுபது உறுப்பினர்கள் இருந்தனர். அவர்கள் ஜனதா தள் கட்சிக்குத் தங்கள் ஆதரவை அளித்தனர். அதோடு தங்கள் எண்ணிக்கையையும் மீறி அதிக பதவிகளைப் பெற்றனர். பிரதம மந்திரிப் பதவி மட்டுமின்றி, உள்ளாட்சி, வெளியுறவு, ராணுவ அமைச்சர்களாகவும் ஜனதா தள் உறுப்பினர்கள் பதவிகளைப்

பெற்றனர். இதுவும் சில அரசியல் பிரச்னைகளை எழுப்பியது. இறுக்கமான ஓர் அரசியல் சூழல் அரசைச் சுற்றி நின்றது. எல்லோரையும் அரவணைத்துச் செல்வது கடினமான ஒன்றாக இருந்தது. இதனால் பிற்படுத்தப்பட்டோர் மனதில் குழப்பமும் சந்தேகமும் அச்சமும் வளர்ந்தன. ஆகவே சோசலிசத் தலைவர்களான நாங்கள் அரசிடம் எங்கள் கொள்கைகளை, ஆவலை வலியுறுத்தினோம். கொடுத்த தேர்தல் வாக்குறுதிகளை நிறைவேற்ற அழுத்தம் தந்தோம். மண்டல் சிபாரிசுகளை நிறைவேற்ற வேண்டும் என்று உறுதியாகக் கேட்டோம். ஏனெனில் இந்தச் சிபாரிசுகள் அரசின் ஆணைகளாக மாறாவிட்டால் பிற்படுத்தப்பட்ட மக்கள் நியாயம் கிடைக்காமல் ஏமாற்றப்படுவார்கள் என்றே நினைத்தோம்.

ஆனால் இதற்கெல்லாம் தடையாக இருந்தது வி.பி. சிங் அவர்களின் பின்னாலிருந்த அவரது முக்கியப் பரிவாரமாகும். அவர்கள் மண்டல் அறிக்கையை முற்றாக நிராகரிக்கும் அரசியல்வாதிகளாக இருந்தனர். இந்தத் தடையினைத் தாண்டுவதற்காக வி.பி. சிங் புதியதொரு குழு ஒன்றை அமைத்தார். அதன் தலைவர் சௌதாரி தேவிலால். அவர் அப்போது துணைப் பிரதமர் என்பதோடு முக்கிய ஜாட் இனத் தலைவராகவும் இருந்தார். சௌதாரி சரண்சிங் கொடுத்த அழுத்தத்தினால்தான் மண்டல், ஜாட் சாதியைப் பிற்படுத்தப் பட்டோர் பட்டியலில் இணைக்கவில்லை என்பது தேவிலாலுக்குத் தெளிவாகத் தெரியும். ஆனால் பல ஜாட் தலைவர்கள் தங்கள் சாதியையும் பிற்படுத்தப்பட்டோர் பட்டியலில் இணைக்க வேண்டும் என்றும், இடப்பங்கீட்டில் இடம்பெற வேண்டும் என்றும் விரும்பினர். ஜாட் இனத்தவர்களும் தங்கள் இனத்துத் தலைவர்களிடம் இதை வற்புறுத்தினர். இந்தச் சூழலை வி.பி. சிங் தனக்கு மிகவும் சாதகமான ஒன்றாக மாற்றினார். அதற்காக ஓர் அதிரடி மாற்றத்தைச் செய்தார். தேவிலால் ஒரு ஜாட் தலைவர், ஆகவே ஜாட் இனத்தவர்களின் பெயர் பட்டியலில் வராவிட்டால் அவர் மண்டல் கமிஷனை நிறைவேற்ற விடமாட்டார் என்பதை வி.பி.சிங் புரிந்து வைத்திருந்தார்.

இந்த நேரத்தில் ஜனதா தளத்தின் பொதுச் செயலாளராகவும் தொழிற்துறை அமைச்சராகவும் இருந்த சௌதாரி அஜித் சிங் தனது ஜாட் இனத்தவரைப் பட்டியலில் சேர்க்க வேண்டும் என்ற கோரிக்கையை வலியுறுத்தினார். ஜாட் இனத்தவர் கட்டாயம் ஓபிசி-யில் இடம்பெற வேண்டும் என்பதில் குறியாக இருந்தார். இந்த நிலை தேவிலால் அவர்களுக்கு ஓர் இக்கட்டான நிலையைக் கொடுத்தது. ஜாட் இனத்தவருக்குப் பட்டியலில் இடம் கிடைத்தால் அந்தப் பெருமையை அஜித்சிங் தட்டிக் கொண்டு போய்விடலாம். அதனோடு ஜாட் சாதியை இணைக்காவிடில் அவர்கள் தேவிலால் மீது

திருப்தியடையாமல் சினம் கொள்வர். இதனைத் தனக்குச் சாதகமாக திருப்பிக் கொண்டார் வி.பி. சிங்.

இதே நேரத்தில் அமைச்சரவையில் உள்ள இருவர் மீது குற்றச்சாட்டுகள் எழுந்தன. அதை உறுதிப்படுத்தும் வகையில் பல தரவுகளும் தேவிலால் அவர்களிடம் வந்து சேர்ந்தன. அவற்றைப் பிரதம அமைச்சரின் அலுவலகத்திற்கு அனுப்பி வைத்தார்.[16] இதனால் அமைச்சரவையில் இன்னொரு பூகம்பம் கிளம்பியது. அப்போது என் கவனமெல்லாம் வேறொரு பக்கம் இருந்தது. தேவிலால் அவர்களின் மகன் ஓம் பிரகாஷ் சௌதாலா அப்போது ஹரியானா முதல் அமைச்சராக இருந்தார். அவரைச் சுற்றியிருந்த அரசியல் சூழலை நான் புரிந்து கொண்டேன். அதன் எதிரொலி கட்டாயம் டில்லியில் இருக்கும் என்று நம்பினேன். இதுபோன்ற அரசியல் குழப்பங்கள் மூலம் வி.பி.சிங் அவர்களின் கவனத்தை மண்டல் அறிக்கையிலிருந்து திருப்புவதற்குப் பலரும் முனைந்தனர்.

ஜாட் தலைவரான தேவிலால் அடிமட்டத்திலிருந்து முன்னேறி வந்த தலைவர். அவரது புகழும் உச்சத்தில் இருந்தது. சிங் குற்றம் சாட்டப் பட்ட அமைச்சர்களைக் கூப்பிட்டு விசாரிக்காமல், தேவிலாலை அமைச்சர் பதவியிலிருந்து விலக்கிவிட்டார். இதற்கு எதிராக தேவிலால் டில்லியில் ஒரு பெரும் பேரணியை ஜாட் மக்களுக்காக நடத்தத் திட்டமிட்டார். விவசாயிகளும் ஜாட் இனத்தவரும் பெருந்திரளாக வந்து அவரின் அரசியல் பலத்தை உறுதி செய்தனர். 1990 ஆகஸ்ட் 3ஆம் தேதி காலையில் சிங் என்னைத் தன் வீட்டிற்கு அழைத்து என்னிடம், 'ஷரத், இன்னும் என்னால் தேவிலால் அவர்களைப் பொறுத்துக் கொள்ள முடியாது' என்றார். நான் தேவிலாலைப் பார்த்துப் பேசுவதாகவும், பிரச்னையைத் தீர்த்து வைப்பதாகவும் கூறினேன். ஆனால் தேவிலாலை அமைச்சரவையில் இருந்து நீக்க வேண்டாம் என்றும் கேட்டுக் கொண்டேன். ஆனால் அவரை விலக்குவதற்கான உத்தரவை ஏற்கெனவே ஜனாதிபதிக்கு அனுப்பி விட்டேன் என்று சிங் கூறினார். இதனால் நான் என் முயற்சியைக் கைவிட்டு விட்டேன். அடுத்த நாள் காலை 7 மணி, பிரதம மந்திரி தன் நம்பிக்கைக்குப் பாத்திரமான ஒருவரை என் வீட்டிற்கு அனுப்பி என்னை அழைத்து வரச் செய்தார். மூன்று மணி நேரம் நானும் அவரும் தேவிலால் பிரச்னையைப் பற்றி விவாதித்தோம். அவர் நான் தேவிலால் பக்கம் சாய்ந்துவிடக் கூடாது என்பதில் உறுதியாக இருந்தார். அவ்வாறு நான் சென்றால் அது அவரது பிரதம மந்திரிப் பதவிக்கும் ஆபத்தாகலாம் என்று நினைத்து அஞ்சினார்.

இதை நான் அனுசரணையாக எடுத்துக் கொண்டு, மண்டல் அறிக்கையைச் செயல்படுத்த, அதுவும் உடனே செயல்படுத்த அவரை

உந்தினேன். அவர் முதலில் வரும் 1990 ஆகஸ்ட் 15ஆம் தேதி செங்கோட்டையில் இருந்து அறிவிப்பதாகச் சொன்னார். ஆனால் நான் அவரிடம் மண்டல் அறிக்கையை நடைமுறைப்படுத்த விரும்பினால், அதை அவர் உடனே செயலில் காண்பிக்க வேண்டும். இல்லையேல் நான் தேவிலால் நடத்தும் பேரணியில் கலந்து கொள்வேன் என்று தீர்மானமாகக் கூறினேன். என்னைப் பொறுத்தவரை, மண்டல் திட்டம் செயல்பாட்டுக்கு வந்துவிட்டால் அம்பேத்கர், கர்ப்பூரி தாக்கூர், லோகியா, ஜெயப்பிரகாஷ் நாராயண் போன்ற பெரும் தலைவர்கள் கண்ட கனவும் முழுமையாக நிறைவேறும் என்றே நினைத்தேன். அவர்களது ஆவலின்படி ஒரு சமமான சமுதாயம் மலர்ந்து விடும் என்ற பெரும் நம்பிக்கை அது. சோசலிச போராட்டத்தில் ஜனதா தள் அரசு முன்னெடுத்துச் செல்கிறது. பிற்பட்ட சமூகத்தினரின் நம்பிக்கையால் வி. பி. சிங் பிரதம அமைச்சரானார். ஆயிரமாயிரம் ஆண்டுகளாக அடிமைப் படுத்தப்பட்டுக் கிடந்த சமூகம் விழித்தெழுந்து, தங்களை உய்விக்கும் மண்டல் திட்டத்தைச் செயல்படுத்துவார் என்ற நம்பிக்கையுடன் இருந்தனர்.

தன் அரசைக் காப்பாற்றிக் கொள்ள வி. பி. சிங், தனது நெருங்கிய அரசியல் நண்பர்களுடன் கலந்தாலோசித்து விட்டு, திட்டத்தைச் செயல்படுத்தத் தயாரானார். 1990 ஆகஸ்ட் 6ஆம் தேதி மாலை 6 மணிக்குத் தன் வீட்டிற்கு அமைச்சரவையை அழைத்தார். மண்டல் ஆணையம் பற்றிப் பேசுவதே முக்கியமான நிரலாக இருந்தது. அவரது நண்பர்களிடம் இருந்து அதிகமான அச்சமூட்டலே இருந்தது. இருந்தும், அடுத்த நாள் 7ஆம் தேதி மண்டல் ஆணையத்தின் அறிக்கையை நடைமுறைப்படுத்த அரசு ஒத்துக்கொண்டுள்ளது என்று அறிவிக்கப்பட்டது. இதன்படி, ஓபிசி மக்களுக்காக 27% வேலைகள் உறுதியாக்கப்படுகின்றன. இறுதியாக, 1990 ஆகஸ்ட் 13 அன்று அதிகாரப் பூர்வமாக வெளிவந்தது. ஆனாலும் அதற்கு முன்பே 10ஆம் தேதியில் இருந்தே த்விஜர்கள் இடப்பங்கீட்டிற்கு எதிரான தங்கள் வன்மையான போராட்டத்தை ஆரம்பித்து விட்டனர். நாடு முழுவதும் ஏறத்தாழ ஒரு மாதம் மாணவர்கள், ஆசிரியர்கள், அதிகாரிகள் தங்கள் போராட்டங்களைத் தொடர்ந்து நடத்திக் கொண்டிருந்தனர். பொதுச் சொத்துகள் பெரும் சேதமடைந்தன. சாலைகள் அடைக்கப்பட்டன. வகைவகையாகப் போராட்டங்கள் தொடர்ந்தன.

இந்தியாவில் இருபதாம் நூற்றாண்டின் பிற்பகுதியில் புதிய வெளிச்சம் ஒன்று ஒளிர்ந்தது. ஜனதா தள் என்ற புதியதொரு அரசியல் கட்சி பிறந்தது. அதன் தலைவர்களாக ஜெயப்பிரகாஷ் நாராயண், கர்ப்பூரி தாக்கூர், சௌதாரி சரண் சிங், வி. பி. சிங் என்ற பெரும் அரசியல் தலைவர்கள் அரண் எழுப்பி ஒரு வெற்றிக் கொடியை நட்டு

வைத்துள்ளனர். சமுதாய மாற்றத்திற்கு இது ஒரு பெரும் அடித்தளம். இருபதாம் நூற்றாண்டின் மீதிப் பகுதியில் புதிய அரசியல், சமூகப் பார்வைகள் நடந்துள்ளன. இந்தியாவில் உள்ள பெரும் பிரச்னைகளுக்குக் காரணமாக இருப்பதே சாதிப் பிரிவினைகள்தான் என்பதை வி.பி. சிங் அவர்களின் கட்சி உறுதியாக நினைத்தது. இனி வரும் காலத்தில் 'மண்டலியமாக்குதல்' நடந்தேறும்; அனைத்து மக்களும் அவர்கள் பிற்படுத்தப்பட்டவர்களாக இருந்தாலும், உயர் வகுப்பினராக இருந்தாலும், விவசாயிகள், சிறுபான்மையினர் என்று யாராக இருந்தாலும் - அனைவருக்கும் சமமான வாய்ப்புகள் கிடைக்கும் என்பது உறுதியாகிறது. இது வெறுமனே பொருளாதார உயர்வுக்காக மட்டுமில்லாமல் சமூக நகர்வுகளும் சமூக உயர்வுகளும் இதன்மூலம் நடந்தேறும்.

இடப்பங்கீடு, சமூக நீதி என்ற இரண்டின் தேவைகளை நியாயப்படுத்துதல்

தலித்துகள், ஆதிவாசிகள், பெண்கள், பிற்படுத்தப்பட்ட மக்கள் மீது பல்வேறு சொல்லொண்ணா சமூக, பொருளாதார, அரசியல் அழுத்தங்கள் கொடுக்கப்பட்ட மக்களை, அதனிலிருந்து விடுவிக்கும் முயற்சியில், அவர்களை முன்னிறுத்தி, அவர்களுக்குப் பிரதிநிதித்துவத்தை அளித்து, அவர்களை உயர்த்தும் முயற்சியை மட்டும் ஓர் உறுதியான செயல்பாடாகக் கருதப்படும். சுதந்திரத்திற்குப் பின்பு, நமது அரசியலமைப்புச் சட்டத்தில் புதிய உறுதிமொழிகள் கொடுக்கப்பட்டன. இழந்த உரிமைகளை மீட்டுத் தருவதற்காகப் பொதுக்கல்வி நிலையங்களில் இடப்பங்கீடு தருவதற்கான உறுதி கொடுக்கப்பட்டது. அரசியலமைப்பின் 15(4), (5), (6) என்ற சரத்துகளில் இந்த உத்தரவாதம் அளிக்கப்பட்டது. அரசுப் பணிகளில் இதேபோன்ற உறுதிகள் சரத்துகள் 16(4), (6) மூலமாகக் கொடுக்கப் பட்டது; மாநிலச் சட்டசபைகளிலும், ஒன்றிய பாராளுமன்றங் களிலும் 384ஆவது சரத்துகள் மூலம் இடம்பெறும் உரிமை அளிக்கப் பட்டது. முன்பு, இடப்பங்கீடு மக்களது சமூக, கல்வி நிலைகளில் பின்தங்கிய சில சாதி மக்களுக்கானதாக இருந்தது; ஆனால் 2019இல் நடந்த 103ஆவது அரசியலமைப்புத் திருத்தத்தின் மூலம் இடப்பங்கீடு பொருளாதாரத்தில் பின்தங்கிய மக்களுக்கானது என்று மாற்றப் பட்டது. இதன் முக்கிய குறிக்கோளே தலித்துகள், ஆதிவாசிகள், பிற்படுத்தப்பட்ட மக்கள் அனைவருக்கும் பொதுத் துறையில் இடப்பங்கீடு என்பதோடு அவர்கள் மாநில அவைகளில் எடுக்கப்படும் மாற்றங்களிலும், தீர்மானங்களிலும் பங்கெடுக்க வேண்டும் என்றும் திருத்தப் பெற்றது.

ஆனால் சமீப காலத்தில் நடத்திய ஆய்வுகளில் கிடைத்த தரவுகளில் அந்த மக்களுக்கு இடப்பங்கீடு கொடுத்தாலும் அவர்களுக்கான முழு ஒதுக்கீட்டு அளவுகளில் அவர்களால் இடம்பெற முடியவில்லை என்று தெரிந்தது. ஏற்கெனவே விளிம்பு நிலை மனிதர்களாக ஒதுக்கப்பட்டிருந்த அந்த எஸ்ஸி, எஸ்டி, ஓபிசி மக்கள் இன்னமும் அரசாங்கத்தின் உயர் பகுதிகளிலும் அரசு அமைப்புகளிலும் இடம்பெற முடியாமலேயே இருந்தனர். 2018ஆம் ஆண்டு தகவல் உரிமைச் சட்டத்தின் மூலம் கேட்கப்பட்ட கேள்வியில், ஒன்றிய அரசின் நாற்பது பல்கலைக்கழகங்களில் இடப்பங்கீடு துணைப் பேராசிரியர் பதவி வரை மட்டுமே செயல்படுத்தப்பட்டது என்றும், ஆயினும் அவர்களுக்கான 27% ஒதுக்கீட்டில் ஏறத்தாழ பாதியளவு 14.38% மட்டுமே கொடுக்கப்பட்டுள்ளன என்பதும் புலனாயிற்று. மேலும், இன்னொரு சோகமான தரவு ஒன்றும் கிடைத்தது. பேராசிரியர், துணைப் பேராசிரியர் பதவிகள் ஒன்றிய அரசின் பல்கலைக்கழகங்களில் ஓபிசிகளுக்கு எவ்விதப் பணி நியமனமும் நடக்கவேயில்லை; அவர்களுக்கான விழுக்காடு வெறும் பூஜ்யமாகவே - 0% - இருந்தது.[17] ஐஐடிஇ ஐஐஎம் கல்வி நிலையங்களில் உள்ள 9,640 பணியிடங்களில் எஸ்ஸி, எஸ்டி ஓபிசி மக்களுக்காக வெறுமனே 9% இடங்கள் மட்டுமே ஐஐடி கல்வி நிலையங்களிலும், 6% மட்டுமே ஐஐஎம் கல்வி நிலையங்களிலும் கொடுக்கப்பட்டுள்ளன. இதைப் போலவே, அரசின் அமைச்சகங் களிலும், துறைகளிலும் கொடுக்கப்பட்ட தகவல்களின்படி - 78 வெவ்வேறு அமைப்புகளில் - எஸ்ஸி, எஸ்டி, ஓபிசி மக்களுக்கு 2016ஆம் ஆண்டில் கொடுக்கப்பட்ட பணிகளின் விழுக்காடுகள் முறையே 17.49, 8.47, 21.57 விழுக்காடுகள் மட்டுமே.[18]

இடப்பங்கீட்டின் மூலம் நடக்கும் பணியமர்த்துதல்களில் தொடர்ந்து நடந்து வரும் இந்தப் பெரும் புரட்டைப் பற்றி ஆழமாக ஆய்வு செய்வதும், அதில் அரசியலமைப்பு தரும் உத்தரவாதங்களை நிறைவேற்றுவதற்குச் செய்ய வேண்டிய வேலைகள் நிறையவே காத்திருக்கின்றன. எஸ்ஸி, எஸ்டி ஓபிசி ஒதுக்கீடுகள் / பங்கீடுகள் கல்வி நிலையங்களிலும் அரசுப் பணிகளிலும் முற்றாகப் புறக்கணிக்கப்பட்டு, சிலரின் விருப்பப்படி முற்றிலுமாகத் திரிக்கப்பட்டு நடந்து வருகின்றன. இவற்றில் அம்பலப்படுவது சாதிய வேறுபாடுகள் என்பது மட்டுமில்லாமல், உயர்சாதி மக்கள் தாங்கள் காலங்காலமாய் வரித்துக் கொண்டிருக்கும் இந்தப் பணியிடங்களைத் திறமை, தகுதி என்று பல பெயர்களில் அவைகளைத் தங்களுக்கானதாக மட்டுமே வரித்துக் கொள்ளும் அவலம் இந்த நிமிடம்வரை தொடர்ந்து நடைபெற்றுக் கொண்டே இருக்கின்றது.

புதிய வழிமுறைகளைக் கையில் எடுக்க வேண்டிய கட்டாயம் தொடர்ந்து நிலவிக் கொண்டிருக்கின்றது. இடப்பங்கீட்டை முறையாக நடைமுறைப்படுத்த வேண்டும். பல உயர் கல்வி நிலையங்களில் நலிந்த மாணவர்களைக் கேலிக்குள்ளாக்குவதும், அவமானப்படுத்துவதும் தொடர்ந்து மேடையேற்றப்படும் கேவலம் நிறுத்தப்பட வேண்டும். அவர்கள் திறமையைக் கீழ்மைப் படுத்துவதை நிறுத்தி, அவர்கள் அந்த நிலையங்களில் தங்களுக்கான இடத்தைத் தக்கவைத்துக் கொள்ளும் வசதிகளை உறுதியாக்க வேண்டும். சமத்துவமான சமுதாயம் ஒன்றை அமைக்க இடப்பங்கீடு ஒரு சிறு வழி மட்டுமே; இதையும் தாண்டி நாம் செய்ய வேண்டிய கடமைகள் நிறையவே உள்ளன. இடப்பங்கீட்டிற்குப் பிறகு இந்தக் கடமைகளை நாம் முறையாக சீர்திருத்தி ஒழுங்காக நடத்தியாக வேண்டும். மேலும் இந்த உயர் கல்வி நிலையங்களில் இடப்பங்கீடு மூலம் இடம்பெறும் மாணவர்களுக்குத் தேவையான உதவிகளைக் கொடுத்து அவர்களுக்கான வாய்ப்புகளை, அவர்கள் திறமையாகக் கையாளுவதற்கான பயிற்சிகளையும் உதவிகளையும் அளிக்க வேண்டும். அவர்களுக்குக் கொடுக்கப்பட்ட உரிமைகளும் வசதிகளும் அவர்களுக்கே போய்ச் சேர வேண்டும் என்ற நியதி கட்டாயமாக உருவாக்கப்பட வேண்டும்.

பொருளாதாரத்திலும் சமுதாயத்திலும் தாழ்ந்த நிலையில் இருக்கும் பிற்படுத்தப்பட்ட மக்கள் அரசியலிலும் உயரத்தைப் பெறுவதற்கான உறுதியான முயற்சிகள் எடுக்கப்பட வேண்டும். இதில் மிகவும் சோகமான விஷயம் என்னவெனில், அனைத்துப் பிற்படுத்தப்பட்ட மக்களுக்கான இடப்பங்கீடு பற்றிய முழுமையான புரிதல் இன்னும் பலருக்கு வரவேயில்லை. அதன் குறிக்கோள், அதன் பயன், விளைவு ஒன்றும் தெரியாத மக்களாகவே பலரும் உள்ளனர். அவர்களுக்கு நிலம் இருக்கலாம்; வசதி இருக்கலாம்; வாய்ப்புகள் இருக்கலாம்; அவர்களை யாரும் மட்டமாக நினைப்பதும் இல்லாமலும் இருக்கலாம். அவர்களுடைய பொருளாதார நிலை அவர்களுக்குச் சமுதாயத்தில் மரியாதைப் பெற்றுத் தந்திருக்கலாம். அதோடு அவர்கள் எங்கெங்கு ஒதுக்கப்படுகிறார்களோ, அவ்விடங்களில் உள்ள அவர்களின் முதல் உரிமையை அவர்கள் கைப்பற்ற வேண்டும். அதற்காக அரசு தரும் வாய்ப்புகளை விரைந்து கையிலெடுக்க வேண்டும்.

ஏறத்தாழ இன்றுவரை பல ஆதிக்க சாதியினர் நிலமும், சமுதாய மரியாதையும் கிடைக்கும்போது அதனோடு பெரும் திருப்தியடைந்தனர். அவர்களுக்குக் கிடைத்த சமூக மரியாதையிலும் அவர்களின் ஆளுமையிலும் அவர்களுக்கு அத்தனை திருப்தி. ஆனால் கல்வி மீதும், வேலைவாய்ப்புகள் மீதும் அவர்கள் மனம் செல்லவில்லை. அவற்றின் முக்கியத்துவம் இப்போது புரிய

ஆரம்பித்த பிறகே அவர்கள் இடப்பங்கீடு பற்றிய ஆர்வத்தையும், அதன் தேவையையும் அவர்கள் தேட ஆரம்பித்துள்ளனர். அதற்கொரு சான்று: குஜராத்தில் உள்ள பத்திதர் சாதியினர் புதிய கோரிக்கை ஒன்றை வைத்துள்ளனர்; தங்களையும் இடப்பங்கீட்டில் சேர்த்துக் கொள்ள வேண்டும்; இல்லையேல், இடப்பங்கீட்டை முழுமையாக நீக்கிவிட வேண்டும் என்பது அவர்களது கோரிக்கை. சூத்திரர்களின் நடுவே உள்ள ஆதிக்கச் சாதிகள் சமுதாய நீதி பற்றி எந்த அளவு அறியாமையோடு இருக்கிறார்கள் என்பதையே இது நிரூபிக்கின்றது.

சோசலிச அரசியல் மரபு நமக்குக் கற்றுக் கொடுக்கும் பாடம்

2019 பாராளுமன்ற தேர்தல் சமயத்தில் நடந்த ஓர் அரசியல் சூழல் மிகவும் வித்தியாசமானது. வட இந்தியாவில் இருந்த பிற்பட்ட வகுப்பினர் நடுவே மண்டல்-கமண்டல் அரசியல் போட்டி ஒன்று நடந்தது. லோகியா ஏற்றிவிட்டுச் சென்ற சோசலிசப் பார்வையை நரேந்திர மோடியின் தலைமையின் கீழ் இயங்கிய பாஜக ஒரு நெருக்கடிக்குள் கொண்டு சென்றது. வேறு கட்சிகளான பகுஜன் சமாஜ் கட்சி, சமாஜ்வாதி கட்சி, ராஷ்டிரிய ஜனதா தளம் என்ற கட்சிகள் அதே சோசலிசப் பார்வையோடு வழிநடக்க வேண்டும்; ஆனால் அவை வழி தவறின. இக்கட்சிகள் தலித்கள், ஓபிசி, இஸ்லாமியர்கள், என்பவர்களுக்கான அரசியல் நீதி வேண்டிப் போராடினர். இந்தப் போராட்டத்திற்கு இடப்பங்கீட்டை ஓர் அடையாளமாகவும், வழியாகவும் வைத்துக் கொண்டனர். ஆனால் இதை பாஜக தன் தீவிரமான, பாரம்பரிய இந்துத்துவக் கொள்கைகளையும், சாதி சார்ந்த அரசியல் கொள்கைகளையும் வைத்து அக்கட்சிகளைத் தோற்கடித்து விட்டது. சமாஜ்வாதி கட்சி, பகுஜன் சமாஜ் கட்சி, ராஷ்டிரிய ஜனதா தளம் கட்சிகள் இணைந்த முன்னணி - தலித், ஓபிசி, இஸ்லாமியர்கள் உள்ளடக்கிய - ஒன்றை அமைக்கத் தவறிவிட்டன. இதே தவறை உத்தரப் பிரதேசம், பீகார் மாநிலங்களிலும் செய்யத் தவறியதால் தோல்விகளையே இக்கட்சிகள் சந்தித்தன. இந்தி மொழி பேசும் பகுதியில் நல்லதொரு உந்துசக்தியாக இருந்த இந்தக் கட்சிகள் லாலு பிரசாத் யாதவ், முலாயம் சிங் யாதவ், கன்ஷிராம், மாயாவதி போன்ற தலைவர்களின் முனைப்பில் தங்கள் முனையை முழுவதுமாக இழந்துவிட்டன. காலப்போக்கில் ஓபிசி - தலித் கட்சிகள் வைத்திருந்த தங்கள் பெரும் வாக்கு வங்கிகளை பாஜகவிடம் இழந்துவிட்டன.

இரண்டாவதாக, பீகாரிலும் உத்தரப் பிரதேசத்திலும் சூத்திரர் / ஓபிசி ஆட்சியை நிறுவியபோதும் இந்து மதத்தில் தங்களுக்கு இல்லாத உரிமைகளுக்காகக் குரலெழுப்ப முடியாது போனது. அவர்களால்

இந்து மதத்தில் இருந்து தங்களுக்கான ஆன்மீக உரிமைகளைப் பெற முடியவில்லை. சாதிய ஒற்றுமைகளும் முதலிலிருந்தே இருந்துள்ளன. ஆனால் அவர்கள் தங்கள் உரிமைக்காகப் போராடாமல், சமஸ்கிருதமயமாக்கலோடு இயைந்து, இணைந்து சென்றுவிட்டனர். அவர்கள் பிராமணியத்தையும் அதன் ஆதிக்கத்தையும் எப்போதும் கேள்விகளுக்கு உட்படுத்தியதே இல்லை. அதேபோல், சைவ உணவு முறையும் கேள்விக்கு அப்பாற் பட்டதாகவே போயிற்று. மேலும் பீகாரிலும் உத்தரப் பிரதேசத்திலும் சூத்திர சாதிகள் அனைவரும் ஒன்றிணைந்து நிற்கும் முனைப்பையும் பெறவேயில்லை. அதையும் தாண்டி கிறிஸ்தொஃப் ஜாஃப்ரிலா சொன்னது போல் சாதிய அமைப்புகள் அனைத்தும் சமஸ்கிருத மயமாக்கலுக்குத் துணையாகவே சென்றன.[19]

ராஷ்டிரிய ஜனதா தளம் பீகாரிலும் சமாஜ்வாதி கட்சி உத்தரப் பிரதேசத்திலும் தலித், இஸ்லாமியர்கள், ஓபிசி, ஆதிவாசிகளின் மனசாட்சிகளைத் தட்டியெழுப்ப முனைந்தன; ஆனால் அந்த முனைப்பு வெறுமனே வாக்குகளைச் சேகரிக்க மட்டுமே காட்டிய முனைப்பாக இருந்துவிட்டது. இதனால் முன்பு சோசலிசத் தலைவர்களால் உருவாக்கப்பட்ட அரசியல் வழிகளும், அரசியல் வெற்றிகளும் இப்போது வெறும் அரசியலுக்குள் மட்டுமே இருந்தன; சமூகப் பரவல் இல்லாமல் போய்விட்டன. சமூகம் இதனால் இன்னும், எப்போதும் பிராமணியப் பிடிக்குள்ளேயே அடங்கிக் கிடந்தது. சமூகம் முழுமையும் சாதியப் பிரிவினைகளை முழுமையாகத் தக்கவைத்துக் கொண்டது.

சூத்திரர்கள் சாதிப் படிநிலைகளை எதிர்த்து நின்றிருக்க வேண்டும். ஆனால் அவர்கள் பிராமணர்களைத் தங்கள் மாதிரிகளாக முன்னிறுத்தி, சாதியப் படிநிலைகளில் தாங்கள் மேல் படிகளை நோக்கி நகர்வதற்கான முனைப்பையே கையில் எடுத்துக் கொண்டனர். அதிலும் பீகார், உத்தரப் பிரதேச சூத்திர மக்கள் 'புனிதம்' என்ற கோட்பாட்டைத் தங்கள் மனங்களில் ஆழமாகப் பதித்துக் கொண்டனர். இதனால் பூணூலை அவிழ்த்தெறிவதற்குப் பதில் அதனை வேண்டுமென்று ஆசைப்பட்டனர். அதன்மூலம் அவர்களும் பிராமணர்களாக ஆகிவிடுவோம் என்ற ஒரு நப்பாசை. அதற்காகவே சூத்திரர்கள் 'பூணூல் புரட்சி' அல்லது பூணூல் அணியும் போராட்டம் என்றெல்லாம் நடத்தினர். பிராமணர்களோடு சத்திரியர்களும் இதன்மூலம் சமமாகி விடுவோம் என்று நினைத்தனர். முயற்சிகள் வீணாகின. சாதியச் சமத்துவம் அல்லது சாதிய நகர்வுகள் எளிதானவை அல்லவே. சாதிய அடுக்குகளைக் கேள்விக்கு உட்படுத்தாமல் சோசலிச கட்சிகள் இருந்தன. அதனால் சாதியப் படிநிலைகள் அப்படி இருந்து, இறுகிப் போய்விட்டன. இதனால் மத

நம்பிக்கை, மதத்துவம் மூலம் வலதுசாரிக் கட்சிகள் ஆட்சியைக் கைப்பற்றின.

மூன்றாவதாக, இன்னொரு தவறு அரசியல், சமூகத் தளத்தில் நடந்தது. சூத்திரர்களும் தங்களுக்குள் பல சாதியப் படிநிலைகளை உருவாக்கி விட்டனர். அவர்களுக்குள்ளேயே ஏற்றத்தாழ்வுகள் அமைய வழிவகுத்து விட்டனர். ராஷ்டிரிய ஜனதா தளம், சமாஜ்வாதி கட்சி ஆகியவை ஓபிசி மக்களிடையே கீழ்த்தளத்தில் நிற்கும் சாதியினரை முன்னேற்ற முனையவில்லை. ஆகவே, அந்தச் சாதியினரை ஈர்க்காமல், ஈர்க்க முடியாமல் போயிற்று. அவநம்பிக்கை மட்டுமே சூத்திரர்கள் மத்தியில் விளைந்தது. இந்த மாறுபட்ட நிலைப்பாடுகளால் பிராமணர்கள் ராஜ்புத், கயஸ்தாஸ், பூமிகார் தங்களின் அரசியல் செல்வாக்கை இழக்க ஆரம்பித்தனர். இதில் அதிகமாகப் பயனடைந்தவர்கள் யாதவ, குர்மி சாதியினர் மட்டுமே.

பீகாரில் யாதவர்கள் வளர்ச்சியை நித்திஷ் குமார் தலைமையில் இருந்த ஐக்கிய ஜனதா தளம் பல அரசியல், சமூக வழிமுறைகளால் எதிர்க்கத் தொடங்கியது. இக்கட்சி சூத்திரர்களையும், ஓபிசிகளையும் முப்பிரிவாகப் பிரித்தது. அவை தீவிரப் பிற்படுத்தப்பட்டோர் (EBC), முதல் நிலை பிற்படுத்தப்பட்டோர் (BC-1), இரண்டாம் நிலை பிற்படுத்தப்பட்டோர் (BC-2). இப்படியெல்லாம் பிரித்தாலும், மக்களிடையே உள்ள சமமில்லாத கல்வித் திட்டம் பற்றி யாரும் பேசவில்லை. இதனால் அரசியல் அதிகாரமும், அறிவாளுமையும் பிராமணர்கள், கயஸ்தாஸ், பூமிகார் கைகளில் மட்டுமே இருந்தன.

இறுதியாக, மண்டல் ஆணையம் தனது அனைத்து ஓபிசி மக்களையும் இணைக்கும் பணியைச் செவ்வனே செய்தது. ஏனெனில் அனைத்து ஓபிசி மக்களின் தேவைகளும், எதிர்பார்ப்புகளும் ஒன்றாகவே இருந்து வந்துள்ளன. ஆயினும் எந்தக் காலத்திலும் தலித்துகளும், ஓபிசி மக்களும் இணைந்து ஒன்றாகவே நிற்கவில்லை. தீண்டாமை என்ற கொடுமை பற்றி எந்தவித அக்கறையும் எடுக்கப்படவே யில்லை. மண்டல் அரசியலுக்குப் பிற்பட்ட காலத்திற்குப் பிறகு சமத்துவத்தைப் பற்றிய முயற்சிகள் கவனம் பெறவில்லை. மாநிலக் கட்சிகளில் இது ஒரு பேசுபொருளாகக் கூட எடுக்கப்படவில்லை. இதற்காகப் புதிய பதவிகளோ, புதிய பொறுப்புகளோ உருவாக்கப்படவில்லை.

எதிர்காலத் திட்டம்

இந்திய அரசியலில் பல்வேறுபட்ட தாழ்த்தப்பட்ட சாதிகளை ஒன்றிணைக்கும் அமைப்புகள் இதுவரை உருவாகவில்லை. வட

இந்தியாவில் முதன் முதலாக 1930இல் பிற்படுத்தப்பட்ட மக்களை ஒன்றிணைக்கும் ஒரு முயற்சி எடுக்கப்பட்டது. அந்த அமைப்பு 'திரிவேணி சங்கம்' என்று அழைக்கப்பட்டது. கங்கை, யமுனை, சரஸ்வதி என்ற 3 நதிகள் போல் யாதவர்கள், குர்மிகள், கொயிரிகள் என்ற மூன்று சாதியினரை ஒன்றிணைக்கும் அமைப்பாக உருவாக்கப் பட்டது. இந்தக் கூட்டிற்கு எதிராகவும், எதிர்ப்பாகவும் காங்கிரஸ் கட்சி 1935ஆம் ஆண்டு தாழ்த்தப்பட்டவர்களின் கூட்டமைப்பு என்ற புதிய அமைப்பை ஆரம்பித்தது. அதன்பிறகு சாதிகளை முன்வைத்து வேறு முயற்சிகள் எதுவும் எடுக்கப்படவில்லை. சூத்திரர்கள் / ஓபிசி மக்களிடம் ஆங்கிலக் கல்வியறிவு பரவவில்லை; அறிவுஜீவிகளின் எண்ணிக்கை பெருகவே இல்லை. அவர்கள் மத்தியில் அதிகமாக அரசியல் அதிகாரம், நில உடைமை பற்றிய கருத்துகள் மட்டுமே உருவாகின. இந்த வெற்றிடத்தை ஆர்எஸ்எஸ்-பாஜக அமைப்புகள் தங்கள் இந்தி - சமஸ்கிருதம் என்ற அடிப்படை நோக்கத்தின் மூலம் நிரப்பியது.

இப்போதும் இதே அரசியல் நிலையே நீடித்து வந்துள்ளது. ராஷ்டிரிய ஜனதா தளம், சமாஜ்வாதி கட்சி, பகுஜன் சமாஜ் கட்சி, ஐக்கிய ஜனதா தளம் என்ற அனைத்து அரசியல் கட்சிகளும் மிகவும் குறுகிய நிலைப்பாடுகளுடன் தான் இருக்கின்றன. இத்தனை கட்சிகளும் தங்களை ஆர்எஸ்எஸ்-பாஜக அமைப்புகளில் இருந்து ஒதுங்கி நின்று, தங்களுக்குள் பலப்பரீட்சைகளைத் தொடர்ந்து செய்து வருகின்றனர். லோகியா, கர்ப்பூரி தாக்கூர், லாலு பிரசாத் யாதவ், முலாயம் சிங் யாதவ், சரண் சிங், கன்ஷிராம் போன்ற பல அரசியல் தலைவர்கள் தங்களுக்கென்று ஒரு சிறு வட்டத்தை உருவாக்கிக் கொண்டு, அதை வைத்துத் தங்கள் அரசியலை நடத்திக் கொண்டிருக்கிறார்கள். அவர்கள் எந்த அளவு அரசியலை நடத்திக் கொண்டிருந்தார்களோ, அந்த நிலை இன்று முற்றும் மாறி புதிய பாதைகளில் தடம் பதித்துக் கொண்டிருக்கின்றது. நேற்றைய அரசியலில் இருந்து இன்றைய அரசு முற்றிலுமாக மாறியிருக்கிறது. மேலும் கடந்த 30 ஆண்டுகளில் சூத்திரர் / பகுஜன் அரசியலை மண்டல் திட்டம்தான் வழிநடத்திக் கொண்டிருக்கிறது. இந்த முயற்சிகள் மாறவேண்டும்; அதற்கொரு புதியதொரு முகம் கட்டாயம் தேவை. அதைப் பற்றிய புரிதலும் மிகவும் அவசியம்.

மண்டல் திட்டத்திற்குப் பின்பும் எழுந்த மாநில அரசுகளும் அரசியல் செயல்பாடுகளும் மாறியிருந்தாலும், மாநில, ஒன்றிய அமைப்புகளில் இதுவரை இருந்து வந்த பிராமணியம் அப்படியே தொடர்ந்து வந்து கொண்டிருக்கிறது. அதில் மாற்றம் ஏதுமில்லை. இந்த அமைப்பு புதிது புதிதாகப் பல பிரச்னைகளையும் பிளவுகளையும்

சிறுபான்மையினருக்கும் இந்துக்களுக்கும் நடுவில் தொடர்ந்து ஏற்படுத்தி வருகின்றது. அதற்கும் மேலாக தலித்துகள், சூத்திரர்கள் நடுவில் உள்ள சாதிய வித்தியாசங்களை ஊதிப் பெருக்கி அரசியலாக்கி வருகின்றன. இதற்கெல்லாம் எதிராக உருப்படியான ஒருமித்த முயற்சிகள் எடுக்கப்பட வேண்டும். சூத்திரர்கள், ஓபிசி மக்கள், தலித்துகள், ஆதிவாசிகள் என்று பல சாதியினரால் முன்னெடுக்கப்படும் அரசியல் கட்சிகள் அனைத்தும், காங்கிரஸ் கட்சியோடு ஒன்றிணைய வேண்டும். அந்தப் பெரும் அமைப்பு ஆர்எஸ்எஸ்-பாஜக அமைப்பிற்கு எதிராக ஒன்றுதிரண்டு சாதி, சமய வேறுபாடு இல்லாத புதிய குடியரசு அமைப்பாக மாற்ற முயற்சியெடுக்க வேண்டும்.

௬

பகுஜன் பெண்களின் நிலை

பிராச்சி பாட்டில்

பகுஜன் பெண்கள் – யார் இவர்கள்?

நான்கு வர்ண சாதியப் படிநிலைகளில் ஒன்றுபடுத்தப்பட்ட சூத்திர வர்ணத்தின் உள்ளே உள்ள சூத்திரர் / ஓபிசி / பகுஜன் போன்ற பிரிவுகளைப் பற்றி சமூகத்தில் அதிகமாகப் பேசப்படுவதுண்டு. நான் இக்கட்டுரையில் பொதுவாக ஊடகங்கள் பயன்படுத்தும் 'பகுஜன்' என்பதைப் பற்றிப் பேச விழைகிறேன். பகுஜன் என்பது சூத்திரர் / ஓபிசி பற்றி மட்டுமே பேசுகிறது; SC, ST மக்களிடமிருந்து இவர்கள் தனித்ததொரு சாதியக் குழு. இந்தக் குழுவில் உள்ள பெண்களைப் பற்றிய கட்டுரையாக இதை எழுத எண்ணுகிறேன். நான் சொல்லும் பகுஜன் பெண்கள் தொடர்ந்து சாதி, ஆணாதிக்கம், பிராமணியம் போன்ற ஆளுமைகளுக்கு எதிராகவே இருந்து வந்துள்ளனர். ஆனால் பொதுவெளியில் முன்னிறுத்தப்படும் வரலாறுகளும், த்விஜா பெண்களைப் பற்றிய வரலாற்றுக் குறிப்புகளும் பகுஜன் பெண்களையும் அவர்களின் சமூகப் போராட்டங்களையும் பின்னுக்குத் தள்ளி வரலாற்றுப் பக்கங்களில் இடம்பெற முடியாமல் செய்துவிட்டன. வரலாற்றுக் குறிப்புகளில் அவர்களின் தீரச் செயல்கள் இடம்பெறாமல் போனாலும், வாய்வழிக் கதைகளும், சிற்றிலக்கியங்களும், குறிப்புகளும் சாதிகளுக்கு எதிரான போராட்டங்களில் வெளிவருவது வழக்கமாக உள்ளது. அத்தகைய புதிய தடங்களைப் பகுஜன் அறிவுஜீவிகள் பொறுக்கி எடுத்து அவைகளுக்கும், அந்தப் பெண்மணிகளுக்கும் பெருமை சேர்க்கின்றனர்.

இப்பெண்களின் கருத்துகள் பொதுவாக தலித், த்விஜா பெண்களின் நிலைப்பாடுகளில் இருந்து முற்றிலும் வேறுபட்டு நிற்கின்றன. பகுஜன் பெண்கள் எப்போதும் சாதி - பாலின அடிப்படைக்குள் அடைபட்டவர்களாகவே உள்ளனர். தலித்துகளுக்கு மேலானவர் களாகவும், த்விஜா பெண்களுக்குக் கீழ்ப்பட்டவர்களாகவும் உள்ளனர். இதனால் அவர்கள் தங்கள் சாதிய ஆண் மக்களுக்கும், மேல் சாதிய ஆண்களுக்கும் முழுமையாக அடிபணிந்த மக்களாகவே இருந்து வந்துள்ளனர். அதில் அவர்களுக்குக் கேள்வி ஏதுமில்லை. இதைப்போலவே, அந்த இரு சாதியினரின் பெண்களோடும் வேறுபட்ட மக்களாகவே இருந்து வந்துள்ளனர். தலித் பெண்களை விட அதிக அதிகாரமும், த்விஜா பெண்களின் தரத்திற்குக் கீழேயும் இருந்து வந்துள்ள பெண்கள் இவர்கள். அவர்களின் ஆளுமையும் இதைப் போலவே வேறுபட்டு இருந்தது.

'சாதி' என்ற சொல்லில் இரு வேறுபட்ட நிலைகள் உள்ளன; முதலாவதாக 'வர்ணம்' என்ற நாலடுக்குப் படிகளில் ஒன்றாகவும் அல்லது உள்மணக் குழுக்களில் ஒன்றாகவும் உள்ளது; இரண்டாவதாக, ஒவ்வொரு வர்ணத்திலும் உள்ள பல்வேறுபட்ட உட்பிரிவுகளில் ஒன்றாகவும் உள்ளது. 'வர்ணம்' என்பது பெரிய அளவில் நான்கு படிநிலைகளால் ஆனது; இதன்மூலமே சமூக, பொருளாதார அளவீடுகளும் அமைக்கப்பட்டு விடுகின்றன. ஆயினும் நான்கு வர்ணங்களும் நாடு முழுவதும் ஒரே மாதிரியாகவும் இருப்பதில்லை.

இந்து மதத்தின் வேத நூலான மனு ஸ்மிருதியில் சாதிய அமைப்புகளின் விளக்கங்கள் கொடுக்கப்பட்டுள்ளன. ஒவ்வொரு சாதிக்குமான சமூக நிலையும், அவர்களுக்கான தொழில்களும் தெளிவாகக் குறிப்பிடப்பட்டுள்ளன. இந்த நான்கு வர்ணங்களில் மிக உயர்ந்த சாதியாகப் பிராமணர்கள் குறிப்பிடப்படுகின்றனர். இவர்களின் தொழில் இந்து கோவில்களின் குருக்களாக இருப்பது; இவர்களுக்கு அடுத்து வருவது வீர சாதியினரான சத்திரியர்கள்; அதற்கடுத்து வணிக சாதியினரான வைசியர்கள்; இறுதியாக வேலைக்கார சாதியான சூத்திரர்கள்.[1] இந்த நான்கு சாதியினருமே சாதியப் படிநிலைகளையும் அதனோடு சேர்ந்த தீண்டாமையையும் கட்டிக் காப்பாற்றுகின்றனர். அப்போதும் இப்போதும் முதல் மூன்று சாதியினரும் சமூக நிலைகளிலும், சமூக அமைப்புகளிலும் முன்னிற்கும் மக்களாக உள்ளனர். அவர்களே சமூகத்தின் ஊடாடல்களைக் கட்டுக்குள் வைப்பவர்களாக உள்ளனர். சமூகத்தின் அனைத்தும் அவர்களின் கட்டுப்பாட்டிற்குள்ளேயே இருக்கும். 'அப்பஸ்தம்பா தர்ம சூத்திரம்' நூலில் சொல்லப்பட்டிருப்பதைப் போல, சூத்திரர்கள் பிரம்மாவின் காலடியிலிருந்து பிறந்தவர்கள்

அல்லது உருவாக்கப்பட்டவர்கள்.[2] வேத நூல்களே இவ்வாறு சொல்வதால் இந்து மக்கள் அனைவரும் இதைப் பரிபூர்ணமாக நம்புகிறார்கள். ஆனால் அறிஞர்களும், கல்வியறிவாளர்களும் சூத்திரர்கள் என்பவர்கள் இந்தியாவின் ஆதிக் குடிமக்கள் என்றும், பின்னாளில் அவர்கள் ஆரியர்களின் ஆதிக்கத்திற்கு உட்படுத்தப்பட்டு, இந்து சமயத்தில் இழுக்கப்பட்டு வலிந்து சேர்க்கப்பட்டவர்கள் என்றே உறுதியாக நிலைப்படுத்துகின்றனர்.

இதைப்பற்றிப் பேசிய ராம் ஷரன் சர்மா, 'பெரும் எண்ணிக்கையில் ஆரியர்களும் ஆரியர்களுக்கு முன்பாக இருந்த குடிமக்களும் தாழ்ந்த நிலைக்குத் தள்ளப்பட்டனர். இது அம்மக்களின் ஊடேயேயும், வெளியிலும் நடந்த பல குழப்பங்களால் நடந்தேறியுள்ளது' என்கிறார். இவ்வாறு நடந்த குழப்பங்களில் மிக முக்கியமானது கால்நடை கவர்தலாக இருக்கலாம்; அதனோடு நில உரிமைகளும், விளைச்சல்களைக் கவர்வதிலும் நீட்டித்திருக்கலாம். இத்தகைய குழப்பங்களிலும் போராட்டங்களிலும் தோற்றவர்கள் வறுமைக் கோட்டிற்குக் கீழே தள்ளப்பட்டிருக்கலாம். அவ்வாறு தள்ளப்பட்டவர்கள் புதிதாக அமைந்த சமுதாயங்களில் நான்காவது நிலைக்குத் தள்ளப்பட்டிருக்க வேண்டும். ரிக் வேத காலத்தில் சாதிய முறைகள் இருக்கவில்லை என்பது சர்மாவின் ஆழ்ந்த கருத்து. அதுவும் சூத்திரர் என்ற நான்காவது நிலை அப்போது உருப்பெறவில்லை. அவர் 'ரிக் வேத காலத்து சமூகங்களில் சூத்திரர் என்ற நிலை ஏற்படவே இல்லை' என்று உறுதியாகக் கூறியுள்ளார்.[3] மேலும் அவர் சூத்திரர் என்பதே ஒரு தனி இனக்குழு என்று வாதாடுகிறார். சாதிய / வர்ண அமைப்புகள் வேளாண் தொழிலை அடிப்படையாக வைத்தே உருவாகியது. வேளாண் தொழிலில் சூத்திர இனக்குழு மொத்தமும் அடிமைகளாக, சிறு கூலித் தொழிலாளர்களாக மாற்றப்பட்டு அத்தொழிலில் முழுமையாக ஈடுபடுத்தப்பட்டனர். கால்நடைப் பொருளாதாரத்தில் இந்த ரிக் வேத காலத்தில் ஆரம்பித்து, அந்தப் பொருளாதாரம் மெல்ல வேளாண் பொருளாதாரமாக மாறும் காலத்தில் சாதியப் பிரிவினைகள் முழு உருவம் பெற்றன. நான்கு வர்ணங்களும், சாதிகளும் பிறந்து முழுமையாக உருவாக்கப்பட்டன. இதைப்போன்ற பல்வேறு கோட்பாடுகளும், கருத்துகளும் வர்ணங்களைப் பற்றியும் சாதிப் பிரிவினைகள் பற்றியும் பிறந்து வளர்ந்தன.

சூத்திரர்கள் பற்றிய அம்பேத்கரின் கருத்துகள்

மேலே சொன்ன கோட்பாட்டிற்கு எதிராக அம்பேத்கர் புதியதொரு கோட்பாட்டைச் சூத்திரர்களின் ஆரம்ப வரலாற்றைப் பற்றிக்

கூறுகிறார். இதை 'சூத்திரர்கள் யாராக இருந்தார்கள்?'[4] என்ற தனது கட்டுரையில் எழுதியுள்ளார். அவரது கருத்து:

> சூர்யப் பரம்பரையில் வந்த ஆரிய இனக்குழுக்களில் இருந்த ஒரு குழு சூத்திரர்கள்... அந்த இனக் குழுக்களில் இருந்த சூத்திர மன்னர்களுக்கும் பிராமணர்களுக்கும் நடுவில் பல போராட்டங்கள் தொடர்ந்து நடந்தன. அவற்றில் பிராமணர்கள் மிகவும் அவமதிப்பாகவும் கொடுமையாகவும் பாதிக்கப்பட்டனர். சூத்திர மன்னர்களின் கொடுங் கோபத்தினால் வெறுப்படைந்த பிராமணர்கள் சூத்திரர்களுக்கு உபநயனம் (பூணூல் அணிவிக்கும் சடங்கு) செய்ய மறுத்தனர். பூணூல் போட முடியாததால் அந்தச் சத்திரியர்கள் சூத்திரர்கள் என்ற கீழ்நிலைக்குத் தள்ளப்பட்டனர். வைசியர்களுக்கும் தாழ்வாகவே மதிக்கப்பட்டு அவர்கள் வர்ணாசிரமத்தின் நான்காவது அங்கமாக மாறிவிட்டனர்.[5]

அம்பேத்கர் தன் கூற்றை இன்னும் தெளிவுபடுத்துகிறார்: 'சதுர்வர்ண முறைகளால் சூத்திரர்கள் சாதிப் பட்டியலின் கீழ்நிலைக்குத் தாழ்த்தப்படுவது மட்டுமல்லாமல், அவர்கள் மேல் பல அவமானங்களையும் திணித்தனர். இடையூறுகள் பல கொடுத்தனர். இதுபோன்ற பல சட்ட திட்டங்கள் மூலம் அவர்கள் மேலெழுந்து விடாதபடி, தங்கள் தாழ்ந்த நிலையிலிருந்து மீண்டெழுந்து விட முடியாதபடி பெரும் அழுத்தங்களை அவர்கள் மீது ஏற்றினார்கள்.'[6] அம்பேத்கர் சூத்திரர்கள் பற்றி இன்னொரு விளக்கமும் தருகிறார். 'இன்றைய சூத்திரர்கள் அனைவரும் பல்வேறு சாதிகளில் இருந்து வந்தவர்களாகவும், பலவித இனத்து மக்களாகவும் இருந்தனர். அவர்கள் இந்தோ-ஆரிய சமூகத்தில் இருந்தும் சூத்திரர்களிடம் இருந்தும் முற்றிலும் மாறுபட்டவர்கள்.[7] அம்பேத்கர் இந்தோ-ஆரியன் சமூகத்திலிருந்த அசல் சூத்திரர்கள் ஏதோ ஒரு தனித்த இனத்தவர்கள். ஆனால் அந்த இனம் என்ன என்பது தெரியாது. அவர்கள் தோள்களின்மீது துன்பங்களும் இன்னல்களும் நிறைந்த சட்ட திட்டங்களைப் பிராமணர்கள் ஏற்றிவைத்து விட்டனர். பிராமணர்களின் ஆளுகைக்குள் இருக்க வேண்டிய கட்டாயத்தையும் அவர்கள் மேல் சாற்றிவிட்டார்கள்.

அம்பேத்கரைப் பொறுத்த வரையில் இந்தோ-ஆரியர்கள் காலத்தில் சூத்திரர்கள் மிகவும் இழிவுபடுத்தப்பட்டுவிட்டனர். அதன்மூலம் சூத்திரர் என்ற சொல்லிற்கான முதல் பொருளையே மாற்றிவிட்டனர் என்கிறார் அம்பேத்கர். சூத்திரர்கள் என்பதற்கு முதலில் ஒரு தனிப்பட்ட இனக்குழு என்று பொருள் இருந்துள்ளது. ஆனால் பிராமணர்கள் கொண்டு வந்த புதுச் சட்ட திட்டங்களால் தனி இனத்தவர் என்ற நிலை மாறி, அனைத்துத் தாழ்த்தப்பட்ட

மக்களையும் ஒன்றாக்கி அவர்களைத் தனிமைப்படுத்தப்பட்ட சூத்திர்களாக ஆக்கிவிட்டனர். அவர்களுக்கான பாரம்பரியம், கலாச்சாரம், சமூகத்தரம், சமூக மரியாதை போன்ற அனைத்தும் அழித்தொழிக்கப்பட்டன.⁸

சூத்திரர்கள் ஒரே அமைப்புக்குள் இருக்கும் ஒருங்கிணைந்த மக்கள் கூட்டம் கிடையாது. பதிலாக, பல்வேறு சாதியில் உள்ள மக்கள் பின்னிப் பிணைந்த குழுமம். இதில் உள்ள சில சாதியினர் தங்களைச் சத்திரியர்களாக உயர்த்திக் கொண்டனர். ஏனையோர் ஓபிசி மக்களாக ஒருங்கிணைக்கப்பட்டனர்.⁹ ஓபிசி என்ற அமைப்பே அரசியலமைப்பு, நிர்வாகம் போன்றவற்றில் பயன்படுத்துவதற்கே உருவாக்கப்பட்டது. இந்தப் பெயர் சூட்டல் மண்டல் திட்டத்தின் விளைவாக வந்ததே. அதிலும் பொதுப் பணிகளிலும் கல்வித்துறையிலும் இடப்பங்கீட்டை முறைப்படிச் செயலாற்றுவதற்கே கொண்டு வந்த ஒரு மாற்றம். பகுஜன் என்பது அரசியல், சமூக, அடையாளக் குறியீடாக அமைந்தது. சூத்திரர் என்பது பிராமணர்களுக்கு எதிரான ஒருங்கிணைந்த அமைப்பாக இருந்தது. சூத்திரர் என்பது பெரும்பான்மை மக்கள் எண்ணிக்கையும், அதனால் இடப்பங்கீட்டில் அதிகமாக உரிமைகளையும் கோரும் அமைப்பாக இருந்தது.

சாதியப் பிரிவினைகளில் பகுஜன் பெண்கள்

பொருளாதாரக் களத்தில் தொழிலாளர் அமைப்புகள் சாதிய அடிப்படையில் உருவாக்கப்படுகின்றன. இன்னின்ன தொழிலுக்கு இன்னின்ன தொழிலாளர்கள் என்று சாதிகளின் அடிப்படையில் மக்கள் பிரிக்கப்படுகிறார்கள் என்பதே அம்பேத்கரின் விவாதமாக இருந்தது. இந்தப் பிரிவினைகள் சாதியத் தரங்களின் மூலமே பிரிக்கப்படுகிறது. இன்னும் இப்பிரிவினைகளை உற்றுநோக்கினால் இவ்வாறு பிரிக்கப்பட்ட தொழில்களும், ஒரே சாதியின் உள்ளேயும் பாலின வேறுபாடுகளுக்கு ஏற்றதுபோல் மேலும் பிரிக்கப்படுகிறது. இதனால் சாதிக்கான தொழில் என்பதோடு இப்பிரிவினை நிற்காமல், மேலும் பிரிக்கப்பட்டு சூத்திர, ஆதி-சூத்திரர பெண்களுக்கும் குறிப்பிட்ட தொழில்கள் ஒதுக்கப்படுகின்றன. இந்தப் பிரிவினை களால் சூத்திரப் பெண்கள் மிகப் பெரும்பான்மை எண்ணிக்கையில் உருவாக்கும் உழைப்பாளர்களாக உள்ளனர். அவர்களுடைய தொழில்களில் பெரும்பான்மை மண்ணோடும், வேளாண்மை யோடும் தொடர்புள்ளதாக உள்ளன. இதனால் இப்பெண்களின் பெரும் உழைப்பும், அதன் பயனும் த்விஜா சாதியினருக்கு அர்ப்பணமாகின்றன. சாதிப்பிரிவினைகள் இவ்வாறாக

தொழில்களைப் பிரித்தளிக்கின்றன. இதன்மூலம் பொருளாதாரத் தரமும் மாறுபடுகின்றது. ஆனால் அப்பெண்களின் உழைப்பையும் அதன் பயனையும் சுரண்டுவதோடு நில்லாமல், பலவற்றை அவர்கள் மதத்தினால் மேலும் இழக்கும் நிலையிலேயே உள்ளனர். பொதுவாகவே, கிராமியப் பொருளாதாரப் பரிமாற்றங்களில் சாதியக் கட்டுப்பாடும், உயர்வு தாழ்வும் பெரிய இடத்தைப் பிடித்திருக்கும். இதனால் பல்வேறு பொருளாதாரத் தரங்களும் பிரிவினைகளும் உண்டாகியுள்ளன.

வட இந்தியாவில் நிலவி வரும் ‘ஆண்டான்’ அல்லது ‘எஜமான்’ என்பதும், தென்னிந்தியப் பகுதியில் உள்ள ‘பாலுதேதார்’ அல்லது ‘ஐயா’ என்பதும் இதுபோன்ற பிரிவினைகள். ‘எஜமான்’ என்பதில் தொழிலாளர்கள் ஒரு மனிதனுக்காக உழைப்பது; ‘பாலுதேதாரி’ என்பது தொழிலாளர்கள் ஒரு கிராமத்திற்காக மொத்தமாக உழைப்பது. இந்த உழைப்புக்கு ஊதியமாக அவர்கள் அங்கங்கு விளைவிக்கும் உணவுப் பொருள்கள் கூலியாகக் கொடுக்கப்படும். பூணூல் அணியாவிட்டாலும் த்விஜா பெண்கள் இந்தந்தத் தொழில்களில் இருந்து விடுவிக்கப்பட்டு உள்ளனர். ஆனால் ஏனைய சூத்திர, ஆதி-சூத்திரரப் பெண்கள் மீது சாதிப் பிரிவினைகளால் எழுந்துள்ள தொழில்கள் ஏற்றப்படுகின்றன. இதிலும் கிராமங்களில் உயர்சாதிப் பெண்களின் வீட்டைக் கவனிக்கும் தொழிலும் சூத்திர, ஆதி-சூத்திரரப் பெண்களின் கடமையாகி விடுகின்றது. எஜமான், பாலுதேதார் அமைப்புகளால் சூத்திர, ஆதி-சூத்திரர பெண்களின் உழைப்பு உயர்சாதிப் பெண்களுக்கு ஏதுவாக வலிந்து பறிக்கப் பட்டது. வண்ணார் சாதிப் பெண், நாவித குலத்துப் பெண், நீரெடுத்து வரும் பெண் என அனைத்துப் பெண்களும் தங்கள் சாதியத் தொழிலை உயர்சாதிப் பெண்களுக்கும் அவர்கள் இல்லங்களில் உள்ள அனைவருக்கும் செய்து கொடுக்கும் பணியை அவர்கள் மேல் முழுமையாக, கொடுமையாக வலிந்து ஏற்றி வைக்கப்பட்டது. இதிலும் உள்ள சாதிய வேற்றுமைகள் ஆழ்ந்து பார்க்கப்பட வேண்டிய ஒன்றாக உள்ளது.

சூத்திர, ஆதி-சூத்திரப் பெண்களுக்கு உள்ளேயே படிநிலை ஆதிக்கம் ஊடுருவியுள்ளது. ஆதி-சூத்திர பெண்களின் உற்பத்தி மற்றும் இனப்பெருக்க உழைப்பு துவிஜா சாதிகளால் மட்டும் அல்ல, சாதிக் கோடுகளுக்கு அப்பால் சுரண்டப்பட்டது.[10] சாதிய அடுக்கு முறைகளால் ஆதி-சூத்திரரர் நிலைக்கு மேம்பட்ட அனைவராலும் நடத்தப்பட்டது. ஜோதிபாய் புலேயின் ‘குலம்பினி’[11] சாதி எதிர்ப்பு பெண்ணிய இலக்கியத்தில் குறிப்பிடத்தக்க கவிதை. இதில் மகாராஷ்ட்ராவில் உள்ள குன்பி சாதிப் பெண்களின் உழைப்பை – குடும்பச் சூழலிலும் வெளிப்புறச் சூழலிலும் – ஆவணப்

படுத்துகிறது. (குன்பி சாதி வட இந்திய குர்மி யாதவ் சாதியினருக்கு இணையானவர்.) மேலும் உழைக்கும் குன்பி இணப் பெண்களை வேலையற்ற பட்-பிராமண பெண்களுடன் இணைத்துக் காட்டுகிறார் புலே. அதிலும் பிராமண ஆண்கள் தாழ்ந்த சாதிப் பெண்களைக் கேலி செய்து கிண்டலடிக்கும் தாழ்ந்த போக்கையும் காண்பித்துள்ளார். இக்கவிதையில் சூத்திரப் பெண்கள் தங்கள் வீட்டுக் கடமைகளையும் செய்துவிட்டு, அதோடு பட்-பிராமண இல்லத்து வேலைகளையும் முழுதாகச் செய்து முடிக்க வேண்டிய கட்டாயத்திலும் இருந்தனர் என்பதைத் தெளிவுபடுத்துகிறார்.

மேலும் புலே இரு குறிப்பிட்ட சாதிப் பெண்களின் நடுவே உள்ள கேள்விக்குரிய ஆளுமைகளைப் பற்றிப் பேசுகிறார். குலம்பின் / குன்பி என்ற சாதிப் பெண்களுக்கும், பட்-பிராமணப் பெண்ணுக்கும் நடுவில் இந்தத் தொழில்முறை இணக்கங்கள், சுணக்கங்கள் பற்றிப் பேசுகிறார். அவர்களுக்கு நடுவில் இருந்த ஏற்றத்தாழ்வுகள் பற்றிக் குறிப்பிடுகிறார். எப்போதும் பட்-பிராமணப் பெண் குலம்பின் சாதியப் பணியைத் தொடர்ந்து பெற்றுக் கொண்டிருக்கிறார். பட்-பிராமணப் பெண்ணுக்கு அனைத்தையும் பெற்றுக் கொள்ளும் உயர்நிலை இருந்தது. த்விஜா பெண்களுக்குக் கிராமியப் பொருளாதாரச் சூழலில் தங்கள் தங்கள் இல்லத்து வேலைகளை மட்டும் செய்யும் கடன் இருந்தது. வெளி வேலைகள், அதுவும் சிரமமான வெளி வேலைகள் அனைத்தும் சூத்திர, ஆதி-சூத்திரரப் பெண்களிடம் தள்ளிவிடப்பட்டன.

சூத்திரப் பெண்களின் உழைப்பு அனைத்தும் அவரவர் வீட்டு, சாதிப் பொருளாதாரத்தை மட்டுமல்ல, முழுச் சமுதாயத்தின் பொருளாதாரத்தையும் தாங்கிப் பிடிப்பதாக இருந்தது. இந்த வீட்டுப் பொருளாதாரமும், சாதிப் பொருளாதாரமும், சமுதாயப் பொருளாதாரமும் சூத்திரப் பெண்களின் உழைப்பை உறிஞ்சுவதினாலேயே முழு உருப்பெற்றது. அது ஒரு பல்முனைச் சுரண்டலாகவே இருந்தது. சூத்திரப் பெண்களின் வேலைகளில் அவர்கள் பெண்கள் என்பதால் சுமை குறைந்த உழைப்பு அளிக்கப்படுவதில்லை. தன் குடும்பத்து ஆண்களைப் போலவே அவர்களும் கடுமையாக உழைக்கும் கட்டாயம் இருந்தது. வீட்டுக் கடமைகள் மட்டுமின்றி வெளியில் உள்ள தங்கள் சாதிக்குரிய கடுமையான வேலைகளையும் செய்தாக வேண்டும். இதோடு, உயர்சாதி மக்களின் வீடுகளில் உள்ள பெண்களுக்கான கடமைகளையும் செய்தாக வேண்டும். வில்லியம் வைசர் (1936) வட இந்தியப் பகுதிகளில் உள்ள எஜமான் அமைப்பின்கீழ் கிராமங்களில் சாதிகளால் கொடுக்கப்படும் வேலைகளின் பட்டியலைத் தருகிறார். ஒவ்வொரு சாதிக்குமான வெவ்வேறு வேலைகளின் பட்டியல் இது. எஜமான் அமைப்பு

கிராமத்தின் பொருளாதார அமைப்பையே கட்டுப்படுத்துவதாக எழுதியுள்ளார். சூத்திர, தலித் மக்கள் த்விஜா மக்களின் வேலைப் பளு அனைத்தையும் செய்துவிட்டு, பதிலாக த்விஜா மக்கள் கொடுக்கும் தானியத்தையும் பொருள்களையும் வைத்து வாழ்ந்தாக வேண்டிய நிலைமைப் பற்றி கூறியுள்ளார்.

வைசர் கொடுத்த வேலைப் பட்டியலில் வெவ்வேறு சாதி ஆண்களும் பெண்களும் செய்ய வேண்டிய தொழில்கள் கூறப்பட்டுள்ளன. ஆனால் இதில் சூத்திரர், ஆதி-சூத்திரரர் பெண்களுக்கான வேலைகள் இவை. ஆனால் த்விஜா பெண்களுக்கான உழைப்புப் பட்டியல் ஏதும் கிடையாது. அவர் தள ஆய்வு செய்த கிராமங்களில், நாவிதர் சாதிப் பெண்கள் த்விஜா குடும்பத்துப் பெண்களுக்கும் குழந்தைகளுக்கும் எண்ணெய் தேய்த்துக் குளிக்க வைத்து, உடலை அழுத்திவிட்டு வைத்திருக்க வேண்டிய கட்டாயக் கடமை இருந்தது. தலித் குடும்பங்களைத் தவிர்த்து, கிராமத்தில் உள்ள அனைத்துக் குடும்பங்களுக்கும் நாவிதப் பெண்கள் இக்கடமையைத் தொடர்ந்து செய்துவர வேண்டும். கஹார் சாதிப் பெண்கள் உயர்சாதி வீடுகளின் நீர்த் தேவையைச் செய்து தரவேண்டும். தேலி சாதிப் பெண்கள் த்விஜா ஆண்களுக்கான எண்ணெய் தயாரித்துக் கொடுக்க வேண்டும். இதனால் சூத்திரப் பெண்களின் தலைமேல் அவரவர் குடும்பப் பொறுப்போடு, அனைத்து த்விஜா குடும்பத்து வேலைகளில் பெண்களுக்காகக் குறிப்பிட்ட அத்தனை அலுவல்களையும் செய்து முடிக்க வேண்டும்.[12]

சாதியையும் ஆணாதிக்கத்தையும் மறுத்த பகுஜன் பெண்கள்

சாதியமும் ஆணாதிக்கமும் சமுதாயத்தில் மிகுந்து இருந்ததற்கு எதிராக அவ்வப்போது போர்க்குரல்கள் எழும்பத்தான் செய்தன. அதுவும் காலனிய ஆட்சிக்கு முந்திய காலத்திலும் பகுஜன் பெண்கள் பக்தி மார்க்கத்தின்மூலம் தங்கள் எதிர்ப்புகளைக் கோடி காட்டினர். பின்னாளில் இது பிராமணர் அல்லாதவர்களின் போராட்டமாக மாறியது. இடைக்காலப் பகுதியில் பக்தி மார்க்கத்தில் எழுந்த பகுஜன் இனத்துப் பெண் புனிதர்கள் பலர் பிராமண உயர் நிலையையும் ஆணாதிக்கத்தையும் கேள்விக்கு உள்ளாக்கினார்கள். ஏன் தாழ்ந்த சாதி மக்கள் ஆன்மீகத்தால் புறக்கணிக்கப்படுகிறார்கள் என்ற ஒரு முக்கிய கேள்வியை முன் வைத்தார்கள். ஜானா பாய், ராஜாளி, கோனாலி, காலவ்வே, வீரம்மா, நிம்மாவே, உத்திரநல்லூர் நங்கை, அழகி போன்ற பல சூத்திரப் புனிதவதிகள் தங்கள் பாரம்பரியப் பழக்க வழக்கங்களைத் தெரிந்து வைத்திருந்தனர். ஆனால் அவர்கள் சமஸ்கிருதம் அல்லாத மொழிகளில்தான் பாண்டித்தியம்

பெற்றிருந்தனர். இதனால் வேத நூல்கள் பற்றிய பரிச்சியம் அவர்களுக்குக் கிடையாது. அவர்களின் பக்திப் பாடல்களில் (தோஹா மற்றும் அபங்) ஆணாதிக்கமும் சாதியத் தரங்களும் பற்றிய கேள்விகள் எழுந்தன. ஏன் சாதிய முறைப்படி தாழ்ந்த சாதிப் பெண்கள் முக்தியடைய முடியாது என்ற கேள்வியை உரத்துக் கேட்டனர். இந்தப் பக்தி மார்க்கத்தின் மூலம் இந்து மதத்தில் உள்ள 'தீமைகள்' களையப்பட வேண்டும் என்ற முயற்சி இருந்தது. இந்து மதத்தின் தவறான கற்பிதங்களும், ஒழுக்க முறைகளும் மேம்படுத்தப்பட வேண்டும் என்ற தீர்க்கமான ஆவல் இருந்தது. இந்த ஆவல், மாற்றம் வேண்டும் எனக் கூறியது. ஆனால் இவைமூலம் சாதியக் கட்டுகள் எதுவும் முறியவே இல்லை. ஆயினும் காலனிய காலத்தில் இதுபோன்ற எதிர்ப்புகளும், போராட்டங்களும் நன்கு வலுவெடுத்து, இப்போராட்டங்களுக்கு ஒரு சமூக, சட்டப்பூர்வமான உருவம் கிடைத்தது.

பத்தொன்பதாம் நூற்றாண்டில் மகாராஷ்ட்ராவில் இப்போராட்டம் ஒரு புதிய குரலாய் ஒலித்தது. சாவித்ரிபாய் புலே, ஜோதிபா புலே என்ற தம்பதியினர் பிராமணர்களுக்கும் சாதியக் கட்டுப்பாட்டிற்கும் எதிராக முதல் போராட்டக் குரலை எழுப்பினர். இக்குரல் ஆணாதிக்கம், பிராமணியம், தீண்டாமை என்ற கேடுகளின் வேர்களை வெட்டும் முயற்சியாக இல்லாவிட்டாலும், அசைத்துப் பார்க்கும் முயற்சியாக இருந்தது. சாவித்ரிபாய் 1831ஆம் ஆண்டு புனேவில் மாலி (தோட்டத் தொழிலாளர்) சாதியில் பிறந்த ஒரு பெண் புரட்சியாளர். தன் கணவரின் உதவியுடன் தன் அடிப்படைக் கல்வியை வீட்டிலேயே வளர்த்துக் கொண்டார். இதன்மூலம் அவர் இந்தியாவின் முதன் முதல் ஆசிரியை ஆனார். அவரோடு இன்னொரு இஸ்லாமிய ஆசிரியை இணைந்து கொண்டார். அவர் பாத்திமா ஷேக். இவர்கள் இருவரும் இணைந்து சூத்திர, தலித் சிறு பிள்ளைகளுக்குக் கல்வியறிவு கொடுத்தனர்.

இதன்மூலம் அவர் பல பழக்கவழக்கங்களை முறித்தெறிந்தார். சமூகத்தில் புரையோடிப் போயிருந்த சமூகக் கோட்பாடுகளும், சாதியக் கட்டுகளும் ஏற்றத் தாழ்வுகளும், பாலியல் பிரிவினைகளும் உடைபட கல்வியை வெளியுலகிற்குக் கொண்டு வந்தார். இதற்காகப் பல வழக்கமான பாரம்பரியங்கள் முறியடிக்கப்பட்டன. பெண்களுக்கும் கல்வியறிவு கொடுத்தனர். ஆனால் பிராமணியம் பல சமய, சமுதாயக் கட்டுப்பாடுகளை விதித்து, பெண்களுக்கான கல்வியைத் தொடர்ந்து மறுத்தே வந்தது. இதன்மூலம் பிராமண ஆண்களின் ஆத்திரம் அவர் மேல் பாய ஆரம்பித்தது. அவர்மேல் பிராமணர்களின் கேலிக்குரலும், அவமானமும், அவச்சொல்லும்

வீசப்பட்டன. ஆனால் அப்பெண்மணி இதனால் எல்லாம் சோர்வடைந்து விடவில்லை. மாறாக, தன் துணைவர் ஜோதிபா, தோழி பாத்திமா, அத்தை சகுணாபாய் ஷ்ரிசாகர் என்பவர்களோடு இணைந்து இன்னும் அதிகம் அதிகமான புதுப் பள்ளிகளைத் திறந்தார். இப்பள்ளிகள் எல்லாமே சூத்திர, தலித் சிறார்களுக்காக ஆரம்பிக்கப்பட்டன.[13] இவரது தீவிர முயற்சிகள் அவர் எதிர்த்து நின்ற பிராமணர்களில் சிலரையும் ஈர்த்தது.

பிராமணர்களின் பழக்கத்தில் இருந்த விதவைகள் பற்றிய கட்டுப்பாடு அவர்களின் ஒழுக்கக் கேடுகளுக்கும் காரணமாய் இருந்தது. பல தவறான வழியில், திருமணத்திற்கு வெளியே குழந்தைகள் பிறந்தன. இதனால் பிராமண விதவைகள் மத்தியில் அதிக எண்ணிக்கையில் தற்கொலைகள் நடந்தன; சிசுக் கொலைகளும் அதிகரித்தன. இந்தச் சமூகத் தீமைக்கு எதிராக சாவித்ரிபாய் கருவுற்ற விதவைகளுக்கும் திருமணத்திற்கு வெளியே பிறந்த குழந்தைகளுக்குமான காப்பகம் ஒன்றையும் திறந்தார். விதவைகளுக்குத் தலை முழுவதும் முடியை மழிக்க வேண்டும் என்றிருந்தது. அது அவர்களுக்கான விதி. சாவித்ரிபாய் நாவித இனத்தவரோடு இணைந்து ஒரு போராட்டம் நடத்தினார். அதுவும் அந்தக் காலத்திலேயே! சாவித்ரிபாய் அவர்களின் கழிவிரக்கம் சூத்திர, தலித் சிறார்களோடு மட்டும் முடியவில்லை; அது பாவப்பட்ட பிராமண விதவைகள் பக்கமும் நீண்டது. சாவித்ரி பாயின் கரங்கள் பல மிகக் கொடிய கட்டுப் பாடுகளை அடித்து நொறுக்கும் கரங்களாக இருந்தன. வெளியில் தெரியும் சாதியக் கட்டுப்பாடுகள் மட்டுமின்றி, வீட்டிற்குள் புரையோடிக் கொண்டிருக்கும் சமூக, சமுதாய பழக்கங்களையும் உடைக்க நீண்டது. அந்தக் காலகட்டத்தில் இது மிகவும் ஆச்சரியப்படக் கூடிய ஒன்றே. ஆச்சரியமாகப் புகழக்கூடிய ஒன்றே. எப்போதும்போல் திருமண வாழ்க்கையில் குழந்தை பெறுவதிலும் ஒரு புரட்சியை நடத்திக் காட்டினார். தான் எதிர்த்த பிராமணிய சாதியில் பிறந்த ஓர் அனாதைப் பையனைத் தத்தெடுத்துக் கொண்டார்.

இந்து சமயத்தில் சாதியைப் புனிதமாக வைத்திருப்பது பெண்களின் மேல் ஏற்றப்பட்ட பொறுப்பாக இருக்கிறது என்று அம்பேத்கர் கூறியுள்ளார். இதனால் தலித்துகளோடு பழகிய தங்கள் குழந்தைகளைக் குளிப்பாட்டித் தீட்டுக் கழிப்பது சூத்திரர் வீட்டுப் பெண்களின் கடமையாக உள்ளது. சாவித்ரிபாய் சூத்திரப் பெண்மணி என்பதால், அவர் சமூகத்தில் தலித்துகளை விட உயர்வானவர்; இதனால் அவரும் இதுபோன்ற 'சுத்தமாக்குதலை' கைக்கொள்ள வேண்டும். ஆனால் அவர் இந்தச் சமூகப் பழக்கங்களையும் விட்டொழித்தார். தன் வீட்டுக் கிணற்றைத் தலித் மக்களுக்கும் திறந்தே விட்டிருந்தார். இதனால் அவர் மற்ற மக்களால்

புறக்கணிக்கப்பட்டார். இதனால் அந்தத் தம்பதியர்கள் தங்கள் வீட்டின் இருப்பிடத்தை மாற்றிக் கொண்டார்களே தவிர, தங்கள் கொள்கைகளை விட்டுக் கொடுக்கவில்லை. இதைப்போலவே, அந்தக் காலத்தில் இருந்து வந்த சாதி, ஆணாதிக்கம் ஆகியவற்றை மறுத்து, எதிர்த்து தன்னை ஒரு கல்வியாளராகவும், சமூகப் போராளியாகவும், சீர்திருத்தவாதியாகவும், ஆசிரியையாகவும், புதுப்புது பள்ளிகளைத் திறந்த கல்வித் தாயாகவும் தன்னை உயர்த்திக் கொண்டார். எல்லாவற்றிற்கும் மேலாக, தன் கணவர் ஜோதிபா இறந்ததும், அவருக்கான கடைசிப் பயணத்தில் தன் கைகளில் தீச்சட்டியை ஏந்திக் கொண்டு சென்றார். புலே குடும்பத்து ஆண்களை மீறி அவர் இதைத் துணிச்சலாகச் செய்தார். தான் வளர்த்த தத்துப் பையன் யஷ்வந்த ராவிடம்கூட அப்பொறுப்பைக் கொடுக்க அவர் தயாரில்லை. ஆணாதிக்கத்தை அப்படியே புறந்தள்ளி, வீர மனுஷியாக நின்றார். இதை அவரோடு சீர்திருத்தத்தில் ஒன்றாயிருந்த பெண்களும் கூட எதிர்த்தனர்; அவரால் பயனடைந்த பெண்களும் எதிர்த்தனர். பிராமண வைதிக முறையில் ஒரு மனிதன் இறக்கும்போது அவன் மகனே அனைத்தும் செய்ய வேண்டும். அது ஓர் உரிமை கோரல். அவ்வாறு மகன் அக்கடைசிசடங்குகளைச் செய்யாவிடில் இறந்தவரின் ஆன்மா சுவர்க்கம் செல்லாது என்பது இந்து பிராமணியக் கோட்பாடு. சாவித்ரிபாய் இந்த மடமையை எதிர்த்து நின்று, தானாகவே இறுதிச் சடங்குகளைச் செய்து முடித்தார். தன் கணவருக்கு அனைத்தும் நானாக இருந்தேன்; அவர் அனைத்திலும் எனக்காக இருந்தார். அவருக்கு நானே எல்லாம். அதனால் இறுதிப் பயணத்தை நானே நிறைவேற்றுவேன் என்று உறுதியாக நின்ற வீரப் பெண்மணி அவர். இந்தியப் பெண்களுக்காக அவர் உழைத்த உழைப்பு, அவர் இருந்து வந்த பாலியல் வேற்றுமையை அவ்வாறு உடைத்ததே மிகப் பெரும் உச்சக்கட்டமாக இருந்தது.

சாவித்ரிபாய் வெறும் பிராமண எதிர்ப்பாளர் மட்டுமல்ல; ஏனெனில் அவ்வாறு இருப்பின் அது சூத்திரர்களைப் பின் தங்கிய நிலையில் வைத்துவிடும். அதோடு ஆதி-சூத்திரரர்களை ஒதுக்கி வைத்திருக்கும் சூத்திரர்களின் கருத்திற்கும் தீண்டாமைக்கும் முழுமையாக எதிராக இருந்தார். இதுவே இன்றைய பகுஜன் கருத்திற்கு ஆதரவான முதல் படிக்கட்டாக இருக்கும். தலித் பெண்ணியத்தில் இருந்து இது மாறுபட்டது. இரண்டுமே சாதி எதிர்ப்பு என்றிருந்தாலும் இரண்டும் வெவ்வேறு நிலைகளில் உள்ளன.

சாவித்ரிபாய் புலேயின் காலத்திலேயே வாழ்ந்த குன்பி இனத்து மராட்டியப் பெண் தாராபாய் ஷிண்டே. இவர் எழுதிய ஒரு கட்டுரையின் தலைப்பு: 'ஸ்திரி-புருஷ்-துலானா (ஆண்-பெண்-ஓர் ஒப்பீடு) 1882ஆம் ஆண்டு வெளிவந்தது.[14] அப்போது நடந்த ஒரு குற்ற

வழக்கின் எதிர்வினையாக இது எழுதப்பட்டது. விஜயலட்சுமி என்ற பிராமண விதவை, திருமண உறவில்லாமல் பிறந்த தன் மகனைக் கொன்றதாக வழக்கு. அவமானம், சமூக ஒதுக்கல் போன்ற காரணங்களுக்காக நடந்தது அந்தக் கொலை. இப்பெண்ணுக்கு மரண தண்டனை விதிக்கப்பட்டது. இந்த வழக்கைத் தொடர்ந்து நடந்த விவாதங்களால் அவளின் தண்டனை குறைக்கப்பட்டு ஆயுள் தண்டனையாக மாறியது. தாராபாய் ஷிண்டே, எப்போதுமே பெண்கள் மட்டுமே குற்றவாளி ஆக்கப்படுகிறார்கள் என்றும், இது ஆணாதிக்கத்தின் வெளிப்பாடன்றி வேறல்ல என்ற கருத்தில் அக்கட்டுரையை எழுதினார்.

'திருமணமாகாத தாய்' விஜயலட்சுமி தன் உணர்வுகளுக்குப் பலியானார்; அதனால் தவறிழைத்தாள். அதற்காகப் பலியாக்கப் பட்டாள். பாவம் புரிந்த அவள் தண்டிக்கப்பட்டாள். ஆனால் அவளோடு தவறு செய்த ஆணிற்கு எந்தத் தண்டனையும் இல்லை. இந்தப் பிராமண ஆணாதிக்கத்தைக் குற்றம் சொல்லி எழுதப்பட்ட கட்டுரை, பிராமணர்களின் ஆத்திரத்தைத் தூண்டியது. அதுமட்டுமின்றி, விஜயலட்சுமி சார்ந்த சாதியின் ஆண்மக்களும் ஆத்திரம் அடைந்தனர். அவர்மீது பல பொய்க் குற்றச்சாட்டுகளை வைத்து அவமானப்படுத்தினர். இதனால் அவர் எழுதிய கட்டுரை மீள் பிரசுரம் காணாமல் இருட்டடிப்புச் செய்யப்பட்டது. அக்கட்டுரையும் யார் கண்ணிலும் படாமல் காலப்போக்கில் மறைந்து போனது. ஆனால் ஜோதிபா புலே தன் எழுத்துகளில் இப்பெண்ணிற்கு ஆதரவு தெரிவித்த குறிப்பில் இருந்தே இக்கட்டுரை பற்றி அதிகமாகத் தெரிந்தது.

தென்னிந்தியாவில் தமிழ்நாட்டில் பெரியாரின் சுயமரியாதைப் போராட்டத்தில் பல்வேறு சூத்திர சாதிப் பெண்களும் தங்கள் மேல் சாற்றப்பட்ட சமூக, சாதிக் கட்டுப்பாடுகளையும் மீறிக் கலந்து கொண்டனர். இந்தப் போராட்டங்களுக்கு முன்பே கேரளப் பகுதிகளில் நாடார் பெண்கள் பெரும் போராட்டம் ஒன்றை நிகழ்த்தி வெற்றியும் பெற்றனர். அப்போது கேரளாவில் நாயர், த்விஜா பிராமண ஆண்கள் முன்னால் பெண்கள் மேலாடை இல்லாமல் தான் இருக்க வேண்டும் என்று கட்டாயப்படுத்தப்பட்டனர். ஆயினும் இப்போராட்டத்தைப் பற்றியோ, அதன் தீவிரம் பற்றியோ, அப்போராட்டம் வென்றது பற்றியோ சமூக வரலாற்று ஏடுகளில் குறிப்பிடப்படவே இல்லை. பெண்கள் தங்கள் முன்னேற்றத்திற்காக நடத்திய போராட்டங்களிலும் இது பற்றிய குறிப்புகள் அதிகமில்லை.

இன்றைய இந்தியாவில் பகுஜன் பெண்களின் நிலை

இந்தியாவில் சுதந்திரத்திற்குப் பிறகு பெண்களுக்கான இடப்பங்கீடு பற்றிப் பேசும் போதெல்லாம் ஓபிசி பெண்களின் நிலை பற்றிய பல

கேள்விகள் மேலெழுவது வழமையே. ஓபிசி பெண்களுக்கு இந்தியப் பல்கலைப் பணியிடங்களில் இடம் இல்லவே இல்லை என்பதே விவாதத்தின் முதல் புள்ளியாகவே இருக்கலாம். ஓபிசி பெண்களை இப்பணிகளுக்கு வரவிடக்கூடாது என்று பல தடைகள் போடப்பட்டன. வாய்ப்புகள் மறுக்கப்பட்டன. சட்டங்கள் மிக ரகசியமாக, தந்திரமாக மீறப்பட்டன. அப்பெண்களை பேராசிரியர்களாகப் பார்ப்பதில் பலருக்கு அத்தனை வெறுப்பு. எப்போதெல்லாம் சட்டத்தின் சவுக்கடி எழும்புமோ அப்போது மட்டும் சிலர் வளைந்து கொடுத்தனர். சட்டமும் ஒழுங்கும் உரத்துப் பேசப்பட வேண்டியதிருந்தது. ஓபிசி பெண்களும் பல தடைகளையும் மீறியே உயர்கல்வி பெற வேண்டியிருந்தது. அப்படித் தங்களைத் தகுதியாக்கிக் கொண்டாலும் வேலை வாய்ப்புகளில் அவர்களுக்குச் சட்டப்படிக் கிடைக்கக்கூடிய பணிகளும் கிடைப்பதற்கு அத்தனை சிரமப்பட வேண்டியிருந்தது. அவர்களிடம் தகுதிகள் இருந்தாலும்... அவர்கள் பெண்கள்; அதுவும் ஓபிசி பெண்கள். சாத்தப்பட்ட பல கதவுகள் அவர்களுக்குத் திறப்பதே இல்லை.[15]

இந்திய மண்ணில் பெண்ணியம் என்பதே த்விஜா பெண்ணிய வாதிகளின் கருத்தாக மட்டுமே இருந்து வந்துள்ளது. தலித் பெண்ணியவாதிகளால் இக்கருத்துகள் கேள்விக்கு உட்படுத்தப் பட்டன. ஆயினும் தலித்தியப் பெண்ணியமும் உயர்சாதி பிராமணர்களின் பெண்ணியமும் மத்தியத் தர ஓபிசி பெண்கள் வாய்ப்பின்றி இருப்பதற்கான காரணங்கள் எதையும் கண்டுபிடிக்க வில்லை. ஆயினும் பகுஜன் பெண்களின் நிலை அவர்கள் தீவிரத்திற்குத் தக்கபடி அமைகின்றன. ஆயினும் சூத்திரர் / ஓபிசி பெண்கள் தங்களின் நிலை புதிய வரலாற்றுப் பக்கங்களில் இடம்பெற வேண்டும் என்பதில் ஆர்வத்தோடு இருக்க வேண்டும். அதுவே அவர்களின் இருப்பினை உறுதிப்படுத்தும். அப்பெண்களில் பலரும் விளிம்பு நிலையில் இருப்பவர்களே. ஆனால் அளவில் மிகப் பெரும் எண்ணிக்கையில் உள்ளனர். அவர்கள் தங்கள் கல்வி நிலையைப் பெருக்க வேண்டும்; போராட்டங்களை முன்னெடுக்க வேண்டும்; புதிய அமைப்புகளை உருவாக்க வேண்டும். ஒதுக்கப்பட்டவர் களுக்காக அம்பேத்கர் எழுப்பிய குரல் அவர்கள் காதுகளில் தொடர்ந்து ஒலிக்க வேண்டும். அவர்கள் இணைந்து, தம்மைப் போன்று ஒடுக்கப்பட்ட மக்களோடு ஒருமித்து நல்லுறவு கொண்டு தொடர்ந்து வளர வேண்டும். இந்த முனைப்புகள் தொடர்ந்து இருந்தால் மட்டுமே சூத்திரப் பெண்கள் சாவித்ரிபாய் கண்ட கனவுகளை நினைவாக்கி நிலைநிறுத்த முடியும்.

7

சூத்திரர்களுக்கான புதியதொரு விடிதல் சாத்தியமே

ஊர்மிளேஷ்

2014, பாராளுமன்ற பொதுத்தேர்தல் நடந்த ஆண்டு. தேர்தல் அறிவிக்கப்படுவதற்குச் சில மாதங்களுக்கு முன்னால் பிரதம மந்திரி வேட்பாளராக பாஜக, நரேந்திர மோடியின் பெயரை அறிவித்தது. அதிலிருந்து சில நாட்களில் மோடி தான் ஓபிசி வகுப்பைச் சேர்ந்தவர் என்று கூறியது ஆச்சரியகரமானதாக ஒலித்தது. ஏனெனில் அதுவரை குஜராத் மாநிலத்தின் முதலமைச்சராக இருந்தபோதும்கூட அவர் வெளியே இதைக் காண்பித்துக் கொண்டதோ, வெளிப்படையாக அனைவருக்குமாக அறிவித்ததும் கிடையாது. அவரது வெளிப்படையான இந்த அறிவிப்பு வடக்கு, மத்திய, இந்தியப் பகுதிகளில் உள்ள சூத்திர மக்களுக்குப் பெரும் ஆச்சரியத்தைக் கொடுத்தது. அதிக ஆர்வத்தையும் தோற்றுவித்தது.

ஏனெனில் இதுவரை சுதந்திர இந்திய வரலாற்றில் ஓபிசி பிரிவினைச் சேர்ந்த ஒருவர் நாட்டின் மிக உயர் பதவியான பிரதம அமைச்சர் தேர்தலில் நுழைந்ததே கிடையாது. அப்படிப்பட்ட பெரும் தேர்தலில் போட்டியிட்டு மேல்தட்டு மக்கள் போல், பெரிய குழுமம் ஒன்றின் விமானத்தில் சுற்றி வரும் ஓபிசி மனிதர் யாரையும் இந்தியா இதுவரை பார்த்ததே இல்லை.[1] ஆனால் இன்னொரு விந்தையும் வினாவும் இந்த அறிவிப்பினால் எழுந்தது. சில புதிய ஐயங்களும் முளைத்தன. இதுவரை ‘மோடி’ என்ற குடும்பப் பெயர் பிற்படுத்தப்பட்ட மக்களின்

நடுவே கேள்விப்பட்டதே இல்லை. அதோடு அவர் இதுவரை அந்த சாதிப்பிரிவு மக்களுக்கு நன்மை தரும் அரசியல் முயற்சிகளை அவர் முதன் மந்திரி பதவியில் இருந்தபோதும் செய்ததேயில்லை. அதையும் விட மண்டல் ஆணையத்திற்குத் தனது ஆதரவை எவ்வகையிலும் காண்பித்தவரல்ல. மண்டல் போராட்டங்களின்போது அவர் இடப்பங்கீட்டிற்குச் சார்பானவராகத் தன்னைக் காட்டிக் கொண்டதேயில்லை. அதையும் விட அவரது அரசியல் கட்சியில்கூட அவர் ஒரு ஓபிசி என்பது எவருக்கும் தெரியாது.²

மோடி குஜராத் முதல் மந்திரியாக இருந்த காலத்தில் பிற்படுத்தப்பட்ட வகுப்பினர் அவரது அமைச்சரவையில் மிகக் குறைந்த எண்ணிக்கையில் தானிருந்தனர். முதலில் அவர் பிரதம மந்திரிக்கான வேட்பாளராக அறிவிக்கப்பட்டபோது அச்செய்தி பலவித உணர்வலைகளை மக்களிடம் ஏற்படுத்தின; சிலர் ஆச்சரியப் பட்டனர்; சிலர் கேள்வி எழுப்பினர்; சிலர் சந்தேகப்பட்டனர். ஆனாலும் எப்போது அவரது பெயர், பல பெருநிறுவனங்களால் கடிவாளம் இடப்பட்டிருந்த ஊடகங்கள் வழியே நரேந்திர மோடியை உயரத் தூக்கிப் பிடிக்க ஆரம்பித்தனவோ அப்போது, அனைத்து ஆச்சர்யங்களும் விலகிவிட்டன. அதன் பிறகு ஊடகங்கள் ஒரு பெரும் 'குஜராத் மாதிரி'யைத் தனது முதலமைச்சர் காலத்தில் செய்து முடித்தார் என்றெல்லாம் சிறப்பாகக் கூறி அவரைக் கொண்டாடிக் கொண்டிருந்தன. அதனால் அவர் கைகளில் நாட்டை ஒப்படைப்பதே சரியான முடிவாக இருக்கும் என்று கட்டப்பட்டுள்ள ஊடகங்கள் அனைத்தும் புகழ் பாடி நின்றன.

ஒன்றிய அரசின் பிரதம அமைச்சரானார் மோடி. அவரது தலைமையின்கீழ் இருந்த பாஜக அரசில், இந்தி மொழி பேசும் மாநிலங்களில் உள்ள ஓபிசி மக்கள், தலித்துகள் இறுகலான ஒரு சூழலிலேயே வைக்கப்பட்டு இருந்தனர். இதன் விளைவாக, பீகாரின் முதலமைச்சராகவும் ஐக்கிய ஜனதா தளத்தின் தலைவராகவும் இருந்த நிதிஷ்குமார் மோடியின்மீது பல கேள்விகளை எழுப்பினார். அப்படியே தேசிய ஜனநாயக முன்னணியில் இருந்து விலகிவிட்டார். இதன்பின் அவரோடு குமார், லாலு பிரசாத் யாதவ் இணைந்து 2015ஆம் ஆண்டின் சட்டசபைத் தேர்தலில் ராஷ்டிரிய ஜனதா தளம், ஐக்கிய ஜனதா தளம் இணைந்து பாஜகவுக்கு எதிராகப் போட்டியிட்டு வென்றனர். நிதிஷ்குமார் மீண்டும் முதலமைச்சரானார். ஆனால் பாஜகவின் அரசியல் தந்திர விளையாட்டுகள் தொடர்ந்தன. சில ஆண்டுகளில் நிதிஷ்குமார் மோடியின் ஆட்சிக்கு சார்பாளராகச் சாய்ந்தார். 2014இல் மோடியை எதிர்த்தவர் இப்போது அவரோடு இணைந்து கொண்டார். 2014 பிப்ரவரி மாதம் அவர் மிக அழுத்தமாக, 'பாஜக பற்றி நான் எடுத்துள்ள முடிவு இறுதியானது. அதில் எந்த

மாற்றமும் இல்லை. நான் அனைத்தையும் இழந்து ஒன்றுமில்லாமல் போனாலும் பரவாயில்லை. இனி நான் எப்போதும் அக்கட்சியோடு இணைய மாட்டேன்,' என்று கூறியிருந்தார்.[3]

இந்த அளவு அழுத்தமாகக் கூறியிருந்தாலும் இவையெல்லாம் ஓடும் நீரில் எழுதிய எழுத்தாக 2017, ஜூலை மாதத்தில் முற்றிலுமாக மாற்றம் அடைந்தது. பாஜக கட்சிக்கு எதிராக எடுத்த நிலையை முழுவதுமாக மாற்றி அக்கட்சியோடு மீண்டும் தன் சொல் தவறி இணைந்து கொண்டார். (ஆனால் ஆகஸ்ட், 2022இல் மீண்டும் பாஜக ஆதரவைத் தவிர்த்துவிட்டு, அதற்கு எதிராக இருந்த ராஷ்டிரிய ஜனதா தளம், காங்கிரஸ் கட்சிகளோடு இணைந்து, தன் முதலமைச்சர் பதவியைத் தொடர்ந்துள்ளார். நாட்டின் பிரதம மந்திரியாக வேண்டும் என்பதற்காக எடுத்த அரசியல் நகர்வு என்று இது பாஜக கட்சியால் குற்றம் சாட்டப்படுகிறார் - மொழிபெயர்ப்பாளரின் இணைப்பு இது.) ஓபிசி தலைவர்களில் மிகவும் உயர்வாக மதிக்கப்பட்ட நிதிஷ்குமார் இவ்வாறு பாஜகவோடு இணைந்தது நாடு முழுவதுமிருந்த ஓபிசி மக்களுக்குப் பெரும் ஏமாற்றத்தை அளித்தது. அம்மக்கள் அனைவரும் மனம் தளர்ந்தனர். இதே மாநிலத்தில் முன்பு கோலோச்சிய லாலு பிரசாத் யாதவ் அதிகத் திறமைகள் கொண்டவராகவும் இருந்தார். ஆனால் முன்பு இந்த மாநிலத்திலிருந்த B.P. மண்டல், கர்ப்பூர் தாக்கூர் போன்ற பழைய தலைவர்கள் போலல்லாமல், இப்போது யாதவ் காலத்து அரசியல்வாதியான நிதிஷ்குமார் போன்றவர்களுக்கு இருந்த அரசியல் நேர்மையும் உறுதியும் யாதவிடம் இருந்ததில்லை.

நிதிஷ்குமார் மனசாட்சிக்கு நேர்மையானவராகவும் உறுதியானவராகவும் இருந்தும் அவருக்கு ஓபிசி மக்களுக்கான புதிய பொருளாதாரச் சமூக மாற்றங்களை முன்னெடுப்பதற்கான தீவிரமும் தன்னம்பிக்கையும் வரவில்லை. முக்கியமான பீகார் மாநிலத்தின் நிலச்சீர்திருத்தத்தைப் பற்றி அவர் சிறிதும் கவலைப்பட்டு, அதற்காக வியர்வை சிந்தவேயில்லை. ஏனெனில் இந்தத் திட்டத்தை அவர் கையிலெடுத்தால், நிலப்பிரபுத்துவத்தின் வாக்குகள் முழுமையாக இவருக்கு எதிராகத் திரும்பிவிடும் என்ற அச்சமே காரணமாயிருந்தது. அதிலும் லல்லு யாதவ், ராம் விலாஸ் பஸ்வான்... ஏன், நிதிஷ்குமாரும் மிகவும் ஆதரித்து, உயர்த்திப் பேசிய மண்டல் திட்டத்தில் இந்த நிலச் சீர்திருத்தமும் ஒரு முக்கிய பகுதியாகவே இருந்தது. அத்திட்டத்தின் மூலமே தலித், ஓபிசி மக்களுக்கான சமூக நீதியை நிலைநாட்ட முடியும் என்றிருந்த போதும் அது வெறும் அரசியல் வார்த்தைகளால் மட்டும் அலங்கரிக்கப்பட்டது; செயல்படுத்த அரசியல்வாதிகள் எம்முயற்சியும் எடுக்கத் தவறினர். 1990களில் ஆரம்பித்த இவர்களின் கட்சிக் காலம் இத்தனை ஆண்டுகள்

சூத்திரர்: ஒரு புதிய பார்வை | 157

நீடித்த போதும் மிக முக்கியமான இந்த நிலச் சீர்திருத்தம் இதுவரை எந்த மாற்றமும் இல்லாமல் கனவாகவே நீடித்து நிற்கிறது.

உத்தரப் பிரதேசத்தில் ஒரு புதிய தலித் அரசியல்வாதியின் உயர்வு நடந்தது. அவர் கன்ஷிராம். இவரது கருத்துகளும், ஆழ்ந்த நோக்கமும் அப்படியே சௌதாரி சரண் சிங் என்ற மூத்த அரசியல் தலைவரை எதிரொலித்தது. சரண் சிங் நிச்சயமாக வட இந்திய பகுதிகளில் எழுந்த பெரும் சூத்திர அரசியல் தலைவர். மேலும் அவர் மிக மிகக் குறுகிய காலத்திற்கு, இந்திரா காந்தியின் ஆதரவில், நாட்டின் முதல் சூத்திர பிரதம மந்திரியானார். அவர் காலத்தில் இருந்த முனைவர் ராம் மனோகர் லோகியா, அவரது ஆதரவாளர்கள் அனைவரும் 'குஜத் காந்தியவாதிகள்' என்றழைக்கப்பட்டனர். சரண் சிங்கின் அரசியல் கருத்துகளும் முனைப்பும் இந்திரா காந்தியின் கருத்துகளோடு மிகவும் நெருங்கி ஒத்திருந்தது. இருவருமே கிராமிய நலன்களை முன்னிறுத்தினர். ஆனாலும் இவர்களைவிடத் தன் அரசியல் ஞானத்தில் லோகியா இவர்களையும் தாண்டிப் பிற்படுத்தப்பட்ட மக்களின் உயர்ந்த, சிறந்த தலைவராக இருந்தார். அவர் காங்கிரஸ் கட்சியோடு நீண்ட காலம் தொடர்பில் இருந்தமையால் அவர் 'குஜத் காங்கிரஸ்காரர்' என்று அழைக்கப்பட்டார். இவர் புதியதொரு திட்டமாக ஒரு புதுக் கருத்தை எடுத்து வந்தார். அது 'AJGAR சூத்திரம்'. இதன்மூலம் சூத்திர அரசியலை முன்னெடுக்க முடியும் என்று நம்பினார். AJGAR - என்பது அகிர், ஜாட், குஜ்ஜர், ராஜ்புத் என்று உத்தரப் பிரதேசத்திலும், பீகாரிலும் இருந்த மத்திய சாதிகளின் நடுவில் ஏற்படும் சமூக ஒற்றுமையைக் குறிக்கிறது. ஆயினும் இந்தப் புதிய முயற்சியிலும் தலித்துகள் ஒதுக்கப்பட்டே இருந்தனர். தலித்துகளுக்கு எதிராகத் தொடர்ந்து நடக்கும் குற்றங்களைப் பற்றியோ, அவர்கள் ஒதுக்கப்பட்ட மக்களாகவே அனைவராலும் கருதப்படுவது பற்றியோ எவ்வித அக்கறையும் எடுக்கப்படவே இல்லை. மிகவும் கண்மூடித்தனமான, மிருகத்தனமான தீண்டாமை என்ற பெரும் அநீதி சுத்தமாகக் கண்டுகொள்ளப்படவே இல்லை.

லோகியா போலல்லாமல், அவர் காலத்திய பீகாரின் லோக் தள் தலைவரான கர்ப்பூரி தாக்கூர் மேலும் ஒரு படி உயர்ந்திருந்தார். ஏனெனில் இவர் தலித்துகளையும் சூத்திரர்களையும் ஒன்றிணைக்க வேண்டும் என்ற நீண்டகாலப் பார்வையோடு இருந்தார். ஆனால் ஏனோ தெரியவில்லை. பொதுமக்கள் செல்வாக்கு பீகாரில் லாலு பிரசாத், உத்தரப் பிரதேசத்தில் கன்ஷி ராம் போன்றவர்களுக்கு வளர்ந்த நிலை இவருக்கு வாய்க்கவில்லை. இவரைப் போலவே, கன்ஷி ராமும் ஒரு முக்கியமான அரசியல் முன்னெடுப்புச் செய்தார். தலித்துகளையும், சூத்திரர்களையும் இணைத்து பகுஜன் என்ற ஓர்

அமைப்பை வெற்றிகரமாக ஆரம்பித்து வைத்தார். கன்ஷிராம் அம்பேத்கரின் கனவை நினைவாக்கவே இந்த அமைப்பை ஆரம்பித்தார். கன்ஷிராம் பல முக்கிய பழைய பகுஜன் தலைவர்களை முன்னெடுத்து மக்கள் முன் வைத்தார். அம்பேத்கர், மகாத்மா புலே, பெரியார் போன்ற பழம் தலைவர்களை வட இந்திய மக்களின் முன் நிறுத்தினார். இந்தி பேசும் மாநிலங்களில் இது ஒரு பெரும் புதிய அரசியல் ஆரம்பமாக இருந்தது. ஆனால் அரசியல் களத்தில் இது பெரிய தாக்கத்தை ஏற்படுத்தவில்லை. ஆதரவாளர்களின் எண்ணிக்கை இதற்கு அதிகம் தேவை. அரசியல்மூலம் சமுதாய மாற்றங்களைக் கொண்டுவர இந்த ஆதரவு போதுமானதாக அமையவில்லை. இதனால் இந்த பகுஜன் அமைப்போடு இணைந்த சமாஜ்வாதி கட்சி, பகுஜன் சமாஜ் கட்சிகளின் ஆதரவும் நலிந்தது.

2001ஆம் ஆண்டு கன்ஷிராம் தனது முடிவில் ஒரு பெரும் தவறைச் செய்துவிட்டார். தனது அரசியல் வாரிசாக மாயாவதியை முன்னிறுத்தினார்.[4] இந்தப் புதிய தலைமையினால் ஒரு பெரும் தலைவரோடு இந்தியா முழுமைக்கும் வளரவேண்டிய பகுஜன் கட்சி நிச்சயமாக வளராமல் தடுமாறி நின்றுவிட்டது. கன்ஷி ராமும் திடீரென்று அகால மரணமடைந்தார். தலைமைப் பொறுப்பை மாயாவதி ஏற்றார். முலாயம் சிங் யாதவ் தனது சமாஜ்வாதி கட்சியை நடத்தியது போலவே மாயாவதி பகுஜன் அரசியலை எவ்வித முனைப்பும் இல்லாமல் மிக அலட்சியமாகக் கையாண்டார். மாயாவதியின் முனைப்பு முழுவதும் அரசியல் சார்ந்த வாக்கு அரசியலாகவே இருந்தது; தேசிய அளவில் கட்சியை வளர்க்க வேண்டும் என்ற ஆவல் அவரிடம் சுத்தமாக இருந்ததே இல்லை. பெரும் நிறுவனங்களின் செல்லப் பிள்ளையாகத் தன் கட்சியை வைத்திருந்தார். விரைவில் மாயாவதி, முலாயம் சிங் இருவருமே ஊழல் சுழலில் மூழ்கிப் போனார்கள். இதனால் இருவரும் அரசியல் ஆதரவைப் பெருமளவு இழந்தார்கள். இதனால் அவர்கள் கட்சிகளின் தாரக மந்திரங்கள் தரமிழந்து நின்றன.

இந்த அரசியல் மாற்றங்கள் நடந்து, நலிந்து கொண்டிருந்த காலகட்டத்தில் ஆர்எஸ்எஸ் அமைப்பினால் வளர்த்தெடுக்கப்பட்ட பாஜக 'இந்துத்துவாவை' முன்னெடுத்து வைத்து, அதன் மூலம் தன் கட்சியை அசுர வளர்ச்சியோடு மேலே கொண்டு வந்தது. ஏறத்தாழ இருபது ஆண்டுகளாக 'இந்தியாவின் வடக்கு, மத்தியப் பகுதிகளில் மண்டல்-கமண்டல் அலைகளும், எதிரான அலைகளும் வீசிக் கொண்டிருந்த கடுமையான காலத்தில் பாஜக தன்னை மேலும் மேலும் வளர்த்துக் கொண்டு உக்கிரத்தோடு உயர்ந்து நிற்க ஆரம்பித்தது. பிராமண சக்தி ஒன்றுதிரண்டு, தங்கள் ஆதரவுகளை மிகுதியாகப் பெருக்கிக் கொண்டு ஆழமாகத் தன் கால்களை ஊன்றி

நிற்பதாகவே இது தோன்றுகிறது. அதிகாரத்தின் அத்தனை ஆளுமைகளும் அவர்கள் கைகளில் போய்ச் சேர்ந்துவிட்டது. பொருளாதாரம், ஆட்சியதிகாரம், ஊடகங்கள், ஏனைய அறிவை வளர்க்கும் உயர் கல்வி அமைப்புகள்... அனைத்தும் அவர்கள் கைகளில். வட இந்தியா முழுமைக்கும் இந்த த்விஜா சாதியினரின் பிடிப்புகள் இறுகின. இதற்கு முந்திய முப்பது - நாற்பது ஆண்டுகளில் அவர்களின் ஆதிக்கம் குறைந்திருந்தது. அரசியல் அதிகாரம் குறுகிப் போயிருந்தது. தலித், ஆதிவாசிகள், ஓபிசி மக்களுக்கான இடம் சிறிது அதிகமாக இருந்தது. இதைப் புரிந்துகொண்ட த்விஜா சாதியினர் ஒன்றிணைந்தனர். மாற்றம் கொண்டு வந்தனர்.

1990இல் மண்டல் திட்டத்தின் சிபாரிசுகள் வி.பி.சிங் என்ற சத்திரிய அரசியல் தலைவரால் அனுமதிக்கப்பட்டதும் த்விஜா சாதியினரிடம் இருந்து பெருங்குரல் எழுந்தது. முக்கியமாக வடக்கு, மத்திய இந்தியப் பகுதிகளில் இந்தக் குரல் வெகுவாக ஓங்கி ஒலித்தது. இளைஞர்களும் மாணவர்களும் த்விஜா சாதியினரால் உந்தப்பட்டு ஒன்றுபடுத்தப்பட்டனர். மண்டல் திட்டத்திற்கு எதிர்ப்பாக அவர்களைப் பிணைத்தது த்விஜா சாதி. மண்டல் திட்டத்தில் பல்வேறு பகுதிகள், கூறுபாடுகள் உள்ளன. ஆயினும் அதில் SC, ST, ஓபிசி மக்களுக்கு இடப்பங்கீடு பற்றிய சலுகைகள், உரிமைகள் அளிக்கப்பட்டதற்கு எதிராக மட்டுமே இந்தக் கூக்குரல்கள் எழுந்தன. அவைகளை நீக்க வேண்டும் அல்லது குறைக்க வேண்டும் என்ற கூக்குரல்கள் அவை. முதலில் இந்த எதிர்ப்புகள் ஆங்காங்கே ஒலித்தன. ஆனால் விரைவில் ஊடகங்களின் தயவினாலும் சில கட்சிகளின் ஆதரவினாலும் அது பெரும் போராட்டமாக வெடித்தது. 2017, 2018ஆம் ஆண்டுகளில் த்விஜா சாதியினர் முன்னெடுத்த போராட்டம் அவர்களின் ஏனைய போராட்டங்களில் இருந்து முற்றிலும் வேறுபட்டவை. திரும்பும் இடங்களில் எல்லாம் போராட்டங்கள்... கூட்டங்கள்... மாநாடுகள்... கருத்தரங்குகள்... பந்த்துகள்... உண்ணாவிரதங்கள்... புதுப்புது வகைப் போராட்டங்கள் நடந்தன. பல பிராமணச் சபைகளும், சவர்ண சமாஜ்களும் போராட்டத்தில் முழுமையாகக் குவிந்தன. இதன்மூலம் த்விஜா சாதியினர் தங்கள் சாதி இளைஞர்களிடம் அவர்களது கல்வி வாய்ப்புகளும், பணி வாய்ப்புகளிலும் தலித், ஓபிசி மக்களுக்கு மடைமாற்றம் செய்யவே இந்தத் திட்டம் என்பதை அவர்கள் மனதில் விதைத்து, நீரூற்றி வளர்த்தது. இடப்பங்கீடு தவறானது, கொடியது என்று விதைத்த விதை வேகமாக வளர்ந்து வேரூன்றிவிட்டது.

விதைத்த விதையினால் த்விஜா மற்றும் ஏனைய இளைஞர்கள் மனதில் இடப்பங்கீட்டின் உச்சமே 50 விழுக்காடு தான் என்ற உண்மையும் ஏறவில்லை. அனைத்தையும் பறிகொடுத்து விட்டோம்

என்ற மனநிலையை வெற்றிகரமாக உருவாக்கி விட்டனர். அதிலும் இந்த 50 விழுக்காட்டிலும் முழுமையாக அவர்களுக்கு உண்டான இடங்கள் அவர்களுக்கு கொடுக்கப்படாமல், அதிலும் மிக உயர்ந்த கல்வி நிலைகளில் மறுக்கப்படுகின்றன என்ற நிதர்சனமான உண்மை அவர்களிடம் இருந்து மறைக்கப்பட்டன. இடப்பங்கீட்டின் 50 விழுக்காடு தவிர்த்த மீதி 50% இடங்கள் பொதுப்பிரிவுக்கானது. இதில் உள்ள மக்கள் வெறும் 15 விழுக்காடு மட்டும்தான். இடப்பங்கீட்டில் இடம்பெறாத ஜாட், குஜ்ஜர், பட்டேல், மராத்தா சாதியினர் கல்வித்தரத்தில் மிகவும் கீழாக இருந்தாலும், அவர்கள் பொதுப்பிரிவில் த்விஜா சாதியினரிடம் போட்டிப் போட வேண்டிய கட்டாயமான, சிரமமான, நிலைக்குத் தள்ளப்பட்டனர். இந்தப் போட்டியில் வெற்றி பெறுவது பெரும்பாலும் த்விஜா இனத்து இளைஞர்களே. இப்படியிருந்தும் த்விஜா இளைஞர்களைத் தூண்டி விடுவதில் முழு வெற்றி பெற்றனர்.

2018 ஏப்ரல் 2ஆம் தேதி வன்கொடுமை தடுப்புச் சட்டத்தை பலவீணப்படுத்துவதற்கு எதிராக 'பாரத் பந்த்' ஒன்றை தலித்துகள் நடத்தினார்கள். பல த்விஜா சாதி சமூகத்தினரால் எதிர்ப்புப் போராட்டங்களும் நடத்தப்பட்டன. சூத்திரர்-ஓபிசி மக்களும் ஊடகங்கள்மூலம் த்விஜர்களுக்கு சாதகமாக இருப்பதைக் காண முடிந்தது. எந்தப் பெரிய அரசியல் கட்சியும் இதற்குத் தங்கள் ஆதரவைத் தரவில்லை. அதிலும் இந்துத்துவா அமைப்புகள் அனைத்தும் த்விஜா சாதியினரின் போராட்டங்களை ஆதரித்தன. இந்தச் சட்டங்களுக்கு எதிராக எடுக்கப்படும் அனைத்து நடவடிக்கைகளும் இந்துத்துவா அமைப்புகளின் மேற்பார்வையின் கீழ் நடந்தன. இதேசமயத்தில் மதுரா-பிருந்தாவன், பனாரஸ், போபால்-உஜ்ஜெயின், ஜெய்ப்பூர் போன்ற இடங்களிலுள்ள மத குருக்கள் அனைவரும் இடப் பங்கீட்டிற்கு எதிரான கருத்துகளைத் தொடர்ந்து வெளியிட்டுக் கொண்டிருந்தனர். அதைப் போலவே, வன்கொடுமை தடுப்புச் சட்டத்தையும் எதிர்த்துப் பேசி வந்தனர். இவ்வாறு எழுந்த குரல்களில் பல விஷ்வ ஹிந்து பரிஷத், பாஜக கட்சிக்காரர்களிடம் இருந்தே வந்தன. புதிய நாகரிகம் ஒன்றும் அப்போது முளைத்தது. மக்கள் தங்கள் வாகனங்களின் முன்னும் பின்னும் அனுமார் படங்களை ஒட்டி வைத்துக் கொண்டனர். அதோடு தங்கள் பெயர்களோடு 'பிராமணன்', 'ராஜ்புத்', 'தியாகி' என்று தங்கள் சாதிகளைக் குறிக்கும் பெயர்களையும் ஒட்டிக் கொண்டனர்.

தலித்துகள் ஆண்டுதோறும் பீமா கோரேகான் என்ற இடத்திற்கும் தங்கள் வணக்கத்தைத் தெரிவிப்பதற்காகப் பயணம் செய்வதுண்டு. அதேபோல் நடந்த பயணங்களில் 2018ஆம் ஆண்டில் தலித் பயணிகள்

தாக்கப்பட்டனர். முதல் தகவல் அறிக்கை கொடுக்கப்பட்டும், தாக்கியவர்கள்மீது எந்தவித நடவடிக்கையும் எடுக்கப்படவில்லை. ஆனால் பயணம் செய்த தலித்துகள் மீது சட்டம் பாய்ந்தது; கடித்தது! அவர்கள்மேல் குற்றச்சாட்டுகள் பதியப்பட்டன.[5] இதற்கும் மேலாக, டில்லி, ஐதராபாத், மும்பை, ராஞ்சி போன்ற இடங்களில் உள்ள பல வழக்கறிஞர்கள், மனித உரிமைப் போராளிகள் போன்றவர்கள் இதற்காகக் குரல் கொடுத்தபோது கைது செய்யப்பட்டார்கள். இதனோடு நாட்டின் தலைமை நீதிமன்றம் கொடுத்த ஒரு தீர்ப்பு வன்கொடுமைத் தடுப்புச் சட்டத்தை - வலுவற்றதாக்கியது.[6] பல அமைப்புகள் - அதில் அகில இந்திய சமத்துவ அமைப்பும் - இந்தச் சட்டத்தின் மீது தங்கள் எதிர்ப்புக் குரலை எழுப்பினர். இந்தியாவில் சமத்துவத்தைக் கட்டியெழுப்பவே ஆரம்பித்த அமைப்பும்கூட இச்சட்டத்திற்கு எதிர்ப்புக் குரல் எழுப்பியது ஒரு பெரும் நகைமுரண். அவ்வமைப்பு சாதிய முறையில் அடக்கப்பட்ட மக்களுக்கு எதிராக இருப்பதைப் பார்க்கும்போது அவ்வமைப்பு மக்களைப் பார்த்துக் கேலியாகச் சிரிப்பது போலவே தோன்றுகிறது. பல த்விஜா அமைப்புகள் இந்தச் சட்டம் மக்களிடையே சமத்துவமின்மையை வளர்க்கவே உள்ளதாகக் கூறினர்.

சில மாநிலங்களில், சிறப்பாக உத்தரப் பிரதேசம், மத்தியப் பிரதேசம், ராஜஸ்தான், பீகார் போன்ற மாநிலங்களில் வன்கொடுமை எதிர்ப்புச் சட்டம், இடப்பங்கீடு, ராமர் கோவில் - பாபர் மசூதிப் பிரச்னை போன்றவற்றை வைத்து மக்கள் மிகவும் எளிதாகத் தீவிரமாக்கப் பட்டனர். ஆனால் இந்த மாநிலங்களில்தான் சுதந்திரத்திற்குப் பின் எவ்வித நிலச்சீர்திருத்தம் அல்லது சமூக சீர்திருத்தம் ஏதும் நடக்காத மாநிலங்கள். சுதந்திரப் போராட்டம் நடந்து கொண்டிருந்த காலங்களிலும்கூட SC, ST, ஓபிசி மக்களுக்கான திட்டங்கள் ஏதும் வராதபடி த்விஜா மக்கள் விழிப்போடு காத்துக் கொண்டிருந்தனர். எவ்வித நிலச்சீர்திருத்தக் கொள்கையும் பெரிய அளவில் எதிர்க்கப் பட்டது. இதற்கு ஒரு சான்றினையும் தரமுடியும். அது பீகாரில் ஆரம்பிக்கப்பட்ட திரிவேணி சங்கம் (1933-39) யாதவர், கொயிரி, குஷ்வாகா என்று அழைக்கப்படும் குர்மி என்ற இந்த மூன்று சாதி மக்களை முன்னேற்றுவதற்காக ஆரம்பிக்கப்பட்ட ஓரமைப்பு. 1933 மே 30ஆம் தேதி இவ்வமைப்பு ஆரம்பிக்கப்பட்டது. பீகார் கிராமப்பகுதியில் இருந்த நில உடைமையாளர்கள் வைத்திருந்த அடக்குமுறைகளுக்கு எதிராக எழுப்பப்பட்ட அமைப்பு இது. அதோடு அம்மாநிலத்தில் இருந்த காங்கிரஸ் கட்சியின் தலைமையையும் எதிர்த்து இவ்வமைப்பு செயல்பட்டது.

சுதந்திரம் பெற்றோம். அனைத்துக் குடிமக்களுக்கும் விடுதலை வந்தது. அருட்பெரும் கொடையாக 'ஒரு மனிதன்... ஒரு வாக்குரிமை'

என்ற நிலையும் வந்தது. 'ஒரு வாக்குரிமை... அனைத்தும் சமமானவை' என்ற தத்துவம் நிலை கொண்டது. இத்தனை நடந்த பின்பும் சமூக - பொருளாதார வேறுபாடுகளில் எந்த வேற்றுமையும் நிகழாமல் போனது. இந்தச் சமமற்ற சூழலில் குடியரசு என்ற தேர் எப்படி நேர் வழியில் போகும்? இதே கேள்வியை அம்பேத்கர் 1949, நவம்பர் 25ஆம் தேதி அரசியலமைப்பு சபையில் எழுப்பினார். அவரைப் பொறுத்தவரையில் இது எதிர்கால இந்தியாவின் முன் எழுந்திருக்கும் ஒரு காத்திரமான பிரச்னை. அவரின் அன்றைய கூற்று:

வரும் 1950, ஜனவரி 26ஆம் தேதி நாம் பல குழப்பங்கள் நிறைந்த ஒரு வாழ்வியலுக்குள் நுழையப் போகிறோம். அன்று நாம் அனைவரும் அரசியலில் ஆர்வத்துடனும், பொருளாதாரத்தில் சமமின்மையோடும் நுழைவோம். அரசியலில் நம் அனைவருக்கும் சமமான 'ஒரு மனிதன் - ஒரு வாக்குரிமை' என்பதன் மூலம் 'ஒரு வாக்குரிமை - அனைத்தும் சமமானவை' என்ற உச்ச நிலையை அடைந்து விட்டோம். ஆனால் நமது சமூக பொருளாதார நிலைகள் எந்த நிலையில் உள்ளன? அதற்குக் காரணமாக இருப்பது நமது சமூக பொருளாதார நிலைப்பாடுகளே. அந்த நிலைப்பாடுகள் ஒரு வாக்கு - ஒரே வாக்குரிமை என்பதைத் தகர்த்து நொறுக்கிவிடுகிறது. இன்னும் எத்தனைக் காலம் நாம் இந்த வேறுபாடுகளோடு வாழ வேண்டிய கட்டாயம் உள்ளது? நமது சமூக, பொருளாதார நிலைகளில் நிலவியிருக்கும் சமமின்மை இன்னும் எத்தனைக் காலம் நீடிக்கும்? இந்த ஏற்றத்தாழ்வுகளை நாம் கண்டு கொள்ளாமல் இருந்தால், நமது அரசியல் குடியுரிமையையே நாம் ஒரு பெரும் பள்ளத்தில் போட்டு நசுக்குகிறோம் என்பதே அதன் பொருள். எத்தனை விரைவாக இந்தச் சமமின்மையை நாம் உடைத்தெறிகிறோமோ அதுவரை நமக்கு நன்மை; இல்லாவிடில் நமது சமமின்மை மேலும் மேலும் விரிந்து நாம் இதுவரை சிரமத்துடன் கட்டியெழுப்பியுள்ள அரசியல் விடுதலை பயனின்றி உடைந்து நொறுங்கிப் போகும்?[7]

ஒருவேளை சில மாநிலங்கள் மற்ற மாநிலங்களைவிடச் சிறிதே மேனிலையில் உயர்ந்திருக்கலாம். ஆனால், பொதுவாகவே, நமது அரசியல் தலைவர்கள், நம்மால் தேர்ந்தெடுக்கப்பட்ட அந்தத் தலைவர்கள், இந்தச் சமமின்மையை உடைத்து நொறுக்கும் வேலையையோ, அல்லது சமூக பொருளாதார உயர்வு தாழ்வுகளை நேராக்கவோ, எந்த முயற்சியையும் எடுக்கவேயில்லை. ஜம்மு காஷ்மீர், தமிழ்நாடு, கேரளா, ஓரளவு கர்நாடகா போன்ற மாநிலங்கள் நிலச் சீர்திருத்தம், அதிகாரப் பரவல்கள், கல்வி போன்ற துறைகளில் சொல்லக்கூடிய அளவிற்குப் புதிய மாற்றங்களைக் கொண்டு

வந்திருக்கலாம். ஆனால் வட இந்திய மாநிலங்களிலும், மத்திய இந்திய பகுதிகளிலும் எந்த அளவிலும் சொல்லக்கூடிய அளவிற்கான மாற்றங்களைக் கொண்டு வரவில்லை. இந்தி மொழி பேசப்படும் மாநிலங்களில் குடியரசு என்பது அரசியலில் மட்டுமே செயல்படுகிறது. அதாவது, வாக்குரிமை அங்கே செயல்பாட்டில் உள்ளது. ஆனால் சமூக, பொருளாதார நிலைப்பாடுகளில் காலங்காலமாய் இருந்து வரும் சமமின்மை அப்படியே போற்றிப் பாதுகாக்கப்பட்டுத் தொடர்கின்றது. அதே சமமின்மை... அதே சமூகக் கட்டுப்பாடுகள்... அதே நீதியற்ற ஒழுங்குமுறைகள். இந்த மாநிலங்களின் முதலமைச்சர்கள் பல்லாண்டுகளாக த்விஜா இனத்து மக்களாகவே இருந்து வருகின்றனர். இவர்களுக்குப் புதிய நிலச் சீர்திருத்தச் சட்டங்கள் கொண்டு வரவோ, அனைவருக்கும் கல்வி என்ற நிலையைக் கொண்டு வரவோ, தலித், ஓபிசி மக்களிடமும் அதிகாரப் பரவல்கள் நீட்டிக்கப்பட வேண்டும் என்றோ தோன்றவே யில்லை. இதுபோன்ற மாற்றங்களால் மட்டுமே சமூக ஏற்றத்தாழ்வு களைக் களையவோ, நீக்கவோ முடியும். அதன் மூலமே உற்பத்தித் திறனை உயர்த்த முடியும். நிர்வாகத் திறனை நிமிர்த்த முடியும். ஆனால் ஏனோ அவர்கள் மனதில் இதுபோன்ற சிந்தனைகள் இடம்பெறவே இல்லை.

ஒன்றிய அரசு சில முக்கிய மாற்றங்களைக் கல்வித் துறையிலும் சுகாதாரத் துறையிலும் கொண்டு வந்துள்ளது. ஆனால் இவைகூடப் பல மாநிலங்களில் நடைமுறைப்படுத்த முடியாத அளவிற்கு அம்மாநிலங்களுக்குத் தேவையான உட்கட்டமைப்புகளும் ஆதாரங்களும் இல்லாமல் போய்விட்டன. அதற்கான மனநிலையும் அம்மாநில அரசியல்வாதிகளிடம் ஏற்படாமலேயே இன்னும் உள்ளன. அம்மாநிலங்களில் அரசுப் பள்ளிகளில் இந்தி பாடமொழியாகவும் தனியார் பள்ளிகளில் பணக்காரர்களுக்கே கட்டுப்படியாகும் பள்ளிகளில் ஆங்கிலம் போன்றவை பயிற்று மொழிகளாகவும் உள்ளன. அதேபோல் பொதுநலத் துறை அரசின் பொறுப்பிலேயே இருக்கவேண்டும். வேளாண்மை, கல்வி, வேலைவாய்ப்புகள் போன்றவைகளில் உள்ள சமமின்மை உடைக்கப்பட்டு, 'அனைத்தும் அனைவருக்கும்' என்ற மனநிலை ஏற்படவேண்டும். அதுமட்டுமே சமூக நிலையை உயர்த்திக் கொள்வதற்கான ஒரே வழிமுறை. ஆனால் பல மாநிலங்களில் இதுபோன்ற மாற்றங்கள் த்விஜா இனத்து மக்களுக்கு எதிரானவை என்ற மனப்பான்மையும் அச்சமும் உள்ளது. இடப்பங்கீட்டிற்கும் இதுபோன்ற வட இந்திய மாநிலங்களில்தான் போராட்டம் உக்கிரமாக நடந்தேறின அல்லது அவர்களால் மேடையேற்றப் பட்டன. அதிலும் மத்தியப் பிரதேசம், ராஜஸ்தான், உத்தரப் பிரதேசம்

போன்ற மாநிலங்களில் இன்றும் தலித்துகளின் திருமண விழாக்கள் பலத்த எதிர்ப்புக்கு உள்ளாகின்றன. குதிரையில் தலித்துகள் வருவது ஏனைய சாதியினருக்கு வெறுப்பு ஏற்படும் அளவிற்கு நாமெல்லோரும் பண்பில் அத்தனை உயரமாய் இருக்கிறோம்! இதில் இந்துத்துவமும் உள்நுழைந்து குறுக்கிடுகிறது. வன்கொடுமைத் தடுப்புச் சட்டம் மக்களுக்கு எதிரானது என்றே கருதப்படுகிறது. அது சம நீதியை வழங்குவதற்காகக் கொண்டு வரப்பட்டது என்ற அடிப்படை உண்மை அழித்தொழிக்கப்படுகிறது. காலங்காலமாக அரசியல் ஆதாயங்களுக்காக அரசியல்வாதிகள் எப்போதும் தலித்துகளுக்கு எதிரான நிலையையே கையிலெடுத்துக் கொள்கின்றனர். த்விஜா எதிலும் ஒன்றுபடுகிறார்களோ, இல்லையோ, தலித்துகளை ஓபிசி மக்களை எதிர்க்கவோ, இடப்பங்கீட்டிற்கு முழுமையாக எதிர்க்கவோ உடனே ஒன்றுசேர்ந்து விடுகிறார்கள்.

இதற்குச் சான்று ஒன்றையும் தரலாம். கர்னி சேனை என்ற அமைப்பின் தலைவர் தொலைக்காட்சி நேர்காணலில் 'பத்மாவதி' திரைப்படத்திற்கான தன் எதிர்ப்பைத் தெரிவிக்க வந்தவர், இடப்பங்கீட்டிற்கு தான் எந்த அளவு விரோதியானவர் என்பதை மிகுந்த வெளிப்படையாகத் தெரிவித்தார்.[8] 2015 பீகாரில் நடந்த தேர்தலில் ஆர்எஸ்எஸ் தலைவர் மோகன் பக்வத் விஷமத்தனமாக இடப்பங்கீடு பற்றிய ஒரு விவாதம் நடத்த வேண்டும் என்று வெளிப்படையாகத் தெரிவித்தார்.[9] அதனால்தானோ என்னவோ, மோடியும் அமித்ஷாவும் வெகுவாக முயன்றாலும் அத்தேர்தலில் பாஜக தோற்றுப் போனது. அதிலிருந்து ஆர்எஸ்எஸ்-பாஜக தலைவர்கள் தங்கள் நிலைப்பாட்டை மாற்றி உள்ளதாகவும், தாங்கள் இடப்பங்கீட்டை ஆதரிப்பது போலவும் வெளிக்காண்பிக்க முயற்சிக்கின்றார்கள். சமீபத்தில் வெளியான தேசியக் குற்றப் பதிவுத்துறை (NCRB - National Crime Records Bureau) அறிக்கையில் வட, மத்திய இந்தியப் பகுதிகளில் தலித்துகளுக்கு எதிரான குற்றங்களின் எண்ணிக்கை 2104ஆம் ஆண்டிலிருந்து அதிகரித்து வந்துள்ளன என்று குறிப்பிடப்பட்டுள்ளது. அப்போது எங்கெல்லாம் பாஜக அரசுகள் ஆட்சி செலுத்திக் கொண்டிருந்தனவோ இந்த எண்ணிக்கை அதிகரித்திருந்தது. அதிலும் முக்கியமாக, உத்தரப் பிரதேசத்தில் இந்த எண்ணிக்கை உச்சத்தைத் தொட்டது. ராஜஸ்தானிலும், மத்தியப் பிரதேசத்திலும் 15 ஆண்டுகள் காங்கிரஸ் ஆட்சிக்குப் பின் வந்த பாஜக அரசு பதவியேற்றதும் இந்தக் குற்றங்களின் எண்ணிக்கை உயர்ந்தது. மத்தியப் பிரதேசத்தில் மட்டும் நடந்த மொத்தக் குற்ற எண்ணிக்கையில் 12.1% குற்றங்கள் SC, ST, ஓபிசி மக்களுக்கு எதிரான குற்றங்கள் எனக் கணிக்கப்பட்டுள்ளது.[10]

2018ஆம் ஆண்டு மத்தியப் பிரதேசத்தில் வன்கொடுமைச் சட்டத்திற்கு எதிரான பாரத் பந்த் மிகவும் கோரமாக நடந்தேறியது. இந்தப் போராட்டம் உச்ச நீதிமன்றம் வன்கொடுமை தடுப்புச் சட்டத்தின் வீரியத்தைக் குறைத்துத் தீர்ப்பளித்தபோது தலித் மக்கள் வெகுண்டு எழுந்தனர். மிகவும் ஆச்சரியத்திற்குரிய முறையில் பாஜக அரசு உச்ச நீதிமன்றத்தில் தீர்ப்பை எதிர்த்து புதிய திருத்த மசோதாவை வெளிக் கொணர்ந்தது.[11] இந்திய ஜனாதிபதி ராம்நாத் கோவிந்த் அறிக்கை ஒன்றையும் இதற்காக வெளியிட்டார். இத்தனை நிகழ்வுகள் நிகழ்ந்த பிறகும் மத்திய பிரதேசத்தில் முதலமைச்சர் ஷிவ்ராஜ் சிங் சௌஹான் இந்தச் சட்டத்தின் கடுமையான பகுதியைத் தன் மாநிலத்தில் பயன்படுத்த மாட்டேன் என்று வெளிப்படையாக அறிவித்தார்.[12] இவ்வாறு சட்டத்திற்கு எதிர்த்து நின்ற ஒரு முதலமைச்சரைப் பற்றி ஓபிசி இனத்துப் பிரதம மந்திரியோ, தலித் இனத்து ஜனாதிபதியோ தங்கள் வாயைத் திறக்கவேயில்லை. இதில் ஓர் ஆச்சரியமான கேள்வி ஒன்று நம்முன் நிற்கிறது. சௌஹான் ஒரு சூத்திரர். ஆனால் அவர் சூத்திரர் / ஓபிசி மக்களுக்கு ஆதரவான சட்டங்களுக்கும் எதிர்ப்பாகவே நிற்கக் காரணம் என்ன? இவ்வாறு எதிர்த்து நிற்பது பாஜக அரசியலுக்கு ஆதரவாக இருக்கும் என்பதினாலா? இதன்மூலம் தன் அரசியல் பதவியைத் தக்க வைத்துக் கொள்ள முடியும் என்பதினாலா? இவ்விதமாகத் தன் அரசியலை நடத்தியதால் சௌஹான், உமாபாரதி என்ற மிகத் தீவிரமான அரசியல்வாதியின் முன்னேற்றத்தைத் தடுத்துவிட முடியும் என்ற எண்ணத்தினாலா?

ஆர்எஸ்எஸ்-பாஜக அமைப்பில் உள்ள பல அரசியல் தலைவர்களைவிட ஒப்பீட்டளவில் சௌஹான் ஒரு சீரான தலைவர் என்று கருதப்படக் கூடியவர். அதற்காகவே ஏனைய தலித் / ஓபிசி தலைவர்களையும் தாண்டிய நம்பிக்கைக்குரிய தலைவராக இருந்தார். இப்போதெல்லாம் சமீப ஆண்டுகளில் பாஜக ஒரு புதிய கோட்பாட்டை நடைமுறைக்குள் கொண்டு வந்துள்ளது. அது அவர்களின் ஓர் அரசியல் தந்திரம்! பல தலித் - ஓபிசி அரசியல் தலைவர்களை பாஜக தன் கட்சிக்குள் இணைத்துக் கொண்டுள்ளது. ஆனால் இவர்களில் பலரும் சமூக சீர்திருத்தத்தில் அதிக அக்கறை காட்டாத மக்களாகவே உள்ளனர். அவர்களுக்கு வேண்டியது அதிகார பலமும், அதன் மூலம் வரும் வருமானமும் மட்டுமே. கோபிநாத் முண்டே, கல்யாண் சிங், ஹுக்கும் தேவ் நாராயண் யாதவ், உமாபாரதி போன்ற தலைவர்களை உள்ளிழுத்து ஆர்எஸ்எஸ்-பாஜக அமைப்புகள் தங்களுக்காக அவர்கள் சார்ந்திருந்த இன மக்களுக்குப் பயன் கிடைத்ததோ, இல்லையோ, பாஜக கட்சிக்கு அதிக அரசியல் ஆதாயம் இவர்கள் மூலம் கிடைத்தது.

2017-18 ஆண்டுகளில் வட, மத்திய இந்தியப் பகுதிகளில் த்விஜா இனத்தவரின் சாதிய முன்னெடுப்புகளைப் பிராமணிய இனம் தொடர்ந்து ஆதரித்தது. இந்த ஆதரவு இன்று வரை பாஜக கட்சிக்கும், ஆட்சிக்கும் முழு ஆதரவான குரலாக உரத்து ஒலிக்கிறது. கோப்ரா போஸ்ட் என்ற இணையச் செய்தி இதழில், ஒரு செய்திக்கு முக்கியத்துவம் கொடுக்கப்பட்டது. பீகாரில், அதுவும் மத்திய பீகார் பகுதிகளில் பல தனிப்பட்ட மக்கள் படைகள் மூலம் தலித்துகள் அடித்து, ஒடுக்கப்பட்டனர். இந்தத் தனியார் ராணுவங்களை நேரடியாகவோ, மறைமுகமாகவோ ஆதரித்து நடத்துபவர்களில் பலர் பாஜக, ஐக்கிய ஜனதா தளம், காங்கிரஸ் ஆட்சியிலுள்ள அரசியல்வாதிகளே. இந்த ராணுவம் பற்றி ஒரு முழு நீள ஆவணப்படம் எடுக்கப்பட்டது. அந்த ராணுவத்தின் த்விஜா தலைவர்கள் தங்களை அழைத்து, ஆதரித்து வரும் தலைவர்களைப் பற்றி தெளிவாக வெளியே சொன்னார்கள். அப்படிப் பெயர்களை வெளிப்படையாக அறிவித்த பிறகும்கூட அந்த மக்கள் மீது எந்தச் சட்ட நடவடிக்கைகளும் எடுக்கப்படவில்லை.[13]

ஆனால் பதிலாக வேறொன்று நடந்தது. அவ்வாறு வெளிப்படை யாகச் சொல்லப்பட்ட மக்களுக்கு இப்போதுள்ள ஒன்றிய அரசில் பல அதிகார இடங்கள் கிடைத்தன. ஆனால் இந்த ராணுவ அமைப்புகள் நிகழ்த்தி வரும் பயங்கரம் அதிகமாக இப்போது குறைந்துள்ளது. ஏனெனில் அவர்களது இனத்தாருக்கு அவர்கள் செய்யக்கூடிய நன்மைகள் அதிகமில்லை; பதிலாக அவர்களது கொடூரம் மட்டுமே வெளியில் தெரிய வருகிறது. இதுபோன்றே பல குழப்பங்கள் நிரம்பிய அரசியல் சூழலில் எதிர்க்கட்சிகள் புதிதாகத் தேர்ந்தெடுக்கும் கொள்கைகள் கூட இந்துத்துவ - த்விஜா மக்களுக்கு மிகவும் சாதகமானதாகவே உள்ளது. சான்றாக, காங்கிரஸ் கட்சி கடந்த நாற்பது, ஐம்பது ஆண்டுகளில் இருந்தது போலின்றி நேர்மறையாக மாறினாலும் அதன் சமூக வெளிப்பாடுகளும் புதிய பார்வைகளும் விளக்கமாக இல்லை என்பதே பெரும் குறை. ஆனால் ஆர்எஸ்எஸ்-பாஜக அமைப்புகளின் நோக்கமும், உத்திகளும் அதன் இறுதிப் புள்ளியும் மிக மிகத் தெளிவாக உள்ளன. அவர்கள் மிக நிச்சயமாக தாங்கள் கையிலெடுத்திருக்கும் அரசியல் தந்திர உபாயங்கள் மூலம் சவர்ண இந்து மதம் அவர்களோடு இணைந்து, இறுதிப்புள்ளியில் இந்துத்துவா மட்டும் வென்று நிற்கும்.

2019ஆம் ஆண்டு தேர்தலுக்கு முன்பு ஆர்எஸ்எஸ் அமைப்பின் கருத்தின்படி மோடியின் அரசு 10% இடங்களை EWS- பொருளாதாரத்தில் நலிந்த பிரிவினருக்கு என்று ஒதுக்கும் புதுச் சட்டத்தை மக்கள் மன்றத்திற்குக் கொண்டு வந்தது. அது எளிதாக நாடாளுமன்றத்தில் முழுமையாக ஒப்புக் கொள்ளப்பட்ட சட்டமாக

மாறியது. இச்சட்டம் தனித்துவம் வாய்ந்த ஒரு சட்டம். ஏனெனில் இச்சட்டம் இந்திய அரசியலமைப்பின் அடிப்படைக் கொள்கைகளுக்கு மாறானதாக உள்ளது. அதுமட்டுமின்றி, உலக அளவில் உள்ள முன்னெடுப்பு முயற்சிகளுக்கும் எதிரான ஒன்றாக உள்ளது. ஆயினும் இத்திட்டம் மோடி அரசின் சமூக சீர்திருத்தச் சட்டம் என்ற நாமத்தோடு உலா வந்தது. ஆனால் இது சமூகத்திற்கான, சமூகத்தைச் சீர்திருத்துவதற்கான திட்டமில்லை; வெறுமனே இது ஓர் அரசியல் தந்திரம்; வாக்குகளுக்காகப் போடப்படும் திட்டம். வேறொன்றுமில்லை.

இப்போதைய அரசின் அக்கறையற்ற அரசியல் அணுகுமுறைக்கு ஒரு சான்றாக அதன் இடப்பங்கீட்டுக் கொள்கைகளையே எடுத்துக் கொள்ளலாம். இந்தி மொழி மாநிலங்களில் உள்ள கல்லூரிகளிலும் பல்கலைக்கழகங்களிலும் பயன்படுத்தப்படும் இடப்பங்கீட்டுக் கொள்கையே அது. புதிய பட்டியல் முறையைப் பணியமர்த்தும் முறைக்கு அரசு கொண்டு வந்ததும் தலித், ஓபிசி மக்களைப் பேராசிரியர், விரிவுரையாளர்கள் பதவிகளில் பணியமர்த்தும் முறை அப்படியே நிறுத்தப்பட்டுவிட்டது.[14] அரசு எவ்விதக் குளறுபடியும் பணியமர்த்தலில் நடைபெறக்கூடாது என்று எச்சரித்திருந்தும் கல்வி நிலையங்களில் இச்சூழல் தொடர்ந்தது. இப்பிரச்னை நாடாளுமன்றத்தில் எழுப்பப்பட்டது. மனிதவளத் துறையமைச்சர் இப்பிரச்னையைப் பற்றி மனம் நெகிழ்ந்து பேசினார். இதுபோன்ற அநீதிகள் நடக்கக் கூடாது என்று கண்டிக்கும் தொனியில் பேசினார். இந்த அநீதியைத் தடுத்து நிறுத்தவேண்டும் என்று உறுதியாகக் கூறினார்.[15] இதன் பிறகு பெனாரஸ், அலகாபாத், கோரக்பூர், போபால் என்ற இடங்களிலிருந்த பல்கலைக்கழகங்களிலும், கல்லூரிகளிலும் புதிய பட்டியல் முறைப்படி பணியமர்த்துவதற்கான ஏற்பாடுகள் செய்யப்பட்டன. ஆனால் இக்கல்விக் கூடங்களில் உள்ள பல்வேறு துறைகள் தனித்தனி அலகுகளாக இருந்தமையால் இடப்பங்கீட்டு விகிதாசாரங்கள் இங்கு எண்ணிக்கையில் மிகவும் குறையத் தொடங்கின. ஏற்கெனவே அதிகக் கல்வியறிவு பெற்றிட்ட த்விஜா இனத்து மக்கள் இச்சூழலைத் தங்களுக்கு மிகச் சாதகமாக மாற்றிக் கொண்டனர். இதற்கு உதவியாக இருந்த பாஜகமீது அவர்களின் பற்றும் பெரிதும் வளர்ந்தது. அதேபோல் பாஜக அரசும் த்விஜா மக்கள் எதிர்பார்ப்பதற்கும் மேலாகவே உதவி செய்தது. சவர்ண மக்களுக்கு இதனால் பாஜக மீதான நம்பிக்கையும் செழித்து வளர்ந்தது. இந்த நம்பிக்கை மண்டல்-கமண்டல் போராட்டத்தின் விளைவாக மட்டும் நடக்கவில்லை. அதற்கும் மேலாக வேறு பல சமூக - பொருளாதார உதவிகளால் இந்த நம்பிக்கை வளர்ந்தது. இதனால் இந்தி பேசும் வடமாநிலங்களில் பாஜக த்விஜா மக்களின் பெரும் நம்பிக்கைக்குரிய அரசியல் கட்சியாக வளர்ந்தது.

ஆர்எஸ்எஸ் அமைப்பினால் வளர்த்தெடுக்கப்பட்ட பாஜக இந்தி பேசும் மாநிலங்களில் தங்கள் கட்சியை முழுமையாக விரிவுபடுத்திக் கொள்ளக் கடுமையாக உழைத்தது. இந்த முயற்சிகளுக்கு மொத்த ஊடகங்களும் அதிகார வர்க்கமும் அளவுக்கு மீறிய அளவு ஆதரவளித்தன. ஆதரவளித்த மக்களில் பெரும்பாலோர் த்விஜா இந்து மக்கள். ஆனால் உத்தரப் பிரதேசத்திலும், பீகாரிலும் த்விஜா மக்களோடு பகுஜன் மக்களையும் பாஜக தன் பக்கம் ஈர்த்தது.

இந்த ஒற்றுமையின் ஆரம்பம் முனைவர் லோகியா - தீன்தயாள் உபாத்யாயா என்பவர்களின் கடந்த காலத்தில் நடந்த ஓர் உரையாடலால் உருப்பெற்றது. சோசலிச தலைவரான ராம் மனோகர் லோகியாவும், பாரதிய ஜன சங்கத்தின் தலைவராக இருந்த தீன்தயாள் உபாத்யாயாவும் சித்திரகூட் என்ற இடத்தில் சந்தித்தனர். இந்தச் சந்திப்புக்கு முயற்சியெடுத்தவர் ஆர்எஸ்எஸ் அமைப்பிலும் ஜன சங்கத்திலும் தீவிரமாக இருந்த நானாஜி தேஷ்முக் என்பவர். இச்சந்திப்பு 1967 தேர்தலுக்கு முன்பே நடந்தது. இந்தச் சந்திப்பை ஓர் அரசியல் முக்கியத்துவம் வாய்ந்த சந்திப்பாக அரசியலாளர்கள் கருதுகிறார்கள். இதன் மூலம் காங்கிரஸ் கட்சிக்கு எதிரான ஒரு பெரும் இணைப்பு - லோகியாவின் சோசலிசமும், ஆர்எஸ்எஸ் அமைப்பின் கிளையான ஜன சங்கமும் - அன்றே ஆரம்பிக்கப்பட்டது.

இந்த இரு தலைவர்களும் மீண்டும் 1967இல் சந்தித்தனர். அதன்மூலம் சம்யுக்தா வித்யாக் தள் (SVD) அரசு உத்தரப் பிரதேசத்திலும், பீகாரிலும் ஏற்பட்டது. அதுவரை ஆட்சியில் இருந்த காங்கிரஸ் ஆட்சி முதல் முறையாக அகற்றப்பட்டது. உத்தரப் பிரதேசத்தில் சோசலிச வாதிகளும், பாரதிய ஜன சங்காரர்களும் புதிதாக ஆரம்பிக்கப்பட்ட பாரதிய கிரந்தி தள் (BKD) - என்ற கட்சியின் தலைவரான சரண் சிங் என்பவரோடு இணைந்து ஆட்சி அமைத்தார்கள். பீகாரில் SVD கட்சி பழைய காங்கிரஸ் தலைவரான மகாமயா பிரசாத் சின்கா என்பவரின் கீழ் ஆட்சி அமைத்தது. லோகியா ஆரம்பித்து வைத்த காங்கிரஸ் இல்லாதவர்களைக் கொண்டு ஆட்சி அமைக்கும் சூத்திரர்களின் புதிய அரசியல் முறை மங்கிப் போனது. சோசலிசவாதிகளுக்கு காங்கிரஸ் அல்லாதாரைக் கூட்டணி வைத்து அரசமைக்க வேறு வாய்ப்புகளும் இருந்தன. அவர்கள் இடதுசாரிக் கட்சிகளோடு கூட்டு சேர்ந்து, உ.பி.யிலும், பீகாரிலும் ஆட்சி அமைத்திருக்க முடியும். ஆனால் இதற்குப் பதிலாக வலதுசாரிகளோடு இணைந்து கொண்டனர். லோகியா மட்டுமல்ல, ஜார்ஜ் பெர்னாண்டஸ், ஜெயப்பிரகாஷ் நாராயண், நிதிஷ்குமார், மிகவும் அறிவுப்பூர்வ அரசியல்வாதியான தலித்தியத் தலைவர் கன்ஷிராம் போன்ற அனைத்து அரசியல் வாதிகளும் ஏதோ ஒரு சந்தர்ப்பத்தில் பாஜகவோடு கூட்டணி அமைத்துக் கொண்டனர். ஆட்சியைப் பிடிப்பதற்காக இந்த

அரசியல்வாதிகளுக்கு பாஜக ஒரு நல்ல குறுக்கு வழியாக உதவியது. இந்தக் கூட்டணிகளால் அதிகம் பயன்பட்டது பாஜக சூத்திர மக்களிடமிருந்து பாஜக தனது இந்துத்துவா வாதத்தை மறைத்து வைக்க இக்கூட்டணிகள் அக்கட்சிக்குப் பயனளித்தது.

மண்டல்-கமண்டல் போராட்டங்களுக்குப் பிறகு காங்கிரஸ் கட்சியில் இருந்த த்விஜா - இந்து மக்களை அப்படியே பாஜக அள்ளிக்கொண்டு விட்டது. கமண்டல் அரசியலின் வழியாக பாஜக சூத்திரர்கள் மத்தியிலிருந்து படிப்பறிவில்லாத, அரசியல் அறியாத ஏழை, எளிய மக்களைத் தன்பக்கம் இழுத்து, சேர்த்துக் கொண்டது. கடந்த 15 ஆண்டுகளில் வட, மத்திய இந்தியப் பகுதிகளில் உள்ள ஐந்து முக்கியமான அரசியல்வாதிகள்மீது ஊழல் குற்றச்சாட்டு போடப்பட்டு சிறையில் அடைக்கப்பட்டனர். அவர்கள் - லாலு பிரசாத் யாதவ், ஓம் பிரகாஷ் சௌதாலா, சகன் புஜ்பால், ரஷித் மசூத், மது கோடா. இதற்கு எவ்வித எதிர்ப்பும் சூத்திரர்கள் மத்தியிலிருந்து எழவே இல்லை. மக்கள் மட்டுமல்ல, அரசியல் கட்சிகளிடமிருந்தும் எவ்வித எதிர்ப்பும் வரவில்லை. இதற்கு மிக முக்கியமான அடிப்படைக் காரணம் யாதெனில், தலித், ஓபிசி, SC, ST மக்களின் தரத்தை அரசின் அதிகாரத்தைக் கொண்டு மேலெடுத்துப் போகவேண்டும் என்ற தணியாத ஆவல் ஒன்று அவர்கள் மனதில் எப்போதும் இருந்ததில்லை. அவர்களுக்காக எந்தச் சீர்திருத்தத்தையும் முன்னெடுக்க அவர்கள் தயாராக இல்லை. பீகாரில் தான் ஆண்டு கொண்டிருந்த பதினைந்து ஆண்டு அரசியலில் லாலு பிரசாத் யாதவ் இந்த மக்களின் தரம் உயர, கல்வியின் நிலை உயர, மக்களின் நலனை உயர்த்தப் பாடுபட்டிருந்தார். எந்தச் சூழலிலும் அவர் புகழ் மங்காது காலங்காலமாகப் பெருமையோடு நின்றிருப்பது நிச்சயம். அவர் பெருமையை யாரும், எதுவும் மறைத்திருக்கவே முடியாது. பீகாரின் அழியாச் சித்திரமாக அவர் நிலைத்து இருந்திருப்பார். இன்னும் அதிகமாக காஷ்மீரில் ஷேக் அப்துல்லா, கர்நாடகாவில் தேவராஜ் உர்ஸ், கேரளாவில் ஈ.எம்.எஸ். நம்பூதிரிபாட் நடத்திக் காண்பித்த நிலச் சீர்திருத்தங்கள் போல் பீகாரின் லாலு பிரசாத் யாதவ் ஏதாவது செய்திருந்தாலும் அவர் புகழ் நீடித்து நிலைபெற்றிருக்கும். இன்னொரு அரசியல்வாதி நிதிஷ்குமாரை எடுத்துக் கொண்டால், அவர் எப்போதுமே 'மனுவாதி இந்துத்துவா'வின் மடியில் தவழ்பவராகவே தன்னைக் காட்டிக் கொண்டார்.

உத்தரப் பிரதேசத்தின் முலாயம் சிங் யாதவ் என்ற பெயர்பெற்ற ஓபிசி தலைவர் பல்லாண்டுகளாக பாஜகவின் முகமாகவே அந்த மாநிலத்தில் இருந்து கொண்டிருந்தார். அவர்மீது பல்வேறு ஊழல் குற்றச்சாட்டுகள் சாட்டப்பட்டன. அவர்மீது மட்டுமின்றி அவரது குடும்ப உறுப்பினர்கள்மீதும் குற்றச்சாட்டுகள் குவிந்தன. இவர்

2017ஆம் ஆண்டில் நடந்த சட்டசபைத் தேர்தல் போர்க்களத்தில் தனது கட்சிக்கு எதிராகவே திரும்பிவிட்டார். ஆனால் இது பாஜகவுக்கு பெருத்த வெற்றியைக் கொடுத்துவிட்டது. மாபெரும் வெற்றி அக்கட்சிக்கு. இதனால் முலாயம் சிங் அவர்களின் சகோதரர் ஷிவ்பால் சமாஜ்வாடி கட்சியிலிருந்து விலகி, புதுக் கட்சி ஒன்றை ஆரம்பித்தார். சில காலம் பாஜகவின் இந்துத்துவா அரசியல் உத்தரப் பிரதேசத்திலும் பீகாரிலும் ஓபிசி / தலித் மக்களால் மட்டுமே முக்கியமாக நடத்தப்பட்டது. லாலுமீது ஊழலுக்கான தண்டனை கிடைத்தது; முலாயம் சிங் பாஜகவுடன் ஓரளவு நல்லுறவில் இருந்தார். இதனால் இந்த இரு தலைவர்களின் மகன்கள் தேஜஸ்வி யாதவ், அகிலேஷ் இருவரும் தங்கள் ஆதரவைத் தக்கவைத்துக் கொள்ளப் பெரும் முயற்சி எடுத்தனர்.

உத்தரப் பிரதேசம் போன்ற சில மாநிலங்களில் நெடுங்காலமாகவே ஒரு நேர்மையான, சீரான சமூக உருவாக்கம் ஏற்படுத்துவதற்கான முயற்சிகள் எதுவும் எடுக்கப்படாமல், அதற்கு மாற்றாகச் சாதியப் பிரிவினைகளை வளர்த்து சமூகத்தில் பெரும் சாதிய வெறுப்பு பரவுமாறு செய்துவிட்டனர். மாயாவதி இதற்கொரு சான்றாக உள்ளார். இவருடைய ஆட்சிக் காலத்தில் பெருவாரியான த்விஜா மக்கள் அவரை முழுவதுமாகப் புறக்கணித்தார்கள். அவர் தலித்துகளுக்காக மட்டுமே, அவர்களுடைய நலனுக்காக மட்டுமே ஆட்சி செய்கிறார் என்றே கருதினர். இதை மாற்ற வேண்டும் என நினைத்த அவர், தனக்கு ஆலோசகராக இருந்த சதிஷ் சந்திர மிஸ்ரா என்பவரை வைத்துப் பல பிராமண மாநாடுகளைத் தன் மாநிலத்தில் நடத்த ஆரம்பித்தார். இன்னும் வாக்குகளைச் சேகரிக்க இதுவரை பயன்படுத்தப்பட்ட 'பகுஜன்' என்ற சொல்லிற்கு மாற்றாக 'சர்வஜன்' என்ற சொல்லை மாயாவதியின் பகுஜன் சமாஜ் கட்சி பயன்படுத்த ஆரம்பித்தது. இதேவழியை முலாயம் சிங் யாதவ், அகிலேஷ் யாதவ் இருவரும் பயன்படுத்த ஆரம்பித்தனர்.

எஸ்பி இதுவரை இருந்த மூன்றடுக்கு இடப்பங்கீடு விதிமுறைகளைக் கைவிட்டது. ஏனெனில் இந்த விதிமுறைகளுக்கு முழுவதும் எதிராக த்விஜா மக்கள் இருந்தனர். அவர்களைத் திருப்திப்படுத்தவே அந்த விதிமுறைகள் கைவிடப்பட்டன. அதோடு நில்லாமல் உத்தரப் பிரதேசப் பொதுப்பணி ஆணையத்தின் தலைவராக இருந்த அனில் யாதவ் 2015 ஏப்ரல் மாதத்தில் நீக்கப்பட்டார். அவர் அனைத்துப் போட்டித் தேர்வுகளிலும், அனைத்துப் பணியிடங்களிலும் இடப்பங்கீட்டை முழுமையாகச் செயல்படுத்த ஆணையிட்டார் என்பதே காரணமாகக் காட்டப்பட்டது. அவரது ஆணையைப் பெருவாரியான த்விஜா மக்களும் அதிகாரிகளும் எதிர்த்தனர். இதற்காக அவரைப் பதவியிலிருந்து நீக்க வேண்டும் என்பதற்காக

அவர் மீது பல பொய்யான ஊழல் வழக்குகள் தொடரப்பட்டன. இது ஒரு பெரும் குழப்பத்தையே ஏற்படுத்தியது. வழக்குகளின் முடிவில் அவரைப் பணியமர்த்தியதற்கு நீதிமன்றம் எதிர்ப்பு தெரிவிக்க, அதனால் அவர் பதவி நீக்கம் செய்யப்பட்டார். அப்போதிருந்த முதலமைச்சர் அகிலேஷ் யாதவ் செய்த முடிவு இது. இதைப் போலவே, முலாயம், மாயாவதி இருவருமே அதிருப்தியில் இருந்த த்விஜா மக்களைத் திருப்திப்படுத்த, குறிப்பாக பிராமணர்களைத் திருப்திப்படுத்த, த்விஜா மக்களையும் இடப்பங்கீட்டில் சேர்த்துக் கொள்வோம் என்று வாக்குறுதி அளித்தனர். இந்த மனநிலையில் இருந்ததால் சமாஜ்வாதி கட்சி, பாஜக என்ற இரண்டு கட்சிகளுமே ஒன்றிய அரசு புதிதாகக் கொணர்ந்த 10% இடப்பங்கீட்டைப் பொருளாதாரத்தில் நலிந்த மக்களுக்கு (EWS) கொண்டு வந்ததை முழுமையாக ஆதரித்தனர். மோடியின் திட்டத்திற்கு முழு ஆதரவாளர்கள் ஆளானார்கள்.

இந்த நிகழ்வுகளுக்குக் காரணங்களாகப் பின்புலத்தில் இருப்பனவற்றைத் தெரிந்துகொள்ள வேண்டும். அதற்கு உத்தரப் பிரதேசத்தில் இருந்த சமூக-அரசியல் நிலைப்பாடுகளைப் புரிந்துகொள்ள வேண்டும். அரசுத்துறை அல்லாத வேறு சில அமைப்புகள் மேற்கொண்ட ஆய்வுகளின்படி, இமாச்சல பிரதேசம், உத்தரகாண்ட் என்ற இரண்டு மாநிலங்களுக்கும் அடுத்த மாநிலமான உத்தரப் பிரதேசத்தில் த்விஜா இனத்து மக்கள் மிக அதிக எண்ணிக்கையில் இருந்தனர். மக்கள் எண்ணிக்கையில் இந்த மாநிலங்களில் அவர்கள் மூன்றாவது பெரிய எண்ணிக்கையில் இருந்தனர். அந்த த்விஜா இனத்தவரில் பிராமணர்களே அதிக எண்ணிக்கையில் இருந்தனர். இம்மக்கள் அதிகாரப் பதவிகளிலும், நீதி அமைப்புகளிலும், அறிவு சார்ந்த பணிகளிலும் மேலும் கலாச்சார, பொருளாதார அமைப்புகளிலும் மிக அதிகமான எண்ணிக்கையில் இருந்து, அவைகளைக் கையகப்படுத்தியிருந்தனர். ஓபிசி மக்கள் இவ்வமைப்புகளில் வெகுசில இடங்களில் மட்டும் ஆங்காங்கே இருந்தனர். ஓபிசி மக்களுக்கான அரசியலமைப்பு ஏதும் இல்லை. இதைப் பயன்படுத்தி, பாஜக தனது அரசியல் தந்திரத்தால், குஷ்வாகா-மௌர்யா மற்றும் ராஜ்பர் என்ற ஓபிசி சாதி மக்களைத் தொடர்பு கொண்டு, அவர்களை இணைத்துத் தன் பக்கம் ஈர்த்துக் கொண்டது. ஆனால் தலித்துகள் பகுஜன் சமாஜ் அமைப்போடு ஓரளவு தொடர்பு கொண்டிருந்தனர். பகுஜன் சமாஜ் கட்சி தனது ஆதரவாளர்களை அதிகமாக்க முனைந்தது. இதற்கு பாஜக தனது முழு ஆதரவை அளித்தது. ஏனெனில் இது த்விஜா மக்களின் இந்துத்துவத்துக்கு, அரசியலுக்கு உதவியாக அமையும். இந்த அரசியல் பின்புலத்தால், இன்னும் அங்கே ஒரு முழுமையான,

கட்டுக்கோப்பான, கருத்தாழம் மிக்க அரசியல் அமைப்புகள் அங்கே உருவாவதற்குப் பல தடைகள் உள்ளன. பாஜகவின் இனவெறி ஆட்டத்தை எதிர்த்து நிற்க அங்கே யாருமில்லை. இதனால் அங்கே இருந்து வந்த பகுஜன் அமைப்புகள் நல்ல தலைமை ஏதுமின்றி, வெறுமனே சிதறிக் கிடக்கின்றன. இது ஒரு பெரும் சமூக முரண்பாடாக நிற்கிறது. ஏனெனில் இதே காலகட்டத்தில்தான் தலித்துகளும் சூத்திரர்களும் இந்திவழிக் கல்வி பெற்று, ஓரளவு ஒற்றுமையோடு வளர்ந்து வருகிறார்கள். இதனால் அடிப்படை நிலையிலேயே பல மாற்றங்கள் அவர்களுக்குத் தோன்றுகின்றன. சமூக ஊடகங்களிலும் வெளியில் தெரிய ஆரம்பிக்கின்றனர். ஆனால் அம்மக்களின் மத்தியில் ஆங்கிலக் கல்வி பயின்ற அறிவுஜீவிகளின் எண்ணிக்கை மிகக் குறைந்த அளவிலேயே உள்ளனர்.

மிகக் குறைந்த எண்ணிக்கையில் உள்ள தலித், சூத்திர அறிவுஜீவிகள் மெல்லத் தங்களைத் திடப்படுத்திக் கொள்ள ஆரம்பித்துள்ளனர். தங்களுக்கான ஒரு தலைவரைத் தேர்ந்தெடுக்கக்கூடிய அளவிற்கு வளர்ந்துவிட்டனர். சில அமைப்புகளைத் தங்கள் நன்கொடைகள் மூலமாக நிறுவ முயற்சிக்கின்றனர். இத்தனை மாற்றங்கள் சிறிதளவே நடந்து வந்தாலும், இன்னும் அது பெரிதாக வளர்ந்து தங்களுக்கேயான தலித் - பகுஜன் அமைப்பை உருவாக்கி வரும் அளவிற்கு மாறுவதற்கு இன்னும் பல காலம் எடுக்கக்கூடிய சூழல் உள்ளது.

பல்லாண்டுகளாகவே சோசலிசவாதிகள் புதிதாக ஒரு பொருள் மிகுந்த குரலை எழுப்பினர்: 'சாதிக் கூட்டங்கள் வேண்டாம்; மக்களமைப்பு களை வளர்த்து விடுங்கள்' என்பதே அது. ஆனால் காலப்போக்கில் சோசலிசவாதிகளும் மக்களமைப்புகள் என்பதை அவர்களே விட்டுவிட்டு, சாதியச் சகதிகளுக்குள் சிக்கிக் கொண்டனர். இந்தியா போன்ற ஒரு நாட்டில் சாதியக் கட்டுப்பாடுகளைக் கேள்வி கேட்டு அடக்குவதே முடியாத ஒன்றாகிப் போய்விட்டது. ஏனெனில் பன்னெடுங்காலமாக சாதியப் பிரிவினைகளும் சாதியப் பகைமைகளும் போட்டிகளும் வெறுப்புகளும் குவிந்து கிடக்கின்றன. சமத்துவம் என்பதே இல்லை என்ற நிலைப்பாடே தலைதூக்கி நிற்கிறது. சுரண்டல்கள் தினசரி வாழ்க்கையின் முக்கியக் கூறுகளாக உள்ளன. ஒரு மிகப் பரந்த சமூக அரசியல் முற்போக்கு எண்ணம் முளைத்து வளர வேண்டும். அவ்வாறு நிகழ்ந்த பின்பு ம்ட்டுமே சாதிகளை ஒழிக்கும் புதிய வழி ஒன்றைத் தொலைவிலேயாவது காணமுடியும். அதுவும் கடந்த முப்பதாண்டுக் காலத்தை எடுத்துக் கொண்டால், அதுவும் இந்தி மொழி மாநிலங்களை மட்டும் எடுத்துக் கொண்டால், இந்துத்துவக் கோட்பாடுகளைச் சரியாக எதிர்த்துக் கையாள்வதற்கு

ஏற்ற இரும்பு உள்ளம் கொண்ட திறமையான அறிஞர்கள் யாரும் அரசியல் களத்தில் உருவாகவேயில்லை. அரசியல் திறனாய்வும், கூர் புத்தியும் கொண்ட தலைவர்களுக்கான பஞ்சம் இன்னும் நீடித்தே நிற்கிறது. இக்காலகட்டம் முழுவதும் இந்த இந்திப் பிரதேசங்களில் தலித், பகுஜன், ஓபிசி இன மக்களுக்கான சமூக சீர்திருத்த மாற்றங்கள் வேண்டும் என்ற குரல் ஒலித்துக் கொண்டே இருக்கின்றது. மெல்லிய குரல்தான். ஆனால் அந்தக் குரலைக் கேட்டு ஆவன செய்வதற்குப் புலே, சாகு மகாராஜ், பாபா சாகேப் அம்பேத்கர், பெரியார், அய்யன்காளி, நாராயண குரு போன்ற பெரும் தலைவர்கள் யாரும் உருவாகவில்லை.

கபீர், ரைதாஸ், நானக் போன்ற இடைக்கால சீர்திருத்தவாதிகளுக்குப் பிறகு சமூக சீர்திருத்தத்தின் கருத்தியல் நீரோடை நவீன வட இந்தியாவில் வறண்டு போனது. ஆங்கிலேயர் ஆட்சிக் காலத்தில் த்விஜா சாதியினரின் உயர்வு கொடிகட்டிப் பறந்தது. அதனால் சாதி எதிர்ப்போ, இன எதிர்ப்போ ஏதும் வட இந்திய இந்தி மாநிலங்களில் தோன்றுவதற்கு வழியின்றி த்விஜா இன மக்கள் அதிகாரத்தோடு இருந்தனர். இன்றும் அதே சோக நிலை நீடிக்கிறது. நாம் ஒரு வல்லரசாக இந்தத் தடைகள் குறுக்கே நிற்கின்றன. சமூகம் நலிந்தே நிற்கின்றது; குடியாட்சியும் சமமின்றி ஏற்றத்தாழ்வுகளோடு தாழ்ந்து கிடக்கிறது. சுதந்திரம் அடைந்து எழுபத்து மூன்று ஆண்டுகள் முடிவடைந்து விட்டன. ஆனால் அனைத்து மக்களையும் ஒருங்கிணைத்து, அனைவருக்குமான ஒரு சமுதாயத்தை உருவாக்க இயலவில்லை. இதற்குப் பின்புலமாகவும் முழு அடிப்படையாகவும் இருக்கும் தடங்கல்கள் வர்ணாஸ்ரமக் கொள்கைகளும் சாதியப் பிரிவினைகளும் மட்டுமே. இந்தியாவின் வளர்ச்சிக்கு இனவெறி மிகுந்த குறுகிய புத்தியே காரணமாக உள்ளது. இதனாலேயே ஐரோப்பாவில் ஏற்பட்ட முதலாளித்துவ - குடியரசுப் புரட்சி எதுவும் நம் நாட்டில் நிகழும் வாய்ப்பின்றிப் போய்விட்டது. புதிய இந்தியாவின் மிகப் பெரும் அரசியல் அறிவு கொண்ட அம்பேத்கர் பல்லாண்டுகளுக்கு முன்பே இதன் காரணத்தைக் குறிப்பிட்டுச் சொல்லிவிட்டார்: நமது நாட்டின் முக்கிய பிரச்னையே சாதியப் பிரிவுகள்தான். அது நாட்டை உண்மையான குடியாட்சிக்கு மாற்றுவதற்கே முழுத் தடையாக உள்ளது. இந்தப் பிரச்னை நாட்டை வளரவே விடாது என்றார்.[16] இதற்காகவே சாதிய ஒழிப்பிற்கு அவர் குரல் கொடுத்தார். ஆனால் அவர் குரல் கொடுத்தபோது அது தேசிய நலத்திட்டங்களில் இடம்பெறாது போய்விட்டது. அவரது தீவிரமான குரலுக்கு எந்த அரசியல் கட்சியும் ஆதரவாக எழவில்லை.

சாதியப் பிரிவினைகள் தலையெடுத்து நிற்கும்போது பெரிய அரசியல் மாற்றங்களை உருவாக்கி நாட்டைத் தலைநிமிர்த்த முடியும் என்று

நம்புவது தவறானது. இதைத் தலித், சூத்திர மக்கள் மட்டுமல்ல அனைத்துச் சமூகத் தலைவர்களும் இந்த உண்மையை ஆழ்மனத்திலிருந்து புரிந்து கொள்ள வேண்டும். எப்படியோ நமது நாடும் புதுமைக்குள் காலடி எடுத்து வைத்துவிட்டது. பெரும் இன்னல்களுக்கு நடுவில் இந்த முன்னேற்றத்தைக் கண்டுள்ளோம். இதே நிலை நீடிக்க, நமது குடியரசு நீண்டு வளர்ந்து தொடர இந்துத்துவா தவிர்த்த மக்கள், அரசியலில் ஆழமாக ஈடுபட வேண்டும். ஏனெனில் சாதிப் பிரிவினையை ஒரு பெரும் தத்துவமாக்கி, அதனை அரவணைத்திருக்கும் தொட்டிலாக இருப்பது இந்துத்துவம். இந்துத்துவத்தின் அடிப்படையே சாதியப் பிரிவினைகள்தான். இந்துத்துவத்தின் நேரடி எதிரிகளாகத் தலித்துகள், சூத்திரர்கள், ஆதிவாசிகள், சிறுபான்மையினர் உள்ளனர். அதனாலேயே கடந்த முப்பது, நாற்பது ஆண்டுகளில் இந்துத்துவம் இந்த மக்களைக் குறிபார்த்து இயங்குகிறது. அந்த எதிர்ப்பணியும் இந்துத்துவத்தை எதிர்த்தே நிற்கிறது. இதனால் இந்துத்துவா மெல்ல மிதவாதப் போக்கைத் தன் கையில் எடுத்துக் கொண்டுள்ளது. அதன்மூலம் அனைவரையும் கவர்ந்து தன்பக்கம் இழுத்துக் கொள்ள முயல்கிறது. ஆனால் பல்லாயிரக்கணக்கில் உள்ள தலித்துகளும் ஆதிவாசிகளும் சூத்திரர்களும் இணைந்து எதிர்த்து நின்றால் மட்டுமே ஒரு 'பாசிச இந்து சாம்ராஜ்யத்தை'த் தடுத்து நிறுத்த முடியும்.

ஆனால் இத்தகைய மாற்றம் ஒன்று நடக்க அனைத்து மக்களும் சமமான சமூகப் பொருளாதார அமைப்பிற்குள் நுழைய வேண்டும். இப்போதிருக்கும் அரசியல் சூழ்நிலையில், புதிய கருத்துகள் உருவாக வேண்டும். ஆனால் நமது நாடோ மிக மிகப் பெரியது. அதில் இப்படிப்பட்ட ஒரு மாற்றம் வருவது எளிதல்ல. ஏதேனும் ஓர் அரசியல் கட்சியால் இதை உருவாக்கவும் முடியாது. அதற்கு மக்களின் மனங்கள் மாறவேண்டும்; நியாயமான குறிக்கோள்கள் உருவாக வேண்டும்; உருவாக்கப்பட வேண்டும். இதனால் இக்கட்டுரையை ஒரு தோல்வி மனப்பான்மையோடு முடிக்கவே எண்ணுகிறேன். ஆயிரமாயிரம் பிரிவுகள் கொண்ட நமது நாட்டின் பன்முகத் தன்மை நிச்சயமாக இந்துத்துவச் சூழலில் மலர்ந்து விரிய முடியாது. ஆயிரக்கணக்கான ஆண்டுகளாகச் சூத்திரர்களும் தலித்துகளும் அடிமை வயப்பட்டுக் கிடக்கின்றனர். ஏறத்தாழ கடைசி எழுபது ஆண்டுகள்தான் அவர்கள் சிறிதளவாவது சுதந்திர மூச்சு வாங்குகின்றனர். உரிமைகளைப் பற்றி நினைக்க ஆரம்பித்துள்ளனர். சமூகம் தன் உரிமைகளைக் கைவிட்டு விடக்கூடாது. சூத்திரர்கள் தலித்துகளுக்குச் சிறிது மேல் நிலையில் உள்ளனர். அவர்களே நாட்டின் பெருமளவு உற்பத்திக்குக் காரணமாக உள்ளார்கள். அப்படிப்பட்ட சூத்திரர்கள் மெல்ல எழுந்து உயர்வதற்கான சாத்தியக்

கூறுகள் அதிகமாகவே உள்ளன. இச்சமூகம் மேலெழுந்து இந்திய சமூகத்தின்மீது படர்ந்திருக்கும் சாதிய வேற்றுமைகளை உடைத்து புதியதொரு இந்திய சமூகத்தைக் கட்டமைக்க முடியும். அதற்கான மன வளர்ச்சியை அடைய அவர்கள் தங்களையே புதுப்பித்துக் கொள்ள வேண்டும்; தங்களையே புதிய பாதைகளில் வழிநடத்திக் கொள்ள வேண்டும். அதுவே நாளைய தேவை; நமது இன்றைய ஆதங்கம்.

8

சூத்திரர்களின் ஆன்மீகம்

ராம் ஷெப்பர்ட் பீனாவேணி

இந்திய மக்கள் தொகையில் பெரும்பான்மையாக உள்ள மக்கள் சூத்திரர்களே. ஆயினும் இந்த நாள்வரை 'சூத்திரர்' என்று அழைக்கப்படுபவர்களின் வரலாறோ, வரலாற்றில் அவர்களுக்கான இடமோ, அவர்கள் உண்மையான அடையாளங்களோ பெரும் அறிவுஜீவிகளுக்குக்கூட முழுமையாகத் தெரியாது. இந்த இனக்குழு ரிக் வேதத்தில் உருவாக்கப்பட்ட நான்கு வர்ணங்களில் உள்ள அடித்தட்டு மக்கள், தாழ்ந்த நிலையில் வைக்கப்பட்ட மக்கள். ஆனாலும் அவர்களே நாடு முழுமைக்குமான உணவு உற்பத்தியில் தொடர்ந்து முன் நிற்கும் சமுதாய முன்னணிச் சக்திகளாக உள்ளனர். அன்றிலிருந்து இன்றுவரை அவர்கள் இந்தப் பணியில் பெரும் பங்கைத் தங்கள் தோள்களில் சுமப்பவர்கள். நாட்டை உருவாக்கும் அடிப்படை சக்திகளே அவர்கள். ஆனால் அவர்கள் அனைவரும் கீழ்த்தர அடிமைகளாக, இன்றுவரை தாங்கள் உழுது பயிரிடும் நிலத்தை உடைமையாக்கும் அதிகாரம் கூட இல்லாத மக்களாக இந்த இருபத்தோராம் நூற்றாண்டில் உழல்கிறார்கள். இந்த நிலை இன்று வரை நீடிக்கின்றது; அடிப்படை மாற்றங்கள் ஏதும் நடந்தேறவில்லை. இக்கட்டுரை இதே சமூகக் குழுவின் வரலாற்றையும் அவர்கள் பரிணாம வளர்ச்சி பற்றியும் இந்நாள்வரை பிராமணியத்திற்கு அவர்கள் அடிபணிந்து கிடப்பது பற்றியும் விளக்கும் ஒரு முயற்சியாக இருக்கும்.

ஆரம்பமும் அடையாளங்களும்

வர்ணப் பிரிவுகள் பற்றிப் பேசும் ரிக வேதம் 'தோலின் நிறம், வெளி அடையாளங்கள், வெளித்தோற்றம், உருவ அமைப்பு'[1] போன்றவை

பற்றிப் பேசுகிறது. வேதங்கள் முழுமையாக 'நிறம், இனம், பழங்குடி வகைகள், பிரிவுகள், பண்புகள், நடவடிக்கைகள், தரம், சொத்துடைமை'[2] பற்றிய கருத்துகளை அனைத்து இந்திய மக்களின் மீது ஏற்றிவைத்துப் பேசுகிறது. இவைகளோடு வகைகள், தரங்கள், நிறங்கள்[3] பற்றியும் அதன்மூலம் மனு ஸ்மிருதி குறிப்பிடும் மக்கள் வகைகளைப் பற்றியும் குறிப்பிடுகிறது. அந்த மனு ஸ்மிருதி மக்களைப் பிராமணர்கள் அல்லது அர்ச்சகர்கள், சத்திரியர்கள் அல்லது போர் வீரர்கள், வைசியர்கள் அல்லது வணிகர்களும், வரி வசூலிப்பாளர்களும், சூத்திரர்கள் அல்லது அடிமைத் தொழிலாளிகள் என்று வகைப்படுத்துகிறது. இந்த நான்கு வர்ணங்களில் முதலில் கூறப்பட்ட மூன்று வர்ணத்தார்களும் 'த்விஜர்கள்' என்றழைக்கப்படுகின்றனர். இச்சொல்லின் பொருள் 'இருமுறை பிறந்தவர்கள்'[4]. இந்த நம்பிக்கையின்படி, முதல் பிறப்பு என்பது இயற்கையாக, உடல் சார்ந்து நடக்கும் பிறப்பு; இரண்டாவது பிறப்பு ஆன்மீகத் தொடர்புள்ளது, நமது கர்ம வினையைப் பொறுத்தது. இந்த இரண்டாவது ஆன்மீகப் பிறப்பு உபநயனத்தின்போது பூணூல் அணிவிக்கப்படும் சமயத்தில் நடைபெறுகிறது=. அந்தப் பையன் (பெண் பிள்ளைகளுக்கு இந்த உரிமை கிடையாது) எட்டு அல்லது பன்னிரண்டு வயதிற்குள் இந்த உரிமையைப் பெறுகின்றான். அன்றிலிருந்து அந்தி மரணம் வரை அதை அவன் அணிந்திருப்பான்.

இந்த உபநயனச் சடங்கு இன்றுவரை த்விஜா இனத்தாரிடம் தொடர்ந்து நடைபெறுகிறது. சிறு மாற்றங்கள் மட்டும் ஏற்பட்டுள்ளன. மிக இளம் வயதில் நடத்துவதற்குப் பதில் இச்சடங்குகள் ஒருவன் திருமணத்திற்கு முந்தைய நாளில் நடத்துவது என்ற அளவிற்கு மட்டும் மாற்றியுள்ளார்கள். இன்றைய அவசர வாழ்க்கைக்குத் தோதாக இருக்க வேண்டுமென்பதற்கான தாமதம் இது. இந்தச் சடங்குகள் த்விஜர்களுக்கு மட்டுமே உரித்தானது. சூத்திரர்கள் இதை நினைத்தும் பார்க்க முடியாது. இதனால் சூத்திரர்கள் அனைவரும் - அண்மையில் சமஸ்கிருதமயமாக்கப்பட்ட சில சூத்திர மக்கள் தவிர - பூணூல் அணிய முடியாது. இதனால் த்விஜர்களையும், த்விஜர்கள் அல்லாதவர்களையும் பிரித்துத் தனித்து நிற்கவைக்கும் பெரியதொரு அடையாளமாகப் பூணூல் உள்ளது. பூணூல் இல்லாத மக்கள் அனைவரும் - இந்த நம்பிக்கையின்படி - சூத்திரர்கள் என்று சமூக அளவிலும் பண்பாட்டளவிலும் ஆன்மீக அளவிலும் பிரிக்கப்பட்டுத் தனிமைப்படுத்தப்படுவார்கள். பிற சாதியினர் இதை அணிவதற்கு அத்தனை தடைகள் உள்ளன. சான்றாக, 1910-20 ஆண்டுகளில் பீகார் மாநிலத்தில் யாதவ சாதியைச் சேர்ந்த ஒருவர் பூணூல் அணியப் போராடித் தோல்வியுற்றார். இப்போராட்டத்தில் பல மக்களும் கொல்லப்பட்டனர்.[5]

த்விஜா, த்விஜா அல்லாதவர் என்ற இரு மக்கள் குழுவின் ஆரம்பமும், பாரம்பரியமும் வெவ்வேறானவை. த்விஜா என்பது வர்ணத்தையும் சாதியையும் சேர்த்தே குறிக்கின்றது. பிராமண வர்ணம் என்றால் அவர்கள் பிராமணச் சாதியினர் என்றே பொருள். இதைப் போலவே, சத்திரிய வர்ணமும், வைசியர் வர்ணமும் அந்தந்தச் சாதிகளைக் குறிப்பிடுகிறது. ஆனால் சூத்திரர் என்ற நான்காவது வர்ணம் என்பதன் கீழ் பல்வேறு சாதியமைப்புகள் உள்ளன. பட்டேல், யாதவர்கள், ரெட்டி, ஜாட், குஜ்ஜர், மராத்தியர், நாயர், லிங்காயத்துகள், வோக்கலிகா... என்று பலப்பல சாதிகளை உள்ளடக்கியுள்ளன. மேற்சொன்ன சாதியினர்கள், சூத்திர சாதிகளில் உள்ள உயர் சாதி சூத்திரர்கள்! இவர்கள் இப்போது ஒபிசி என ஒட்டுமொத்தமாக அழைக்கப்படுகிறார்கள். இதில் கவனிக்கப்பட வேண்டிய விஷயமொன்று உண்டு. த்விஜா சாதியினரின் வர்ணமும் சாதியும் ஒன்று; ஆனால் த்விஜா அல்லாதவர்களின் வர்ணங்களின் கீழே பல சாதிகளும் உப சாதிகளும் அடக்கப்படுகின்றன. ஏன் த்விஜர்கள் போலவே சூத்திரர்களும் ஒரு வர்ணத்தின் ஒரே சாதியில் கட்டமைக்கப்படவில்லை? இந்தக் கேள்விக்குப் பதில் பெற வரலாற்றின் பழைய ஏடுகளைப் புரட்ட வேண்டியுள்ளது. நமது பயணம் சிந்துச் சமவெளி நாகரிகம் நோக்கிச்செல்ல வேண்டும். அங்கே இருக்கும் ஆரியர்களின் ஊடுருவலிலும் இனப் பிரிவுகளிலும் சென்று முடிவடைகிறது.

சிந்து சமவெளிப் பகுதியான ஹரப்ப நாகரிகத்தில் நடத்தப்படும் அகழ்வாராய்ச்சிகளில் கிடைக்கும் பண்டைய நாகரிக அடையாளங்களும் தரவுகளும் எவ்விதக் குழப்பமும் தரவில்லை. ஆனால் சமூக அளவில் அவை பல கேள்விகளை எழுப்புகின்றன. ஆரிய ஊடுருவல், இனப்பாகுபாடுகள்மீது பல்வேறு ஐயப்பாடுகளும் எழுகின்றன. ஆனால் அண்மையில் நடந்த ஹரப்பா-சிந்து சமவெளி மக்களின் மீதான மரபணுச் சோதனைகள் ஓர் உண்மையைத் தெளிவுபடுத்துகிறது. இந்த நாட்டுக் குடிமக்கள் வேட்டையாடி உணவைத் தேடி வந்தவர்கள் என்ற நிலையிலிருந்து மாறி, மெல்ல வேளாண்மைத் தொழில் பக்கம் நகரத் தொடங்கினர். இந்த வளர்ச்சியின் விளைவாக ஹரப்பா நாகரிகம் தழைத்து வளர்ந்தது என்ற உண்மை தெரிகிறது.[6] சிந்து வெளியில் அகழ்வாராய்ச்சி நடந்த இடங்கள் எல்லாமே நகர அமைப்புகளோடு உள்ளன. அவை செழித்து வளர்ந்த பொருளாதாரத்துடனும், நாள்தோறும் நடந்த பொருளாதாரப் பரிமாற்றத்துடன் இருந்தமை தெளிவாகப் புலப்படுகிறது. அங்கு கண்டெடுக்கப்பட்ட வெண்கல, செப்பு நாணயங்கள் கி.மு. 2500 - கி.மு. 1750 ஆண்டுகளுக்கு உரியன என்ற உண்மை தெரிய வந்தது.[7] நாணயங்கள் இருப்பினால் அங்கே ஓர்

உயர்வான, நிலையான பொருளாதாரம் நடைமுறையில் இருந்திருக்க வேண்டும் என்பதும் தெரிகிறது. இதனோடு மிகவும் வளர்ச்சி அடைந்த நீராளுமை - கழிவுநீர், வடிகால் முறை - முழுமையாக இருந்ததும் புலப்படுகிறது. பெரும் தானியக் கிடங்குகள் இருந்துள்ளன. இவை எல்லாமே ஒரு வளர்ந்த, தொழில்நுட்பம் நிறைந்த நாகரிகம் அங்கே இருந்துள்ளன என்பதை ஐயமின்றி உறுதிப்படுத்துகின்றன. அவ்விடங்களில் கிடைக்கும் கைவினைப் பொருட்கள், முத்திரைகள், நாணயங்கள் போன்ற பொருட்களும், ஏன் அந்த இடமும் கூடப் பல பொருள்களின் வரலாற்றுச் செய்திகளைத் தரமுடியும். ஆனால் அவற்றையும் விடச் சமூக, கலாச்சார, ஆன்மீகப் பழக்க வழக்கங்கள் போன்ற பண்டைய நாகரிகத்தை வெளிக்கொணர்வது அதிகக் கடினமானதாகவும் ஆனால் மிகவும் பயனுள்ளதாகவும் இருக்கும். இதனால் அக்காலக் கடவுள்கள், வழிபாடுகள், சடங்குகள் போன்ற கலாச்சார நடவடிக்கைகள் பற்றிய அறிவும், விளக்கங்களும் அதிகச் சிறப்பு வாய்ந்தவையாக இருக்கும். அவ்வாறு ஹரப்பாவில் கிடைக்கும் தரவுகளும் சான்றுகளும் அங்கு இருந்திருக்கும் மதங்களைப் பற்றி மிகக் குழப்பமான, முரண்பாடான செய்திகளைத் தருகின்றன. இதனால் மதங்களைப் பற்றிய பல்வேறுபட்ட கருத்துகள் எழுந்துள்ளன:

> சிந்து சமவெளியில் சிறு தெய்வங்களைப் பற்றித் தகவல் தரும் பல முத்திரைகள் கிடைத்துள்ளன. சில முத்திரைகளில் பதிப்பிக்கப்பட்டுள்ள சில விலங்குகள் இரண்டு கடவுள்களை - சிவன், ருத்திரன் - ஒத்திருக்கின்றன. இன்னொரு முத்திரையில் பெரியதொரு மரம் கிளை பரப்பி நிற்கிறது; இது ஹரப்பா மக்களின் 'வாழ்க்கை என்ற மரம்' என்ற தத்துவமாக எடுத்துக் கொள்ளலாம். தீமைகளுக்கு எதிராக இம்மரம் காக்கப்படுவதைக் காணலாம். காளை மாடு, பாம்பு, ஆடு போன்ற மிருகங்களும், பல புராணக் கதாபாத்திரங்களும் அவ்வாறு அந்த 'வாழ்க்கை மரத்தை' காவல் காக்கின்றன. புலியின் உருவம் தீய சக்தியாக உருவகப் படுத்தப்பட்டு உள்ளது. இன்னொரு முத்திரையில் உள்ள உருவம் யோகாசனத்தில் அமர்ந்திருப்பதுபோல் உள்ளது. ஒருவேளை இந்து மதத்தின் ஆரம்ப நிலை கடவுளாக அது இருக்கக்கூடும்.[8]

ஆனால் இதற்கு நேர் எதிர்மறையாக இந்திய ஆதி மக்களிடம் கடவுள் என்ற கருத்து சிந்து சமவெளி நாகரிகக் காலத்தில் இருந்தமைக்கான ஆதாரங்கள் ஏதுமில்லை. அன்று மட்டுமல்ல, இன்றைய நாள்வரை சூத்திர சாதியினரிடம் இக்கருத்து இல்லை; பதிலாகச் சிறு தெய்வங்களைப் படைத்துள்ளனர். அதுவே அவர்களின் கடவுளாக உள்ளன. கடவுள் பற்றிய இக்கருத்துகள் வெறும் கொள்கையளவில்

கட்டமைக்கப்பட்டவை. இந்தக் கட்டமைப்பும் ஆரிய-பிராமணர் களால் ஆக்கப்பட்டவை. அம்மக்கள் தங்கள் முழு ஆளுமையால் பொருள் உற்பத்தியிலும் பாதுகாப்பிலும் ஈடுபட்டிருந்த மக்களின்மீது இக்கருத்தை ஆழமாகப் புதைத்து விட்டனர். இன்றும் கிராமப் பொருளாதாரத்தில் வேளாண்மைத் தொழிலில் பிராமண - பனியாக்கள் உழைப்பதில்லை. தங்கள் எல்லைகளைப் பாதுகாக்கும் பணியில் உள்ள கடும் உழைப்பும், தீவிர மனமும் அவர்களிடம் காணப்படுவதில்லை.

சிறு தெய்வங்களின் கட்டமைப்புகள் பல்வேறுபட்ட கருத்தாக்கங் களால் உருவானவை. உயிரியம், ஆன்மவாதம், இயற்கைவாதம், இன வழிபாடு அல்லது குலக்குறி வழிபாடு, ஷாமனிசம் எனும் மாய வழிமுறை போன்ற பல்வேறு கருத்தாக்கங்கள் சிறு தெய்வ வழிபாட்டின் அடித்தளங்களாக இருந்தன. இவற்றையும் தாண்டி, தங்களையே உயிர்ப்பலி கொடுத்த சில உயர்ந்த முன்னோர்கள் பல சிறு தெய்வங்களின் வடிவமைப்பில் உள்ளனர். இவையே சூத்திரர்களின் மதங்களாகவும், வழிபாட்டு முறைகளாகவும் அமையப் பெற்றன. உயிரியம், மாய வழிமுறைகள் போன்றவை களின் மீதும் நம்பிக்கை வைத்து, அதன்மூலம் மனிதனையும் உள்ளடக்கிய உயிரினங்கள் மீது தங்கள் நம்பிக்கைகளை ஒப்படைத்து, அவற்றிடம் அல்லது அவர்களிடம் தங்கள் கவலைகளைச் சொல்லி ஆறுதலை அடைகிறார்கள். இயற்கை மிக வலிமையானது; மனிதர்கள் அதனை அடக்கி ஆள முடியாது. அதனால் அவர்களுக்கு இயற்கைமீது அச்சம் கலந்த மரியாதை உண்டு. இந்த அச்சத்தினால் எழுந்தவையே உயிரியமும் இயற்கை வாதமும். இதைப் போலவே எதிர்த்து தாக்கும் வலிமை பெற்ற சில விலங்குகளும் அவர்களின் மரியாதைக்கும் வணக்கத்திற்கும் உள்ளாகின்றன. சில தாவரங்களும் விலங்குகளும் மனித வாழ்விற்கு மிகவும் அனுசரணையாக உள்ளன. அவை உணவாகவும் மருந்தாகவும் இருப்பிடமாகவும் பாதுகாவலாகவும் உள்ளன. அதுபோன்ற உயிரினங்கள் குலக்குறி வழிபாட்டின் சிறு தெய்வங்களாகி விடுகின்றன. ஆழ்ந்த மனத் தாக்கத்திலும், சோர்விலும் உள்ள மக்களை மாய மந்திரங்கள் மூலம் மீட்டெடுக்க முடியும் என்ற நம்பிக்கைகளில் உருவாவது மாய வழிமுறை எனும் ஷாமனிசம்.

இந்த அடிப்படை வழிபாட்டு முறைகள்மூலம் மக்கள் தங்கள் தினசரிப் பிரச்னைகளைத் தீர்த்துக்கொள்ள முடியும் என்ற நம்பிக்கையோடு இருந்தனர். ஆனால் இவற்றின் ஊடே சில மூட நம்பிக்கைகளும் புதிய பழக்க வழக்கங்களும் உட்புகுந்து புதிய மதங்களின் அடிப்படைகளும் புதிய வழிபாட்டு முறைகளும் உருவாயின. இதுபோன்று கட்டமைக்கப்படும் மதங்களில் பல

இயற்கையைக் கடந்த பேரினங்கள், பல்வேறுபட்ட அதிசயங்களைக் கொண்டிருந்ததாக நம்பப்பட்டது. ஏற்கெனவே இருந்து வந்த ஆன்ம வாதம், இயற்கை வாதம், தந்திரவாதம் போன்றவை இயற்கையின் மீது நம்பிக்கை வைத்து ஏற்படுத்திக் கொண்ட நம்பிக்கைகள்; ஆனால் புதிதாக எழுந்த இம்மதத்தில் இயற்கையை மீறிய சக்தி கொண்டவை எல்லாம் வல்ல இறுதிக் கடவுளாகி விடுகின்றன. இதுவே புது மதத்தின் அடிப்படைக் கோட்பாடு. ஆதி மக்களின் நம்பிக்கைகள் ஆன்ம வாதத்தில் ஆரம்பித்து மந்திரத் தந்திரவாத வழிகளில் முடிவடைகின்றன. ஆனால் புதிதாக ஆரம்பித்த மதங்களில் உள்ள அடிப்படைக் கோட்பாடுகளால் மிகவும் சீராக கட்டமைக்கப்பட்ட சமூகங்கள் உருவெடுக்கின்றன.

மேற்சொன்ன சீரான கட்டமைப்பில் பல புதிய மதங்கள் உருவாகின. வேத மதம் (இது இந்து மதத்திலிருந்து வேறுபாடு கொண்டது), ஜொராஷ்டிரியனிசம், யூதம், கிறிஸ்தவம், இஸ்லாம், புத்தம், சமணம் போன்ற அனைத்து மதங்களும் இதே கட்டமைப்பில் புதிய மதக் கோட்பாடுகளுடன் ஆரம்பித்து வளர்ந்தன. இதனாலேயே இதில் உள்ள ஒவ்வொரு மதத்திற்கும் ஆதியாக ஒரு மனிதரும், அடிப்படையான வேத நூல்களும், ஸ்தூலமற்ற கடவுள்களும் உருவானார்கள். ஆனால் முந்திய சிறு மதங்களான ஆன்ம வாதம், மாய வாதம் போன்றவைகளுக்கு இதுபோன்ற ஆதி கர்த்தாக்கள் ஏதும் கிடையாது; வேத நூல்கள் கிடையாது; ஆனால் உருவமுள்ள கடவுள்கள் உண்டு. இதிலிருந்து ஓர் உண்மை அறியப்படும்; எம்மதங்களில் ஸ்தூலமான கடவுள் இல்லையோ, அம்மதங்கள் மனிதர்களின் எண்ணத்தினால், அவர்களின் குவிந்த உய்த்துணர்வினால் ஆரம்பித்து வளர்ந்த மதங்கள்; ஆனால் கடவுள் என்ற உருவம் கொண்ட அமைப்போடு உள்ள மதங்கள் பல வரலாற்று நிகழ்வுகளின் தொகுப்பாக வளர்ந்தவை.

உலகச் சமயங்கள் அனைத்தையும் எடுத்துக் கொண்டால், இஸ்லாம் மதம் தோன்றியதற்கு முந்திய காலங்களில் அரேபிய வளைகுடாப் பகுதிகளில் உள்ள மக்கள் பல்வேறுபட்ட கடவுள் உருவங்களை வணங்கிக் கொண்டிருந்தனர். ஆனால் இஸ்லாம் தோன்றியபின் அது வலுவாக வளர்ந்தது. வளர்ந்து செழித்த இந்து மதம் ஏற்கெனவே ‘வணக்கத்திற்கு’ உரியதாக இருந்த கடவுள் வடிவங்களை முழுவதுமாக அழித்தொழித்தன. இதன் விளைவாக மத்திய ஆசியப் பகுதிகளில் இருந்த ஜோராஸ்ட்ரியானிசம், வேத மதம், புத்த மதம் போன்றவைகளையும் துடைத்தெறிந்து விட்டது. இதைப்போலவே, இந்தியப் பரப்பிற்குள் ஆரிய வேதம் உள் நுழைந்ததும் வெவ்வேறு நிலப்பகுதிகளில் இருந்த அனைத்துச் சிறு தெய்வங்களும் தங்களது முக்கியத்துவத்தை இழந்தன. அவை ஆரிய, வேத மதத்தின்கீழ்

தாழ்த்தப்பட்டு, ஒதுக்கப்பட்டு விட்டன. வேத ரிஷிகள் எழுதிய வேத நூல்கள் எதிலும் இந்தச் சிறு தெய்வங்கள் பற்றிய குறிப்புகள் ஏதுமில்லை. இருப்பினும் உற்பத்திப் பெருக்கத்தில் தொடர்புடைய இச்சிறு தெய்வங்களின் மகிமை சூத்திரர்களால் இன்றும் கொண்டாடப்பட்டு வருவது மிகவும் ஆச்சரியத்திற்குரிய ஒன்றே. பல நாட்டார் கதைகள் அவற்றின் பெருமையைத் தொடர்ந்து கொண்டாடி வருகின்றன. இதற்கோர் இணையாக, இந்துத்துவ ஆளுமை புதியதொரு கோட்பாட்டை உருவாக்கிப் பகிர்ந்து வருகின்றது; அவர்கள் தொடர்ந்து, இந்திய மக்கள் அனைவரும் சைவ அல்லது காய்கறி உணவுப் பழக்கம் கொண்டவர்கள் என்று பரப்பி வருகின்றனர். இது இந்தியப் பழம் மரபுகளுக்கும் சூத்திரர்களுக்கும் எதிரானது. ஹரப்பா நாகரிக காலம் தொடர்ந்து படைப்புத் தொழிலில் ஈடுபடும் சூத்திரர்களின் உணவுப் பழக்க வழக்கங்கள் மிகவும் வெவ்வேறானவை. ஆனால் இந்த உணவுக் கலாச்சாரத்தை மாற்றி, இந்திய நாட்டை பிராமண - பனியா வழியில் முழுவதுமாக எடுத்துச் செல்ல முனைகிறார்கள். இதைக் கட்டுப்படுத்தாவிட்டால், நமது உணவுப் பாரம்பரியமே முற்றிலும் மாறிவிடும்.

பழைய மதங்களான ஆன்ம வாதம், இயற்கை வாதம், மந்திர வாதம் போன்ற எந்த மதமும் அடுத்தவர்களின் ஆன்மீகத்தை வெறுக்கவோ ஒதுக்கவோ செய்ததேயில்லை. அதேபோல், தங்கள் மதக் கோட்பாடுகளைப் பரப்புவதற்கு முயற்சிகள் ஏதும் மேற்கொண்டதே இல்லை. புதுப்புது இடங்களில் தங்கள் மத நம்பிக்கைகள் காலூன்றிப் பரவ வேண்டும் என்று நினைத்ததும் இல்லை. ஆனால் மதக் கட்டுப்பாடுகளுடன் புதிதாக ஆரம்பித்து வளர்ந்த மதங்கள் இதற்கு நேர் எதிர்மறையாக இருந்தன. எங்கும் எதிலும் தங்கள் மத நம்பிக்கை வளர வேண்டும் என்று போட்டிப் போட்டுக்கொண்டு போராடினர். இதனாலேயே புது மதங்களான யூதம், கிறித்துவம், இஸ்லாம், வேத மரபு, புத்த மதம், சமணம் போன்றவை இன்றுவரை சூத்திர நம்பிக்கைகளுக்கு எதிராகப் போராடி வருகின்றனர்.

சூத்திர 'சிந்து' மரபும் 'த்விஜ' வேத மரபும்

இன்றைய இந்து மதம் தனது தத்துவம், வழிபாட்டு முறைகளால் இரு கூறாகப் பிரிக்கப்படலாம்: சிந்து இந்துத்துவம், ஆரிய வேத மரபு. சிந்து இந்துத்துவம் என்பது 'இந்துயிசம்' என்பதே; அதாவது சிந்துவெளிப் பகுதியினரின் மதம் அது. வேத மரபு என்பது ஆரியர்கள் மதம். அவர்கள் இன்று ஈரான், ஆப்கனிஸ்தான் என்றழைக்கப்படும் பழைய ஆரியானா (Ariyana) பகுதிகளில் இருந்து இந்தியாவிற்குள் ஊடுருவி நுழைந்தவர்கள். அவர்கள் மதம் சூத்திரர்கள் கொண்டிருந்த

ஹரப்பா கலாச்சாரத்தை முழுவதுமாக மாற்றி அழித்துவிட்டது. ஆரிய மதம் தொடர்ந்து சிந்துயிசத்தை அழித்து, அதனை ஆரிய வேத மரபோடு இணைத்துக் கொண்டது. அதனையும் இந்து மதமாக்கித் தன்மயமாக்கி விட்டது. அவர்கள் சூத்திரர்களையும் உழைப்பாளி களையும் அடிமைகளாகவும், தங்களுக்குக் கீழ் கொண்டு வந்து விட்டனர். ஆரிய வேதம் சிந்துயிசத்தையும் அதன் ஆன்மிகத்தையும் முழுவதுமாகத் தாண்டி, தங்கள் ஆளுமையை நிலைநாட்டினர். அதோடு அனைத்துக் கோவில்களையும் ஈர்த்துக் கொண்டு, பிறப்பின் அடிப்படையில் அவைகளை முழுவதும் தங்கள் உடமையாக்கிக் கொண்டனர். பிராமணியம் வளர்ந்த கதை இது. அதன் இன்றைய அரசியல், சமூக நீட்சியே ஆர்எஸ்எஸ்-பாஜக அமைப்புகள்.

சூத்திரர்களின் இந்துயிசமும், பிராமணர்களின் இந்துத்துவமும் இரு வெவ்வேறு ஆன்மீகச் சூழல் கொண்டவை. மில்டன் சிங்கரும்[9,10] மேக்கிம் மாரியட்டும்[11] இந்தச் சூழலை 'பெரும் பாரம்பரியம், சிறு பாரம்பரியம்' என்று அழைக்கின்றனர். இதனை அவர்கள் ராபர்ட ரெட்பீல்ட் அளித்த 'வாய்மையிலிருந்து - கலப்பு மரபுத்தன்மை' அல்லது 'பன்முகத்தன்மை' (from orthogeniity to hetrogeneity) என்ற மாதிரியைப் பின்பற்றிக் கூறினார்கள்.[12] இக்கருத்தை யோகேந்திர சிங் ஒரு முழுமையான கலாச்சார மாற்றம் என்று கூறுகின்றார். மேலும் அவர் மேக்கிம் மாரியட் கூறிய, 'பிராமணியமாக்கலில் இருந்து பொதுமயமாக்கல்' (Parochialization to Universalisation) என்பதனை வைத்தே தனது கருத்தை உறுதிப்படுத்துகிறார்.[13]

என்னைப் பொறுத்தவரையில் த்விஜா இந்துத்துவா, பிராமண மேலதிகாரத்தோடு இணைந்து குறுகிய பார்ப்பனியத்தைக் கட்டியமைக்கின்றது. ஆனால் சூத்திரர்களின் இந்துயிசம் உலகமாய் விரிந்து பரவிய ஒன்றாக உள்ளது. இந்நாடு எப்படி பல்வேறு பொருள்களை உற்பத்தி செய்கிறதோ, எவ்வித விரிந்த உணவுப் பழக்கங்களைக் கொண்டிருக்கிறதோ அதேபோல் அவர்கள் சமயத் தத்துவமும் விரிந்து பரந்தது. பிராமணிய இந்து மதம் இப்போது இந்துத்துவா என்ற மாற்று உருவெடுத்துள்ளது. உழைப்பாளிகளுக்கு எதிரான ஒன்றாகவும், காய்கறி உணவு என்ற குறுகிய பார்வையுடனும் மாறியுள்ளது.

எம்.என். ஸ்ரீனிவாஸ் தெளிவாகச் சொன்னதுபோல், சமஸ்கிருத மயமாக்கல் என்பது பன்முகத் தன்மையுள்ள சமூக, பண்பாடுகளை மிகவும் சுருக்கி ஓரினத் தன்மைக்கு மாற்றுவது என்பதே மிகச் சரியான விளக்கம். மேலும் விளக்கம் வேண்டின், புதிய குறுகிய மனப்பான்மையைக் கையில் எடுத்துக் கொண்டு, இருந்து வந்த விரிந்த பன்முகத் தன்மையையும், பழக்க வழக்கங்களையும் ஒதுக்கி

விடுதல் எனலாம். இதனால் இது சூத்திரர்களின் பண்பாட்டுச் சூழலை முற்றுமாக, எதிர்மறையாக மாற்றிவிட்டது. ஆயினும் வரலாற்றுப் பக்கங்களில் ஒரே காலகட்டத்தில் பல்வேறு இணையான கலாச்சாரங்கள் இருந்தே வந்துள்ளன. இதுபோன்ற ஓரமைப்பில் கலாச்சாரங்கள் ஒன்றோடு ஒன்று இணைந்து புதியதொரு சீர்மையான பண்பாடும், கலாச்சாரமும் தோன்றுவதுண்டு. ஆனால் பிராமணியம் சூத்திரர்களின் பண்பாட்டுச் சீர்மையை முழுவதுமாக அழித்தொழித்துவிட்டது.

ஸ்ரீனிவாஸ் முன்னெடுத்த கோட்பாடுகளில் சூத்திரர்களின் தனித்துவமான கலாச்சாரம் புதிய, புத்திசாலித்தனமான ஆளுமைகளால் அழிக்கப்பட்டுவிட்டது. இவ்வித மாற்றங்கள் பண்பாட்டு மாற்றங்களாகவோ, தன்மயமாக்குதல்களோ, வேறு கலாச்சார உள்நுழைவுகளால் ஏற்பட்டதாகவோ இல்லை. அந்தக் கலாச்சாரங்களின் நடுவே உயர்வு, தாழ்வு என்ற பேதம் இருக்காது. ஆனால் பிராமணியக் கலாச்சாரத்தின் நோக்கமே உச்சக்கட்டக் கலாச்சாரத்தை அடைய வேண்டும் என்றிருக்கும்போது, நிச்சயமாக வந்தேறிகள் இங்கு ஏற்கெனவே இருக்கும் கலாச்சாரத்தை உடைத்து விழுங்கி விடவேண்டும் என்ற ஒரே ஆர்வத்துடனே செயல்படுவார்கள். இந்த மைல் கல்லை எட்டுவதற்காகப் பல்வேறு முயற்சிகளைத் தொடர்ந்து செய்துகொண்டிருந்தனர். இதன் முதல் படியாகவும் வெற்றிப் படியாகவும் அவர்கள் எடுத்துக் கொண்ட முயற்சியில், சூத்திரர்களுக்குக் கல்வியை முற்றிலுமாகப் புறக்கணித்து விட்டனர். இவை பழங்காலத்திலும் இடைக்காலத்திலும் நடந்தேறியது.

சுதந்திரம் கிடைத்தபின் அரசுப் பள்ளிகளில் ஆங்கிலக் கல்வி கிடைக்காதபடி செய்தனர். சுதந்திரத்திற்குப் பின்பு பிராமணர்கள் கலாச்சார, கல்விப் புலங்களில் தங்கள் மேலாண்மையின் மூலம் அவற்றைச் சூத்திரர்களுக்கு எதிரானவைகளாகக் கட்டமைத்தனர். இதுபோன்ற பெரும் தடங்கல்களால் சூத்திரர்கள் பல தலைமுறைகளாக முறையான கல்வி அறிவில்லாமல் இருந்தனர். இதனால் கல்வி கற்ற பிராமணச் சமுதாயம் எல்லா விதத்திலும் முன்னேற்றம் கண்டது. இதன்மூலம் சூத்திரர் கலாச்சாரங்களைவிடப் பிராமணர்களது கலாச்சாரங்களும் பண்பாடுகளும் தலையெடுத்து உச்ச நிலைக்கு உயர்ந்தன; உயர்த்தப்பட்டன. சூத்திரர்களுக்குக் கல்வி மறுக்கப்பட்டது வரலாற்றுப் பூர்வமாக நிகழ்ந்துள்ள ஒரு துயரமான நிகழ்வு. ஆகவே அவர்களுக்கு இலக்கியத்தின் மீதோ, கருத்தாக்கங்களின் மீதோ, அரசியல் பொருளாதார நிபுணத்துவத்தின் மீதோ எதிலும் மேனிலை பெறாமல் தாழ்ந்து போயினர். இதனால் மேலாண்மை மிகுந்த பிராமணர்களின் அறிவுச் சுழலிலும்,

அவர்களின் ஆரிய வேத மதக் கோட்பாடுகளிலும் சிக்குண்டு, புதையுண்டுப் போனார்கள். மிக எளிதாக பிராமணர்கள் வைத்த கண்ணிகளில் சூத்திரர்கள் சிக்கினார்கள். மிக எளிதாக மாட்டிக் கொண்டனர். இதிலும் மகிழ்ச்சி கொள்ள வேண்டிய ஒரே ஒரு விஷயமும் மீந்தது. அடிமேல் அடி கொடுத்தாலும் ஆரிய வேதக் கலாச்சாரத்திற்குள் முழுவதுமாக முங்கிவிடாதபடி இன்னும் சூத்திரர்களின் தனித்துவக் கலாச்சாரம் அழியாமல் காப்பாற்றப்பட்டு, இன்னும் துளிர்த்துக் கொண்டே உள்ளது.

சிந்து சமவெளி நாகரிக சிறு தெய்வங்களும் வேதப் பெருங்கடவுள்களும்

சிந்து சமவெளி நாகரிகத்துத் தெய்வங்கள் எல்லாமே வீரதீரச் செயல்கள் செய்து மறைந்த மனிதர்களே. அவர்கள் இன்னும் தங்களைக் காத்து வருவதாக இருந்தது அவர்களின் நம்பிக்கை. காத்து இருந்தமைக்காக இன்று வழிபட்டு நன்றி செலுத்தினர். இச்செயல்களை அவர்களே கண்டுபிடித்து நடைமுறைப் படுத்தினார். புதிய வழியாகத் தங்களுக்குத் தேர்ந்தெடுத்துக் கொண்டனர். சில சமயங்களில் யாரோ ஒருவர் செய்த உயிர்ப்பலியால் ஓர் எல்லை பாதுகாக்கப்பட்டு இருக்கலாம்; அல்லது ஒரு புதிய தொழில்நுட்பம் பிறந்திருக்கலாம்; அல்லது புதிய அறிவியல் வழி கிடைத்திருக் கலாம். அதை நினைவுபடுத்த அவர்கள் மரியாதை செய்யப்பட்டிருக்க வேண்டும். அவர்களை என்றும் நினைவில் வைத்திருக்க 'நடுகற்கள்' எழுப்பப்பட்டன. பல்வேறு இடங்களில் வெவ்வேறு மொழி பேசுவோர் இக்கற்களை நிறுவினர். பலியா, கம்பி கட்ரி, சாரா, விரகல், விறக்கல், விரசிலாலு, நடுகல் ஜெயஸ்தம்பா போன்ற பல நடுகற்கள் நிறுவப்பட்டன. பண்டைய இந்தியாவின் நனி நாகரிகத்தின் சில சான்றுகள் இவை.

இந்த நடுகல் வீரர்கள் போர்க்களத்திலோ, கொடிய விலங்குகளோடு பொருது செய்தபோதோ, தங்கள் எல்லைகளைக் காப்பதிலோ, ஊர் மக்களைக் காப்பாற்றுவதிலோ, மக்களின் கால்நடைகளைக் காப்பதிலோ வீர மரணம் அடைந்து உயிர்த் தியாகம் செய்திருக்கலாம்.[14] இதுபோன்ற நடுகற்கள் நாடு முழுவதும் பரவிக் கிடக்கின்றன. ஏதோ ஒரே ஓரிடத்தில் காணப்படும் நினைவுச் சின்னங்கள் அல்ல இவை. இக்கற்கள் பெருமளவில் தென்னிந்தியப் பகுதிகளிலும் மேற்குப் பகுதிகளிலும் கண்டுபிடிக்கப்பட்டுள்ளன. அவைகளோடு தெலுங்கானா, மகாராஷ்டிரா, ஆந்திரா, குஜராத் போன்ற மத்திய இந்தியப் பகுதிகளிலும் கண்டுபிடிக்கப்பட்டு உள்ளன.[15] இவைகளைப் பற்றிய விவரணைகள் சமஸ்கிருத மொழியிலும், கன்னட மொழியிலும் காணக் கிடைக்கின்றன.[16]

நடுகற்களுக்கும் அதன் தொடர்புடைய பல நாட்டார் வழக்குகளும் நிறையவே கிடைக்கப் பெற்றுள்ளன. மகாராஷ்ட்ராவில் உள்ள விட்டல் 'பந்தர்ப்பூர் விட்டோபா' என்று அழைக்கப்பட்டது. வரலாற்றைப் புதிய முறையில் காணும் வாய்ப்பை இதுபோன்ற நடுகற்களும் தருகின்றன. அதுவும் இதுபோன்றவர்கள் மேய்ச்சல் நாகரிகத்தின் காவல் தெய்வங்களாக மாறியவர்கள்.[17] இதைப் போலவே 'சம்மக்கா சரளம்மா ஜட்டாரா' என்ற கோயா இனத்தவர் தெலுங்கானாவில் எடுக்கும் திருவிழாவும் இன்னொரு சான்று. போர்க்களங்களில் உயிர் துறந்து தெய்வங்களாக்கப்பட்ட உயர்ந்த மனிதர்கள் இவர்கள். வேதாந்த பெருந்தெய்வங்கள் போல் இவர்கள் பெரும் வெற்றியாளர்களோ, மந்திர தந்திரத்தோடு மயக்குபவர்களோ இல்லை. தம் உயிரைத் தம் இனத்தவர்களுக்காகப் பலி கொடுத்த மேன்மக்கள். பண்டைய இந்திய நாகரிகத்திலும் சூத்திரர்கள் நாகரிகத்திலும் இது ஆண்டாண்டு காலமாக இருந்து வரும் நல்லதொரு வழக்கம்.[18] இந்தியா முழுமைக்கும் இதுபோன்ற பல உயிர்த் தியாகிகளைக் காணமுடியும்: கந்தோபா, மசோபா, பீரப்பா, எல்லம்மா, மைஸம்மா, போச்சம்மா, நுகலம்மா, கங்கம்மா, ரெட்டம்மா... இதுபோன்று பலர்.

'மம்மாயி' லோஹர் இனத்தின் குல தெய்வமாவார். இவரே 'Wootz' என்பதை கண்டுபிடித்தவராகக் கொண்டாடப்படுகிறார். ஊட்ஸ் என்ற சொல் தெலுங்கு, கன்னட மொழிகளில் 'ஊக்கு' (எஃகு) என்று புழங்கப்படுகிறது. இரும்பு ஆசாரிகளும், பித்தளை ஆசாரிகளும் இவரை இரும்பு கண்டுபிடித்தவர் என்று காலகாலமாகக் கொண்டாடி வருகின்றனர்.[19] தெலுங்கு தேசத்து வண்ணார் குடியினர் 'மடேலு' என்ற சிறு தெய்வத்தைக் கொண்டாடி வருகின்றனர். இவர் துணிகளை வெளுக்கும் தொழில்நுட்பத்தைக் கண்டுபிடித்தவராக நம்பி, மரியாதை செலுத்துகின்றனர். பத்மஷாலி என்ற நெசவாளர்கள் 'மார்க்கண்டேயன்' என்பவரே பருத்தியில் இருந்து துணி நெய்தலைக் கண்டுபிடித்தவர் என்று கொண்டாடி வருகிறார்கள். 'பீரப்பா' அல்லது 'பிரோபா' என்பவர் கால்நடைத் தெய்வமாக மகாராஷ்ட்ரா, கர்நாடகா, தெலுங்கானா, ஆந்திரப் பிரதேச மாநிலங்களில் வணங்கப்படுகிறார். தென்னிந்தியப் பகுதிகளில் கள் இறக்கி, கருப்பட்டி தயாரிக்கும் மக்களின் தெய்வமாகக் 'கட்டமையன்' என்பவர் உள்ளார். பனையேறுபவர்களின் காவல் தெய்வம் இவர். பதினி, கருப்பட்டி போன்றவற்றை இவர் கண்டுபிடித்ததாக நம்பப்படுகிறது. 'எல்லம்மா' ஒரு பெண் தெய்வம். 'எல்லா' என்ற தெலுங்கு மொழிச் சொல்லுக்கு எல்லை, எல்லைக்கோடு என்று பொருள். இவர் பல தற்காப்புக் கலைகள் அறிந்தவர். தங்கள் இருப்பிட எல்லைகளைக் காத்தவர் இவர். இதில் அவர் செய்த உயிர்த்

தியாகத்தால் தெய்வமாக வணங்கப்படுகிறார். இவர் தென்னிந்தியப் பகுதிகளிலும், மத்திய இந்தியப் பகுதிகளிலும் வணங்கப்படும் சிறு தெய்வம்.

இந்தப் பல சான்றுகளில் இருந்து சூத்திரர்களின் வாழ்வியல் தத்துவம் எளிதாகப் பிடிபடுகிறது. சூத்திரர்களின் வாழ்க்கை முறையும் தெளிவாகிறது. இந்தச் சிறு தெய்வங்கள் சூத்திர வாழ்வியல் கலாச்சாரத்தின் தூண்கள். இக்கடவுள்கள் வேதக் கடவுள்கள் போல் ஆத்மா, பரமாத்மா போன்றவைகள் போல் அனாத்துமானதாகத் தோன்றிய மாயமில்லை. அதிலும் பொதுவாக வேதப் பெருங்கடவுள்கள் அனைவரும் போர்களில் வெற்றி பெற்றவர்கள். அவர்களுக்கும் படைப்புத் தொழிலுக்கும் எவ்விதத் தொடர்பும் இருந்ததில்லை. பிராமணர்கள் எப்படி வரலாறு முழுவதிலும் படைப்புத் தொழிலோடு தொடர்பு இல்லாதவர்களோ, அதுபோல் அவர்களின் கடவுள்களும் மக்களின் தினசரி வாழ்க்கையில் எந்தப் பங்கும் இல்லாத கடவுள்கள்.

வேத மதத்தின் இருத்தியலில் கடவுளும், ஆன்மாவும் முக்கியமாகக் கோலோச்சுகின்றன. அதன் தத்துவ சாஸ்திரம் மீவியற்பியல் (மெடாபிசிக்ஸ்) பற்றிய தத்துவ விவாதங்கள் நிரம்பியவை. அம்மதத்தின் உபநிஷத்துகள் கடவுள் ஏகத்துவமானவர் என்கின்றன. இந்நிலையே அம்மதத்தின் லட்சியவாதமாக உள்ளது. ஆனால் பிராமணிய வேத மரபு முழுப் பிரபஞ்சத்தையும் பற்றிப் பேசாமல், சுயம் சார்ந்தவைகளைப் பற்றியே பேசுகின்றன. மறுபுறம், சூத்திர தர்மத்தில் இருத்தலியல் பற்றிய கருத்துகள் முக்கிய இடம் பிடிக்கின்றன. ஆகவே அது பொருளியல் கொள்கைகளுக்கு நெருக்கமாக உள்ளது. அதனோடு சமத்துவவாதமும் இணைந்து கொள்கிறது. வேத மதங்கள் இந்திய பூமிக்குள் நுழைவதற்கு முன்பு இங்குப் பொருள் முதல் வாதமே முக்கியக் கோட்பாடாக இருந்து வந்துள்ளது. இக்கருத்தினைச் சார்வாகம், லோகாயுதம், ஆசீவகம், சாங்கியம் போன்ற பல தத்துவங்கள் உறுதிப்படுத்துகின்றன.

பண்டைய இந்தியாவில் பொருளியல் வாதம் தத்துவக் கருத்துகளாக மட்டுமின்றி நடைமுறை வாழ்க்கையிலும் முக்கியப் பங்கு கொண்டுள்ளன. இந்நிலை இப்போதும் சூத்திரர்களிடம் தேங்கியே நிற்கின்றது. அவர்கள் பெரும் படைப்பாளிகள். ஆகவே அவர்களிடம் பொருளியல் வாதம் தங்கி நின்றுவிட்டிருப்பது அதிசயமல்ல. ஆனால் பிராமண - பனியா இனக்குழுக்கள் மத்தியில் இப்படிப்பட்ட ஒரு நடைமுறைத் தத்துவம் ஏதுமிருப்பதாகத் தெரியவில்லை.

வேதங்கள், புராணங்கள், இதிகாசங்கள், இராமாயணம், மகாபாரதம் போன்ற புராணப் புனைவு இலக்கியங்களில் இருந்தே பிராமண

வேதங்கள் தங்கள் மதக் கோட்பாடுகளை உருவாக்கிக் கொண்டன. இந்த வேதம் பிரம்மா, விஷ்ணு, மகேஷ்வரன் என்ற திருமூர்த்திகளைத் தங்கள் மூன்று ஆதிக் கடவுளாகவும், அவர்களது பல அவதாரங்களையும் எடுத்திருப்பதாக அப்புனைவுகளில் கூறப்பட்டுள்ளதையே ஆதாரமாகக் கொண்டவர்கள். இவ்வேதத்தில் சொல்லப்படும் கடவுள்கள் மெய்யியல் உருவாக்கங்களே. அனைத்தும் அவர்களின் புராணங்களில் இருந்து எடுக்கப்பட்டவை. அதனால் அவர்களை வரலாற்றுப் பின்னணியில் எவ்வித வரிசை அமைப்பிலும் கொண்டுவர முடியாது. அப்படி எடுக்கும் முயற்சிகளும் தெளிவில்லாதவையாக, தேவையில்லாதவையாக இருக்கும். சிவா, விஷ்ணு, பிரம்மா போன்ற ஆதிக் கடவுள்கள் பல இலக்கியக் கூறுகளில் இருந்தே உருவாக்கப்பட்டவை.சான்றாக, இந்திரரை எடுத்துக் கொள்ளலாம். இவர் அனைத்துத் தேவர்களின் தலைமைக் கடவுள். அதனால் அவர் 'அரசர்களுக்கு அரசர்' என்றும், 'தேவராஜ்' என்றும் அழைக்கப்படுகிறார். 'தேவர்' என்ற சொல் ஆங்கிலப் பழக்கத்தில் உள்ள கடவுள் என்ற சொல்லோடு தொடர்பு கொள்ளலாம். ஆனால் இவர் கடவுள்களுக்கு நிகரானவரல்ல. ஆனால் இங்கே கடவுளாக, இந்திரக் கடவுள் என்றே பயன்படுத்துகிறோம். ஆனால் இங்கே தேவர்கள் இந்திரனின் தலைமையின் கீழ்தான் உள்ளனர். 'இந்திரன்' என்பது உண்மையில் ஆரியர்களின் குழுத் தலைவனின் பட்டம். அது ஒரு பதவியின் பெயர். இப்பதவிக்குச் சுராக்கள் / தேவர்கள் தங்களுக்குள் போட்டியிட்டுக் கொண்டு யார் வேண்டுமானாலும் வரமுடியும்.[20]

ஆகவே புராணங்களில் இந்திரனுக்கும் மற்ற தேவர்களுக்குள்ளும் போட்டிகள் நடந்ததாகச் சொல்லப்படுகிறது. பலத்த பதவிப் போட்டிதான் அது! ஆனால் சூத்திரர்களின் கடவுள்களின் ஊடே இதுமாதிரி பதவிப் போட்டிகளும் பகையுணர்வும் கிடையாது. ஆனால் பீரப்பாவிற்கும் அவரது தாய்மாமனுக்கும் இடையே சண்டை நடந்தது. ஆனாலும் இது பதவிச் சண்டை இல்லை. ஆட்டு மந்தைகளுக்கு யார் பொறுப்பேற்பது என்பது ஒரு காரணம்; இன்னொரு காரணம் என்னவெனில் பீரப்பா தன் மாமன் மகளைத் திருமணம் செய்து கொள்ள வேண்டும் என்பதற்காக அந்தச் சண்டை நிகழ்ந்தது. இதேபோல், உணவுப் பொருளை உருவாக்குவதிலும், அதைப் பங்கிட்டுக் கொள்வதிலும் சூத்திரத் தெய்வங்கள் தங்களுக்குள் சண்டையிட்டுக் கொண்டனர்.

பிராமணக் கோட்பாட்டின்படி இந்திரன் ஒரு வரலாற்று மனிதன். அவர் அளவிற்கு அதிகமான திறமையும் ஆளுமையும் கொண்டவர். அவர் வென்ற பல போர்களும் வெற்றிக்களிப்பும் மிக அதிகமாகச் சொல்லப்பட்டுள்ளன. ரிக் வேதத்தில் இந்திரன் பல அசுரர்களை

சூத்திரர்: ஒரு புதிய பார்வை | 189

வெற்றி கொண்டது பற்றி மிக விரிவாகவும் புகழ்ந்தும் கூறப்பட்டுள்ளது. ஆனால் சூத்திரர்களின் கோட்பாடுகளில் கொலைகள் மகிமைப்படுத்தப்படுவதில்லை.

வரலாற்று உண்மைகள், தாராள மனது, இரக்கம், உழைக்கும் ஆர்வம், திறமைகள் போன்ற பலவும் இணைந்தே மனித வாழ்க்கையைச் சமத்துவத்தோடும், சமூகப் பிரக்ஞையோடும் சீர்படுத்தி, நல்லதொரு மனித சமுதாயத்தை உருவாக்க வேண்டும் என்ற எண்ணத்திற்காகவே கடவுள் எனும் கோட்பாடு உருவாக்கப்பட்டது. இதற்குப் பதிலாகக் கடவுளை ஒரு புராணப் புனைவாக வைத்துக் கொண்டு, அக்கடவுள் யார் யாரிடமோ போரிட்டுக் கொண்டு, சாதி வேற்றுமைகளைக் காண்பித்துக் கொண்டிருந்ததாக இருந்தால், அந்தக் கடவுள் நிச்சயமாக 'தன்னைப் படைத்த' இனத்தை நிச்சயம் உச்சத்திலேயே ஏற்றி வைத்துவிடும். இந்த வேற்றுமை மேலும் வளர்ந்து காலப்போக்கில் சில சாதிகள் மட்டும் உயரினத்தினர் என்ற சமத்துவமற்ற நிலை வரும் நிலையடையும். இந்தக் காரணங் களினாலேயே சிந்துயிசத்தின் தெய்வங்கள் ஆரிய வேத இலக்கியங்களில் எவ்வித இடமும் பெறவில்லை.

சிந்துயிசத்தின் சிறு தெய்வங்கள் தங்கள் கலாச்சாரங்களில் ஊறி ஆழமாக நின்றன. அவை பொருள் உற்பத்தி, பாதுகாவல், குழந்தைப் பேறு போன்ற மக்கள் சார்ந்த நல் விஷயங்களோடும் முழுத் தொடர்பு கொண்டிருந்தன. ஆனால் அத்தெய்வங்கள் மனிதர்களைப் பிரித்துப் பார்ப்பதைப் போதித்ததில்லை. ஒரு குழுவினரைச் சாமியார்கள் என்று ஓர் உயர்ந்த நிலைக்குத் தூக்கி நிறுத்தவில்லை. மக்கள் தங்கள் வாழ்வில் மகிழ்வு தரும் பொருள்களை அத்தெய்வங்களுக்குக் காணிக்கையாகக் கொடுக்க விரும்பினால் அத்தெய்வங்களின் கோவில் வாசல்கள் அனைவருக்குமாகே எப்போதும் திறந்தே இருக்கும். சாதி, வயது, பால் வேற்றுமை, பொருளாதார நிலை போன்ற வேற்றுமைகள் எதையும் பார்க்காமல், 'சாமியார்கள்' என்ற பெயரில் குறுக்குச் சால் ஓட்டும் மனிதர்கள் யாருமின்றி எந்தக் காலத்திலும், எந்தப் பருவத்திலும் கொடுக்கும் காணிக்கை உயர்ந்தவை, தாழ்ந்தவை என்று எந்த வேறுபாடின்றி, தீட்டுப் பொருள் போன்ற பேதங்கள் ஏதுமில்லாமல் அத்தெய்வங்களுக்குப் படையல் செய்யலாம். அன்றிருந்த அதே நிலை இன்றும் எல்லாப் பகுதிகளிலும் அனைத்துச் சூத்திர சாதியினராலும் நடைமுறைப் படுத்தப்பட்டே வருகிறது. வாய்வழிக் கதைகளிலும், நாட்டார் வழக்குகளிலும் பல தெய்வங்கள் வரலாறுகள் பாடல்கள் வடிவத்தில் தொடர்ந்து பாடப்பட்டு வருகின்றன. ஒவ்வொரு இனத்திற்கும் ஒரு குலசாமியாக அத்தெய்வங்கள் வழிபடப்படுகின்றன. பொருள் புரிகிறதோ இல்லையோ என்பது போன்ற பல மந்திரங்களை

உச்சாடனம் செய்யாமல், அந்தத் தெய்வங்களின் வரலாற்றை வழிவழியாக அனைவருக்கும் பொருள் புரியுமளவிற்குக் கதைப்பாடல்கள் பல தலைமுறைகளாகப் பாடப்பட்டு வரும். அதில் வரும் மக்களின் வாழ்க்கையும், பழக்க வழக்கங்களும் மிகவும் முக்கிய இடம் வகிக்கும். மந்திரங்களைவிட இவை, உண்மைகளைப் படம்பிடித்துக் கேட்போர் மனதில் வரலாற்றுச் சிதறல்களைப் பதிய வைக்கும். இதுபோன்ற கதைப்பாடல்கள் சூத்திரர்கள் சிந்துயிசத்தின் ஆன்மீகத்தில் இரண்டறக் கலந்து நிற்கின்றன.

ஆனால் வேத மதத்துத் தத்துவங்கள் இயற்கைக்கு மாறானவை. அந்தத் தத்துவங்கள் அனைத்தும் வாதத்திற்குரிய பொருண்சாரா நிலைமைக்கும், ஒரு முழுக் கட்டுக்கோப்பான அமைப்பிற்கும் நடுவில் ஊடாடி நின்றுகொண்டு, ஆத்மா, பரமாத்மா என்பவை இருப்பதாகக் கற்பித்துக் கொண்டு, மனிதனைப் படைக்கும் ஆற்றலுக்குத் தகுந்த விளக்கங்கள் தராமல் அல்லாடுகின்றன. எல்லாவற்றிற்கும் மேலான பரமாத்வைப் பற்றிப் பேசும் வேத மரபுகள் மனிதனின் ஆக்க சக்தியைப் பற்றி ஏதும் பேசுவதில்லை. ஹரப்பா நாகரிகத்தில் இருந்து நமக்கு வந்துள்ள சூத்திர ஆன்மீகம் மனிதன் உருவாக்கும் ஆற்றலையும், உருவாக்கியதைத் தங்களுக்குள் பகிர்ந்து கொள்வது பற்றியும் பேசுகிறது. ஆனால் உண்மைகளையும், நடப்புகளையும் முன்வைக்கும் சூத்திர ஆன்மீகம் இந்திய மண்ணில் மிகவும் கீழான தரத்திலேயே வைக்கப்பட்டுள்ளது.

வேத மரபுகளில் உள்ள பெருங்கடவுள் தெய்வ பாஷை தெரிந்த 'சாமியாரோடு' மட்டுமே தொடர்பு கொள்வார் என்றும் சொல்கிறது. சமஸ்கிருதமே அந்தத் தெய்வ பாஷை. அம்மொழியையும், சமய மந்திரங்களையும் அந்த மொழியில் பேசுபவர்கள் பிராமணர்கள் மட்டுமே. அக்கோயில்களுக்கு வழிபடப் போகும் சூத்திரதாரர்களுக்கு அவ்வாறு ஒரு சாமியாராகும் வாய்ப்பு கிடையவே கிடையாது. ஆகவே அவர்களால் கடவுளோடு நேரடியாகப் பேசவே முடியாது. இப்படிப்பட்ட ஒரு சூழலில் தான் நமது இந்திய அரசியலமைப்பு ஒரு குடியரசை நிறுவியது. சமயம் சாராத நிலையை அது எடுத்துக் கொண்டது. அரசியலை ஆன்மீகத்திலிருந்து பிரித்துத் தனித்தனியே வைத்தது. ஆனால் பாஜக முழுமையான மதம் சார்ந்த அரசியல் கட்சி. இக்கட்சி முழுமையாக வேத மரபுகளை மட்டும் உயர்த்திப் பிடித்துக் கொண்டு, நான் 'சிந்துத்துவா' என்று சொல்லும் சூத்திரர்களின் நாகரிகத்தை முழுமையாகப் புறக்கணித்து விட்டது.

வேத சமயத்தில் 'சாமியார்' கடவுளுக்கும் மனிதனுக்கும் நடுவில் தரகராக உள்ளார். உற்பத்தித் தொழிலில் ஈடுபட்டு இருக்கும் பெரும்பான்மை மக்கள் இந்த உண்மை நிலையைக்

கண்டுகொள்வதில்லை. இதனாலேயே வேத சமயத்தில் அந்தச் சாமியார் தன் விருப்பம்போல் மத நம்பிக்கையாளர்களை முழுமையாகப் பயன்படுத்திக் கொள்கிறார்கள். பல புனைவுக் கதைகளை ஓதுகிறார்கள். மக்களின் மனதில் விழிப்புணர்வைத் திசைமாற்றி விடுகிறார்கள். இந்த வழியிலேயே மக்களைப் பழக்கி, அவர்களைச் சமூகத்தின் சாதாரண உறுப்பினராக்கி அவர்களைத் தொடர்ந்து உற்பத்தித் தொழிலில் ஈடுபடும் மக்களாக்கி விடுகின்றனர். இதனால் மத நம்பிக்கைகளும் வழிமுறைகளும் புதிய பாதைக்கு மாறுகின்றது. ஆன்மீகம் தடம் புரள்கிறது. சாமியார்களையோ அவர்கள் சொல்லும் தத்துவங்களையோ சமயப் பன்முகத்தன்மையையோ மீமெய்யியலையோ நம்பாதவர்களையும் கூட இந்த ஆன்மீகப் பாசிசம் அடிமைப்படுத்திவிடுகிறது.

உழைப்பு, பாதுகாப்பு, இனப்பெருக்கம் போன்றவற்றில் சார்ந்திருக்கும் ஆன்மீகம் பொருள் முதல் வாதத்திலும், நியாயமான தத்துவார்த்தங்களோடும் இணைந்திருக்கும். அவர்களின் வரலாற்று உணர்வுகள் யதார்த்தமாக, உண்மையாகவே இருக்கும். இதன்மூலம் மனிதர்கள் உச்ச நிலை நோக்கி நகர்கிறார்கள். அனைத்து மனிதர்களையும் சமமாகப் பார்க்கிறார்கள்; இந்தச் சமத்துவ வாதம் அவர்களை ஆன்மீகக் குடியரசிற்குள் கொண்டு செல்கிறது. இந்த வழிமுறைகளால் சூத்திரர்களின் ஆன்மீகமான இந்துத்துவா பொருள் உற்பத்தியில் உள்ள மனித உழைப்பையும், பாதுகாப்பின் முக்கியத்தையும், இனப்பெருக்கத்தின் பெண்மையையும் உயர்த்திப் பிடிக்கின்றது. இதுபோன்ற ஒரு புதிய விழிப்புணர்வு நாம் சுதந்திரம் பெற்ற பிறகாவது நமது சமூகத்தில் பிறந்திருக்க வேண்டும்; அல்லது முழு அரசியலமைப்பு தோன்றிய பிறகாவது நடந்திருக்க வேண்டும். நவீனத்துவம் வளர்ந்தது... குடியரசு பிறந்தது... இருப்பினும் நடந்திருக்க வேண்டிய இந்தப் புதிய ஆன்மீகம் பிறக்காமலேயே போய்விட்டது. இருப்பினும் அரசியல் குடியரசும் பொருளாதார நவீனத்துவமும் நாட்டின் அனைத்துப் பகுதிகளுக்குள்ளும் சென்று சேர்ந்துவிட்டன. இந்த இரு பண்பாடுகளும் மேலை நாட்டு சமூகங்களில் முழுமையாக உள்ளன. இந்தியாவிற்குள்ளும் இவை நடந்தேறுவதற்குக் காலனிய அரசுகள் ஒரு பெரும் காரணமாய் இருந்தன.

சூத்திரர்களின் வாழ்க்கையில் உள்ள சமூக அரசியல் என்பது ஒரு திறந்த புத்தகம். இதனால் அவர்கள் மிக எளிதாக அரசியல் குடியரசையும் நவீனத்துவத்தையும் தங்கள் வாழ்க்கைக்குள் நுழைத்துக் கொண்டனர். ஆனால் அவர்களின் வாழ்க்கையின் ஆன்மீகமும், சமய நம்பிக்கைகளும் முழுமையாகப் பிராமணச் சாமியார்களால் கட்டுப்படுத்தப்பட்டு வைக்கப்பட்டுள்ளன. ஆகவே சூத்திரர்கள் தங்கள் மேல் சுமத்தப்பட்டுள்ள சமயக் கட்டுப்பாடுகளைப் பற்றி

உணரவோ, அக்கட்டுப்பாடுகளை உடைத்து விடுதலையாகி வெளியே வரவேண்டும் என்ற நினைவோ இல்லாமல் தொடர்ந்து அடிமைப்பட்டுக் கிடக்கிறார்கள். இப்படி ஓர் ஆன்மீகக் கட்டுப்பாட்டிற்குள் அடைபட்டுக் கிடக்கிறோம் எனத் தன்னுணர்வு ஏதுமின்றி, 'கர்மா' என்ற கோட்பாட்டினை நம்பித் தொடர்ந்து அடைபட்டுக் கிடக்கிறார்கள்.

குடியரசு, நவீனத்துவம் என்ற இரண்டுமே உலகத்திற்குப் பொதுவானவை. ஆனால் இந்து மதக் கோட்பாடுகள் நம் நாட்டிற்கு மட்டுமேயானவை; மிகக் கடினமான, உடைக்க முடியாத இறுக்கமான கோட்பாடாக அமைக்கப்பட்டுள்ளது. அவற்றில் வெறும் பொய்மையான சமத்துவவாதம் பேசப்படுகிறது. சூத்திரர்களின் வாழ்க்கையில் ஏற்படும் சமூக, அரசியல் மாற்றங்கள் அவர்களுக்குப் புதிய வெளிச்சத்தைத் தருகிறது; வாழ்க்கை முறையும் தரமும் உயர்கிறது. அவர்கள் புதுப்புது உரிமைகளைப் பெறுகிறார்கள். ஆனால் அவர்களது சமய - ஆன்மீக வாழ்க்கை எந்தவிதச் சிறு மாற்றமும் இல்லாமல், அன்றிலிருந்து இன்றுவரை அதே கட்டுண்ட நிலையிலேயே உள்ளது. இவ்வாறான சூழலுக்கு இந்துத்துவாவின் தந்திரமான நடவடிக்கைகளே காரணம். ஓர் அர்ச்சகராக ஆவது, வேத மந்திரங்களை உச்சரிப்பது, வேதங்களைக் கற்றுக் கொள்வது, கோவிலுக்கும் முழு சுதந்திரத்தோடு சென்று வருவது... இதுபோன்ற அனைத்துமே பிராமணர்களின் முழு அதிகாரத்தின்கீழ் உள்ளது. நாட்டின் உச்ச நீதிமன்றம் கூட ஆன்மீகக் குடியரசை நிறுவ வேண்டும் என்று அர்ச்சகர்களைத் தங்கள் கட்டுக்குள் கொண்டு வர முடிவதில்லை. அர்ச்சகர்கள் தங்கள் வேத நூல் சொல்லும் வழியில் செல்லவும், அதற்கான எவ்வித எதிர்மறைக் கருத்துகளையும், முற்றிலுமாகப் புறக்கணிக்கவும் முடிகிறது. வேத சுருதி, வேத ஸ்மிருதி ஆகியவற்றுக்கு அவர்களே முழுச் சொந்தம் கொண்டாடுகிறார்கள். அந்த எல்லைக்குள் யாரும் நுழைய முடியாதபடி, சமயத்தின் பெயரில் கட்டுப்பாட்டை வைத்துள்ளார்கள்.

எப்போதெல்லாம் வேத மரபுகளுக்கும் அதன் தத்துவங்களுக்கும் எதிர்ப்பு வருகிறதோ அப்போதெல்லாம் வேத மரபுகளின் பெயர்களைச் சொல்லியே தங்கள் ஆளுமையை அழுத்தமாக நிறுவிக் கொள்கின்றனர். அதற்குப் பொருத்தமாகவே அனைத்தும் எழுதப்பட்டு வைக்கப்பட்டுள்ளன. கிருஷ்ண பரமாத்மாவும் புத்த மகானும் இதற்கான இரு பெரும் சான்றுகள். இந்த இரு சூத்திரர்களின் எதிர்ப்புகளும் வேதக் கோட்பாடுகள், கட்டுப்பாடுகள்மூலம் புறந்தள்ளப்பட்டன. ஒருவேளை எதிர்த்து எழுவது நடைமுறையில் கடினம் என்றாலும் அதற்கேற்றதுபோல் நவீன உத்திகளால் அவை மறுக்கப்படும் அல்லது அழிக்கப்படும்.

அப்படிப்பட்ட அழுத்தங்கள் வரும்போது அந்தக் கோவில்களோ அங்குள்ள சாமிகளோ பல மாற்றங்களுக்கு உள்ளாகும். சான்றாக, ஹரப்பா நாகரிகக் கடவுளை 'பசுபதி' என்ற புதிய பெயர் சூட்டி, அதன்மூலம் ஹரப்பா நாகரிகத்தையே தங்களுடைய நாகரிகமாகவும் சிவபெருமானின் மதம் என்றும் ஆக்க முயற்சித்தனர். ஆனால் சிவ மத நம்பிக்கை ஹரப்பா காலத்தில் இல்லவே இல்லை. ஷிரிடி சாய்பாபா இன்னொரு நல்ல சான்று. அவர் பிறப்பினால் ஓர் இஸ்லாமியர். ஆனால் வேதப் பண்டிதர்கள் அவரைப் புடம் போட்டார்கள் என்று காலப்போக்கில் சொல்லப்பட்டு அதுவும் நிறுவப்பட்டுவிட்டது. அம்பேத்கர் ஆரம்பித்த நவயான புத்த மதத்தையும் கபளீகரம் செய்ய இந்துத்துவா முயற்சி எடுத்தது.

இத்தனை நடந்தும், புத்தர் பிராமண வேத வழிமுறைகளையும் தத்துவங்களையும் முற்றாக எதிர்த்தார். இதனால் பிராமணியம் சிறிது திசை மாறியதும் உண்மையே. அந்த மாற்றத்தில் கிருஷ்ணர் என்ற சூத்திரரையும், அவர் சொன்னதாகக் கூறப்படும் பகவத் கீதையையும் தங்கள் மதத்திற்குள் இழுத்து இணைத்துக் கொண்டனர். கிருஷ்ணரும் ராமரும் இரு வேறுபட்ட பண்பாட்டு நிலைகளில் உள்ளனர். இதிலும் ஆர்எஸ்எஸ்-பாஜக அமைப்புகள் கிருஷ்ணரைவிட ராமரைத் தங்கள் பதாகைக்குள் எடுத்துக் கொண்டன. இதனால் இரு வேறு கோஷங்கள் எழுந்தன. லாலு பிரசாத் யாதவ் 'ஜெய் ஸ்ரீ கிருஷ்ணா' என்ற முழக்கத்தையும், ஆர்எஸ்எஸ்-பாஜக அமைப்புகள் 'ஜெய் ஸ்ரீ ராம்' என்ற முழக்கத்தையும் கையில் எடுத்துக் கொண்டனர். இரு முழக்கங்களும் சூத்திர-பிராமணப் போராட்டங்களினால் கிளர்ந்தெழுந்தவை. இதை வைத்து கன்ஷிராம் இன்னொரு புதிய முழக்கத்தை ஆரம்பித்தார். 'முலாயமும் கன்ஷிராமும் இணைந்தால், ஜெய் ஸ்ரீராம் என்ற கோஷம் காற்றோடு காற்றாய் மறைந்து போகும்'. புராணக் கதையின்படியே ஸ்ரீகிருஷ்ணர் கால்நடைப் பொருளாதாரத்தைச் சேர்ந்தவர். அதாவது உலகத்திற்கே சொந்தமான தத்துவம் அது.

சிந்துநதி கிருஷ்ணரும் வேத நூலின் ராமரும்

சத்ய சாய்பாபா என்ற இந்து மதத் தலைவர், ராமர் தன் இளம் வயதில் முக்கியமான நான்கு இளவரசர்களில் ஒருவராக இருந்தாலும், மிகவும் பரிதாபகரமான வாழ்க்கையையே வாழ்ந்தார் என்று கூறுகிறார். தன்னைத் தனிமைப்படுத்திக் கொண்டு, எப்போதும் அழுது கொண்டே தன் படுக்கையறையில் இருந்தாராம்.[21] அவரது சோகங்கள் வசிஷ்டர் கொடுத்த போதனைகளால் இலகுவாயிற்றாம். வசிஷ்டரே அவர்களது குடும்பத்திற்கான ஆச்சாரியார். பின்னாளில் வசிஷ்டர் ராமரை ஒரு பெரும் வீரனாக, சத்திரியத் தர்மத்தின் வீரனாக உருவாக்கினார். தனது பதினேழாவது வயதில் தாடகையைக்

கொன்றார். தாடகை யாகங்களைக் கெடுக்கும் ஓர் அசுர ஜாதிப் பெண். ராமர் அசுரர்களைக் கொல்லும் படலம் அப்போதே ஆரம்பித்து விட்டது. ஆனால் கிருஷ்ணரின் இளம் வயது மிகவும் இனியது. அவர் தனது தாய் - தந்தையரோடு வளரவில்லை. இருப்பினும் அவரது வாழ்க்கை இனிதாகச் சென்றது. எப்போதும் விளையாட்டும் புல்லாங்குழலின் இனிய இசையும் என்றிருந்தது. ஆற்றங்கரை நகரங்களிலும், குறிஞ்சிப் பகுதிகளிலும் கால்நடைகளோடு வாழ்ந்த வாழ்க்கை அது. தன் குழந்தை வயதிலேயே கிருஷ்ணர் மாறுவேடத்தில் வந்த அரக்கி புட்டணாவைக் கொன்றார். கோபி போல வந்து, கிருஷ்ணருக்கு விஷம் கலந்த முலைப்பாலைக் கொடுக்க முயற்சிக்க, கிருஷ்ணர் அவள் உயிரையே உறிஞ்சி எடுத்து அவளைக் கொன்றார். எப்படி அத்தனை சிறு வயதுக் குழந்தை அப்படி ஓர் அரக்கியைக் கொல்ல முடிந்தது என்பது ஆச்சரியம்தான். தெய்வக் குழந்தையல்லவா! இதை வேறு ஒரு பதில் மூலம் மழுப்பலாகக் கூற முடியும். வேறு யாரோ உண்மையறிந்து அந்த அரக்கியைக் கொன்று, அந்தக் கொலையைக் கிருஷ்ணர் மேல் சாட்டியிருக்கலாம் என்றும் ஒரு விவாதம் கொடுக்கப்படுவதுண்டு.[22] இதைப் போலவே, வேறு பல அசுரர்களும் - சகடாசுரன், த்ருணாசுரன், வத்சாசுரன், பகாசுரன், காகாசுரன் - கிருஷ்ணரால் கொல்லப்பட்டனர்.

பன்னிரண்டு வயதில் கிருஷ்ணர் தன் சகோதரர் பலராமனுடன் கம்சனின் நகருக்குச் சென்று, அங்கு படைபலம் ஏதுமில்லாமல் தோல்வி அடைய முடியாத தனது மாமனைக் கொன்று விடுகிறார். இதுவும் நம்பமுடியாத ஒரு புராணக் கதை. இதில் ராமர் தன் இனத்து மக்களைக் கொல்லவில்லை; ஆனால் கிருஷ்ணர், கம்சா என்ற தனது யாதவ இனத்தவரையே கொன்றவர். இருவரையும் பற்றி எழுதும் புராணக் கதைகளில் கிருஷ்ணரை விட ராமருக்கு உயர்ந்த இடமளிப்பது போல் எழுதப்பட்டுள்ளது. ராமர் கிருஷ்ணரைவிட ஒரு முக்கியமான வரலாற்றுப் பெரு மனிதர் என்றே இலக்கியங்கள் பேசுகின்றன. வசிஷ்டர் ராமருக்கு மிகத் தீவிரமான கட்டளைகளைக் கற்பிக்கிறார். மனு தர்மத்தை உயர்த்தி வைத்திருக்க வேண்டும் என்றும், நடக்கும் அனைத்து யாகங்களையும் காத்திருக்க வேண்டுமென்றும் கற்றுக் கொடுக்கிறார். கிருஷ்ணரின் குரு சாந்திபனி; இவர் மனு தர்மத்தைக் கடைப்பிடிப்பவரல்ல. ராமர் வசிஷ்டர் என்ற பிராமணர் காட்டிய வழியில் நடக்க, கிருஷ்ணர் அவ்வாறு பிராமணப் போதனைகள் இல்லாமல் வளர்ந்தார். கிருஷ்ணர் தம் விருப்பம்போல் முடிவுகளை எடுத்தார். மனு தர்மத்தை அவர் பின்பற்றவில்லை. ஆனால் ராமர் முழுவதுமாக மனு தர்மத்திற்கு அடிபணிந்திருந்தார். கிருஷ்ணர் அதிலிருந்து விலகி, பழமைகளைப் புறந்தள்ளும் மனதோடு வளர்ந்தார். இதனாலேயே

சங் பரிவார் ராமரை சுவீகரித்துக் கொண்டனர். கிருஷ்ணரை காமலீலை செய்யும் விளையாட்டுத்தனமானவராக ஆக்கிவிட்டனர். கிருஷ்ணரின் பண்பாடுகள் அனைத்தும் கால்நடை வைத்திருப்பவரின் பண்பாடாகச் சித்தரித்துவிட்டனர். அதை மாற்றவும் முடியாது. ஆனால் அவரே சிந்து சமவெளியின் வேளாண் பண்பாட்டை ஒட்டியவர்.

குசேலர் கிருஷ்ணரின் இளம் வயதிலிருந்தே நல்ல நண்பனாக இருந்தவர். மதுராவில் சிறுவர்களாக இணைந்து விளையாடிய குழந்தைகள். குசேலர் ஏழைப் பிராமணர். பொருளாதாரம் அவர்களின் நட்புக்குத் தடையாக இருந்ததில்லை. ஆனால் ராமருக்கு இவ்வாறான நட்பு இருந்ததாகச் சொல்லப்படவில்லை. ராமர் தன் தம்பி இலக்குவனுக்கு சூர்ப்பனகையின் மூக்கு, முலைக்காம்பு, காது ஆகியவற்றை அறுத்து, அவளை அவலட்சணமாக்க வேண்டும் என்று கட்டளையிடுகிறார். அறுபட்ட சூர்ப்பனகை அவமானத்தோடு வெளியேறுகிறார். ஆனால் கிருஷ்ணர் ஜாம்பவதி என்ற பெண்ணை (இன்றைய நாளின் கணக்குப்படி, அவள் ஒரு தலித் பெண்) திருமணம் செய்துகொள்கிறார். திரௌபதியோடு எவ்விதத் தொடர்பும் இல்லாதிருந்தும், அவள் அவமானப்படும் நேரத்தில், அவளின் மரியாதையை இழுக்க இழுக்கக் குறையாத சேலையைக் கொடுத்து அவளைக் காப்பாற்றுகிறார்.

இந்திர தேவனின் தந்திர மந்திரங்களையும் ஆளுமையையும் கிருஷ்ணர் மதிப்பதேயில்லை. இந்திரனை மகிழ்விப்பதற்காக நடத்தப்படும் எந்த யாகத்தையும் கிருஷ்ணர் செய்தது கிடையாது. இதனால் எரிச்சலும் கோபமும் அடைந்த இந்திரன் கிருஷ்ணரோடு போரிடுகிறான். இங்கே இந்திரன் ஆரியக் கடவுளை பிரதிமைப் படுத்துகிறார். (பல மன்னர்களும் இதையே வழிமுறைப்படுத்தினர்.) ஆனால் உண்மையில் இது ஆரியர்களின் தந்திர வேலையே. தங்கள் எதிரிகளை அழிக்க இந்திரனைப் பயன்படுத்தினர். இதைப் புரிந்துகொண்ட கிருஷ்ணர், அதை முறியடிப்பதற்காக, தன்னையே கடவுள் என்று பிரகடனப்படுத்தினார். இப்படி ஒரு தந்திரத்தைக் கிருஷ்ணர் செய்ததும் சூத்திரர்களுக்குப் பெரும் சுயநம்பிக்கை வளர்ந்தது. தங்களைப் பற்றிய பெருமையையும் தன்னம்பிக்கையை யும் பெற்றனர். இது ஒரு பெரும் மாற்றுச் சிந்தனையாக ஆதி குடிமக்களின் மனதில் பதிந்தது. கிருஷ்ணர் அம்மக்களுக்கு வலிமையான ஆன்மீக உந்துதலை இதன்மூலம் கொடுத்தார்.

அதிகக் கல்வியறிவு கொண்ட ராமன் கொடையாக மக்களுக்குப் புதுத் தத்துவங்கள் ஏதும் கொடுத்தது கிடையாது. ஆனால் கிருஷ்ண பகவான் கீதையை மக்களுக்காக அளித்துள்ளார். கீதை வெறும்

வாழ்த்துப் பாட்டல்ல; பல அறிவுரைகளைத் தொகுத்து தரும் பெட்டகம்; பல தத்துவ விவாதங்கள் அதில் அருளப்பட்டுள்ளன. அனைத்து மதங்கள் மீதும் தாக்கத்தை ஏற்படுத்தும் தத்துவ நூல் அது. இந்நூல் முழுமையாக மனு தர்மத்திற்கு முரணாக, எதிராக நிற்கிறது. மனு தர்மத்தில், 'மனிதர்களை அவர்களின் குணநலன்கள், செய்யும் தொழில்களை வைத்து நான்கு வர்ணங்களாகப் படைத்துள்ளேன்'[23] என்று சொல்லப்பட்டுள்ளது. 'நான்கு வகையாக மக்களைப் பிரித்துள்ளேன். நானே படைப்பாளி; அனைத்தையும் யாம் செய்தோம்; அனைத்தையும் என்னால் செய்யவோ, மாற்றவோ முடியும் என்கிறது மனு தர்மம்'.[24] ஆனால் பதவியோடு தொடர்புப்படுத்தும் வர்ணாஸ்ரமத்தைக் கிருஷ்ணர் கீதையில் மறுக்கிறார். மனுதர்மம் சொல்லும் படிநிலை சாதி முறைகளை முழுமையாக எதிர்க்கிறார். மனுதர்மத்தில் 'சாதிகள் பிறப்போடு தொடர்பு உடையவை; அவைகளை மாற்றவே முடியாது' என்று சொல்லப்படுகிறது. ராமர் தானாகத் தன் சாதி நிலையைத் தேர்ந்தெடுக்கும் உரிமையற்றவர்; முன்னோர்களும் பிராமண ஆச்சாரியர்களும் போதித்து, நிலைப்படுத்திய சாதிய அமைப்பின்படி வர்ணாஸ்ரமத்தின்படி ஒரு குறிப்பிட்ட சாதிக்குரியவர் ஆகிறார். ஆனால் கிருஷ்ணன் மிகவும் திறந்ததொரு விவாதத்தை முன்வைக்கிறார். கிருஷ்ணர் ஆடு மேய்ப்பவராக இருந்து, அன்புக்குரிய பெரும் வீரதீரனாகவும், அரசர்களை அரியணையில் அமர்த்தும் வல்லுநராகவும், பெரிய தத்துவ ஞானியாகவும், இறுதியில் கடவுளாகவும் பரிமளிக்கிறார்; பரிணமிக்கிறார். இந்த இனிய மாற்றங்கள் அனைத்தும் ஹரப்பா சூத்திரர்களுக்கு மட்டுமே உரியது; இவை நிச்சயமாக ஆரிய வேத நூல்களைப் பின்பற்றுபவர்களுக்கு ஆனதல்ல.

சிந்து சமவெளியின் லிங்கமும் வேத மரபின் சிவபெருமானும்

பல அறிஞர்களும், மரபுகளும் சிவபெருமானை திராவிடர்களின் கடவுளாகவே அனுமானிக்கிறார்கள்; நம்புகிறார்கள். ஆனால் இது உண்மையா என்ற கேள்வியும் அந்த நம்பிக்கையின் பின் தொக்கி நிற்கின்றது. ஏனெனில் சிவனும் லிங்கமும் நிச்சயமாக வெவ்வேறு நிலைகளைச் சார்ந்தவை. லிங்கம் என்பது இருபால் நிலைகளின் சங்கமம். ஆண், பெண் பிறப்புறுப்புகளின் இணைவு அது. ஆண் குறியையும், பெண் குறியையும் இணைத்து செய்யப்பட்ட வடிவம் அது. இவை பண்டைய ஆன்ம வாதம் அல்லது உயிரியம் (animist / animatic) போன்ற தத்துவங்களின் மீது எழுப்பப்பட்ட உருவியலமைப்பு. கர்ப்பம் அடைவதையும், குழந்தைப் பேற்றையும் மிகவும் மரியாதையாகக் கருத வேண்டும் என்பதற்காக உருவாக்கப் பட்ட குறியீடாக இருக்க வேண்டும். மேலும் ஊன்றிப் பார்த்தால்,

பண்டைய இந்தியர்கள் மனித உடம்பை மிகவும் புனிதமான ஒன்றாகவும், பிள்ளைப் பேற்றுக்கான புனிதமான கருவியாகவும் கருதியுள்ளனர் என்று புரிகிறது. லிங்கம் என்பது ஒட்டுமொத்தமாகப் படைப்பு, காப்பு, இனப்பெருக்கம் என்ற மூன்றின் தொகுப்பாகவும், ஹரப்பா நாகரிகப் பண்பாட்டின் ஆன்மீக அடையாளமாகவும் உள்ளது.

ரிக் வேதத்தில் ருத்திரன் எனச் சிவபெருமான் அழைக்கப்படுகிறார். இவர் சுராக்களில் (Suras) மிக முக்கியமானவர் என்றும் அசுரர்களை அழிக்கும் கடவுள் என்றும் ஐயமறச் சொல்லப்பட்டுள்ளார். இதனால் இவர் 'லயாகரன்', அழிக்கும் கடவுள் என்று அழைக்கப்படுகிறார். மயானப் பூமியில் மண்டை ஓடுகளை மாலையாக அணிந்து கொண்டு, கழுத்தில் விஷப் பாம்பினை சுற்றிக் கொண்டு, காளை வாகனத்தில் ஊர்வலம் செய்து கொண்டு இருக்கும் இந்தக் கடவுள் கொடூரமாகக் காட்சி அளிக்கிறார். அதன் மூலம் தான் ஓர் அழிக்கும் கடவுள் என்பதைக் காண்பிக்கிறார்.

சைவ பிராமணத்தில் சிவபெருமான் முழு முதற்கடவுளில் ஒருவராகச் சித்தரிக்கப்படுவது அதிர்ச்சி அளிக்கிறது. மேலும் அவரைப் பற்றிய பல புனைவுப் புராணக் கதைகளை எழுதியுள்ளனர். அவரை வணங்கும்போது அவரை லிங்க வடிவில் வணங்க வேண்டும் என்று அறிவுறுத்தப்படுகிறது. இதனால் அவரது வடிவமே சிவ வடிவத்திலிருந்து லிங்க வடிவத்திற்கு மாறிவிட்டது.

மொகஞ்சதாரோ அகழ்வாராய்ச்சி நடந்த இடத்தில் கிடைத்த மாவுக்கல் முத்திரை ஒன்றில் 'பசுபதி' என்ற பெயர் பொறிக்கப் பட்டிருந்தது. சிவபெருமானைப் பற்றிக் கிடைத்த தரவுகளில் இதுவே முதலாவது என்று ஒரு குழுவினரும், இது சிவனுக்கு முன்பிருந்த கடவுளைப் பற்றிய குறிப்பு என்று இன்னொரு குழுவினரும் கருதினர். இறுதியில் அக்கல் முத்திரைக்கு 'பசுபதி' - கால்நடைகளின் தலைவன் - என்றே பெயரிடப்பட்டது. சிவபெருமானுக்கான பட்டப் பெயராக அமைந்தது. தேசிய அருங்காட்சியகத்தின் இணையப் பக்கத்தில் 'இந்த முத்திரை சிவபெருமானின் மனிதப் பண்புகளை எதிரொலிக்கும் கண்டுபிடிப்பாக சிந்து சமவெளியில் கண்டுபிடிக்கப்பட்டது. இதன்மூலம் சிவபெருமான் ஒரு மகா யோகியாக, பசுபதியாக, 'லிங்க வடிவத்தில்' வெளிப்படுத்தப்படுகிறார். இந்தச் சிந்துவெளிப் பண்பாடு, வேத மரபுகள் தோன்றுவதற்கு முன்பே தோன்றியது'[25] என்று கூறப்படுகிறது. ஆனால் இந்த முத்திரை ஆண்குறியைக் குறிப்பிடுவதாகக் கருதப்படுவதில்லை; இதைப் பற்றிய விவாதங்கள் பொதுவாகத் தவிர்க்கப்படுகின்றன. இந்த முத்திரை சிவபெருமானின் உருவத்தைச் சார்ந்து இருக்கவில்லை. இதனால் இம்முத்திரையை

சிவனோடு தொடர்புபடுத்துவதற்கான வாய்ப்பும் இல்லை. ஏனெனில் சிவபெருமான் பற்றி வேத மரபுகளில் ஏதும் கூறப்படவில்லை. விறைத்த ஆண் குறி பற்றிய விவரணைகள் வாத்சாயனாரின் காம சூத்திரத்தில் இருந்து உருவாகியிருக்கலாம். இந்த முத்திரையை சிவபெருமானோடு தொடர்புப்படுத்தியது பிராமணர்களின் கைவேலையாக இருக்கக்கூடும். அதோடு சிவனுக்கு 'பசுபதி' என்று சூட்டப்பட்ட பெயரும் ஹரப்பா நாகரித்தினைத் திசை திருப்பும் முயற்சியாகவே தென்படுகிறது. அந்தக் காலத்தில் சமஸ்கிருத மொழி பயன்பாட்டில் இல்லை. ஆனால் அந்த முத்திரையை 'பசு', 'பதி' என்ற சமஸ்கிருதச் சொற்களால் ஆய்வாளர்கள் குறிப்பிட்டனர். சிவபெருமான் ஒரு பெரும் போராளி. கால்நடைகளைக் காக்கும் தெய்வம். 'பசுபதி' என்ற சொல்லுக்கு இதுவே உண்மையான முழுப் பொருள்.

இந்த முத்திரையை இவ்வாறாகவும் விளக்க முடியும் - வீரமான கால்நடைக் காப்பாளராகவும் அவற்றை அடக்கிக் கையாளுவதில் திறமை உள்ளவராகவும் அவர் காண்பிக்கப்படுகிறார். பல விலங்குகளை அடக்கி, பழக்கி மனித நன்மைக்கு அவற்றைப் பயன்படுத்துபவர் அவர். பால், கறி போன்ற உணவுப் பொருள்களை உண்டுபண்ணும் திறமையாளர். இதன்மூலம் ஒரு புதுவகைப் பொருளாதாரத்தை உருவாக்குபவர். விலங்குகளைப் பழக்கப் படுத்திப் பல அலுவல்களில் அவைகளை ஈடுபடுத்துபவர். இதுபோன்ற ஒரு விளக்கமே அறிவுப்பூர்வமானதாக இருக்கும். ஆனால் இந்தியப் பண்பாட்டை ஆய்வு செய்தவர்களில் பலரும் உயர் சாதிப் பெருமக்கள். இவர்களுக்குப் பொருளுருவாக்கம், தற்காப்பு போன்றவை பற்றிய ஆழ்ந்த அறிவு கிடையாது. அதனால் அவர்களின் விளக்கங்களை மேலெழுந்த வாரியாக, இலக்கிய விளக்கங்களை மட்டுமே தரக் கூடியவர்கள். அத்தகைய எழுத்துத் தரவுகளில் பண்டைய வரலாற்றை அப்படியே முழுமையாக எடுத்துத் தருவதிலோ, வரலாற்றிற்கு முந்திய நிகழ்வுகளைத் தருவதிலோ போதாமை மிகுதியாகவே இருக்கும்.

இந்த முத்திரையைப் பற்றிய விளக்கங்களில் இருந்து மாறுபட்டு, 'பசுபதி' என்பதை 'ஆதி ஹரப்பா' என்று மொழியாக்கம் செய்கிறேன். இந்த 'ஆதி ஹரப்பா' காட்டு விலங்குகளை அடக்கி, பழக்கித் தங்களின் அலுவல்களுக்கு அவைகளைப் பயன்படுத்தும் திறமை மிக்கவர். வீடுகள் கட்டவும், கிணறுகள் தோண்டவும், ஊர், தெருக்கள் கட்டமைக்கவும் இந்த விலங்குகள் மனிதர்களின் பயன்பாட்டிற்கு உதவின. ஹரப்பா நாகரிகம் இவ்வாறாகவே மெல்ல வளர்ந்திருக்க வேண்டும். இதன் தொடர்பாகவும், நீட்சியாகவும் சூத்திரர்கள் பொருள் உருவாக்கத்திலும் தற்காப்புகளிலும் முழுமையாக

ஈடுபட்டு, புதிய வாழுமிடங்களைக் கிராமங்களில் அமைத்தனர். பல தொழில்களில் பல சாதியினர் ஈடுபடுத்தப்பட்டனர். ஆனால் இந்தப் பண்பாட்டுவியலில் சமத்துவமும், சமத்துவ வாதமும் இல்லாமல் போய்விட்டன. வேத மரபுகள் தொடர்ந்து கையாண்டு வந்த, உற்பத்தித் திறன் இல்லாத - சூழ்ச்சித்தனமே காரணமாக இருந்தது.

வெறும் பிராமணியத்தையும் பனியா முதலாளித்துவத்தையும் இணைத்து உருவாகும் ஓரமைப்பு, சூத்திரச் சன்னியாசிகளின் அறியாமையையும் உட்கிரகித்தால், அவ்வமைப்பு உற்பத்திப் பெருக்கத்தையும், பாதுகாப்பையும் புறந்தள்ளி விடாதா? அனைத்து மக்களுக்கான உழவுத் தொழில், வேலை வாய்ப்புகள், பொருளாதாரப் பெருக்கம், கல்வி வளர்ச்சி போன்ற அனைத்தும் அழிந்து விடாதா?

இந்தச் சூழலில் மிகவும் அல்லல்படுபவர்கள் சூத்திரர்களே. ஹரப்பா காலத்தில் ஆரம்பித்த அவர்களது நாகரிகம் உழவுப் பண்பாடு மெல்ல மெல்ல மங்கி அழிக்கப்படுகிறது. தம்மைச் சுற்றி நீண்டிருக்கும் இந்துத்துவாவில் இருந்து மீண்டு வர சூத்திரர்கள் தமது பழைய ஹரப்பா நாகரிகத்தில் ஆரம்பித்த தங்கள் பண்பாட்டியலை மீட்டெடுக்க வேண்டும். சூத்திரரான கிருஷ்ண பகவான் கொடுத்த அரசியல் படிப்பினைகளைக் கற்றுக்கொள்ள வேண்டும். சூத்திரத் தீவிர வீரர்களின் தியாக வழிகளையும், அவர்களின் உன்னத நிலையையும் கைக்கொள்ள வேண்டும். இதன் மூலமாகவே தங்கள் உற்பத்தித் திறனையும், பாதுகாப்புத் திறமையையும் அவர்கள் வளர்த்தெடுக்க வேண்டும். சூத்திரர்களின் சமூக, ஆன்மீகப் பண்பாட்டை உயிர்த்தெழ வைக்க வேண்டும். இதன் மூலமாகவே தங்களின் பன்முகக் கலாச்சாரத்தைக் காப்பாற்ற முடியும். ஏனெனில் ஏனைய மதங்கள் சாதிகளைத் தூக்கிப் பிடித்துக் கொண்டு, தீண்டாமையைத் தொடர்ந்து காப்பாற்றிக்கொண்டு வருகின்றன. இந்துத்துவாவினரின் பெரும் அணிக்கு எதிராகச் சூத்திரர்கள், தலித்துகள், ஆதிக் குடிமக்கள் ஒன்றிணைந்து தங்கள் கலாச்சாரத்தையும், உற்பத்தித் திறனையும் வளர்க்க வேண்டும்.

9

சூத்திரர்களிடையே சமூக-கலாச்சார அடையாள உருவாக்கம்

பிந்து என். தோதகத்தி

சாதிகள் பல்வேறு பரிணாமங்களோடும், ஆர்வமூட்டும் உண்மைத் தன்மைகளோடும் இந்திய மண்ணில் உலாவுகின்றன. மிகத் திறமையாக, ஓர் ஓபிசி அடையாளத்துடன் தன்னை இணைத்துக் கொள்ளும் ஒரு பிரதம அமைச்சரை நாம் கொண்டிருக்கிறோம்.[1] ஆனால் ஒரு சூத்திரனாக அவர் எப்போதும் எந்தச் சிரமத்தையும் மேற்கொண்டதே இல்லை. அவர் மோதி காஞ்சி என்ற சாதியில் பிறந்தவர். இந்தச் சாதி இடப்பங்கீடு பட்டியலில் இடம் பெறாமல் தான் இருந்தது. ஆனால் 1990ஆம் ஆண்டில் போடப்பட்ட ஓர் அரசியல் ஆணையின்படி இந்தச் சாதி, பட்டியலில் இணைக்கப் பட்டது. இதன்மூலம் அவர் மிக எளிதாக ஒரு பெரும் வாக்கு வங்கியைக் கைப்பற்ற முடிந்தது. ஆனால் மறுபக்கம், பல ஓபிசி பட்டியலில் உள்ள சாதிகள் தாங்கள் சூத்திரர்களாகக் கருதப்படுவதற்காகக் கவலைப்படுபவர்களாக உள்ளனர். இதற்காக அத்தகைய சாதியினர், தங்களை எவ்விதப் பொருத்தமும் இல்லாமல் தங்களைப் புதிய சத்திரியர்களாகவோ,[2] அல்லது புதுப் பிராமணர்களாகவோ உருமாற்றிக் கொள்ளப் போலித்தனமான முயற்சி எடுக்கிறார்கள்.

இதை மிகப் பொருத்தமாக 1946ஆம் ஆண்டிலேயே முனைவர் அம்பேத்கர் தனது கருத்துகளில் குறிப்பிட்டுள்ளார். 'யாரிந்த சூத்திரர்கள்...?' என்று தலைப்பிட்ட தனது நூலில் சூத்திரர்கள் தாங்கள் ஏன் சமூகத்தில் இந்த நிலைக்குத் தள்ளப்பட்டோம் என்பதைச் சிறிதும் புரிந்து கொள்ளாத அறியாமையில் கண்மூடி வாழும் மக்கள்

என்று குறிப்பிட்டுள்ளார். எவ்வளவு திறமையாகத் தாங்கள் இந்தக் கீழ் நிலைக்குத் தள்ளப்பட்டு விட்டோம் என்று புரிந்து கொள்ள முடியாத மக்களாகவே அவர்கள் தொடர்ந்து இருந்து வருகின்றனர். அவர்கள் ஆசையும், எண்ணமும் குறிக்கோளும் மிகச் சிறியதாகவே உள்ளது. 'இந்த ஆண்டு எவ்வளவு அறுவடையாகும்; அதிகமான விளைச்சல் என்றால் மகிழ்ச்சி'. இந்தச் சிறு வட்டத்திற்கு உள்ளேயே அவர்கள் இப்போதும் வாழ்ந்து கொண்டிருக்கின்றனர்.

'யாரிந்த சூத்திரர்கள்?' என்ற மிக முக்கியமான கேள்வியோடு தன் அருமையான படைப்பை ஆரம்பித்து வைத்தவர் அம்பேத்கர். இந்தக் கேள்வியை இப்போது பல ஓபிசி அறிஞர்கள், அதிலும் மிக முக்கியமான ஆய்வாளராக பேராசிரியர் காஞ்சையா அய்லய்யா ஷெப்பர்ட் முன்னெடுத்துச் செல்கின்றார். இந்த அறிஞர்கள் ஒரு பெரும் பகுத்தறிவுவாத அறிவுக்கதிரை உயரத் தூக்கிப் பிடித்து, சூத்திரர்களின் மன ஓட்டத்தைப் படம்பிடித்துக் காண்பிக்கிறார்கள். அவர்களின் சமூக அடையாளங்களையும் பொருளாதார நிலைப்பாடு களையும் இந்த அறிஞர்கள் உள்ளார்ந்து ஆய்ந்து, வெளியுலகத்தில் அவற்றை நிலைநாட்டி வருகின்றனர். அம்பேத்கர் தன் நூலில் எழுப்பிய ஒரு பொருள் பொதிந்த கேள்வி: 'தாங்கள் இப்போது இருக்கும் இடத்திற்கு எப்படி வந்து சேர்ந்தோம்? என்ற கேள்விக்குப் பதில் தெரியாத மக்கள் இவர்கள்'. இந்தக் கேள்விக்கான பதில் மிக முக்கியமானது. அதுவே சூத்திர மக்களின் ஒருங்கிணைந்த அடையாளமாக இருக்கும். ஆனால் இதற்கான முழுமையான சரியான ஒற்றைப் பதிலைத் தருவது மிகவும் கடினம் என்று மார்க் கேலண்டர் (Marc Galanter) கருதுகிறார். ஏனெனில் பிற்படுத்தப்பட்ட மக்கள் இந்தியாவின் வெவ்வேறு பகுதிகளில் வெவ்வேறு கலாச்சாரப் பண்பாடுகளோடு தனித்தனிக் குழுக்களாக உள்ளனர். இருபதாம் நூற்றாண்டில் 'பிற்படுத்தப்பட்ட மக்கள்' என்றும் 'தாழ்த்தப்பட்ட மக்கள்' என்றும் சூத்திரர்கள் இரு வேறு விதமாக அழைக்கப்பட்டனர்.[3] ஆனால் இந்த நூற்றாண்டின் இறுதியில் சூத்திரர்கள் 'பிற்படுத்தப்பட்ட மக்கள்' என்றும், தலித்துகள் 'தாழ்த்தப்பட்ட மக்கள்' என்றும் குறிப்பிடப்பட்டுள்ளனர். ஏனெனில் சூத்திரர்கள் தீண்டாமைச் சாதியினரோடு ஒரே குழுவாக இணைவதற்குத் தயக்கமும் எதிர்ப்பும் காட்டினர்.[4] இந்த மாற்றங்களால் மண்டல் காலத்திற்குப் பின்பு ஓபிசி மக்களுக்குச் சிறிது அதிகமான அரசியல் அடையாளம் கிடைத்தது. இந்த நிலைப்பாடு வருவதற்கு முன்பு சூத்திரர்கள் பிளவுபட்ட, சமூக கலாச்சாரக் குழுக்களாகவும், தங்களுக்கென்று தனித்த அடையாளமோ, சிந்தனைக் கூறுகளோ இல்லாமல் பரந்து கிடந்தனர்.

தலித்துகள் பழக்கத்தில் ஆழமாகப் பதிந்திருந்த தீண்டாமையால் ஒன்றிணைந்து ஒரே குழுவாகத் திரண்டனர். ஆனால் சூத்திரர்கள்

த்விஜா இனக் குழுவால் 'தீட்டான மக்கள்' என்று அழைக்கப்பட்டு ஒதுக்கி வைக்கப்பட்டிருந்தாலும், இதை எதிர்த்துப் போராடும் மனோநிலை சூத்திரர்களுக்கு வராமல் போய்விட்டது. ஏனெனில் இந்து வர்ணாஸ்ரமத்தின்படி அவர்கள் மேலிருந்து அடக்கி ஆளுவதற்கென்று தலித் இனத்து மக்கள் இவர்களைவிடக் கீழான சமூக நிலையில் தள்ளப்பட்டிருந்தார்கள். அடிமைகளுக்கு அடிமைகள்! ஆகவே அவர்களின் இந்தத் 'தர உயர்வு' அவர்களின் மன எழுச்சியை மடக்கிப் போட்டது. இதனால் சூத்திரர்களை ஒன்றிணைக்கும் மனோயியல் பிறக்காமலேயே போய்விட்டது. இந்த ஒன்றிணைப்பு வராததால் அவர்கள் தனித்தனிக் குழுக்களாகப் பிரிந்து கிடந்தார்கள். அவர்களை அழுத்தி வைத்திருக்கும் சாதியக் கட்டுப்பாடுகளையும், தரத்தையும் அவர்களால் உடைத்தெறியவே முடியாது போனது. அவர்கள் இன்றும் வெறுமனே 'ஓபிசி' என்றதொரு கூட்டமாக, எவ்வித அரசியல் அதிகாரப் பங்கீடுகள் கிடைக்காமல் பிளந்து கிடக்கின்றனர். இந்தப் பின்னணியை வைத்துக் கொண்டு, நான் கர்நாடக மாநிலத்தின் முக்கியமான ஓபிசி சாதிகள் பற்றிய ஆய்வுகளை எடுத்துக் கொண்டுள்ளேன். எவ்வாறு இந்தச் சாதி மக்கள் தங்களைப் பொருளாதார நிலையில், தரத்தில் தங்களை உயர்த்திக் கொண்டு, அதன் மூலம் தங்கள் மேல் ஏற்றப்பட்டுள்ள சூத்திர அடையாளங்களை உதறிவிட முனைகிறார்கள் என்பதையும், ஆனால் அதே சமயத்தில் அவர்கள் எவ்வித அறிவுப்பூர்வமான அல்லது ஆன்மீக உயர்நிலைகளை அடைவதற்கான முயற்சிகள் எடுக்காமல் இருப்பதையும் இக்கட்டுரையில் விவாதிக்க விழைகிறேன்.

பல ஆதிக்க ஓபிசி சாதிகள் உயர்சாதியார் இல்லா இடங்களை ஆக்கிரமித்து, ஏனைய முக்கியத்துவம் இல்லாத சிறுபான்மை சாதி மக்களின் மீது ஆதிக்கம் செலுத்துகின்றனர். இதனைக் கேள்வி கேட்பது இக்கட்டுரையின் நோக்கம். இதனாலேயே இக்கட்டுரையின் நோக்கம் சிறிது தெளிவற்றதாகத் தோன்றலாம். ஏனெனில் இக்கட்டுரை மூலம், இந்து வர்ணாஸ்ரமத்தில் அடைபட்டிருக்கும் சூத்திரர்கள் மேல் நோக்கி உயர்வதற்கு, த்விஜா சாதியினரின் ஆதிக்கத்தை உடைத்து தங்களை உயர்த்திக் கொள்ளும் தணியாத ஆவல் கொள்ள வேண்டும் என்பது வற்புறுத்தப்படுவதாகத் தோன்றும். ஆனால் இப்பார்வையை நான் முற்றிலுமாக மறுக்கிறேன்.

பதிலாக இக்கட்டுரையின் முக்கிய நோக்கங்களாக நான் சிலவற்றை வைக்கின்றேன். 1) பிரிந்து கிடக்கும் சூத்திர மக்களின் வரலாற்றில் அவர்கள் எவ்வாறு ஒதுக்கி வைக்கப்பட்டுள்ளார்கள் என்பதையும், அவர்களுக்கான உரிமைகள், சலுகைகள் என்னவென்பதையும் அறிய வேண்டும். 2) பல தலைமுறைகளாக வேளாண்மைப்

பொருளாதாரத்தில் இருந்து விலகிய இந்தியச் சூழலில் எவ்வாறு சூத்திரர்கள் இந்தப் புதிய இந்தியாவில் காலூன்றி உள்ளார்கள்; 3) சூத்திரர்களின் மத்தியில் சாதிய ஒழிப்புக் கருத்தை ஊடுருவ விட்டு, அவர்களின் அரசியல் அடையாளத்தை உறுதியாக்குவது; 4) த்விஜா இனத்து மக்கள் எவ்வாறு சூத்திர மக்களின் மனம், அறிவு அனைத்தின் மீதும் அடக்குமுறைகளை வைத்து, அதன்மூலம் சிறுபான்மைச் சாதியினர் மேல் நிகழும் கொடுமைகளைத் தடுக்க வேண்டும். 5) இந்தியா முழுமையிலும் அறிவும் ஆன்மீகமும் சார்ந்த உயர் நிலைகளைச் சூத்திரர்கள் அடையவே இல்லை என்பதை உணர வைக்க வேண்டும்.

பற்பல நூற்றாண்டுகளாக உழைக்கும் வர்க்கத்தைத் தொடர்ந்து அதே நிலையில் வைத்திருக்கும் சாதிய நிலைகளை உடைத்து நொறுக்குவதற்குச் சாதியப் படிநிலைகளை முற்றிலுமாக ஒழித்துக் கட்டவேண்டும். மாறாமல் இருக்கும் சாதியத் தரங்களை மாற்றுவதற்கு முழு முன்னெடுப்பு தேவை. இதன்மூலம் பிராமணிய ஆளுமையோடு கலந்துவிட வேண்டுமென்பதோ பிராமணர்கள் இவர்களை ஏற்றுக்கொள்ள வேண்டுமோ என்பதல்ல. அக்கருத்திற்கு இங்கே நிச்சயமாக இடமில்லை.

சூத்திரர்களின் ஆரம்பமும், மாற்றுணர்வு இல்லா 'தேங்கிய நிலையும்'

சூத்திரன் என்ற சொல்லுக்கு நாகரிகமற்ற, பண்பாடற்ற, தாழ்ந்த சாதிக்காரன் என்பதே பொருள். அவனுக்கென்று தனி மரியாதையோ, உயர் நிலையோ எதுவும் கிடையாது.[5] ஆதிக்கச் சாதி என்பது அவர்களின் எண்ணிக்கை, அரசியல் அதிகாரம், பொருளாதார உயர்வு என்பவைகளைப் பொறுத்தது.[6] இந்தோ-ஆரியச் சமூகத்தில் சூத்திரர்கள் சத்திரிய வர்ணத்து மக்களின் பகுதியாக இருந்தாலும் அவர்களுக்கு எவ்வித மரியாதையும் கிடையாது; சதுர் வர்ணத்தின் கடைசியான இறுதிப் படியிலேயே இவர்கள் வைக்கப்படுகிறார்கள்.[7]

சூத்திரர்கள் வர்ணாஸ்ரம தர்மத்தில் 'தீட்டுப்பட்ட' வர்ணத்தினர். ஆயினும் இவர்கள் மன்னர்களாக நிலத்தை ஆண்டனர். அப்போதெல்லாம் அந்தச் சாதியினர் ஆதிக்கச் சாதியினராகக் கருதப்படுகிறார்கள். எவ்வாறு இது நிகழ்ந்தது என்பதை அறிய ஆர்.எஸ். ஷர்மா[8], சுவிரா ஜெய்ஸ்வால்[9] என்ற இரு வரலாற்று ஆய்வாளர்களின் குறிப்புகளை வாசிக்க வேண்டும். இவர்கள் இருவருமே சூத்திர சாதியினர் எங்ஙனம் தீட்டுப்பட்ட நிலையிலிருந்து ஆதிக்க நிலைக்கு உயர்ந்தனர் என்பதையும், அதே சமயத்தில் அவர்கள் எப்போதும் முழுமையான 'சுத்தமான வர்ணத்தாராக' மாறவே

இல்லை என்பதையும் பற்றி எழுதியுள்ளனர். அவர்கள் தீட்டுப்பட்ட நிலையிலிருந்து ஆதிக்க சாதியினராகப் புத்துரு எடுக்கும்போது அவர்கள் நில உரிமை பெற்றார்கள் என்பதை வரலாற்றுப் பக்கங்களில் வெவ்வேறு காலகட்டங்களில் காணலாம். இந்த இரு வரலாற்றாசிரியர்களுமே வர்ணாஸ்ரமம் வட, தென் இந்தியப் பகுதிகளில் ஒரேவிதமாகக் கையாளப்படுவதில்லை என்று தெளிவாகக் கூறியுள்ளனர். வட இந்தியப் பகுதிகளில் வர்ணாஸ்ரம முறை மிகவும் அழுத்தமாகப் பின்பற்றப்பட்டது. நான்கு வர்ணத்தாரும் தங்கள் தங்கள் வர்ணத்திற்குள் மட்டுமே திருமண உறவு - அக மணம் மட்டுமே - கொண்டிருந்தனர். பிராமணியம் கற்பித்தப் படிநிலைகளை அச்சு அசராமல் பழக்கத்தில் கொண்டிருந்தனர். பிராமணிய அதிகாரம் உச்ச நிலையில் இருந்து, அவர்களின் ஆதிக்கம் சாதியக் கட்டுப்பாடுகளில் இருந்து வந்தது. தென்னிந்தியாவில் இந்தச் சாதிய இறுக்கம் அந்த அளவில் இல்லை. இங்கே சத்திரிய, வைசிய வர்ணங்கள் முழுமையாக இருந்ததில்லை. சூத்திரர்கள் முழுவதுமாகச் சத்திரியர்களின் பணிகளைச் செய்து வந்தனர். ஆயினும் தென்னிந்தியாவில் சத்திரிய, வைசிய வர்ணங்கள் ஒன்றாக இணைந்தன; இதனால் சூத்திரர்கள் தீட்டுப்பட்ட மக்களாக நடத்தப்பட்டனர். வரலாற்றில் இம்மக்கள் முழுமையாகப் பொருள் உற்பத்திப் பணிகளில் மட்டும் உழைக்க விதிக்கப்பட்டனர். அதுமட்டுமின்றி, ஏனைய மூன்று வர்ணங்களான பிராமணர்கள், சத்திரியர்கள், வைசியர்கள் என்ற மூவருக்கும் குற்றேவல் செய்யும் பணியும் அவர்கள் தலையில் சுமத்தப்பட்டது.

சமூகவியலாளர் எம்.என். ஸ்ரீனிவாஸ் புகழ்பெற்ற தனது நூலான 'நினைவில் நீங்காதிருக்கும் கிராமம்' (The Remembered Village)[10] என்பதில் கர்நாடகாவில் உள்ள ராமபுரா என்ற கிராமத்தில் 1930கள் வரை பெரும் நிலச்சுவான்தாரர்களாகப் பிராமணர்கள் இருந்து வந்துள்ளனர்; பின்பு நல்லதொரு எதிர்காலம் நோக்கி நகரங்களின் பக்கம் குடியேற ஆரம்பித்தனர் என்கிறார். தங்கள் நிலங்களை வேளாண் பணியில் இருந்த சாதி மக்களிடம் - அதாவது, முக்கியமான சூத்திர சாதியினரின் பொறுப்பில் விட்டுச் சென்றனர். 1950களில் வேளாண் மக்கள் 'உழுதவனுக்கே நிலம் சொந்தம்' என்று குரலெழுப்பினர். இதனால் நிலங்களை உதறிவிட்டுச் சென்ற பல நில உடைமையாளர்கள் தங்கள் நிலத்தை இழக்கும் நிலையை இந்த நிலச் சீர்திருத்தம் கொண்டு வந்தது. நாடு சுதந்திரம் அடைந்தபின் இந்த நிலச் சீர்திருத்தம் ஒரு பெரும் வரலாற்று நிகழ்வாக இருந்தது; ராமபுரத்தில் மட்டும் நிகழ்வாக இல்லாமல் நாடு முழுவதும் அவ்வாறு நடந்தது. இதனால் ஆதிக்கச் சூத்திர சாதியினரும், ஓபிசிகளும், தலித்துகளும் பயனடைந்தனர்.

முன்பே குறிப்பிட்டது போல் வோக்கலிகா, லிங்காயத் என்ற இரு சாதியினரும் பரம்பரையாக வேளாண் தொழிலும், கால்நடை மேய்ப்பாளர்களாகவும், அறுவடைப் பணியாளர்களாகவும் மட்டும் இருந்து வந்துள்ளனர். அதைப் போலவே, அவர்கள் வரலாற்றில் முழுவதுமாக மன்னர்களின் படைகளில் வீரர்களாகச் சேவகம் செய்து வந்துள்ளனர்.[11] இதனால் அவர்களுக்கு முறையான கல்வி பெற வாய்ப்பில்லாமல் ஆங்கிலேயர்கள் வரும் வரை தேங்கியிருந்து விட்டனர். அதாவது, இந்த நல்ல காலம் வரும்வரை, த்விஜர்களின் சமூக, கலாச்சாரக் கட்டுப்பாட்டிற்குள்ளும், முழு ஆளுமையின் கீழும் அழுத்தப்பட்டு வாழ்ந்து வந்தனர். ஆகவே இம்மக்கள் கலாச்சார, அறிவுசார் விஷயங்களில் எவ்விதத் தொடர்பும், ஈடுபாடும் இல்லாமல், தனித்து ஒதுக்கப்பட்ட மக்களாகவே இருந்து வந்துள்ளனர். ஆளுமைகளின் கீழ் அடுக்கப்பட்ட மக்களாகவே காலங்காலமாக இருந்து வந்துள்ளனர். இதனால் எந்தவிதப் பண்பாட்டு, கலாச்சார நடைமுறைகளில் இருந்து விலக்கப்பட்ட மக்களாக இருந்து வந்துள்ளனர். இதனால் சூத்திரர்களும், தலித்துகளும் நாட்டில் பல்வேறு நூற்றாண்டுகளாகப் புதியதோர் சிந்தனை ஏதுமின்றி பழையதொரு, தனித்த நடைபாதையில் மட்டுமே நடந்தவர்களாக இருந்து வந்திருக்கின்றனர். இதனை கே.என். பணிக்கர் என்ற சமூக அறிவியலாளர் தனது 'புதிய இந்தியாவின் கலாச்சாரமும், உணர்வு நிலைகளும்; ஒரு வரலாற்றுப் பார்வை'[12] என்ற தனது நூலில் கலாச்சாரம் என்பதை வாழ்வியலின் ஒரு வழிமுறை என்றழைக்கிறார். அக்கலாச்சாரமும் சமூக அமைப்புகளிலும், மனிதப் பழக்க வழக்கங்களிலும் எதிரொலிக்கும். ஆனால் அவைகளை, அவர்களின் கலைகளிலும், அறிவு நிலைகளிலும் காண முடியாது என்று சொல்கிறார்.[13] இப்படிப்பட்ட மேலதிகாரமும், ஆளுமையும் விடுதலைப் போராட்டத்திலும் காணப்பட்டது. அப்போதிருந்த நாட்டின் பெருந்தலைவர்களில் பலரும் உயர்சாதி மக்களாகவே இருந்தனர். அவர்களின் குறிக்கோள் அரசியல் மாற்றங்களைக் கொண்டு வருவதில் மட்டுமே இருந்தது. கலாச்சார, சமுதாய மாற்றங்கள் பற்றி அவர்களிடம் எவ்வித அக்கறையுமில்லை. ஏனெனில் அவர்களின் சாதியப் பெருமைகளுக்கு எவ்விதக் குந்தகமும் நடக்கவில்லை.

இருபதாம் நூற்றாண்டில் பசவண்ணாவும் அவரது ஆதரவாளர்களும் சாதியப் பிரிவினைகளால் பல மக்கள் தாழ்த்தப்பட்டு வருவதற்கு எதிராகப் போராடி, ஒரு சமூகப் புத்துணர்விற்காக முயற்சி எடுத்தாலும், அவர்களால் சாதியக் கட்டுப்பாட்டில் எவ்வித மாற்றத்தையும் கொண்டுவர முடியவில்லை. இக்கட்டுரையின் பின்பகுதியில் இதற்கான காரணங்கள் பற்றி விவாதிக்கப்படும்.

மக்கள் எண்ணிக்கையின் பலம் சமூக முதலீட்டில் எதிரொலிக்குமா?

1980இல் வந்த மண்டல் ஆணையம் மக்கள் தொகையில் உள்ள சூத்திரர்/ஓபிசி மக்கள் தொகையை 52% என்று நிறுவுகிறது. [14] ஆனால் இப்போதைய அனைத்து ஓபிசி - உயர் நிலைக்கு உயர்ந்துள்ள ஓபிசிகளையும் இணைத்து - மொத்தமாக எந்த விழுக்காட்டில் உள்ளனர் என்று தெரியவில்லை. சாதிவாரியான மக்கள் கணக்கெடுப்பு நடக்காததால் இந்தக் குறை உள்ளது. ஆயினும் ஏற்கெனவே பேரா. அய்லய்யா சொன்னது போல, 'பொதுவாகவே, சூத்திரர்கள் மிக மிகக் குறைந்த அளவிலேயே பல்வேறு அரசியல், பொருளாதார, சமூக நிலைப்பாடுகளில், தங்கள் சாதியினரின் விழுக்காட்டிற்கு மிகவும் குறைவாகவே உள்ளனர். இது மட்டுமின்றி, அரசுப்பணிகள், கல்வி நிலையங்கள், சமயச் சார்புகள் என்று அனைத்திலுமே குறைந்த அளவு மட்டுமே சூத்திரர்களால் கையகப் படுத்தப்பட்டு உள்ளது. நாடு முழுவதும் எடுத்துக் கொண்டாலும் சூத்திரர்கள் பிராமணர்களுக்கும், பனியாக்கள் போன்ற வைசியர்களுக்கும் கீழான நிலைகளிலேயே காணப்படுகின்றனர்.[15]

சமூக முதலீடு என்பது ஒரு முக்கிய அளவீட்டு அலகாக உள்ளது. இதன் மூலமே வெவ்வேறு இனக்குழுக்கள் எந்த அளவு வெளியில் தெரியாத அளவிற்குச் சமூக வலைத்தளங்களிலும், சமூக அமைப்புகளிலும், வேறு வேறு சமூகப் படிநிலைகளில் தங்கள் செல்வத்தை முடக்கியுள்ளனர் என்பது தெரியும். இதனால் சமூக முதலீடு என்பது ஒரு முக்கியக் கோட்பாடாகத் திகழ்கிறது. இதன்மூலம் சாதி உறவுகள், சாதிய தொடர்புகள் என்பதையும், சாதியப் படிநிலைகளின் அமைப்பு பற்றியும் தெரிந்து கொள்ள முடியும். ஊடகங்களில் உயர்சாதி வலதுசாரி கருத்தாளராக இயங்கும் ஆர். வைத்தியநாதன்[16] தனது விமர்சனத்தில் சாதி மக்களிடம் இருந்து வரும் சமூக முதலீடுகளை வைத்து சாதிய அமைப்புகளையும் அச்சாதிகள் மூலம் சாதிய முதலீட்டையும் கணக்கிடக் கூடாது என்கிறார். ஏனெனில் த்விஜா சாதியினரும் பனியாக்களும் உலகப் பொருளாதாரத்திலேயே பெருமளவு முதலீடு செய்துள்ளார்கள் என்கிறார். ஆனால் வேறு விமர்சகர்களான எம். விஜயபாஸ்கர், ஏ. கலையரசன்[17] போன்றோர்களின் விவாதம் வேறு திசையில் உள்ளது. அவர்களைப் பொறுத்தவரையில் சமூக முதலீடு என்பது தொடர்ந்து ஒரே மாதிரியாக மக்களிடமிருந்து வருகிறது என்றும், இது பல இனக் குழுக்களின் சமூக, பொருளாதாரத்தை மிக அழுத்தமாக உறுதி செய்கிறது என்றும் சொல்கின்றனர். இதனோடு சில மக்கள் குழுக்கள் சமூக முதலீட்டில் பங்கின்றி விலகியே உள்ளன. இதன் பயனாகச்

சமூகத்தின் சாதியப் படிநிலைகள் மேலும் வலுவாக உறுதி செய்யப்படுகின்றன. இதுபோன்று சில மக்கள் குழுக்கள் விலகித் தனித்திருப்பது இந்திய சூழலில் எப்போதும் நடந்தேறும் நிகழ்வுதான். இதனால் மக்களிடையே உள்ள ஏற்றத்தாழ்வுகள் தொடர்ந்து நிலை பெறுகின்றன.[18] இந்தச் சூழலில் இந்தியாவின் உண்மையான நிலை மிகத் தெளிவாகப் புலப்படுகிறது. வசதியுள்ள உயர்சாதி த்விஜா மக்கள் வரலாறு நெடுகிலும் பல அமைப்புகளின் தலைமையிலும், பொருளாதாரத்தைத் தங்கள் கட்டுக்குள் வைத்திருப்பதிலும் தொடர்ந்து இருந்து வந்துள்ளனர். அதன் மூலம் தங்கள் இருப்பை மிகவும் உறுதியாக நிலைப்படுத்தியுள்ளனர். தாழ்ந்த சாதி மக்கள் விழித்தெழ முடியாத சூழலே தொடர்ந்து விதிக்கப்பட்டு வந்துள்ளது. சமூக முதலீடு தங்கள் இனத்தாருக்கே பயன்படுவதாகவே தொடர்ந்து கொடுக்கப்பட்டு வருகிறது.

த்விஜா இனத்து மக்களின் முதலீடுகளால் சூத்திரர்களுக்கு மீந்து கிடைத்தது 12 விழுக்காட்டளவில் கீழ் நீதிமன்ற நீதிபதிகளின் பதவிகள்;[19] ஒன்றிய அரசுப் பணிகளிலும் 12% மட்டுமே அவர்களுக்கு மீந்தது.[20] உச்ச நீதிமன்றத்தில் தகவல் அறியும் உரிமைச் சட்டத்தின் விண்ணப்பம் ஒன்று அளிக்கப்பட்டது. நீதிபதிகள், உதவிப் பதிவாளர்கள், முதுநிலை பொதுத் தகவல் அதிகாரிகள் போன்றவர்கள் எண்ணிக்கையை அறிய அளிக்கப்பட்ட விண்ணப்பம். ஆனால் அத்தகையதொரு தகவல் சேகரிக்கப்படுவதில்லை என்ற பதிலே இந்த விண்ணப்பத்திற்காக உச்ச நீதிமன்றத்திலே கிடைத்தது.[21]

இதே சூழலே கர்நாடக மாநிலத்திலும் கிடைத்தது. கர்நாடகாவில் வோக்கலிகா இனத்தாரும், லிங்காயத்து இனத்தாரும் அளவில் பெரும் சாதியினர். இவர்கள் உயர்நிலை ஓபிசிகளாகக் கருதப்படுகிறார்கள். அரசியலிலும் இவர்களின் ஆளுமை அதிகம். இப்படியெல்லாம் இருந்தும் கர்நாடக மாநிலத்தின் உயர் நீதிமன்றத்தில் வெகு சில விழுக்காட்டினரே அதிகாரப் பதவிகளில் இருந்தனர்.[22] அதேபோல், உயர்நிலைக் கல்விக்கூடங்களான ஐஐஎம், இந்தியன் அறிவியல் இன்ஸ்டிட்யூட் (ஐஐஎஸ்சி) பெங்களூரு, தேசியச் சட்டக் கல்லூரி, பெங்களூரு போன்றவற்றிலும் இதே நிலைதான் நீடித்துள்ளது.[23] இது ஒன்றும் அதிகம் ஆச்சரியமளிக்கும் நிலையல்ல. உயர்சாதி சூத்திரர்களும் கர்நாடகாவில் இன்றும் தாழ்ந்த, தாழ்த்தப்பட்ட நிலையிலேயே உள்ளனர். அவர்களது குறைந்த சமூக முதலீடும், ஆங்கிலக் கல்வி அறிவும் இதற்கான காரணங்களாகக் கருதப்படுகிறது.[24] இக்கட்டுரையில் ஏற்கெனவே குறிப்பிட்டது போல, சூத்திரர்கள் இந்தியர்களின் மொத்த எண்ணிக்கையில் 54 விழுக்காடு இருந்தபோதும் அவர்கள் உச்ச நிலைப் பதவிகளுக்கும்,

அதிகார மையங்களுக்கும் தங்களை உயர்த்திக் கொள்ள முடியவில்லை. அவையெல்லாம் த்விஜா இனத்தாரின் கைகளில் மட்டுமே சிக்கியுள்ளது. அவர்களது இறுக்கமான சமுதாயக் கட்டமைப்புகள் என்பவைகளோடு, அவர்களது கல்வி அறிவும், சொத்து வளமும், சூத்திரர்களையும் தலித்துகளையும் தங்களுக்குக் கீழ் அடிமைப்படுத்தி வைத்திருப்பதாலும் மட்டுமே இவ்வாறு முடிகிறது.

மேற்கூறிய சூழலைப் புரிந்துகொள்ள 'சமூக முதலீடு' என்பதன் முக்கியத்துவத்தைப் புரிந்துகொள்ள வேண்டும். இதைப்பற்றி இக்கட்டுரையில் ஏற்கெனவே குறிப்பிடப்பட்டுள்ளது. அடுத்ததாக, இரண்டாவது வழியில், கர்நாடக சூத்திர மக்களின் 'கௌரவப் பெருமை' பற்றித் தெரிந்து கொள்ள வேண்டும். இந்த வீண் பெருமையால் இம்மக்கள் தங்களையே கல்வி, ஆன்மீகம், சமூகக் கலாச்சாரப் பாங்குகள் என்று அனைத்திலிருந்தும் வெளியேற்றப் பட்டு, விளிம்பு நிலை மக்களாகவே உள்ளனர். பிற மாநிலங்களிலும் சூத்திரர்கள் இந்த வெறும் பெருமையால் தரம் தாழ்ந்து மலிந்து போனார்களா? என்பதை பல்வேறு ஆய்வுகளால் கண்டுபிடிக்க வேண்டும். வரலாறும், தற்கால நிகழ்வுகளும் இப்படியெல்லாம் இருந்தும்கூட ஏன் சூத்திர மக்கள் இப்படி வெற்றுப் பெருமைகளோடு சுற்றித் திரிகிறார்கள் என்பதே ஒரு பெரும் கேள்வியாக நிற்கிறது.

சாதிப் பெருமையும் தலித்துகளின் மீதான வன்மமும்

ஏனிந்த சாதிப் பெருமை, எப்படிச் சூத்திரர்கள் விளிம்பு நிலை மக்களாக ஓரங்கட்டப்பட்டார்கள் போன்ற கேள்விகளை எழுப்பும்போது, கிடைக்கும் முதல் பதில் அவர்கள் சமஸ்கிருதமயமாக்கலுக்கு பலிகடா ஆகிவிட்டனர் என்பதுதான். இதனால் இவர்கள் வெறும் சாதிப் பெருமையால் தங்களையே உயர்த்திக் கொண்டு, தங்கள் சாதித் தரத்திற்குக் கீழாக உள்ள சாதியினரான தலித்துகள், ஆதிவாசிகள் மீது பெரும் காழ்ப்புணர்ச்சியை வளர்த்துக் கொண்டு, அவர்கள் மீது வெறுப்பை உமிழ்கிறார்கள். இரண்டாவதாக, இவர்கள் தலித்துகளை அளந்தபடி போலவே, த்விஜா மக்கள் இவர்கள் மீது முழுமையாக ஆளுமை செலுத்துகிறார்கள். இதையே மீண்டும் மீண்டும் அம்பேத்கர் மிக அழுத்தமாகக் கூறுகிறார்: 'சாதியக் கட்டுக்கோப்புகள் பல அடுக்கடுக்கான படிநிலைகளில் மட்டுமே தக்க வைக்கப்படுகிறது. சூத்திரர்கள் த்விஜா சாதியினரால் அழுத்தி வைக்கப்படுகிறார்கள்; சூத்திரர்கள் தங்கள் வழக்கத்தில் தலித்துகளையும் வேறு சில சிறுபான்மையினரையும் தாழ்த்தி வைத்து தங்கள் ஆளுமையை

அவர்கள் மீது வைத்து அழுத்துகிறார்கள்.' [25] தங்களின் இருப்பையே முழுமையாகப் புரிந்து கொள்ளாத சூத்திரர்கள், தாங்கள் இன்னும் தாழ்த்தப்பட்ட நிலையில்தான் இருக்கிறோம் என்பதையும் புரிந்துகொள்ளாத இந்த உயர்சாதி சூத்திரர்கள் தங்களையே புதுச் சத்திரியர்களாகவும், புதுப் பிராமணர்களாகவும் நினைத்துக் கொள்கின்றனர்.

கர்நாடக மாநிலத்தில் உள்ள வோக்கலிகா சாதியினர் மிகவும் வசதியாகத் தங்களைப் புதிய சத்திரியர்களாக உருவகம் செய்துகொண்டு, தங்களது சாதிப்பெயரான 'கௌடா' என்பதை மிகப் பெருமையுடன் சேர்த்துக் கொள்கிறார்கள். இந்தப் பெயரையும் போலிக் கௌரவத்தையும் வைத்துக் கொண்டு அவர்கள் ஏனைய சாதிக்காரர்களையும், வேற்று மதத்தினரையும் கொடுமைப் படுத்துகிறார்கள்.[26] மிகவும் சாதாரணமாகவும், ஏராளமாகவும் கார்கள், ஆட்டோக்கள், சரக்கு வாகனங்களின் பின்னால் மிகப் பெருமையாகக் காட்டிக் கொள்ளும்படி 'கௌடா' என்று குலப்பெருமையைப் பறைசாற்றித் திரிகிறார்கள். இந்தச் சாதிப் பெருமையினால், இந்தச் சாதி இளைஞர்கள் வேறு சாதிப் பெண்களை, அதுவும் தாழ்த்தப்பட்ட சாதிப் பெண்களைத் திருமணம் செய்தால் இவர்களது 'கௌரவம்' பொங்கிப் பெருகுகின்றது! இது வோக்கலிகா சாதியினருக்கு மட்டுமல்ல; வேறு சாதியினரான குருபா போன்ற சூத்திர சாதிகளும் தலித்துகள்மீது தம் வன்மத்தைக் கொடூரமாகக் காண்பிக்கிறார்கள். தங்கள் சாதிப் பெயரைப் பெருமையுடன் போட்டுக் கொள்கிறார்கள். தலித்துகளை அடிமைப்படுத்தி கொடூரம் செய்யப் பற்பல வழிகள் வைத்துள்ளனர்.

இதேபோல் லிங்காயத்து மக்களும் சிறிதளவு மாற்றத்தோடும் தனித்தன்மையோடும் உள்ளனர். அதற்காக அவர்கள் தலித்துகள் மீது அட்டூழியம் செய்வதில்லை என்று பொருளில்லை.[27] லிங்காயத்துகள் ஒன்றிய அரசால் ஓபிசி என்று அங்கீகரிக்கப்பட்டு உள்ளனர். ஆனால் அவர்களிடம் இருந்து ஒரு வலுவான கோரிக்கை வைக்கப்படுகிறது. தாங்கள் இந்து மத அடிப்படையில் இருந்து விலகிவிட்டோம் என்றும், தாங்கள் தனியொரு மதத்தினராக அடையாளப்படுத்தப்பட வேண்டும் என்றும் கோரிக்கை எழுப்புகிறார்கள். இவர்கள் பசவண்ணா என்ற ஒரு பெரும் சமூகச் சீர்திருத்தவாதியின் பின்செல்பவர்கள். பசவண்ணா, பன்னிரண்டாம் நூற்றாண்டில் உதித்து, இந்து மதத்திலுள்ள சாதிய வேறுபாடுகளை எதிர்த்து, அதிலும் முக்கியமாகப் பிராமணியத்தை எதிர்த்துப் போராடியவர். புதியதொரு தர்ம வழியை உருவாக்கினார். அது இந்துமத வேதங்களுக்கு எதிரானவை. அவர் வேதம், சாதிகள், பாலியல் வேறுபாடுகள் போன்றவற்றை முழுமையாக எதிர்த்த ஒரு

சீர்திருத்தவாதி.[28] பெரும்பான்மையான லிங்காயத்துகள் அடிப்படையில் சூத்திர வேர்களில் இருந்து வந்தவர்களே. இதனால்தானோ என்னவோ, அவர்களால் சாதியப் பெருமையை விட்டுக்கொடுக்க முடியாமல் போய்விடுகிறது. இந்த லிங்காயத்துகள் மத்தியிலும் பிரிவினைகளும் அவர்களுக்குள் போட்டிகளும் நடந்து கொண்டிருக்கின்றன. பசவ்ண்ணாவின் ஆதரவாளர்கள் வீர சைவர்கள், இவர்கள் இன்றும் தங்களை இந்துவாகவே கருதுகிறார்கள். அவர்களைப் பொறுத்தவரையில் பசவண்ணா புதிய மதம் என்று ஒன்றையும் ஆரம்பிக்கவில்லை. ஒருவேளை இந்த ஓபிசி மக்களுக்கு வேறொரு மதப் பெயருடன் தனித்த நிலையைக் கொடுத்தால் என்ன நடக்கும் என்பதே ஓர் ஆச்சரியமான கேள்வி.

கர்நாடகாவில் சூத்திரர்களில் பலர் வெற்றுப் பெருமையோடு தங்களை உயர்த்திக்கொண்டு நவ சத்திரியர்களாக மாற்றிக் கொண்ட போது, அங்கு வலதுசாரி இந்துத்துவா கொள்கைகள் ஒன்றை உறுதியாகச் செய்து முடித்தது.[29] இந்துத்துவாவிற்கு அடிமையாக, உயர் சாதிக்காரர்களின் அடிமைகளாக, சூத்திரர்களில் பலரைத் தன்னுள் வைத்து அழுத்திக் கொண்டது. மதத்தின் மூலம் இதைச் செய்து முடித்ததால், நிச்சயமாகச் சூத்திரர்கள் தாங்கள் தாழ்த்தப்பட்ட தரத்திற்கான காரணங்களை ஆராயாமல், அப்படியே ஒத்துக் கொண்டு அடங்கி விடுவார்கள் என்ற தத்துவம் இந்துத்துவா மக்களுக்குப் புரிந்த ஒன்றுதான்.

இதை உறுதிப்படுத்திக் கொள்ளும் எண்ணத்தோடு சில சூத்திர மக்களிடம் (அதிலும் சிறப்பாகச் சில வோக்கலிகா மக்களிடம்), கடற்கரைப் பகுதியில் உள்ள மக்களிடம் நீங்கள் சூத்திரர்கள் தானே என்று கேட்டேன். பெருத்த சிரிப்புடன் அவர்கள் அதை மறுத்தனர். அவர்களைப் பொறுத்தவரையில் வோக்கலிகா மக்கள் சத்திரியத் தலைவர்கள். ஆனால் அவர்களிடம் எப்படியிருப்பினும் நீங்கள் சூத்திரப் பரம்பரையில் வந்தவர்கள்தானே என்று நினைவூட்டப் பட்டபோது, அவர்கள் முகத்தில் ஆச்சரியக் குறியும், மனதில் அதற்கான முழு மறுப்பும் பிறந்தன. மீண்டும் அவர்கள் நான் சொன்னதை மறுத்தனர். இதற்கு மூன்று காரணங்கள் இருக்கின்றன என்பதைக் கண்டேன். 1. ‘சூத்திரர் என்றால் ‘தீட்டுப்பட்டவர்கள்’ என்பதே பொருள். ஆனால் இவர்களைப் பொறுத்தவரையில் தலித்துகளே தீட்டுப்பட்டவர்கள் என்று நினைத்தனர். எப்போதும் தங்களை அந்த நிலையில் வைத்துப் பார்க்கவில்லை. 2. வடநாட்டில் போலல்லாமல், தென்னிந்தியப் பகுதிகளில் வர்ணாஸ்ரமும், சாதிப்படி நிலைகளும் அழுத்தமாகப் பதியப்படவில்லை. இதனால் சூத்திரர்கள் தாங்கள் எளிதாகச் சத்திரியர்களாகவே இருந்து வந்ததாகவே நம்புகின்றனர்.[30] 3. சூத்திரர் ஓபிசி மக்கள்மீது

முழுமையாகக் கட்டுப்பாட்டை அரசியல் ஆளுமைகள் ஏற்றி வைத்திருந்தனர்.

நான் கர்நாடகாவின் ஒரு பகுதியில் பார்த்த இதே அனுபவமே ஏனைய கர்நாடகப் பகுதிகளிலும் இருக்குமென்றே நினைக்கின்றேன். அதேபோல், சூத்திரர்கள் மத்தியிலும் 'ஓரளவு தீண்டாமையும்' கடைப்பிடிக்கப்படுகிறது.[31] இவை அனைத்தும் பல ஆச்சரியமான செய்திகளைத் தரும் என்றே நம்புகின்றேன். சூத்திரர்களின் வாழ்க்கை முறைக்குள் அதிக வெளிச்சத்தை அவை பாய்ச்சக் கூடும். அதன்மூலம் சூத்திரர்களின் குழம்பிப் போயிருக்கும் வரலாற்றுப் படிமங்களும் பிடிபடலாம்.

தீண்டாமை பல்வேறு விதமாகக் கையாளப்படுகிறது. உயர்சாதி ஆதிக்க இந்துக்கள் தலித்துகள் மீது காண்பிக்கும் தீண்டாமை, த்விஜா இந்துக்கள் சூத்திரர்கள் மீது காண்பிக்கும் தீண்டாமை, சூத்திர மக்கள் தங்களுக்குள்ளேயே கையாளும் தீண்டாமை... என்று பலவகைத் தீண்டாமைகள் உண்டு. அதிலும் சூத்திரர்கள் தலித்துகள் மீது வைத்திருக்கும் தீண்டாமை வெகுவாகவே பதிவுசெய்யப் பட்டுள்ளது.[32] ஆனால் இதுபோன்ற பதிவுகள் சூத்திர மக்களின் நடுவிலுள்ள தீண்டாமையையும் த்விஜா மக்கள் சூத்திரர்கள் மீது சுமத்தும் தீண்டாமையையும் போதுமான அளவு பதிவு செய்யப்பட வில்லை. ஆயினும் இந்தப் பழக்கம் இன்றுவரை மக்களிடையே முழுப் பழக்கத்தில் இருந்து வருகிறது.[33] ஒரு சூத்திரனாக நானே த்விஜா மக்களிடம் இருந்து தீண்டாமையை முழுமையாக அனுபவித்துள்ளேன். எனது முன்னோரும் அன்றைய காலத்தில் த்விஜா இனத்து மக்களிடமும், வேறு பல சூத்திர சாதியினரிடமும் தீண்டாமையால் ஒதுக்கப்பட்டு நடத்தப்பட்டுள்ளனர். ஆனால் இதில் ஒரு வித்தியாசம் உண்டு. சூத்திரர்கள் தங்களுக்குள் வைத்திருக்கும் தீண்டாமை, தலித்துகளுக்கு எதிரான தீண்டாமையோடு ஒப்பிடும் போது, அது அத்தனைக் கடுமையானதாகவும் மோசமாகவும் இருப்பதில்லை.[34] இது இன்னும் அதிகமாகவும் ஆழமாகவும் பதிவு செய்யப்பட வேண்டிய ஒன்றாகவே உள்ளது. எனது முன்னோர் தலித்துகளைத் தீண்டாமையால் ஒதுக்கி வைத்திருந்தனர் என்பது வேதனைக்குரிய ஒன்று. இது சாதிய அமைப்பின், சாதியக் கட்டுப்பாட்டின் சாபக்கேடு. சூத்திரர்களின் நடுவில் உலாவும் சமஸ்கிருத மயமாக்கலும், அதன்மூலம் எழும் தீண்டாமையும், அரசியல் பொருளாதார மேம்பாட்டிற்காக அவர்களுக்குள் நடக்கும் தொடர் போராட்டங்களும் இன்னும் அதிகமான ஆய்வுக்குள் உட்படுத்தப்பட வேண்டும்.

சாதிய அரசியலுக்குள் இருக்கும் வெறுப்பினால் எழும் கூச்சலும் குழப்பங்களும் சமீபத்தில் கர்நாடகாவில் நடந்த சமூகப் பொருளாதார

ஆய்வை ஒட்டிய பல செய்தித் தொகுப்புகளில் வெளிவந்தன.[35] அந்த ஆய்வின்படி, பட்டியலினத்தார் 15 விழுக்காடும், இஸ்லாமியர் 12.5 விழுக்காடும், லிங்காயத்துக்கள் 9.8 விழுக்காடும், வோக்கலிக்காவினர் 8.16 விழுக்காடும் உள்ளனர் என்று பதியப்பட்டுள்ளது. இந்த ஆய்வு முடிவுகளும், சாதிய எண்ணிக்கைகளும் கர்நாடக அரசியல் களத்தில் பெரும் அதிர்ச்சியை விளைவித்தது. பல ஆதிக்க சாதியினர் மத்தியிலும் பல எதிர்ப்புகள் எழுந்தன. இத்தனைக் குழப்பங்கள் ஏற்படுகின்றன என்பதால் கர்நாடக அரசு இந்த ஆய்வு முடிவுகளை அதிகாரப்பூர்வமாக வெளியிடாமல் வைத்துள்ளது.

சரிந்து விழும் ஓபிசி பெண்களின் நிலை

இன்றைய சூழலில் ஓபிசி பெண்களின் தராதரமும், நிலையும் ஆய்ந்தறிய வேண்டியுள்ளது. சமஸ்கிருத மயமாக்கலால் ஓபிசி மக்களில் ஆண்களுக்கும் பெண்களுக்கும் நடுவில் உள்ள பாலியல் வேற்றுமைகள் மிகுதியாகி விட்டன. பெண் தொழிலாளர்களின் மீதும் இந்த வேற்றுமை பற்றிப் படர்ந்துவிட்டன. இதனால் ஓபிசி பெண்களின் பொதுப் பணிகளில் உள்ள பங்களிப்பு குறைந்து 5.8 விழுக்காட்டைத் தொட்டது. இந்தத் தரவு 2004 - 2005 ஆண்டுகளில் தேசிய மாதிரி ஆய்வு அமைப்பு (நேஷனல் சாம்பிள் சர்வே அசோசியேஷன்) நடத்திய ஆய்வுகளில் கிடைத்தது. இந்த ஆய்வுகளில் பல காரணிகளால் பெண்களின் பணித்திறன் மட்டுப்படுத்தப்படுகிறது என்பது தெரிந்தது. உலகமயமாக்கலும், நாட்டின் பொருளாதாரத் திட்டங்கள் மாற்றத்திற்கு உள்ளாவதாலும், சாதிய வேறுபாடுகளாலும், பாலியல் வேற்றுமைகளாலும் இந்தச் சரிவுகள் பெண்களிடம் நடந்துள்ளன. உண்மையில் முதலிரண்டு காரணிகள் பின்னால் சொல்லப்பட்ட இரு காரணிகளுக்கு ஆதரவாக இருந்திருக்க வேண்டும். ஆனால் மாற்றாக அவை அந்தக் காரணிகளை மேலும் உறுதியாக நிலைப்படுத்திவிட்டது. அனைத்துச் சமூக அமைப்புகளிலும் பெண்களின் பங்களிப்பு மிகவும் குறைந்து போயின. அதிலும் எஸ்ஸி, எஸ்டி, ஓபிசி பெண்களின் பங்களிப்பு அதிகமாகப் பாதிக்கப்பட்டு, அவை தரையிறங்கியுள்ளன. அதேசமயத்தில், ஒவ்வொரு சாதிய அமைப்பிற்குள்ளும் பாலின வேற்றுமைகள் மேலும் மேலும் விரிவடைந்தன. இதன் பயனாகப் பாலியல் சமத்துவம் முற்றிலுமாக நொறுங்கிப் போய்விட்டது.[36]

பெண்களின் பங்களிப்பு குறைந்தமைக்குக் காரணமாக எஸ். க்ளேசன் இரண்டு காரியங்களைக் கூறுகிறார். வீட்டுப்படி தாண்டி பணிக்குச் செல்லும் பெண்களின்மீது ஏற்றி வைக்கப்பட்ட கரும்புள்ளியும், கணவனின் வருமானம் கூடியதும் இதற்கான காரணங்களாக அவர்

முன்வைக்கிறார்.[37] பாலினச் சார்புகள் மிகுந்து, பாலினத் தொல்லைகளும் மிகுந்து போனதால் பெண்கள் பணிக்குச் செல்லும் போக்கு குறைந்தது. அதிலும் இந்தக் குறைபாடுகள் வெவ்வேறு சாதியினருக்கு வெவ்வேறு விதத் தடைக்கற்களாக அமைந்தன. இதில் SC, ST பெண்களின் மத்தியில் மிக அதிகமாக நடந்தன. ஆயினும் ஓபிசி பெண்களின் நிலையும் அத்தனை உசிதமானதாகவும் இல்லை; அவர்களும் SC, ST பெண்களை ஒட்டியே இருந்துள்ளனர்.[38] இதில் மற்றொரு பக்கமும் உள்ளது. பெண்களின் தலையில் முழுக் குடும்பப் பொறுப்பும் ஏற்றி வைக்கப்பட்டது. அவர்கள் இச்சுமையைத் தாங்கி, அதனையும் கடந்து வெளியில் பணிக்குச் செல்வது ஏறத்தாழ நடக்க முடியாத ஒன்றாக மாறிப்போனது.[39] இதில் சமஸ்கிருத மயமாக்கலும் ஓபிசி பெண்கள் மீது மேலும் ஒரு சுமையை ஏற்றியது. ஓபிசி பெண்களுக்குக் குடும்பப் பொறுப்பு முழுச் சுமையாக மாறி, அவர்கள் வேறு பணியை மேற்கொள்ளத் தடுக்கப்பட்டனர். திறமையிருந்தும் அவர்களுக்கான வாய்ப்புகள் தடுக்கப்பட்டன. ஏறத்தாழ இது பிராமணப் பெண்கள் அடக்கி வைக்கப்பட்டது போல ஓபிசி பெண்களும் அடக்குமுறைக்கு உள்ளானார்கள்.[40]

ஆனால் இவர்களைவிடத் தலித் பெண்கள் மேலும் அதிகமாக சுதந்திரக் காற்றைச் சுவாசித்தார்கள். அவர்களுக்கு மணமுறிவும், மறு திருமணமும் எளிதாகக் கிடைத்தன. ஆனால் ஓபிசி பெண்களின் மீதான அடக்குமுறை அதிகமாகவே இருந்து, அவர்களை நசித்தது.

மேலும் ஒரு தரவு[41] மேலுமொரு செய்தியைத் தருகிறது. வெளியில் சென்று பணிபுரியாத ஓபிசி பெண்கள் கல்வியறிவு பெற்றிருந்தும் வெளியில் சென்று பணிபுரிய விருப்பம் இல்லாதவர்களாக இருந்தனர். ஆனால் SC, ST பெண்களிடம் அந்த விருப்பம் அதிகமாக இருந்தது. இது அவரவர் குடும்பங்களில் உள்ள மொத்த வருவாயைப் பொறுத்த ஒரு காரணமாக இருக்கலாம். ஏறத்தாழ 92 விழுக்காடு ஓபிசி பெண்கள் வீட்டுக் கடமைகளைச் சுமப்பதே தங்களின் முதல் முழுக் கடமை என்று கருதுகின்றனர். 60 விழுக்காட்டுப் பெண்கள் தங்கள் வேலைகளைச் செய்து முடிப்பதற்கு எவ்வித உதவியும் கிடைப்பதில்லை என்கின்றனர்.

கர்நாடகா மாநிலத்தின் கிராமப்பகுதிகளில் வீட்டுரிமை, நில உரிமைகளில் ஓபிசி ஆண்களுக்கும் பெண்களுக்கும் நடுவில் உள்ள வேற்றுமை, SC, ST ஆண், பெண்களுக்கு நடுவில் உள்ள வேற்றுமையை விட மிக அதிகம். SC, ST பெண்களின் நிலைமை இந்த உரிமைகளைப் பொறுத்தவரையில் ஓபிசி பெண்களை விட நன்றாகவே உள்ளது. இதற்கான காரணமாக, கர்நாடக அரசு தனது நில தானத் திட்டங்கள் மூலமும், வீட்டு வசதித் திட்டங்கள் மூலமும் SC,

ST மக்களுக்குச் செய்த நன்மைகளால் ஏற்பட்டதாக இருக்கிறது.[42] இதனால் நிலங்களும் வீடுகளும் இருவர் பெயரிலும் கூட்டுப் பதிவுகள் செய்வதால் ஆண் - பெண் இருவருமே உரிமையாளர்களாக ஆகி விடுகின்றனர்.

ஓபிசி பெண்களின் நிலை குடும்ப வன்முறையில் எந்த அளவு பாதிக்கப்படுகிறார்கள் என்று அறிவது அத்தனை எளிதல்ல. இதற்கான காரணங்கள் இரண்டு. 1. ஆதிக்க சாதிகளிலும், உயர் சாதிகளிலும் பெண்கள் தங்கள் மீது விழும் வன்முறைகளைப் பற்றி வெளிப்படையாகப் பேசுவதில் மிகுந்த தயக்கம் காட்டுவார்கள். மௌனமாக இருப்பதே பெரும்பான்மைக் குடும்பங்களில் நடக்கின்றது. இதைப் பற்றி வெளிப்படையாகப் பேசுவதால் தங்கள் குடும்பத்தின் பெயர் தவறாகக் கருதப்படும் என்பதே அவர்களின் மௌனத்திற்கானக் காரணம். தங்கள் குடும்பத்தின் பெயர் சமூகத்தில் கெட்டுவிடும் என்ற அச்சம் அவர்களை மௌனமாக்கி விடுகிறது. இதனால் நடக்கும் பல வன்முறைச் செயல்கள் வெளிவராமல், சிறிய அளவில் மட்டும் அத்தகையக் குற்றச்சாட்டுகள் வெளிவருகின்றன. இதனால் பெண்களுக்கான வன்முறைகள் மிகக் குறைந்த அளவில் வெளியிடப்படும் நாடுகளில் இந்தியாவும் ஒன்று.[43] 2. முதல் குற்ற அறிக்கைகளை எடுத்து ஆய்வு செய்தபோது SC, ST என்ற சாதியினரை மட்டுமே அவற்றில் அடையாளம் காண முடிந்தது. மற்ற சாதியினரைப் பற்றிய முழுத் தகவல் தெரியாமலே போய்விடும்.

மேலும், உலகிலேயே மிகக் குறைந்த விவாகரத்து நடைபெறுவது இந்தியாவில்தான்.[44] இதற்குக் காரணமாக, அடிப்படை இந்து மதத்தினர் இதுவே நமது 'கலாச்சாரம்', 'பாரம்பரியம்' என்று அறைகூவி பெருமை அடைவதும், அதுவே நமது குடும்பங்களை ஒன்றிணைத்துக் காத்து வருகிறது என்றும் சொல்வதுண்டு. ஆனால், உண்மையில் இங்கு பெண்களுக்கு இதைத் தவிர வேறு வழியில்லை. எத்தனை நடந்தாலும் திருமண உறவையும், குடும்பத்தையும் காத்திருக்க வேண்டிய பொறுப்பு அவர்கள் தலைமேல் கட்டப்பட்டுள்ளது. நாம் மேற்சொன்ன பிரச்னைகள் எல்லாம் ஒன்றுசேர்ந்து வருவதாலும், இச்சமூகம் முழுமையான ஓர் ஆணாதிக்கச் சமூகமாக இருப்பதாலும், இதைக் காத்து நிற்கும் காவல் துறையும் இணைந்து இந்தப் பாழ்பட்ட 'பண்பாட்டைக்' கட்டிக் காத்து வருகிறது. இந்துப் பாரம்பரியம் பெண்களை இத்தனை இழிவுக்குள்ளும் அழுத்தி வைத்துள்ளது. போதாதற்குப் பெண்களின் வறுமை நிலையும், அவர்களால் தங்களையும் தங்கள் வாழ்க்கையையும் காத்துக் கொள்ள முடியாத நிலையிலேயே வைத்திருக்கிறது.

சூத்திரர்கள் கடக்க வேண்டிய பாதை

இக்கட்டுரை எவ்வாறு சூத்திரர்கள் அத்தனை வாழ்வியல் முறைகளிலும் மிகவும் பின்தங்கி உள்ளார்கள் என்பதையும், எத்தகைய வளர்ச்சியும் காணாது சமூக அமைப்புகளில் தேங்கி நின்று விட்டார்கள் என்பதையும் முழுமையாக எடுத்துக் காண்பித்துள்ளது. இத்தனை இருந்தும் மருந்தளவு கூட அவர்களிடம் எவ்விதக் கொந்தளிப்பும் போராட்டமும் தோன்றவேயில்லை என்பதும் உண்மை. சாதிக் கட்டுப்பாடுகளை மாற்றவோ, உடைக்கவோ அல்லது தங்கள் அவலநிலைக்கான அடிப்படைக் காரணங்களைக் காணவோ அவர்கள் எந்த முயற்சியும் எடுக்காமலேயே தொடர்ந்து இருந்து வருகின்றனர்.

சூத்திரர்கள் புதிய பாடங்களை அம்பேத்கர் இயக்கங்களில் இருந்தோ, தலித் - புத்த அமைப்புகளில் இருந்தோ கற்றுக் கொள்ள வேண்டும். சூத்திரர்கள் பலமுறை சாதிக்கு எதிரான போராட்டங்களை அவ்வப்போது நடத்தி வந்தனர். சான்றாக, மஹர் போராட்டத்தைக் குறிப்பிடலாம்.[45] அதிலும் இத்தகையதொரு, சாதிக்கு எதிரான போராட்டத்தை முதன் முதலில் முன்னெடுத்தவர் மகாத்மா ஜோதிபா புலே என்ற சூத்திரரே. போராட்டக் குணம் வாய்ந்த சூத்திரர்கள், சாதிகளுக்கு எதிராகப் போராடிய சூத்திரர்கள், இப்போது சாதிகளின் பெயரால் மிகப்பெரிய அளவில் அநியாயமாக நடந்து கொள்வது இந்துக் கலாச்சாரம் கொடுத்த 'நன்கொடையால்' தான்! கர்நாடக மாநிலத்தில் பல சூத்திரக் கவிஞர்கள் - குவெம்பு போன்ற கவிஞர்கள் - சாதிய முறைகளுக்கு எதிராகத் தங்கள் சமூகக் கருத்துகளைத் தீவிரமாகப் பரப்பினார்கள். 'உலகளாவிய மனித நேயம்' என்ற புதிய சிந்தனைக் கீற்றை உருவாக்கினார்கள். இந்தப் பண்பாட்டில் பிராமணச் சடங்குகள் புறக்கணிக்கப்பட்டன. சாதியச் சார்புகள் ஏதுமில்லாத ஒரு சமநிலை சமூகத்தைப் பிறப்பிக்க வேண்டும் என்றார்கள். அதுவே நமது வாழ்வு முறையாக வேண்டும் என்றார்கள். கவிஞர் குவெம்பு தங்களைப் புறக்கணித்து இழிவுபடுத்தும் இந்துக் கோவில்களில் சூத்திரர்களும் தலித்துகளும் செல்லவே கூடாது என்றார். ஆனால் வலதுசாரி இந்துக்கள் புரட்சிக் குரல் எழுப்பிய குவெம்புவையும் தங்கள் பால் இணைத்துக் கொண்டனர். அவர் இந்துத்துவாவையும் பிராமணியத் தலைமையையும் ஏற்றுக் கொண்டவராகத் தந்திரமாக உருமாற்றினர். சூத்திரர்கள் இதைப் புரிந்துகொள்ள இயலாத மக்களாகி விட்டனர்.[46]

தங்கள் சூத்திர அடையாளங்களில் இருந்து மாறி, தங்கள் கைகளுக்குள் சிக்காத சாதிப் பெருமையை வரித்துக் கொண்டு, அதற்காகவே உயர்

சாதியினரோடு தங்களை இணைத்துக் கொள்ள முயற்சி எடுக்கும் சூத்திரர்கள், அடையாளம் தொலைத்துச் சமூகக் கலாச்சாரத்திற்குள் முங்கி முடங்கிப் போய்விட்டனர். சூத்திரர்கள் சாதிகளை ஒழிக்கும் முனைப்பில் காலடி எடுத்து வைக்க வேண்டும். அவர்கள் தங்கள் உரிமைகளை எடுத்துக் கொள்ளும் ஆர்வத்தை வளர்த்துக் கொள்ள வேண்டும். இன்னும் உயர்சாதி மக்களுக்கு அடிமையாக இருத்தலைக் கைவிட்டுவிட்டு முன்னேற முயல வேண்டும்.

10

சூத்திரர்களின் விழிப்புணர்வும் நாளைய இந்தியாவும்

பள்ளிகொண்ட மணிகண்டா

'சதுர்வர்ணமென்னும் கொடுமையான அமைப்பை இத்தனைக் காலமும் தாங்கிப் பிடித்து, காத்து வந்தவர்கள் சூத்திரர்கள் மட்டுமே. சூத்திரர்களாகப் பலர் தாழ்த்தப்பட்டமைக்கும் மூலக் காரணமாக இருந்த இந்தச் சதுர்வர்ணத்தை, முற்றிலுமாக அழித்து ஒழிப்பதும் சூத்திரர்களால் மட்டுமே செய்ய முடியும்.'

- அம்பேத்கர்[1]

சூழல்

'நோபல் பரிசுகளைப் பெற்ற இந்தியர்களில், இறுதியாக அப்பரிசினைப் பெற்ற அபிஜித் பானர்ஜி உட்பட அனைவரும் பிராமணர்கள். பி.என். ராவ் என்ற பிராமணர் இந்திய அரசியல் சட்டமைப்பை எழுதி, அதை அம்பேத்கரிடம் கொடுத்தார்'. 2020 ஜனவரி 3ஆம் தேதி நடந்த பிராமணர் வணிக உச்சி மாநாட்டில், குஜராத் மாநில சட்டசபைத் தலைவரான ராஜேந்திர திரிவேடி முன்மொழிந்த கூற்று இது.[2] இப்போதைய உள்நாட்டு அமைச்சராகவும், பாஜக கட்சியின் பெருந்தலைவருமான அமித்ஷா என்ற பனியா, காந்தியை ஒரு 'புத்திசாலி பனியா' என்று குறிப்பிட்டிருந்தார்.[3] ராஜேந்திர திரிவேடி ஆர்எஸ்எஸ்-பாஜக

அமைப்பிலுள்ள பிராமணர்; இவர் மோகன் பக்வத் அவர்களின் நம்பிக்கைக்குரிய நெருங்கியவர். பக்வத் ஒரு சரஸ்வத் பிராமணர்; ஆர்எஸ்எஸ் அமைப்பின் தொண்டரணி உறுப்பினர். பக்வத் தனது காவித் திரைக்குப் பின்னிருந்து பாஜக கட்சியை மறைமுகமாக இயக்கி வருகிறார் என்பது அனைவரும் அறிந்த உண்மை. இவரைப் போலவே அமித்ஷா மிகவும் முக்கியமான ஆர்எஸ்எஸ்-பாஜக அமைப்பின் தலைவர். இவர் பாஜக கட்சியின் முன்னாள் தலைவர். ஆர்எஸ்எஸ்-பாஜக என்ற இரு அமைப்புகளையும் பாலம் கட்டி இணைத்து அவைகளைத் தொடர்பில் வைத்திருக்கும் தலைவர் இவர்.

பிராமணர்களும் பனியாக்களும் செல்வம்மிக்க, கல்வியறிவு பெற்ற மக்கள். அவர்களின் கைகளில்தான் இந்திய அரசியல் இயங்கி வருகிறது. நாட்டின் முக்கியமான அமைப்புகளும் நிறுவனங்களும் பெரும்பாலும் இவர்களின் கட்டுப்பாட்டில்தான் உள்ளன. விடுதலை அடைந்தபின் வளரும் இந்தியாவில் தோன்றும் பல சட்டங்களை இயற்றி, இந்தியச் சமூகத்தின்மீது தங்கள் பிடியை மிக வலிமையாக வைத்துள்ளனர்.

திரிவேடியின் கருத்து முழுமையும் சாதியக் கூற்றாக இருந்தபோதும், அவர் சொன்ன கருத்து என்னவோ, உண்மைதான். நோபல் பரிசு வாங்கியவர்களில் ஏன் ஒருவர் கூட பட்டேல், ஜாட், குஜ்ஜர், மராத்தா, கம்மா, ரெட்டி, லிங்காயத்து, வோக்கலிகா, நாயர், நாயக்கர், யாதவ் அல்லது இதுபோன்ற ஒரு சூத்திர சாதியினர் இல்லை? இந்தச் சாதியினர் அனைவரும் நாட்டின் ஆளும் வர்க்கத்தினர்தான். இவர்களே பெரும்பாலும் வேளாண்மை மூலம் நாட்டின் உணவுப் பொருள்களின் உற்பத்தியாளர்கள். சூத்திரர்களிலேயே மேம்பட்ட ஆளுமை உடைய மக்கள். பிராமணர்களே இந்தச் சாதியினரை 'ஆதிக்கச் சாதிகள்' என்று பெயர் சூட்டியுள்ளனர். இதே சொற்றொடரை அயல்நாட்டு அறிஞர்களும் தொடர்ந்து பயன்படுத்தி வருகின்றனர். ஆயினும் இச்சாதியிலிருந்து ஒரே ஒருவர் கூட உலகம் போற்றும் அறிஞராக இதுவரை தலையெடுக்கவில்லை. இம்மக்கள் பிராமணர்களால் ஆளுமைக்கான சாதியினர் என்று ஏற்றி வைக்கப்பட்டு இருந்தாலும், அதையும் மீறி பிராமணர்கள் இவர்களை, இந்துக்களாகவும், இந்துத்துவத்தோடு நெருங்கிய தொடர்பு கொண்டவர்கள் என்றும், தொடர்ந்து அவர்களை ஆன்மீகத்திலும் உயர்த்தி வைத்துப் பேசுகிறது.

இந்த நிலையைச் சூத்திரர்கள் எவ்விதக் கேள்வியுமின்றி அப்படியே ஒத்துக் கொண்டுள்ளனர். ஆனால் எந்த ஒரு தத்துவத்தையும், கருத்தையும் கேள்விக்கு உள்ளாக்குவதில்லை. இந்து, இந்துத்துவா என்ற அமைப்பின் விளிம்பு நிலை மக்களாகத் தங்களை

நிலைநிறுத்திக் கொண்டுள்ளனர். ஆனால் அதன் மீது எந்தக் கேள்வியும் எழுப்புவதில்லை; அதன் உள் கட்டமைப்பில் முழுச் சுதந்திரத்தோடு நுழைவதுமில்லை. அங்கே அவர்கள் வெளிப்புற விளிம்பைத் தாண்டும் உணர்வும் தேவையும் இல்லாமல் இருக்கிறார்கள்.

திரிவேடி சொன்னதுபோல நாட்டில் நோபல் பரிசு வாங்கிய ஒன்பது பேர்களில் எட்டு பேர் பிராமணர்கள்.[4] பிராமணர்களின் மொத்த எண்ணிக்கை எவ்வளவு? ஏறத்தாழ நான்கு விழுக்காடு மட்டுமே. ஆனால் மொத்தச் சூத்திரர்களின் எண்ணிக்கை - இடப்பங்கீட்டில் இடம்பெறாத சூத்திரர்களையும் சேர்த்தே - 52 விழுக்காடு. நோபல் பரிசுகளைக் கூட விட்டுவிடுவோம். நாட்டின் உயர் நிலைகளை அடைந்து, அனைவருக்கும் தெரிந்த அறிவுப்பூர்வத் தலைவர்களாகக் கூட யாரும் இல்லை. காங்கிரஸ் கட்சி சர்தார் வல்லபாய் பட்டேலையும், கிருஷ்ண மேனனையும் முன்னிறுத்தலாம். (இதில் கிருஷ்ண மேனன் பற்றிய நூலொன்றை ஜெய்ராம் ரமேஷ் சமீபத்தில் எழுதி வெளியிட்டுள்ளார்.) ஆனால் இந்தப் பெருந்தலைவர்களும் மோகன்தாஸ் காந்தி, ஜவாஹர்லால் நேரு போன்றவர்களின் அருகில்கூட வைத்துப் பார்க்கப்படுவதில்லை. இதையெல்லாம் பார்க்கும்போது ஒரு மௌனமான பெருங்கேள்வி நம்முன் எழும்பி நிற்கிறது. உணவு உற்பத்தியில் முன்னணியில் இருக்கும் சூத்திரர்களிடமிருந்து ஏன் ஒருவர்கூட அறிவுலகம் போற்றும் அளவிற்கு மேலெழுந்து வரவேயில்லை? உலகம் அனைத்தும் அறிந்த சூத்திரர் ஒருவர் ஏன் உருவெடுக்கவில்லை. அரசியல் உலகிலும் காங்கிரஸ் வரலாற்றில் உள்ள மகாத்மா காந்தி, ஜவாஹர்லால் நேரு போன்றவர்களோ, பாஜக கட்சியின் அடல் பிகாரி வாஜ்பேயி அல்லது நரேந்திர மோடி போன்றோ ஏன் ஒரு சூத்திரர் கூட பெருந்தலைவர் என்ற நிலையைத் தேசிய அளவில் பெறவில்லை? இதைப் போலவே சூத்திரர்கள் உழைக்கும் வர்க்கத்திலிருந்து ஹெட்கேவர் அல்லது மோகன் பக்வத் போன்ற ஆர்எஸ்எஸ் தலைவர்கள் யாரும் உருவாகவில்லை?

விடுதலை பெறுவதற்கு முன் இஸ்லாமியச் சமூகத்திலிருந்து அல்லாமா இக்பால், முகமது அலி ஜின்னா என்ற இருவரும் இந்தியா மட்டுமல்ல, உலகமே அறிந்த அறிவார்ந்தத் தலைவர்களாக உருவெடுத்தனர். ஜின்னாவின் அறிவுத்திறன் ஆர்எஸ்எஸ்-பாஜக போன்ற எதிர் அமைப்புகளிலும் பல பிளவுகளை ஏற்படுத்தும் அளவிற்கு இருந்தது என்பது ஒரு வரலாற்று உண்மை.

மிகவும் தாழ்த்தப்பட்ட நிலையில் வைக்கப்பட்டிருக்கும் தலித் சமூகத்திலிருந்து இரு பெரும் தலைவர்கள் - அம்பேத்கர், கன்ஷிராம்

தோன்றினர். இருவரின் அறிவுக்கூர்மையும் தத்துவக் கோட்பாடுகளும் அனைவரும் அறிந்த ஒன்றே. அம்பேத்கர் உலகம் முழுமையும் அறியப்பட்ட ஒரு பெரும் தத்துவமேதை; பெரும் சிந்தனையாளர்; சட்ட வல்லுநர், சமூகப் போராளி; பொருளாதார விற்பன்னர். சுதந்திரப் போராட்டத்தின் போது, காந்தியைவிட இவரே மிக அடிமட்டத்தில் இருந்த ஏழை மக்களையும் திரட்ட முடிந்த தலைவர். கன்ஷிராம் மிகவும் கீழ் நிலையில் இருந்த தலித் மக்களுக்காகத் தனது அரசியல் பயணத்தை ஆரம்பித்தார். ஏனெனில் சூத்திரர்கள் தலித் அளவிற்கு மிக மோசமாக மிருகத்தனமாக நடத்தப்படவில்லை. ஆனால் பிராமணர்கள், பனியாக்கள், சத்திரியர்கள் என்ற இனக்குழுவிற்கு அடுத்த படியில் - தலித் மக்களைக் கொடுமைப்படுத்துபவர்களாக உள்ளனர் என்பது ஒரு சோகமான உண்மை.

சூத்திரர்கள் மத்தியில் இருந்து தத்துவ ஞானிகளோ, சிந்தனையாளர்களோ, அரசியல் தலைவர்களோ, அறிஞர்களோ, கருத்தியல்வாதிகளோ உருவெடுக்கவில்லை என்பதால் நாட்டிற்கே பெரும் இழப்புதானே. ஒருவேளை அவர்களின் மத்தியில் அறிவுசார்ந்த போட்டிகள் ஏதும் இல்லாததால் இந்த வெறுமை ஏற்பட்டுள்ளதா? இந்த இழப்பினால் நாடு மேலும் நாகரிக வளர்ச்சியில் வளர்வதற்கான தடைக்கற்களாகவே இவர்கள் உள்ளனரா? வேறு எந்தக் குழுவிலிருந்து இல்லாவிட்டாலும், பொதுவுடைமைக் கட்சிகளில் இருந்து கட்டாயம் ஒரு தலைமை உதித்திருக்க வேண்டும். அதுவும் கனவாகவே போய்விட்டது. உழைப்பாளிகள், உற்பத்தியாளர்களான இவர்களிடம் இருந்து நாடு எத்தனையோ பயனடைந்திருக்கலாம்; பலனடைந்திருக்கலாம். அப்படி ஒன்று நடக்காமலே போய்விட்டது. இதை ஒரு சாதிய நிகழ்வாகப் பார்க்காமல் நாடு தழுவியப் பிரச்னையாகப் பார்த்தால்தான் நாட்டின் இழப்பு புலப்படும். நாடு முன்னேற்றம் காணவும், புதிய பாதைகளில் அடியெடுத்து வைக்கவும் சூத்திரர்களின் எழுச்சி மிக முக்கியமாக உள்ளது.

பிராமணர்களும் பனியாக்களும் தங்கள் சாதியினரைத் தேசிய அடையாளத்திற்குள் கொண்டு வந்து விட்டனர். சத்திரியர்கள் சிறிய எண்ணிக்கையில், குறைந்த நிலப்பகுதிகளில் இருந்தாலும் அவர்களும் தேசிய அடையாளத்தைக் காண்பித்து விட்டனர். ஆனால், சூத்திரர்கள் நாடு முழுவதும் நிரம்பி வழிந்தாலும், அவர்களுக்கென்று ஓர் அடையாளத்தை நிறுவத் தவறிவிட்டார்கள். அனைத்து அரசியல் கட்சிகளுக்கும் முதுகெலும்பாக உள்ளவர்கள் சூத்திரர்களே. பிராமணிய ஆர்எஸ்எஸ்-பாஜக அமைப்புகளும் கூட இந்து தர்மம் என்ற பெயரில் சூத்திரர்களின் உண்மையான அடையாளத்தை

ஒழித்துவிட்டு அவர்களைத் தங்களின் பக்கபலமாக வைத்துள்ளனர். அம்பேத்கர் தனது முக்கிய படைப்பான 'யாரிந்த சூத்திரர்கள்?' என்ற கட்டுரையில் கீழ்க்கண்டவாறு எழுதியுள்ளார்:

'மக்களைத் தொழில்வாரியாக நான்கு வர்ணங்களாகப் பிரிப்பது மட்டும் சதுர்வர்ணம் என்றால் அது சாதாரண எளிய கோட்பாடு என்று கூறிவிடலாம். ஆனால் சதுர் வர்ணத்தில் இதற்கும் மேலாக வேறு சில கோட்பாடுகள் உள்ளன. சதுர்வர்ணம் மக்களை நான்கு வர்ணங்களாகப் பிரிப்பது என்பது மட்டுமின்றி, அந்த நான்கு வர்ணங்களில் உள்ள ஒவ்வொரு வர்ணத்திற்கும் என்று தனித்தனி உயர்வு தாழ்வு நிலைகளைக் கற்பித்து, அந்த நான்கு வர்ண மக்களிடம் சமத்துவமின்மையை நிலையாகக் கொண்டு வந்துவிட்டன. அதிலும் இந்தச் சமத்துவமின்மை வெறும் ஏட்டளவில் மட்டும் இருக்கும் ஒன்றல்ல. மாறாக, பிறப்போடு வரும் இந்தச் சமத்துவமின்மை சட்டபூர்வமானதாகவும் இறுதியானதாகவும் உறுதியாக்கப் பட்டுள்ளது. சதுர் வர்ணத்தின்படி சூத்திரர்கள் கடைநிலையில் வைக்கப்பட்டுள்ளனர் என்பதோடு அவர்கள்மேல் பல இழிவுகளைச் சுமத்தி, அவர்களுக்கான சமூகத் தரத்திலிருந்து அவர்களை மேலெழும்ப முடியாதபடி பல கட்டுப்பாடுகள் அவர்கள் மீது திணிக்கப்பட்டுள்ளன. அதுவே இறுதிச்சட்டமாக அறுதியிட்டு அவர்கள் மேல் திணிக்கப்பட்டுள்ளன.'⁵

இதனால் சமூக, சமயக் கட்டுப்பாடுகளால் பழங்காலத்தில் இருந்தே சூத்திரர்களுக்குச் சமஸ்கிருதக் கல்வி மறுக்கப்பட்டது. மாறாக, அவர்கள் அனைவரும் வேளாண் தொழிலிலும், கால் நடைத் தொழிலிலும் வரையறுக்கப்பட்டுத் திணிக்கப்பட்டனர். அதேபோல், இன்றும் ஆங்கில வழிக்கல்வி அவர்களுக்கு மறுக்கப்பட்டவை களாகவே உள்ளன. அதுவும் கிராமப் பகுதிகளில் இந்தத் தடை இன்றும் நிலவி வருகிறது. அத்தகைய உயர்கல்வி நகரத்து வாழ் செல்வந்தர்கள் பிள்ளைகளுக்கும், கற்றறிந்த பெற்றோர் பிள்ளைகளுக்கும் மட்டும் கிடைக்கும் பொருளாகவே உள்ளன.

இருக்கும் இந்தச் சூழலை வைத்துத்தான் சூத்திரர்களின் மனோவியலையும் அவர்களின் கலாச்சாரத்தையும் கணக்கில் எடுக்க வேண்டியதுள்ளது. தங்கள் அடையாளங்களைத் தொலைத்துவிட்ட நிலையில் உள்ள அவர்களைப் பற்றிய உண்மைகளை வெளிக்கொணர வேண்டும். இப்போதைய நிலையில் நம் நாடான இந்தியாவில் இந்து மதம், இந்துத்துவக் கோட்பாடுகளில் அரசியலிலும், சமூகத்திலும் பலமான எதிர்வினைகளைக் கொண்டு வருகின்றன. இதற்கு அடித்தளமாக அமைவது சூத்திரர்களே. ஆனால் இதன் பயனை முழுமையாக அனுபவிப்பவர்களில்லை. பதிலாகப் பிராமணர்கள்,

பனியாக்கள், சத்திரியர்கள் முழுவதுமாக அதன் பலனை வரித்துக் கொள்கின்றனர். இந்தத் தந்திரச் சூழலின் உள் நுழைந்து அனைத்தையும் நடத்திக் கொண்டிருப்பது பிராமண - பனியாக்களின் மூளை மட்டுமே.

சூத்திரர்கள் உடலுழைப்பு நாட்டின் பெருஞ்செல்வமாக உள்ளது. ஆனால் நாட்டின் இன்னொரு பொருளாதாரச் செல்வமான தொழிற்சாலைகளும், சேவைத் துறைகளும் த்விஜா இனத்தாரின் ஆளுகைக்குக் கீழேதான் உள்ளது. உயர் கல்விச் சாலைகள், பிராமணர், பனியாக்கள் பொறுப்பின் கீழ் உள்ளன; அனைத்து இந்து, இந்துத்துவ ஆன்மீகப் பொறுப்புகளுடனும் அவற்றை முழுமையாக நிர்வகிப்பதும் பிராமணர்கள் மட்டுமே; தொழிற்சாலைகளும் வணிகத்துறையும் பிராமணர், பனியாக்கள் ஆளுமையில் உள்ளன. மென்பொருள் துறை வருவதற்கு முன்பு தொழில் உற்பத்தியில் பிராமணர்களின் தொடர்பு குறைவாகவே இருந்து வந்துள்ளது. ஆனால் இப்போது மென்பொருள் துறையை ஏறத்தாழ முழுமையாக அவர்கள் கைப்பற்றி விட்டனர். அவர்களது ஆங்கிலக் கல்வி இதற்குப் பெருமளவு உதவி செய்துள்ளது. இதனோடு அவர்களை அகில உலகத் தொடர்பும் உச்ச நிலைக்குக் கொண்டுபோய் சேர்த்துள்ளது. இவற்றை எல்லாம்விட, ஆள்வது காங்கிரஸ் கட்சியாக இருந்தாலும் பாஜக கட்சியாக இருந்தாலும் அவற்றில் புதிய திட்டங்கள் உருவாகும் போதும், இதையும் தாண்டி, இந்துத்துவ அமைப்புகளும் பொதுவுடைமை அமைப்புகளையும் கூட ஆள்வதும் வழிநடத்துவதும் பிராமணர்களும் பனியாக்களும் என்பதே அதிர்ச்சிகரமான உண்மை. அவர்களே இவ்வமைப்புகளின் தலைவர்களாகவும், வழிகாட்டிகளாகவும் உள்ளனர். பிராமணர்களின் தலைமை நம் நாட்டையும் தாண்டி அயல் நாடுகளின் பெரும் குழுமங்களிலும்கூட அவர்களின் ஆட்சி நீடித்துவிட்டது. ஆனால் சூத்திரர்கள் இன்றுவரை வேளாண் தொழிலில் மட்டும் இருந்து முடங்கிப் போனார்கள். ஏதோ ஓரளவு நாட்டின் சில பகுதிகளில் அவர்களது தலைமை உள்ளது. மாநில அரசியல் அதிகாரங்களை ஆங்காங்கே பெற்றுள்ளனர். ஆனால் அவர்களின் இச்செல்வாக்கு நாட்டின் ஒட்டுமொத்தக் கொள்கை அமைப்புகள் வரை நீட்டிப்பதே இல்லை.

சூத்திரர்களும் தத்துவமும்

தத்துவமும் ஆன்மீக அதிகாரமும் ஒன்றுக்கொன்று நெருங்கிய தொடர்புடையது. தத்துவங்களின் அடிப்படையே உணவுப் பொருள் உருவாக்கலில்தான் அடங்கியுள்ளது. ஆனால் அதிலிருந்து அது

மெல்ல ஆன்மீகம் நோக்கி நகர்ந்தது. வாய்வழியாகப் பல தத்துவங்கள் இன்றும் கல்வியறிவு இல்லாத வேளாண் மக்களிடம் பரவலாக உள்ளது. ஆனால் நூல் சார்ந்த தத்துவங்கள் இப்போது தலைமையை ஏற்றுக்கொண்டுவிட்டன. நூல் சார்ந்த நிலையை முன்பே முழுவதுமாகக் கையகப்படுத்திய பிராமணர்கள், அதனுள்ளே சூத்திரர்கள் நுழைவதைத் தடுத்துவிட்டனர். தத்துவங்கள் மீது சூத்திரர்களின் தாக்கம் ஏதும் இல்லாமல் காத்துக் கொண்டனர். இதனால் சூத்திரர்களுக்கு இந்தத் துறையில் மிகக் குறைந்த அறிவும், பிடிமானமும் இருந்தது. இன்றும் இந்த நிலைதான் உள்ளது. இதிலிருந்து மீள சூத்திரர்களுக்குக் கல்வியும், அதுவும் ஆங்கில வழி உயர் கல்வி மிகவும் அவசியம். அதுவும் இந்த ஆங்கில வழி உயர் கல்வி கிராமப்புறங்களில் இருந்து ஆரம்பிக்க வேண்டும். அதன் வழியேதான் நாடளவிலும், உலக அளவிலும் சூத்திரர்கள் தங்கள் இருப்பைக் காண்பிக்க முடியும்.

உழவுத் தொழில் சார்ந்த தத்துவங்களில் சூத்திரர்களுக்கே பெரும் பிடிப்பு உள்ளது. இதனை நூல் வழியாகத்தான் தெரிந்து கொள்ள முடியும் என்ற நிலை இல்லை. அதிலும் உழவுத் தொழில் செய்யக் கல்வியறிவு இரண்டாம்பட்சம் தான். ஆகவே, கல்வி அறிவு அதிகமில்லாத - அதுவும் கல்வி அறிவு இருந்தாலும் அது அந்தந்தப் பகுதியிலுள்ள மொழிகளில் மட்டுமே பெற்ற கல்வியறிவாகவே இருந்தது - மக்களாகவே சூத்திரர்கள் பன்னெடுங்காலமாக இருந்து வந்துவிட்டனர். சூத்திரர்களின் இந்த நிலை தலித், ஆதி-சூத்திரர மக்கள் மத்தியிலும் இருந்தது. அதிலும் உயர்நிலை தத்துவங்கள் சமயத்தோடு இணைக்கப்பட்டன. அதனால் அவை பிராமணர்களின் சொந்தப் பொருளாக மாறிவிட்டன.

பின்னாளில் அது பனியாக்களுக்கும் சென்றடைந்தது. பனியாக் களுக்குச் சென்றடைந்த இந்தத் தத்துவங்களில் இருந்துதான் மகாத்மா காந்தியும் ராம் மனோகர் லோகியாவும் வெளிவந்தனர். ஆனால் வெங்கையா நாயுடு செல்வச் செழிப்புள்ள சூத்திரக் கம்மா சாதியினராக இருந்தாலும் அவரால் தனிப்பட்ட முறையில் தலைமை நிலையை அடைய முடியாது போயிற்று. அவரால் தத்துவ நிலைகளில் தலைமைத்துவத்தை அடைய முடியவில்லை. அதனால் அவரைப் போன்றவர்கள் பிராமண - பனியாக்களின் தலைமைக்கு ஈடாக வளர்வதோ அல்லது அவர்களையும் கேள்வி கேட்கும் நிலையையோ அடைய முடியாது போயிற்று. ஒருவேளை அவர் சூத்திரராக இருந்தாலும் அவரால் ஆன்மீக, தத்துவச் சமத்துவத்தைப் பெற முடிந்திருந்தால், அவரால் இந்து / இந்துத்துவா அமைப்புகளில் அந்தச் சமத்துவத்தைப் பெற முடிந்திருந்தால் இன்னும் அவர் அதிகமாக வளர்ந்து நாடறிந்த பெரும் தலைவராக உருவெடுத்திருக்க முடியும்.

சர்தார் பட்டேல் எந்தப் பெரும் தத்துவ நிலைகளையும் விட்டுவிட்டுப் போகவில்லை. அதேபோல் கேரளாவில் இருந்து வந்த செல்வந்தரான நாயர் இனத்தைச் சார்ந்த கிருஷ்ண மேனன் இதைப்போலவே தத்துவப் பின்புலம் இல்லாமல் இருந்தமையால் அவர் லண்டனில் உள்ள பொருளாதாரக் கல்லூரியில் படித்துத் திரும்பியிருந்தாலும், அவரால் உச்ச நிலைக்கு உயர முடியாமல் போனது. அவர் பெரும் பொருளாதார அறிஞர்; ஆனால் அடிமட்ட மக்களை உய்விக்க அவர் ஓர் எழுத்து கூட எழுதவில்லை. அவர்களை ஊக்குவித்து, உயர் நிலைக்குத் தூக்கி நிறுத்தி பிராமண - பனியா தலைமைகளோடு சமத்துவம் பெறும் நிலைக்குக் கொண்டுவர முயற்சிகள் ஏதும் எடுக்கவில்லை. இந்தியாவில் உள்ள சாதிகளின் ஆக்கச் சக்தியையும், அதன் அழிவுச் சக்தியையும் பற்றி அவர் எவ்வித ஆர்வமும் எடுத்துக் கொண்டதில்லை; புரிந்து கொண்டதுமில்லை.

இந்தியாவின் தலைமைப் பீடமான புதுதில்லியில் இருந்துகொண்டு, சமய, ஊடக, அதிகார, இந்துத்துவப் பீடங்களில் எவ்விதத் தத்துவ ஆதரவும் இல்லாமல் யாராலும் எதுவும் செய்ய முடியாது. மேலும் சூத்திரர்களுக்கு நாட்டின் முக்கிய மொழிகளான சமஸ்கிருதம், பெர்ஷியன், உருது அதிலும் முக்கியமாக ஆங்கிலம் போன்ற மொழிகளில் அதிகப் பாண்டித்தியம் இல்லை. இன்னும் அவர்கள் தங்கள் பிற்படுத்தப்பட்டோர் நிலையிலிருந்து முன்னேறி, பெரும் கல்வி நிறுவனங்களுக்குள் நுழையவும் முடியாதிருக்கின்றனர். இன்னும் அக்கல்வி நிலையங்களில் பிராமண - பனியாக்களே முழு ஆதிக்கம் செலுத்தி வருகின்றனர். ஆனால் ஓபிசி மக்கள், அதிலும் ஓபிசி பெண்களின் நிலை இன்னும் பல துறைகளில் மிகவும் மோசமான நிலைகளில்தான் உள்ளது. ஆட்சியில் உள்ள அரசு சாதிவாரியாக மக்கள் கணக்கெடுப்பு நடத்தாமல், ஓபிசி மக்களின் எண்ணிக்கையையும் அவர்கள் வாழ்வின் பொருளாதார நிலையையும் வெளிச்சத்திற்குக் கொண்டு வராதபடி தொடர்ந்து இருந்து வருகின்றனர்.

அனைத்துச் சூத்திரர்களும் தங்களை மேம்படுத்திக் கொள்வதில், ஒரே சீராக இருப்பதில்லை. ஏனெனில் நாடு முழுவதும் உள்ள சூத்திரர்கள் வெவ்வேறு பகுதியிலுமுள்ள வெவ்வேறு சாதியினர். அதுவே அவர்களுக்குள் எவ்வித ஒன்றிணைப்பும் வருவதற்கான சாத்தியக் கூறுகள் ஏதுமில்லை. அவர்களுக்குள் ஒரு பொது மொழியில் ஒருவருக்கொருவர் கருத்துப் பரிமாற்றங்கள் நடப்பதற்கும் வழியில்லை. அவரவர் அவரவரது தாய் மொழியில் மட்டுமே தொடர்பு கொண்டிருந்தனர். அனைவருக்குமே பொதுவான தேசிய மொழி என்று ஒன்றுமில்லாமல் போனது. அனைவருக்கும் பொதுவான வளர்ந்த மொழி ஒன்றின் மூலம் அறிவுசார்

கலந்துரையாடல்களைச் செய்யாமல், சிறு நிலப்பகுதியில் மட்டும் பயன்படும் ஒரு மொழியை - அதாவது தாய் மொழியை - மட்டும் தெரிந்து வைத்திருந்தனர். சூத்திரர்கள் கைகளில் எவ்விதத் தேசிய நாளிதழும் இல்லை. ஆங்கிலத்தில் செய்திகள் தரும் ஊடகங்கள் எதுவும் சூத்திரர்களிடம் இல்லை.

ஒரு சில செய்தித்தாள்கள் மட்டுமே சில மொழிகளில் நடத்தப்பட்டுக் கொண்டிருந்தன. ஈநாடு, சாட்சி, ஆந்திர ஜோதி போன்ற சில தெலுங்கு நாளிதழ்கள் அதிக வாசகர் எண்ணிக்கையோடு ஆந்திராவில் வந்து கொண்டிருந்தன. இதைப்போலவே தமிழ்நாடு, கேரளா, கர்நாடகா, மகாராஷ்டிரா மாநிலங்களில் அந்தந்த மொழியில் சூத்திரர்களின் செய்தி இதழ்கள் வெளிவந்து கொண்டிருந்தன. ஆனால் இவற்றிலும் மிகப்பல கட்டுரைகள் பிராமணர்களால் எழுதப் பட்டவை. அவர்களே பத்திரிகையாளர்களாகவும் எழுத்தாளர்களாக வும் உள்ளனர். மிகப்பெரும் ஆங்கிலச் செய்தித்தாள்கள் பிராமண - பனியாக்களால் நடத்தப்பட்டு வருகின்றன. இதனால் வட்டார அரசியல் கட்சிகளின் நோக்கமும் உள்ளடக்கமும் தேசியப் பார்வையாகவே இருந்தாலும் அவை வெளியே தெரிய வருவது மிகக் கடினமே. தேசிய வாய்ப்புகளோ, தலைமைகளோ அவர்களுக்குக் கிடைக்காமலே போய்விடுகிறது.[6]

பிராமணர்களும் பனியாக்களும் ஆளப் பிறந்த அறிவாளிகள் போலவே இருந்து வருகின்றனர். அவர்கள் வட்டார அடையாளங் களைத் தள்ளி வைத்துவிட்டு, தங்கள் கருத்துகளை எப்போதும் முன்னிலைப்படுத்துகின்றனர். அவர்களின் நோக்கமும் சமூக, சமய ஒற்றுமையும் எப்போதும் முன்னிலைப்படுத்தப்படுகிறது. சமய அமைப்புகள் அவர்களின் தலைமையின் கீழ் இயங்குகின்றன. தங்கள் சாதிப் பெயர்களிலேயே அவர்கள் தங்கள் வணிக அமைப்புகளை நிறுவி வருகின்றனர். பிராமண வணிக உச்ச மாநாடு, பனியா வணிக உச்ச மாநாடு போன்றவைகள் சில சான்றுகள்.

பிராமண - பனியாக்கள் முழுமையாகத் தங்கள் இருப்பை உயர்நிலையில் உள்ள அதிகாரம் மிக்க அமைப்புகளில் தொடர்ந்து வலியுறுத்தி வைத்துக் கொண்டிருக்கிறார்கள். ஆனால் அவர்களில் யாரேனும் நிலத்தை உழுவதோ, விதை விதைப்பதோ, களை எடுப்பதோ, அறுவடை செய்வதோ - செய்ததாகவோ சரித்திரம் இல்லை. இதைப்போலவே கால்நடை மேய்த்தல், கிராமிய எல்லைகளைப் பாதுகாத்தல், திருடர்களிடம் இருந்து கிராமத்து மக்களைக் காப்பாற்றுதல் போன்ற சேவைத் தொழில்களோடு சம்பந்தப்பட்டவர்களே இல்லை. இதைப் போலவே வீடோ, கோவில்களையோ கட்டுதலிலும், செங்கல் சூளையிலும்,

மரவேலைகள் செய்வதிலும், மட்பாண்ட குயவுத் தொழிலிலும் கைபடாத மக்கள் இவர்கள். பல்லாயிரக்கணக்கான ஆண்டுகள் பிராமணர்கள் - பனியாக்கள் இவ்வாறே எவ்வித உடலுழைப்பும் தராதவாறு, அத்தனையையும் சூத்திரர்களின் பணியாக ஒதுக்கி வைத்ததோடு நில்லாமல், அவர்களை முழுமையாகத் தங்கள் கட்டுப்பாட்டிற்குள் வைத்திருந்துள்ளனர். தங்கள் பணிகளை மட்டும் புனிதப் பணிகள் என்ற பெயரில் தொடர்ந்து செய்து வந்த இவர்கள், தங்களுக்கென்றே ஒரு மேன்மையைப் படைத்துக் கொண்டு வெற்றிகரமாகத் தொடர்ந்து வாழ்ந்து கொண்டிருக்கிறார்கள்.

இவர்களின் புத்திக்கூர்மை இதோடு நிற்கவில்லை. இதையும் தாண்டி, அவர்கள் சூத்திரர்களைத் தரம் தாழ்ந்தவர்களாகவும் தீட்டுப்பட்டப் புனிதமற்ற மக்களாகவும் ஆக்கி வைத்து விட்டனர். சூத்திரர்களும் இதனை ஒத்துக்கொண்ட மக்களாகவும், பிராமணியப் பனியாக்களைப் படைத்த அதே கடவுள் தங்களை இப்படிப் படைத்ததாகவும் நம்பிக்கொண்டிருக்கின்றனர். சூத்திரர்கள் தங்களுக்கான பெருமைகளை முற்றிலும் மறந்து, தங்கள் நிலையை ஒத்துக்கொண்ட மக்களாக இருந்து வந்துள்ளனர். பிராமணர்களோ பல ரசவாத வித்தை தெரிந்தவர்களாக இருந்தனர். அனைத்துச் சமூக நிகழ்வுகளுக்கும் அவர்களின் விருப்பப்படி பல்வேறு விளக்கங்களைக் கொடுத்தனர். அவைகளில் பல புனைந்த மனோதத்துவ விளக்கமாக இருக்கும். பொதுவாக ஒரு குழு முழுமையாக மற்றொரு குழுவினால் அடிமையாக்கப்படும் போது ஒரு போராட்ட முயற்சி எழுவது மிகவும் இயல்பான ஒன்று. ஆனால் இங்குப் பிராமணர்களால் அளிக்கப்படும் மனோதத்துவப் புனைவுகளோ, பிற மக்களின் மனத்தில் ஆழமாகப் புதைந்து விடுகின்றன. அவைகள் போராட்டச் சிந்தனைகளைக் கூட முளையிலேயே நசுக்கி எறிந்து விடுகின்றன.

ஒடுக்கப்பட்ட மக்கள் வெறுமனே உடல் அளவில் மட்டும் ஒதுக்கப்படுவதில்லை. அதற்கும் மேலாக, அதைவிடக் கொடுமையான முறையில் நடத்தப்படுகிறார்கள். அவை கடவுள் முன் செய்யப்படும் கலாச்சாரங்கள். மனதில் தானாக எழவேண்டிய கடவுள் பக்தியை, அச்சத்தாலும் ஐயத்தினாலும் ஏற்படுத்தி மக்களின் மனதை மாற்றிவைத்து விடுகிறார்கள். பிராமணர்கள் அனைத்துப் பொருட்செல்வத்தின் மீது, இல்லாத ஒன்றின் துணையோடு - அதாவது கடவுளின் பெயரால் - தங்கள் முழு ஆளுமையைச் செலுத்துகிறார்கள். எப்போதெல்லாம் ஒத்துழையாமை மெல்ல அரும்புகிறதோ, எப்போது சமூக நீதிக்காக ஒரு போராட்டம் முகிழ்க்க ஆரம்பிக்கிறதோ, எப்போது பிராமணர்கள் வரைந்த லட்சுமண ரேகை மீறப்படும் நிலை வருகிறதோ, எப்போது சமூக அமைதி கேள்விக்கு

உள்ளாக்கப்படுகிறதோ... அப்போதெல்லாம் பிராமணர்கள் புதிய கதை ஒன்றைப் புனைவார்கள். தெய்வத்தை நடுவில் வைத்து அக்கதை உருவெடுக்கும். அதன்மூலம் அரும்ப ஆரம்பித்த போராட்டம் சமாதிக்குப் போய்விடும்; சமூகச் சீர்திருத்த முயற்சிகள் கட்டுக்குள் கொண்டு வரப்பட்டு முழுவதுமாக முடக்கப்படும்.

இதற்குச் சரியானதொரு சான்றைக் காண்பிக்க முடியும். டாக்டர் அம்பேத்கர் சாதி ஒழிப்பிற்காகப் புத்த சமயத்திற்கு மாறிட வேண்டும் என்று ஒரு புரட்சிக் குரல் எழுப்பினார். ஆனால் அந்தப் புத்தரையே பிராமணர்கள் மகாவிஷ்ணுவின் அவதாரங்களில் ஒருவர் என்று சொல்லி தங்கள் மதத்திற்குள் இழுத்து, அம்மதத்தையே செரித்து, தன்மயமாக்கிக் கொண்டனர். எப்போதெல்லாம் இந்து மதத்தின்மீது கேள்விக்கணைகள் எழுகின்றனவோ, அப்போதெல்லாம் கடவுளே வந்து எதிர்ப்புகளைத் தடுத்து நிறுத்தும் புனைவுக் கதைகள் எழும். சாதி எதிர்ப்பாளர்கள் சீர்திருத்தவாதிகள் தோன்றும்போது அவர்களும் இந்து மதத்தின் உள்ளே இழுக்கப்பட்டு இந்துமயமாவார்கள். இந்து மதத்திற்கு உள்ளோ பிராமணர்கள் மட்டுமே அறுதி ஆளுமை உடையவர்கள். அதை வைத்து அத்தனை எதிர்ப்பையும் வெறுப்பையும் நியாயமற்றதாக்கி, தங்கள் ஆளுமையைச் சட்டபூர்வமான ஒன்றாக ஆக்கி விடுவார்கள். இப்படிப்பட்ட ஒரு சமத்துவமில்லாத, அநியாயமான சமூக உருவாக்கமே தொடர்ந்து இருந்து வருகிறது. இந்தச் சூழலில் சூத்திரர்களுக்குத் தரப்பட்ட இடமே மிகவும் விந்தையான ஒன்று. அவர்கள் தங்களுக்கு மேல் அமர்ந்திருப்பவர்களிடம் சமத்துவம் கேட்பதில்லை; அதேபோல், தங்களுக்குக் கீழுள்ளவர்களுக்கான சமத்துவத்தைத் தருவதுமில்லை. சமத்துவம் வேண்டும் என்று நினைக்காத மக்கள் அவர்கள். அதனால் தங்கள் கீழுள்ள மக்கள் சமத்துவம் கோரினால் அது பெரும் பாவச் செயலாகவே அவர்கள் எடுத்துக் கொள்கின்றனர். சமத்துவம் பற்றிய அவர்களின் அறியாமையினால் அவர்களே பெரும் இழப்பைத் தொடர்ந்து அனுபவித்து வருகின்றனர்.

சூத்திரர்களின் உற்பத்தித் திறனும் அவர்களின் உணவுப் பழக்க வழக்கங்களும் பிராமணர்களால் அவமதிப்போடுதான் பார்க்கப் படுகிறது. இதிலும் மிகக் கடுமையானது எதுவெனில், சூத்திரர்கள் ஆன்மீக அறிவும் ஆன்மீக ஆளுமையும் எடுத்துக் கொள்ளவே கூடாது என்ற தடையைப் பிராமணர்கள் தொடர்ந்து விதித்து வருகின்றனர். சூத்திரர்கள் ஆன்மீக அறிவிற்கு ஆசைப்படும் அளவில் அவர்கள் படைக்கப்படவில்லை. அவர் மரணத்திற்குப் பின்பும் முக்தி பெறுவது முடியாத ஒன்று. சூத்திரர்கள் இந்த உலகில், இந்தப் பிறவியில் எப்படிப் பிராமணர்களோடு சமம் ஆக முடியாதோ, அதே போல்தான் மோட்சப் பேரன்பிலும் சமம் ஆகவே முடியாது.

ஆன்மிகக் கோட்பாடுகளைப் புரிந்து கொள்ளும் தத்துவ அறிவைச் சூத்திரர்கள் இத்தனைக்காலத்தில் எப்போதும் பெறவேயில்லை. மிகப் பல காலமாகப் பல தலைமுறைகளைக் கடந்தும் இன்றுவரை சூத்திரர்கள் பிராமணப் பண்டிதர் சொல்வதையெல்லாம் அப்படியே கேட்டுக் கொண்டு வழிநடக்க வேண்டும் என்ற வழித்தடத்திலிருந்து மாறவேயில்லை. அதைக் கேள்வி கேட்கவேண்டும் என்ற அறிவு அவர்களுக்கு இதுவரை எட்டவேயில்லை. பிராமணர்கள் மட்டும் ஏன் சமயப் போதனை செய்யவேண்டும். ஏன் அவர்களால் ஆன்மீகச் சமத்துவம் பேணப்படுவதில்லை என்ற கேள்விகளை எழுப்பும் திராணி இதுவரை அவர்களுக்கு வரவேயில்லை. பல ஆயிரம் ஆண்டுகளாக இந்த ஆன்மீகச் சமத்துவமின்மையும் தாழ்ந்த சமூகத் தரமும் மாறாமல் தொடர்ந்து வந்துள்ளன. சூத்திரர்களும் உடல் வலிமை மிக்கவர்களே; செல்வமும் சேர்க்கத் தெரிந்தவர்களே. ஆனால் அவர்களிடம் தத்துவம், ஞானம் ஏற்படவேயில்லை. அதுமட்டுமின்றி இந்த நீண்ட காலக் குறையை அவர்கள் புரிந்து கொள்ளவும் இல்லை. தாங்கள் முழுவதுமாக பிராமணர்களால் ஆளப்பட்டு வருகிறோம் என்ற புரிதலும் அவர்களிடம் இல்லை. இதுவரை பிராமணிய உச்சநிலையைக் கேள்வி கேட்டு ஓர் எதிர்ப்புக் குரல்கூட சூத்திரர்கள் மத்தியில் இன்னும் உருவாகவில்லை.

சூத்திரர்களின் உணர்வும் சுய மறுப்பும்

சூத்திரர்களின் உணர்வு நிலைகள் இன்னும் முழுமையாக வெளி வரவில்லை. இதற்கான காரணமாக அவர்களின் சுயமறுப்பே ஒரு தடைக்கல்லாக உள்ளது. எவற்றை வைத்து சூத்திரர்கள் கட்டமைக்கப்பட்டு இருக்கிறார்களோ, அவையெல்லாம் பிராமணர்களிடம் இல்லை. ரிக் வேத காலத்திலிருந்தே சூத்திரர்கள் உழைக்கும் வர்க்கமாக அடையாளப்படுத்தப்பட்டுள்ளனர். ஹரப்பா நாகரீகத்தின் வளர்ச்சிக் காரணமானவர்கள் சூத்திரர்களும், அவர்களின் அறிவும் ஆற்றலும்தான். ஆனால் பிராமணர்கள் எழுதப்பட்ட வேத நூல்களைக் கைகளில் ஏந்தி வந்தபோது, சூத்திரர்களின் மனமும் அறிவும் காணாமல் போய்விட்டன. அவர்களது உணர்வுகள் மறைந்து வெற்று உடம்பும் அதன் ஆற்றலும் மட்டும் மீந்து நின்றன. அதன் பின் அவர்களது உள்ளுணர்வுகள் சில சட்ட திட்டக் கெடுபிடிக்குள் அடைபட்டுப் போய்விட்டன. அடைபட்டுப்போன அவர்களது பிரக்ஞை சுய உணர்வோடு மீண்டும் வெளி வ்ரவேண்டும்; அது முழு விடுதலை அடைய வேண்டும்.

வேத நூல்களை வைத்து எழும் ஆன்மீகப் பேருரைகள், தொழில் கலாச்சாரம் பேணுதல், வரலாற்றறிவு, உணவுப் பழக்க வழக்கங்கள் போன்ற பலவற்றில் சூத்திரர்களின் சுய மறுப்புகள் மிகத் தெளிவாகத்

தெரிகின்றன. இவைகளில் இருந்து சூத்திரர்கள் தங்களையே அந்நியப்படுத்திக் கொண்டனர். இந்த எதிர்மறைப் போக்குகளைப் பார்க்கும்போது ஏன் சூத்திரர்கள் அடிமைப்பட்டே கிடக்கின்றனர் என்பதற்கான காரணம் தெள்ளெனப் பிடிபடுகிறது. இதனால் இவர்கள் எத்தனை எத்தனை கோணங்களில் அடிபட்டு, அடிமைப்படுத்தப்பட்டுக் கிடக்கிறார்கள் என்பதும் புரிகிறது. இவை அனைத்தும் சமூக - உளவியல் காரண காரியங்களே. சாதியக் கட்டுப்பாடுகளில் சமூகத்தின் உச்சியில் இருப்பது பிராமணர்கள், பனியாக்கள், சத்திரியர்கள். அடிமட்டத்தில் அழுத்தி வைக்கப்பட்டவர்கள் தலித்துகள். இந்த இரு நிலைகளுக்கும் நடுவில் கிடக்கும் பரந்துபட்ட பெருஞ் சமூகம் சூத்திரர்கள். நீண்ட நெடுமரம் ஒன்றின் வேராக தலித்துகளும், பெரும் தண்டுகளும், பரந்திருக்கும் கிளைகளுமாகச் சூத்திரர்களும் உள்ளனர். கிளர்ந்தெழும் கிளைகளில் பிராமணர்கள் / பனியாக்கள் / சத்திரியர்கள் ஆகியோர் உள்ளனர். வேரில்லாமல் மரமில்லை. தண்டும் கிளைகளும் வேர்கள் இல்லாமல் எப்படி இருக்கும்? இப்படி இருந்தும் கண்ணில் வெளியே தெரியும் மரத்தின் பாகங்கள் வேர்களுக்கு எதிராக உள்ளன! தன்னைத் தானே அழித்துக் கொள்ளும் வழிமுறை இது இல்லையா? இந்த சுய அழிவுப் பாதையிலிருந்து சூத்திரர்கள் மாற வேண்டும்; புது வழி காண வேண்டும். ஆன்மீக உணர்வுகளில் உயர வேண்டும்; அதன்மூலமே பிராமணர்களை எதிர்க்க முடியும். அதே நேரத்தில் இதன்மூலம் தலித்துகளையும் சமநிலையில் நடத்த முடியும்.

சூத்திரர்களின் தத்துவ அறிவும் குழப்பமும் மிகவும் குறைந்த நிலையில்தான் உள்ளது. இதைவிடக் கலாச்சார வளர்ச்சி இல்லாத ஆப்பிரிக்கர்களும் சில தலைமுறைகளுக்கு முன்பு அடிமைகளாக இருந்த ஆப்பிரிக்கர்களும் அவ்வாறு குறைந்த, தாழ்ந்த நிலையிலிருந்தனர். ஆனால், இப்போது ஆப்பிரிக்கர்களும் ஆப்பிரிக்க அமெரிக்கர்களும் மிகுந்த தத்துவமான இலக்கியங்களைப் படைத்துக் கொண்டு இருக்கின்றனர். நோபல் பரிசு பெற்ற பெரும் அறிவுஜீவிகளையும் ஆப்பிரிக்கர்கள் மத்தியில் பார்க்க முடியும். அதேபோல் அரசியல் தலைவர்கள், சிந்தனையாளர்கள், எழுத்தாளர்கள், பாட்டுக் கலைஞர்கள் போன்ற பல துறைகளில் உள்ள விற்பன்னர்களைக் காணமுடியும். இவர்கள் உலகமறிந்த மக்களாக இருந்தனர். இதைப் போல் உலகமறிந்த சூத்திரர்கள் இந்தியாவிலிருந்து வெளி வந்துள்ளார்களா? 1817ஆம் ஆண்டிலிருந்து, ஆங்கிலேய ஆட்சியினரால் கிறிஸ்துவ, ஆங்கிலக் கல்விச் சாலைகள் ஆரம்பிக்கப்பட்டன. அப்போது புதிதாக மனம் திரும்பிய பிராமணக் கிறிஸ்துவர்கள் அல்லது கிறிஸ்துவரல்லாத பிராமணிய - பனியாக்கள் கைகளில் ஆங்கிலக் கல்வி எளிதாக வந்து விழுந்தது. ஆனால் இந்த ஆட்சிக் கல்வி சூத்திரர்களுக்கு மறுக்கப்பட்டது. மகாத்மா ஜோதி ராவ் புலே முதன் முதல் 1840களில்

ஆங்கிலக் கல்வி பெற்ற முதல் சூத்திரர் ஆவார். அவர் மராத்தி மொழியில் ‘குலம் கிரி’ [7] என்ற நூலை ஆங்கிலத்தில் எழுதப்பட்ட முன்னுரையுடன் வெளியிட்டார். அதற்கு அடுத்ததாக சொல்லப்பட வேண்டிய புத்தகம் காஞ்சா அய்லய்யா ஷெப்பர்ட் 1996இல் எழுதிய ‘நான் ஏன் இந்து அல்ல?’ - இந்துத்துவா, தத்துவம், கலாச்சாரம், அரசியல் பொருளாதாரம் போன்றவைகளின் மீதான ஒரு சூத்திரனின் தீவிர விமர்சனப் பார்வை’.[8]

சூத்திரர்களும் அவர்கள் உருவாக்கிய கலாச்சாரமும்

சில பிராமண-பனியாக்கள் பல்கலைக்கழகங்களில் விவசாயத் துறைகளில் படித்து பட்டம் பெற்று, தனியார், அரசுப் பணிகளில் பெரும் விவசாய விற்பன்னர்களாக நுழைந்தார்கள். வரலாற்றுப் பக்கங்களில் விவசாயத் தொழில் முழுமையும் சூத்திரர்களின் தொழிலாகவே கருதப்பட்டுள்ளது புலப்படும். ஆனால் புதிய நகர நாகரீகத்தில் விவசாயப் பணியில் வேலைக்கு அமர்த்துவதற்காக விவசாயக் கல்விக்குள் புதிதாக நுழைந்த பிராமண - பனியாக்கள் ஏற்கெனவே காலங்காலமாக விவசாயம் செய்து வந்த சூத்திரர்களை விவரமற்றவர்கள் என்று கூறி ஒதுக்கி வைத்தனர். புதிய கல்வி முறையும் வந்தது. இதனைக் கற்றவர்கள் நாளும் பொழுதும் நிலத்தில் உழைத்தவர்களுக்கு வேளாண்மை தெரியாதவர்கள் என்று சொல்லி அவர்களை வேளாண் துறையிலிருந்து ஒதுக்கி வைத்துவிட்டனர்.

சூத்திரர்கள் அல்லும் பகலும் நிலம், நீர், காடு என்று அனைத்து வகை வேளாண்மை செய்து, உற்பத்தித் தொழிலில் உழைக்கும்போது அதனூடே புதிய, வட்டார மொழியையும் கட்டி எழுப்பினர். அவர்களது கலாச்சாரம் அவர்களாலேயே கட்டி எழுப்பப்பட்டது. ஆனால் எந்த உலக மேடைகளிலும் அவர்கள் வேளாண்மையையும், புது வட்டார மொழியையும் தங்கள் படைப்பு என்று கூறமுடியாத சூழல் உருவாக்கப்பட்டது. சூத்திரர்களுக்கு நிலமே ஓர் ஆய்வுக் கூடம். நிலமே அவர்களது கல்விச்சாலை. அவர்களின் வாழ்நாள் அனுபவமே அவர்கள் கற்ற கல்வி. ஆனால் இதனை அவர்கள் எழுத்து வடிவத்தில் உருவாக்குவதற்கான வாய்ப்புகளை ஏற்படுத்திக் கொள்ள முடியவில்லை. கல்வியறிவு இல்லாததால் அவர்களின் அனுபவங்கள் எழுதப்படாத சித்திரங்களாகவே போய்விட்டன. அதன்பின் கல்வியறிவு பெற்ற சூத்திரக் குழந்தைகளுக்கோ மனத்தளவில் நிறுவப்பட்ட தாழ்வு மனப்பான்மையால் அவர்கள் தங்கள் கலாச்சாரத்தைப் பதிவு செய்யாமல் நின்றுவிட்டார்கள். இன்று ஆங்கிலத்தில் எழுதப்பட்ட நூல்களே முன்னிலைப்படுத்தப் படுகின்றன. அந்த ஆங்கிலப் புத்தகங்களை எழுதும் ஆற்றலைச் சூத்திரர்கள் இன்னும் வளர்த்துக் கொள்ளவில்லை.

ஆங்கிலேயர்கள் வந்தபின் அவர்கள் வளர்த்து விட்ட ஆங்கிலக் கல்வியறிவைத் தொடும் அளவிற்கு வளர சூத்திரர்களால் முடியவில்லை. இன்னும் சூத்திரர்கள் முன்பு சமஸ்கிருதக் கலாச்சாரத்திற்கும், இடைக்காலக் கல்வியிலும் உள்நுழையாமல் வெளியில் நிற்க வைக்கப்பட்ட அதே நிலையில்தான் உள்ளார்கள். பிராமண - பனியாக்கள் நன்கு ஆங்கிலம் கற்றனர். ஆனால் சூத்திரர்கள் தங்களுக்குள் வளர்த்துக் கொண்ட தாழ்வு மனப்பான்மையால் ஆங்கிலம் படிக்கவோ, ஆங்கிலத்தில் பேசவோ தயங்கி நின்று விட்டனர். ஆங்கிலத்தின் மீதான அச்சம் அவர்களிடம் மிக ஆழமாகப் பதிந்துவிட்டது. அதைக் களைவதற்குப் பெரும் கலாச்சார மாற்றங்களும் வேண்டியதாக உள்ளது. இதனால் சூத்திரர்கள் சமஸ்கிருதம் கற்று ஆன்மீகத் தத்துவ எல்லைக்குள் போகமுடியாத படிச் செய்யப்பட்டார்கள். இப்போது தங்கள் தாழ்வு மனப்பான்மை யால் ஆங்கில அறிவியல் பெறாமல் விடுபட்டுப் போனார்கள்.

சூத்திரர்களின் நினைவாற்றல்

சூத்திரர்களின் வரலாற்றைப் பற்றிய நினைவுகளே இல்லாமல் போனதுபோல் தோன்றுகிறது. சாதாரணமாக, மனிதனின் நினைவுகள் மூன்று வகையானவை. நீண்ட நினைவுகள், குறுகிய நினைவுகள், நினைவுகளே இல்லாத நிலை. பிராமணர்களுக்கு ஒருவேளை நீண்ட நினைவுத்திறன் இருக்கலாம். அவர்கள் இனிய வாழ்க்கை வாழ்வதற்கேற்ப வேத நூல்களைப் படைத்தனர். அதில் சமூகத்தைப் பிராமணர், சத்திரியர், வைசியர், சூத்திரர் என்று தங்கள் வசதிக்கேற்ப பிரித்தனர். பிரம்மனின் காலிலிருந்து பிறந்தவர்களாகச் சூத்திரர்களைக் காண்பித்து அடிமைகளாக ஆக்கியாயிற்று. அவர்கள் வாழ்ந்த வரலாற்று முழுமையும் அவர்கள் எழுதிவைத்த படைப்பு முழுமையும் நினைவில் மறக்காது நிறுத்தி வைத்துக் கொண்டனர். தங்களை உயர்நிலையில் வைத்துக் கொண்டு, சூத்திரர்களைக் கடைசிப் படிகளில் நிறுத்தும் நான்கு நிலை வர்ணாஸ்ரமச் சட்டத்தை நிலைநாட்டினர். ஆர்எஸ்எஸ்-பாஜக அமைப்புகளும் இந்த வர்ணாஸ்ரமத்தைப் புதியதொரு பெயரில் நிலைநாட்டி வைத்துள்ளனர் - இந்துத்துவா. பிராமணியம் கொடுத்த பெயரே அது. சூத்திரர்கள் தங்கள் அடிமைத்தனத்தின் பழைய வரலாற்றை மறந்துவிட்டார்கள். தங்கள் கலாச்சாரத்தில் ஆன்மீகச் சமத்துவம் இல்லாமல் போனதையும், தங்களுக்கு எவ்விதச் சமூக மரியாதையையும் கொடுக்கவில்லை என்பதையும் முற்றாக மறந்துவிட்டார்கள். ஆனால் பிராமணர்கள் தங்களுக்கெல்லாம் தலைவர்கள் என்பதையும், அனைத்துப் பிராமணர்களும் தங்களது குழுக்கள் என்பதையும், பிராமணர்களே அனைத்திலும்

உயர்ந்தவர்கள் என்பதையும் நினைவில் வைத்துக்கொண்டு விட்டனர். எந்த நிலையிலும் எந்தக் காலத்திலும் பிராமணர்கள் எந்தச் சூத்திரனையும் தங்கள் குருவாகவோ, சாமியார்களாகவோ ஏற்றுக் கொண்டதேயில்லை.

கடவுள் மனிதனைப் படைத்தார் என்ற படைப்புத் தத்துவத்தை நிறுவிவிட்டனர். அதில் சூத்திரர்கள் பிரம்மாவின் காலில் இருந்து பிறந்தான் என்பது மிகவும் கீழ்த்தரமான, இழிவான கற்பனை. மொத்தமாக அந்த இனத்தையே கீழ்மைப்படுத்தும் ஒன்று. சூத்திரர் களுக்கான இழிவு இது. இந்த நிலையில் பலரை ஆயிரக்கணக்கான ஆண்டுகளாகக் கேவலப்படுத்தி வைத்துள்ளனர். இந்தச் சமமின்மைமூலம் பிராமணர்கள் உடலுழைப்பு செய்பவர்களை எல்லாம் தொடர்ந்து இழிவுபடுத்தியுள்ளனர். அம்மக்களுக்கு எவ்வித வாய்ப்பும் கொடுத்து, புத்தியைத் தீட்டிக் கொள்ள அனுமதிக்கவே இல்லை.

சூத்திரர்கள் இவ்விதம் நினைவாற்றல் இல்லாத மக்களாகி விட்டனர். தாங்கள் அடிமைப்பட்டு இழிந்து கிடந்ததும், கிடப்பதும் வரலாற்றின் ஓர் உண்மைப்பகுதி என்பதை அவர்கள் நினைவில் ஏற்றுக் கொள்ளவில்லை. இவர்களைப் போலவே தலித்துகளும் இன்னும் கீழான நிலையில் வைக்கப்பட்டுள்ளனர். ஆனால் இவர்களுக்கு இருப்பது மிகக் குறுகிய நினைவாற்றல். ஏனெனில் நல்லதொரு மருத்துவர் அவர்கள் விழித்தெழுவதற்கான மருந்தைக் கொடுத்துள்ளார். அந்த டாக்டர் பாபா சாகேப் அம்பேத்கர். ஆனால் சூத்திரர்கள் மத்தியிலிருந்து இதுபோன்ற ‘மருத்துவர்’ இன்னும் அவதரிக்கவே இல்லை என்பது இன்னும் பெரும் சோகம்.

சூத்திரர்களும் பிராமண மரக்கறி உணவுக் கொள்கையும்

சூத்திரர்கள் எப்போது சில விலங்குகளை வீட்டு விலங்குகளாக மாற்றினார்களோ, அப்போதிலிருந்து உணவுப் பொருள்களின் எண்ணிக்கை அதிகமாயிற்று. முற்கால மக்கள் வேளாண் முறைகளைக் கற்றுக் கொள்வதற்கு முன்பு காட்டுப் பொருள்களும், விலங்குகளும் அவர்களது உணவின் முக்கியப் பங்குகளாகின. சூத்திரர்களின் உணவுப் பழக்கம் மிகவும் பரந்தது; விரிவானது. இந்தக் கலாச்சாரம் அவர்களோடு வரலாறு முழுவதும் ஒட்டி வளர்ந்தது. ஆனால் சமணமும், பிராமணியமும் தினசரி உணவுப் பழக்கத்தையும், ஆன்மீக உணவுப் பழக்கத்தையும் முற்றிலுமான மரக்கறி உணவாக மாற்றியது. இதுபோன்ற நிகழ்வு உலகத்திலேயே நம் நாட்டில் மட்டும் நடந்தது. உலக முழுவதும் உள்ள உணவுப் பழக்கம் மிகவும் விரிவான ஒன்றாகவே இருந்து வந்துள்ளது. இதை வைத்தே பிராமணியத்தின்

பிடியில் உள்ள ஆர்எஸ்எஸ்-பாஜக – சிலர் அங்கே தலித்துகளாகவும், சூத்திரர்களாக இருந்தாலும் – மரக்கறி உணவுப் பழக்கத்தை நாடு முழுவதும் கொண்டு வர முயற்சியெடுக்கிறது.[9] இந்துப் பாரம்பரியம் என்ற பெயரில் மத்தியப் பிரதேசத்து மாநில அரசு பள்ளிக் குழந்தைகளுக்குக் கொடுக்கப்படும் மதிய உணவில் முட்டையைத் தவிர்க்கச் சொல்லி விட்டது. அனைத்துச் சாதிப் பிள்ளைகளும் இருந்தாலும் சமயத்தின் பெயரால் இந்த பாஜக அரசு இச்சட்டத்தை இயற்றியுள்ளது. மரக்கறி உணவு என்பதையே ஒட்டுமொத்த அரசின் கோட்பாடாக அனைவர் மீதும் அநியாயமாகத் திணிக்கப்படுகிறது. இது நிச்சயமாக ஏழை மக்களையே அதிகமாகப் பாதிக்கும். மக்கள் தாங்கள் விரும்பியதையோ, அவர்கள் வாழும் இடத்தில் எளிதாகக் கிடைக்கும் பொருள்களையோ ஒதுக்கிவிட்டு, அரசின் ஆணைப்படி உண்ண வேண்டியுள்ளது. அவர்களின் பொருளாதார அடிப்படை, கிடைக்கும் உணவு ஆதாரங்கள் எல்லாமே தேவையற்றதாகி, வாழ்க்கையை மேலும் சிரமமாக்கும்.

அனைத்து மக்களும் மரக்கறி உணவுப் பழக்கத்திற்கு ஒட்டுமொத்தமாக மாறினால் தேசியப் பொருளாதாரம் உருக்குலையும்; சூழலியல் சிரமத்திற்கு உள்ளாகும். இதில் சூத்திரர்கள் எப்போதும் உணவு உற்பத்தியில் முன் நிற்பவர்கள். அவர்களே கறி, பால், காய்கறி, பழங்கள் போன்றவற்றை உருவாக்குபவர்கள். மரக்கறி மட்டும் உண்பதாயிருப்பின் வீட்டு விலங்குகளை யாரும் கவனிக்கப் போவதுமில்லை. பெருமளவு கால்நடைப் பொருளாதாரத்தின் மீது இதன் தாக்கம் விழும். விலங்கு வளர்ப்பு தவிர்க்கப்படும். இது சூழலியல் மாற்றங்களுக்கும் அழிவிற்கும் வழிவகுக்கும். அதிலும் கிராமியப் பொருளாதாரம் மிகவும் பாதிக்கப்படும். இத்தனை இருப்பினும், சூத்திரர்களுக்கு முழுக் காய்கறி உணவு என்பது அவர்கள் கலாச்சாரத்திலேயே இல்லாமல் இருந்தாலும் அரசின் அழுத்தத்திற்கு எதிர்ப்புக் குரல் கூட எழுப்புவதில்லை. சூத்திரச் சிந்தனையாளர்கள் எவரும் மனிதனின் உணவுப் பழக்கத்தின் பரிணாமத்தை இதுவரைக் கண்டு கொள்வதேயில்லை. உணவு என்பது வெறும் பொருள்களை மட்டும் வைத்து முடிவு செய்யப்படக் கூடிய ஒன்று அல்ல; அதில் மிகவும் தீவிரமான தத்துவக் கருத்துகளும் உண்டு.

சூத்திரர்களும் மற்றவர்களின் பகைமை உணர்வும்

இஸ்லாமியர்களையும் கிறித்துவர்களையும் தம்மிடமிருந்து பிரித்து, அவர்களைச் சூத்திரர்கள் வேற்று ஆட்களாகக் கருத வேண்டும் என்பதை இந்துத்துவப் பரிவாரம் தொடர்ந்து செய்து வரும்படித் தூண்டி வருகிறது. இதை அப்படியே ஏற்றுக்கொண்டு சூத்திரர்கள் அம்மக்கள் மீது வன்முறையைப் பயன்படுத்துவதும் தொடர்ந்து

நடைபெற்று வருகிறது. அதிலும் இஸ்லாமியர், கிறித்தவர்கள் தங்கள் அமைப்புகளிலும் சூத்திரர்களுக்குப் போதுமான வாய்ப்புகளும் தருவதில்லை. இந்த இரு குழுவினர் நடத்தும் அமைப்புகளுக்கும் சூத்திரர்களுக்கும் நடுவில் ஒரு பிரிவு, பிளவு எப்போதும் உள்ளது. இது அச்சத்தால் விளைந்ததா அல்லது வசதிக்காக ஏற்பட்டதா என்று தெரியவில்லை. இஸ்லாமிய, கிறித்தவர்கள் உயர் நிலையில் இருக்கும்போதும், இஸ்லாமிய அரசு, ஆங்கிலேய அரசுக் காலங்களில் அவர்கள் சூத்திரர்களை ஒதுக்கி வைத்துவிட்டு, பிராமண - பனியாக்களுக்குக் கல்வி தரவும், பணியில் அமர்த்தவும், கலாச்சாரப் பங்களிப்பிலும் உதவி தந்தனர். ஆங்கிலேயர்கள் தம் ஆட்சிக் காலத்தில் சூறையாடியவை யாவும் சூத்திரர்களின் உழைப்பின் பயனைத்தான். ஆனால் அவர்கள் தம் ஆட்சியில் பிராமண - பனியாக்களுக்கே வாய்ப்பளித்தனர். ஆங்கிலேய அரசு ஆரம்பித்த கல்விச்சாலைகளிலும், பல்கலைக் கழகங்களிலும் பிராமண - பனியாக்களுக்கே இடம் கிடைத்தன. சூத்திரர்கள் ஒதுக்கப்பட்டு, அறியாமையில் தொடர்ந்து உழலவே வேண்டியிருந்தது.

ஆங்கிலேயர் ஆட்சியில் கல்வியில் முழுப் பயன் பெற்றவர்கள் பிராமண - பனியாக்கள்தான். ஆங்கில வழிக் கல்வி கற்று அவர்கள் சிறப்படைந்தனர். சிலர் பெர்ஷியன் மொழியிலும் கல்வி பெற்றனர். இந்தக் கல்வி கிடைத்தமையால் சுதந்திரத்திற்கு முன்பும், பின்பும் அவர்கள் தலைவர்களாகும் வாய்ப்பினை எளிதாகப் பெற்றனர். தலித்துகளுக்கு, அம்பேத்கரின் உதவியினால், இந்த நிலையை அதிகமாகப் புரிந்து கொண்டார்கள். ஆனால் ஊக்குவிக்க அப்படி ஒரு தலைவர் சூத்திரர்கள் மத்தியிலிருந்து எழுந்து வரவேயில்லை. சூத்திரர்களில் பலர் பெரும் நில உடைமையாளர்களாக இருந்தாலும் அப்படி உன்னதமான ஒருவர் உருவாகவேயில்லை.

சிஏஏ, என்ஆர்சி குழப்பங்கள்:

2019ஆம் ஆண்டின் முடிவு… 2020ஆம் ஆண்டின் ஆரம்பம். இந்தியாவில் ஒரு பெரும் மக்கள் எதிர்ப்பு கிளர்ந்தெழுந்தது. சிஏஏ (Citizenship Amendment Act) இந்தியக் குடியுரிமை திருத்தச் சட்டம் பாஜக அரசினால் 2019ஆம் ஆண்டில் கொண்டு வந்த திருத்தத்தினால் நாடு முழுவதும் போராட்டம் வெடித்தது. மதம், சாதி, அரசியல் என்ற பிரிவுகள் அனைத்தையும் தாண்டி மக்களின் ஒருமித்த போராட்டம் நடந்தது. காவல்துறையின் துப்பாக்கிச் சூடு, காவல்துறையின் அடக்குமுறை, இணையத் துண்டிப்பு, 144 இந்தியச் சட்டமான தடைகள், ஏழை எளிய மக்கள் கைது… என்று பல அடக்குமுறைகள் அவிழ்த்து விடப்பட்டும் போராட்டங்கள் தொடர்ந்து நடந்தன. பாஜக

ஆட்சி நடத்திய மாநிலங்களில் மட்டும் துப்பாக்கிச் சூட்டினால் இருபதுக்கும் மேற்பட்ட மக்கள் கொல்லப்பட்டனர்.[10]

இந்துத்துவா பரிவாரம் இஸ்லாமியரைப் பற்றிய ஓர் உருவகம் செய்து அவர்களைச் சூத்திரர்களுக்கு எதிரானவர்களாக உருவாக்கம் செய்துள்ளது. 'சூத்திரர்களின் பகைவர்களாக அவர்களை உருவாக்கியுள்ளது'.[11] சூத்திரர்கள், அதிலும் சிறப்பாக ஓபிசி மக்கள் இதுபோன்ற உருவாக்கத்தின் பேரில் அதிக ஈடுபாடு காண்பிக்கிறார்கள். ஏனெனில் அவர்களுக்கு உலக அளவில் சிறுபான்மை எதிர்ப்பு எவ்விதப் பயன்களைத் தருகிறது என்பது பற்றிய புரிதல் ஏதும் இல்லாதவர்களாக இருக்கிறார்கள். இதுபோன்ற மக்கள் எழுச்சியில் ஒருபுறம் ஆர்எஸ்எஸ்-பாஜக அமைப்புகள் நிற்க, அனைத்து வேற்று மக்களும் அவர்களுக்கு எதிர்ப்புறம் நிற்கிறார்கள். பாஜக தொடர்ந்து பல்வேறு தீவிர முயற்சிகள் எடுத்து இனவாதக் குழப்பங்களை உண்டாக்க, தாங்கள் பதவியேற்ற 2014ஆம் ஆண்டிலிருந்து வெற்றிகரமாக நடத்தி வருகிறது. அதிலும் 2019ஆம் ஆண்டில் அவர்கள் தேர்தலில் வெற்றி பெற்ற பிறகு அதி தீவிரமாகத் தங்கள் முயற்சிகளை முன் வைத்துள்ளார்கள். ஆர்எஸ்எஸ்-பாஜக அமைப்புகள் எப்போதும் இந்து / இந்துத்துவா ஆன்மீக மேற்பார்வைக்குள் மட்டுமே இயங்கி வருகின்றன. இந்த இந்துத்துவா அமைப்போ பிராமண - பனியாக்களின் கைகளில் அடங்கிக் கிடக்கிறது. சத்திரியர்களின் பங்கு இவைகளில் உள்ளதுதான் - ஆனால் மிகச் சின்ன அளவில்தான் உள்ளது.

சூத்திரர்கள், அதிலும் சிறப்பாக, ஓபிசி மக்கள் அடிநாதம் என்னவென்றே முழுமையாகத் தெரிந்து கொள்ளாமல் எண்ணிக்கையில் உள்ள தங்கள் பலத்தை முழுமையாக ஆர்எஸ்எஸ்-பாஜக அமைப்பிற்கு அடிமையாக்கிக் கொண்டு விட்டார்கள். அவர்களின் நீண்டகாலத் திட்டத்தைப் புரிந்து கொள்ளாமல் தங்கள் வாக்கு வங்கியை ஆர்எஸ்எஸ்-பாஜக அமைப்பிற்குத் தாரை வார்த்துக் கொடுத்து விட்டார்கள். இவ்வமைப்பிற்கு வாக்களித்துப் பதவிகளில் உட்கார வைத்து விட்டால் இஸ்லாமியரின் ஆதிக்கம் முழுமையாகக் கட்டுப்படும் என்ற நம்பிக்கை அவர்களுக்கு. ஆனால் 95 ஆண்டுகளாக இருந்துவரும் ஆர்எஸ்எஸ் அமைப்பும் அவர்களது செயல்பாடுகளும் இதனை நிச்சயமாக நிரூபிக்கவில்லை. பிராமண - பனியாக்களின் ஆதிக்கத்தை அவர்களால் நீக்க முடியவில்லை. அவர்களின் ஏகபோகம் எப்போதும் போல் இப்போதும் நீடித்தே வருகிறது. அதைப்போலவே அனைத்துத் தேசிய உயர்கல்வி நிறுவனங்களில் அவர்களின் ஆதிக்கம் எவ்வகையிலும் குறைபாடின்றி நீடித்து வருகிறது. ஆன்மீக சுதந்திரம், சமூக மேன்மை போன்றவைகளைச் சூத்திரர்கள் பெறும் காலம் கண்ணுக்கெட்டிய வரையில் சிறிதும் தெரியவில்லை. அதன் அடையாளங்கள் கூட இன்னும் ஆரம்பமாக வில்லை. ஆனால் இதைவிட மோசமானது என்னவென்றால்

சூத்திரர்கள் தாங்கள் அடைய வேண்டிய விடுதலையைப் பற்றி எந்தவித உணர்வு இல்லாமலேயே இன்னும் இருந்து வருகின்றனர். பிராமண - பனியாக்களின் ஆதிக்கத்தை உதறிவிட்டு தாங்களும் ஆன்மீக, சமூக விடுதலை அடையமுடியும் என்ற வேட்கை கூட அவர்களின் மனதில் காலூன்றவில்லை. அது தங்களால் அடையக் கூடிய விடுதலைதான் என்ற நம்பிக்கையும் துளிர்விடவில்லை.

நாடு முழுவதுமுள்ள சூத்திர இனத்தவர்கள் எவருக்குமே இந்து சமயத்தின் உயர் நிலைகள், அதிலும் முக்கியமாகப் புரோகிதர்கள் போன்ற நிலைகளுக்குச் செல்வதற்கு அனுமதியில்லை. எந்த இந்து மதத்திற்கும் சூத்திரர்கள் தலைமை தாங்க முடியாது. கிருஷ்ண பகவானே ஒரு யாதவ சூத்திரர்தான். ஆயினும் அவரது கோவில் உள்ள மதுராவில் உள்ள மடத்தில் அந்த சாதியினர்கூட மடத் தலைவராக முடியாது. இதைப்பற்றிய விளக்கங்களை முதன்முதலாக மகாத்மா ஜோதிராவ் புலே அவர்களும், அவரது துணைவியாரும் முன்னெடுத்து வைத்தனர். சூத்திரர்கள் விடுதலைக்கான தத்துவ விசாரணைகளை அவர்கள் ஆரம்பித்து வைத்தனர். அதுவே அவர்கள் சூத்திரர்களுக்குக் கொடுத்த செய்தி. ஆனால் சூத்திரர்களின் காதில் அவை விழுந்து உட்கிரகிக்கப்பட்டதா என்பதே பெரும் கேள்விக்குறி. அதைப்போலவே ஆங்கிலம் பயில்வதின் முக்கியத்துவத்தை அவர் கூறியதும் காற்றோடு போயிற்று. தங்கள் வாழ்வின் கொள்கைகளாக அந்தத் தம்பதியர் கொடுத்த அறிவுரைகள் சூத்திரர்கள் மத்தியில் காத்திரமாக இன்று வரையிலும் இறங்க மறுக்கிறது.

ஓபிசி மக்கள் இவ்வாறு தங்கள் வாழ்க்கை அடிமைத்தளத்தில் ஊறிக் கிடப்பதற்குப் பழகி விட்டதாலும், அதிலிருந்து மீட்கப்பட வேண்டும் என்ற நினைப்பும் இல்லாமல் இருப்பது இந்துத்துவப் பரிவாரங்களுக்கு மிக மிக வசதியான ஒன்றாக ஆகிப் போய்விட்டது. இதன்மூலம் இந்து சமயத்தை ஓர் இறுகிய அமைப்பாக மாற்றி, அதை இஸ்லாமியர்களுக்கு எதிரான ஒன்றாகவும் மாற்றிக் கொண்டு விட்டனர். அதேசமயத்தில் தங்களின் கலாச்சாரத்திற்குத் தீங்கு விளைவதாகவும், அதற்கு இஸ்லாமிய மதம் முக்கிய காரணமென்றும், சிறுபான்மையினரான இஸ்லாமியர்களும் கிறித்தவர்களும் வெளிநாட்டு மதத்தினர் / வெளிநாட்டினர் / அயலார் / எதிரிகள் என்ற பிம்பத்தையும், அவர்கள் இந்து மதத்தையும் அதன் கலாச்சாரத்தையும் அடக்கி, அழிக்க நினைப்பதே வரலாறு என்ற கருத்தை ஆழ விதைத்து, அறுவடையும் செய்துவிட்டனர்.

சூத்திரர்களும் ஆர்எஸ்எஸ், பாஜக அமைப்புகளும்

ஆர்எஸ்எஸ்-பாஜக அமைப்புகள் முழுமையாக இஸ்லாமியருக்கு எதிரானவர்கள் என்ற கருத்தை நன்கு விதைத்துவிட்டனர்.

அதோடின்றி, அவர்கள் சூத்திரர்கள், தலித்துகள், பூர்வீகக் குடிமக்கள் போன்ற இனக் குழுக்களுக்கும், சமயச் சிறுபான்மையினரான கிறித்துவ, சீக்கிய சமயக்காரர்களையும் தங்கள் எதிர்ப்புப் பட்டியலில் வைத்துள்ளனர். முதன்முதல் இந்த அமைப்பினர் தங்களை வலதுசாரிகளாகக் காண்பித்துக் கொண்டனர். தங்கள் முதல் முயற்சியாக மாட்டுக்கறிக்கான எதிர்ப்பை ஆரம்பித்து, அதற்குச் சாதகமாகப் பசு மாட்டைக் காப்பாற்றும் முயற்சியை (கவ்ரக்ஷா) மேற்கொண்டனர். மாட்டுக் கறியைக் காக்கும் இந்தப் போராட்டம் நேரடியாகத் தலித்துகளையும், இஸ்லாமியர்களையும் அவர்களின் வழக்கமான உணவுப் பழக்கத்தையும் கடுமையாகப் பாதித்தது. அதோடு மட்டுமின்றி, சூத்திரர்களின் கைகளில் இருந்த வேளாண் பொருளாதாரத்தின் மீதும் நாடு முழுமைக்கும் தாக்கமளித்தது. பசு, காளை, எருது என்று அனைத்தும் சந்தைகளுக்கு வருவது குறைந்தது. இதனால் சூத்திரர்கள், தலித்துகள், ஆதிவாசிகள் அதிகமாக நட்டமடைந்தனர். அவர்களின் சேமிப்பில் அவர்கள் வாங்கும் கால்நடைகள் பறிக்கப்பட்டன. பசுக் காப்பகங்கள் மக்களைப் பலி வாங்குமிடங்களாகப் போய்விட்டன. பல இடங்களில் பலமுறை தலித்துகளும், இஸ்லாமியர்களும் இதனைக் காரணமாக வைத்துத் தாக்கப்பட்டனர்; கொல்லப்பட்டனர். இந்த அடிதடிகளில் முன்னால் நிற்பவர்கள் எப்போதும் சூத்திரர்களே. அவர்களே பாஜக கூட்டத்தின் அடியாட்கள் - எப்போதுமே !

பிராமணியம் இன்றைக்கு மிகப்பெரும் சக்தியாக வளர்ந்து நிற்கிறது. நாட்டின் அதிகாரங்கள் அனைத்தும் அவர்கள் கைகளில். உடல் வலுமிக்க சூத்திரர்களும் அவர்களது அடிமைகள். சூத்திரர்கள் விழித்தெழுந்து, ஆன்மீக, சமூக சமமின்மையை எதிர்த்து, தங்கள் உரிமைகளுக்குப் போராடும் வரை அவர்களின் அடிமைத்தனம் நீங்கவே நீங்காது. அதுவரை அவர்களின் உழைப்பு அனைத்தும் சுரண்டப்படும். இன்று சூத்திரர்களின் பிரக்ஞை மட்டுமே நாட்டை மாற்றமுடியும். அதேபோல் விழித்தெழும் சூத்திரர் தனக்குக் கிடைத்த சமநிலையைத் தலித்துகளுக்கும் கொடுக்க வேண்டும். ஆகவே சூத்திரர்கள் சமத்துவத்தை த்விஜா இனத்தவரிடமிருந்து பறிக்கவேண்டும்; கிடைத்ததைத் தலித்துகளோடு பங்கிட்டுக் கொள்ள வேண்டும். சூத்திரர்கள் இந்த எழும்புதலைக் காணாதவரை ஆர்எஸ்எஸ்-பாஜக அமைப்புகள் முழுமையாக வெற்றிப்பாதையில் சென்று கொண்டே இருப்பார்கள். மாற்றங்களை நோக்கி இந்த இருபத்தோராம் ஆண்டிலாவது சூத்திரர்கள் ஒரு புதிய பாதையை உண்டாக்குவார்களா?

காலம்தான் பதில் சொல்ல வேண்டும்.

11

என் கனவின் இந்தியா

மருத்துவர் பி. வினய் குமார்

பீமாராவ் ராம்ஜி அம்பேத்கர் அவர்கள் காண விரும்பிய இந்தியாவே என் கனவாகவும் விரிகின்றது. சமத்துவம் அனைத்துச் சமூகக் குழுக்களையும் அதிலும் முக்கியமாகப் பட்டியல் இனத்து மக்களையும் பிற்படுத்தப்பட்ட மக்களையும் ஒருங்கிணைத்து வளர்ச்சியை நோக்கி நகரும் நாடாக அது இருக்கும். இக்கட்டுரையில் மேற் சொன்னவைகளில் இறுதியாகச் சொன்ன கருத்தை விளக்க முற்படுகிறேன். நம் நாட்டின் மொத்த மக்கள் எண்ணிக்கையில் 80 விழுக்காட்டுக்கு மேலாக உள்ள மக்கள் வறுமையில் பாதிக்கப்பட்ட மக்களாகவே உள்ளனர். அவர்கள் பெரும்பாலும் வறுமைக் கோட்டிற்குக் கீழாக உள்ள மக்கள். அனைவரையும் உள்ளெடுத்துக் கொள்ளும் வளர்ச்சி என்று சொல்லும்போது இந்த ஏழை மக்களையும் அது தன்னோடு இணைத்துக் கொள்ள வேண்டும் என்பதே நமது கனவின் உச்சமாக இருக்க வேண்டும். அதுவே அடிப்படை உண்மையாகவும் இருக்க வேண்டும்.

ஆனால் உண்மையில் ஏறத்தாழ 10 விழுக்காடு மக்கள் அதிகச் செல்வச் செழிப்புடன் இருக்கும்போது இன்னொரு அதிகப்படியான மக்கள் வறுமையில் வாழுகிறார்கள். இவர்கள் இருவருக்கும் நடுவில் உள்ள பிளவு மிகப்பெரியதாக உள்ளது. சமூக நிலைப்பாடுகளிலும் பொருளாதார நிலைகளிலும் பெரும் மாற்றங்கள் வேண்டும். நலிந்த மக்கள் பயன்படும் வண்ணம் அதிக மாற்றங்கள் ஏற்பட்டே ஆக வேண்டும்.[1] அதே சமயத்தில் இடப்பங்கீட்டில் பயன்களும் முன்னெடுப்புகளும் சூத்திரர்களுக்கும் ஓபிசி மக்களுக்கும்

முழுமையான பயன்பாட்டில் உள்ளதா என்பதையும் தீவிரமாக ஆராய வேண்டும். தலித் பகுஜன் சிறுபான்மையினரில் உயர்நிலை அடைந்தவர்கள் தங்களுக்குத் தரப்பட்ட சலுகைகள் உதவிகள் போன்றவற்றை அந்த உதவிகள் பெறாத புதிய தலைமுறைக்கு விட்டுக் கொடுக்கும் மனப்பான்மையில் உள்ளனரா அல்லது தங்கள் இனத்திற்குக் கொடுக்கப்பட்ட சலுகைகளைத் தன் நெருங்கிய உறவுகளுக்குள் மட்டும் வைத்துக் கொள்கிறார்களா?

க்ரீமி லேயர் பற்றிய விவாதத்தில் உள்ள நன்மையும் தீமையும்

இந்திய அரசியல் சட்ட அமைப்பில் ஓபிசி என்பது சமூகத்திலும் கல்வியிலும் பின்தங்கிய மக்களைக் குறிக்கும் சொல்லாக உள்ளது. இம்மக்களுக்கு உதவி செய்து அவர்களை சமூகத் தளத்திலும், கல்வி நிலையிலும் உயர்த்த வேண்டும்[2] என்பதற்கான முன்னெடுப்புகளைத் தர வேண்டும் என்பது அரசின் கடமை. அதற்கான சலுகைகளில் ஓபிசி மக்களுக்குக் கல்வி நிலையங்களிலும் பணியமர்த்தலிலும் 27% அளவிற்கு இடப்பங்கீடு தர வேண்டும். 1971ஆம் ஆண்டில் 'க்ரீமி லேயர்' (இடைப்பங்கீட்டில் வளம் பெற்றோர்) என்றதொரு புதிய சொல்லாடலைச் சட்டநாதன் ஆணையம் தன் அறிக்கையில் கொண்டு வந்தது. ஓபிசி மக்களில் சலுகைகள் மூலம் மேல்நிலை பெற்ற மக்கள், சமூகத்திலும் கல்வியிலும் உயர்நிலை அடைந்த மக்கள், இனி ஓபிசி மக்களுக்கான சலுகைகளைப் பெறக்கூடாது என்ற கருத்து அந்த அறிக்கையில் கூறப்பட்டது. அவர்களுக்கான இடப் பங்கீடு கல்வி நிலையங்களிலும் அரசு பணியமர்த்தலிலும் இருக்காது. இதுபோன்ற சலுகைகளில் இருந்து ஓபிசியில் உள்ள க்ரீமி லேயர் மக்கள் விலக்கப்பட வேண்டும். மேலும் க்ரீமி லேயர் என்பதைக் குடும்பத்தின் அனைத்து வருமானத்தையும் வைத்துக் கணக்கிடப்பட வேண்டும்.

1993ஆம் ஆண்டில் குடும்ப வருமானம் ஆண்டிற்கு ஒரு லட்சம் ரூபாய் உள்ள குடும்பங்கள் மட்டுமே இப்பங்கீட்டுச் சலுகைகளைப் பெற முடியும். இந்த வருமானம் பின்வரும் ஆண்டுகளில் அதிகமாகிக் கொண்டே வந்தது. 2003ஆம் ஆண்டில் ஆண்டு வருமானத்தின் உச்சவரம்பாக 2.5 லட்சம் என்றும் 2008இல் 4.5 லட்சம் என்றும் 2013இல் 6 லட்சம் என்றும் 2017இல் 8 லட்சம் என்றும் உயர்ந்தது. தேசிய பிற்படுத்தப்பட்டோருக்கான ஆணையம் (National Commission for Backward Classes - NCBC) 2015ஆம் ஆண்டு அக்டோபர் மாதத்தில் வருடாந்திரக் குடும்ப வருமானத்தின் அளவை 15 லட்சமாக உயர்த்தும் தன் கருத்தை வைத்தது. இந்த வருமான அளவு வரை மட்டுமே ஓபிசி மக்களுக்கான சலுகைகள் கொடுக்கப்படும். மேலும் இந்த ஆணையம் பிற்படுத்தப்பட்ட

மக்களை மூன்று பிரிவாகப் பிரித்தது - பிற்படுத்தப்பட்டோர், பின் தங்கிய பிற்படுத்தப்பட்டோர், மிகவும் பின்தங்கிய பிற்படுத்தப் பட்டோர். அதோடு பிற்படுத்தப்பட்டோருக்கான 27% இடப்பங்கீட்டையும் எண்ணிக்கையின் அடிப்படையில் பிரித்துக் கொடுக்க வேண்டும். இதன்மூலம் ஓபிசி மக்களிடையே உள்ள மேம்பட்ட மக்கள் அனைத்துச் சலுகைகளையும் தாங்கள் மட்டுமே வரித்துக் கொள்ள முடியாது.

க்ரீமி லேயர் என்ற பிரிவு ஓபிசி மக்களுக்கு மட்டுமே உரியது. பட்டியல் இனத்து மக்களுக்கும் பழங்குடி மக்களுக்கும் இப்பிரிவினை கிடையாது. இடப் பங்கீடு என்பதே சமுதாய வேறுபாடுகளைக் களைவதற்காகவே கொண்டுவரப்பட்டவை. ஆகவே பொருளாதாரம் இங்கே முக்கிய இடம் பெறுவதில்லை.

க்ரீமி லேயருக்கு ஆதரவும் எதிர்ப்பும்

ஓபிசிகளுக்கான இடப்பங்கீட்டினை நடைமுறைப்படுத்துவதில் உள்ள சில நிபந்தனைகளுக்கு எதிராகச் சில கருத்துகள் கூறப்பட்டன. முதலாவதாக ஓபிசி என்று சில மக்கள் அவர்களது சமூகத் தரத்தினால் பட்டியல் இனத்து மக்களைப் போலவே தாழ்த்தப்பட்ட மக்களாகக் கருதப்படுகின்றனர். இதனால் ஓபிசி மக்களுக்கும் பட்டியல் இனத்து மக்கள் போலவே பல அரசியல் முன்னெடுப்புகள் தர வேண்டும். இரண்டாவதாக ஓபிசி மக்களுக்கான இடப்பங்கீடு 27% கொடுக்கப் பட்டுள்ளது. ஆனால் இது மிகப் பெரும் எண்ணிக்கையில் உள்ள ஓபிசி மக்களுக்கு எதிரான ஒரு கோட்பாடு. நாட்டின் மொத்த எண்ணிக்கையில் 50 சதவிகிதத்துக்கு மேலாக இருக்கும் மக்களுக்குக் கொடுக்கப்படும் இடப்பங்கீட்டு விழுக்காடு போதாத ஒன்றாக உள்ளது. அதிலும் சில மாநிலங்களில் இம்மக்களின் எண்ணிக்கை மிக அதிகம் என்பதைச் சாதிவாரியான மக்கள் கணக்கெடுப்பின் மூலம் அறிய முடியும். மூன்றாவதாகக் க்ரீமி லேயர் என்பதைத் தவிர்த்துப் பார்த்தாலும் பலமுறை இம்மக்களுக்கான 27% விழுக்காட்டின்படி முழுமையாக அவர்களுக்குக் கிடைப்பதே இல்லை. ஏனெனில் அத்தனை விழுக்காட்டில் பணியமர்த்துவதற்கு ஏதுவாக படித்த மக்கள் இருப்பதில்லை என்று கூறப்படுகிறது. க்ரிமி லேயரைப் பயன்படுத்தினாலும் ஒட்டுமொத்தமாக 9-10 விழுக்காட்டுப் பணிகள் மட்டுமே இம்மக்களுக்குக் கிடைக்கும். மீதியுள்ள ஏனைய பணியிடங்கள் ஓபிசி மக்கள் கிடைக்கவில்லை என்று காரணம் காட்டப்பட்டு, இப்பணியிடங்கள் பொது ஒதுக்கீட்டிற்கு மாற்றப்பட்டு, உயர்சாதியினருக்குச் சாதகமாக அமைத்து விடுவதே வழக்கமாக நடைபெற்று வருகின்றன. இதன்மூலம் இடப்பங்கீட்டின் அடிப்படையே அடித்து நொறுக்கப்படுகிறது.

ஆயினும் க்ரீமி லேயருக்கு எதிராகவும், ஓபிசி மக்களுக்கான இடப்பங்கீட்டையும் எதிர்த்துப் பல கேள்விகளும் விவாதங்களும் முன் வைக்கப்படுகின்றன. மக்கள் பலரும் பிற்படுத்தப்பட்ட, தாழ்த்தப்பட்ட மக்களுக்காக முன்னெடுக்கப்பட்டுள்ள இடப்பங்கீட்டு முறை வெறும் வாக்கு வங்கியோடு தொடர்பு படுத்துவதற்கு மட்டுமே என்று இன்னும் நினைத்து வருகின்றனர். அம்மக்களின் தரத்தை மேம்படுத்தவே இந்தத் திட்டம் அரசியல் சட்டமைப்பின் வழியே கொண்டு வரப்பட்டிருந்தாலும், மிகப் பெரும் எண்ணிக்கையில் உள்ள அனைத்து ஓபிசி மக்களுக்கும் முழுமையாகச் சேர்ந்தடையாமல் போய்விட்டது. இரண்டாவதாக, வாக்கு வங்கி அரசியலுக்காகவே பிற்படுத்தப்பட்ட மக்கள் ஓபிசி, எம்பிசி என்று பிரிக்கப்பட்டுவிட்டனர் என்ற கருத்தும் நிலவுகிறது.

என் பட்டறிவினால் நான் படித்த பாடம்!

நான் ஒரு பிற்படுத்தப்பட்ட சாதியில் பிறந்தவன். இப்பொழுது நான் வயிற்று நோய்களுக்கான அறுவைச் சிகிச்சை மருத்துவராக இங்கிலாந்தில் பயிற்சி பெற்று, பணிபுரிந்து வருகிறேன். ஆகவே நான் நிச்சயமாக க்ரீமி லேயரில் ஒருவனாகக் கருதப்படுவேன். எனக்கு இரு மகன்கள். என் துணைவியார் நடனப் பேராசிரியராக உள்ளார். குச்சிப்புடி நடனத்தில் தேர்ந்தவர். ஒரு பல்கலையில் முதல் பெண் பதிவாளராகப் பணி புரிகிறார். எனது தந்தை ஆந்திரப் பிரதேசத்தின் உயர்நீதி மன்றத்தில் நீதியரசராகப் பணி புரிந்து வந்தார். பின்னாளில் ஒன்றிய அரசின் அமைச்சராகப் பணி புரிந்தார். எண்பதாவது வயதை எட்டியிருக்கும் என் தாய் டி.லிட் பட்டமும், இரண்டு பிஹெச்டி பட்டமும் பெற்றவர். பல்கலை உயர்தர வரிசையில் கல்வி கற்று, தங்கப் பதக்கம் பெற்றவர். இதனால் என் பிள்ளைகளுக்கு இளம் வயதிலேயே நல்லதொரு அறிவுப்பூர்வமான கல்விச் சூழல் அமைந்தது. அவர்களும் பெயர் பெற்ற கல்விச் சாலைகளில் தங்கள் படிப்பைத் தொடர்ந்தனர். அவர்களின் வாழ்க்கையின் ஒவ்வொரு தடத்தையும் பார்த்து அவர்களுக்கு முறையான வழிகாட்டுதல் தர முழுக் குடும்பமே இருந்தது. படிப்பு மட்டுமின்றி வேறு பல துறைகளிலும் அவர்கள் தங்களை வளர்த்துக் கொள்ளும் வசதிகளும் உதவிகளும் எப்போதும் அவர்களுக்காகக் காத்திருந்தன. [3]

இது என் கதையாக இருக்க மறுபுறம் பல ஏழைக் குழந்தைகள் அதுவும் கிராமப்புறக் குழந்தைகள் வாழ்க்கையை நடத்தவே போராடும் பெற்றோர்களைப் பார்த்து வளர்ந்திருக்கிறார்கள். அந்தப் பெற்றோர்கள் தங்கள் கடும் உழைப்பை வயல்களிலோ, வேறு தொழில்களிலோ போட்டுச் சிரமப்பட்டு தங்கள் பிள்ளைகளை வளர்க்கின்றனர். அப்படிப்பட்டக் குடும்பத்தில் இருந்து வரும் குழந்தைகள் தங்களை வளர்த்துக் கொள்ளும் வழியே தெரியாதவர்களாகத்

தான் இருப்பார்கள். வாழ்க்கையின் முன் விரிந்திருக்கும் பல பாதைகளில் அவர்களுக்கு வழிகாட்ட யாரும் இல்லை. அவர்களின் பள்ளிகளும் அவர்களுக்கு முழுமையாக உதவ முடிவதில்லை. அவர்களில் பலர் பள்ளிக்குச் செல்வதே அங்குக் கிடைக்கும் இலவச உணவுக்காகவே இருப்பதுண்டு. அவர்களின் வீடுகளிலும் பள்ளிகளிலும் அவர்கள் நல்லதொரு வாழ்வியல் முறைகளை கற்றுக் கொள்வதற்கான வாய்ப்புகள் மிகவும் குறைவு அல்லது இல்லை என்று சொல்லலாம். குழந்தைகள் பள்ளிக்குச் செல்வதோடு அல்லாமல் தங்கள் பெற்றோர்களின் கடுமையான பணிகளிலும் பங்கெடுக்கும் கட்டாயம் உள்ளது. இதன் காரணமாகப் பள்ளிப் படிப்பைக் கைவிடும் குழந்தைகள் அதிகம். அதோடு குழந்தைகள் ஏழ்மையின் காரணமாகவும் குடும்பச் சூழலாலும் கல்வி கற்பதில் விருப்பமின்றிப் போய்விடுகிறார்கள். அவர்களுக்கு ஆலோசனைகளைக் கொடுத்து அவர்களை முன்னேற வைக்கும் உந்து சக்தி அவர்களுக்கு ஏதுமில்லை. குடும்பத்தைக் காப்பாற்றவும் பள்ளிப் படிப்பைக் கைவிட்டு வேறு பணிகளுக்குச் சென்று வேலை செய்து சம்பாதிக்கும் குழந்தைகளும் நிறையவே உண்டு. இத்தனை இன்னல்களையும் தடைகளையும் தாண்டிச் சில குழந்தைகள் படிப்பிற்கு முன்னிடம் கொடுத்துப் பலத்த முயற்சிகளோடு வெற்றி அடையும் குழந்தைகளும் உண்டு.

ஆயினும் இவ்வாறு சிரமப்பட்டு முன்னேறும் குழந்தைகளுக்கு உயர்கல்வியில் முன்னேறுவதற்கும் அங்குள்ள பலத்த போட்டிகளில் வெற்றி பெறுவதற்கும் அவர்களது விடாமுயற்சியும் வலிமையான மனமும் தேவை. அங்கு நடைபெறும் போட்டிகள் அவர்களை எளிதாக நிலை தடுமாறச் செய்யும். அணைத்துச் செல்ல ஆளில்லை அவர்களுக்கு. ஆனால் அச்சூழலில் என் பிள்ளைகள் மிகவும் உயர்வான சூழலில் அனைத்து வசதிகளுடனும் அந்தப் போட்டி சூழலுக்குள் நுழைகிறார்கள். இந்த இருவகை மாணவர்களின் வேற்றுமைகள் எவ்வளவு ஆழமானவை; அகலமானவை? இந்த வேற்றுமைகள் அப்படியே நிலைத்திருப்பது பெரும் அநீதி அல்லவா? சில சலுகைகள் கொடுத்து இந்த இருவருக்கும் நடுவில் உள்ள சமமின்மையை நீக்க நாட்டின் அரசியலமைப்புத் தலைவர்கள் பிற்படுத்தப்பட்ட மக்களுக்குச் சில சலுகைகள் தந்து உள்ளனர். க்ரீமி லேயர் பற்றிய கருத்துகள் இச்சூழலில் சரியாகத் தோன்றலாம். ஆயினும் சமூகத்தில் பின் தங்கிய மக்களுக்கான முன்னெடுப்புகள் தேவையில்லை என்ற விவாதம் எவ்விதத்தில் சரியாக இருக்கும்?

ஒரு தற்கால முன்னெடுப்பை முன் வைத்தல்

கிரீமியர் பற்றிய விவாதத்திற்கு மாற்றாக வேறு வழிமுறையைக் கொண்டு வரலாம். போட்டித் தேர்வுகளில் ‘முடிவு எல்லை

மதிப்பெண்' அல்லது 'கட் ஆஃப்' நிலைக்கு மேல் மதிப்பெண் எடுத்தவர்களிடமிருந்து பொருளாதாரத்தை அடிப்படையாக வைத்து போட்டியாளர்களைத் தேர்ந்தெடுக்கலாம். இதனால் பிற்படுத்தப் பட்ட மாணவன் ஒருவன் பொருளாதாரத்தில் நலிவுற்றவனாக இருப்பான், அவன் பொருளாதாரத்தில் மேல்தட்டில் இருக்கும் மாணவனைவிட அதிக வாய்ப்புகளைப் பெற முடியும். இது கட் ஆஃப் எல்லையைத் தாண்டிய மாணவர்களுக்கோ, போட்டியாளர் களுக்கோ மட்டும் பொருந்தும். இதன் மூலம் பிற்படுத்தப்பட்டோருக் கான 27% இடங்கள் அனைத்தும் நிரப்பப்படும். அதோடு பொருளாதாரத்தில் நலிவுற்றவர்களுக்கு வாய்ப்புகள் அதிகமாகக் கிடைக்கும். இதனால் கட் ஆஃப் என்பதை ஒரு வாக்கு வசதியாக மாற்ற முடியாது. அரசுகள் கட் ஆஃப் எல்லையை விரிவாக்கி, மேலும் பல ஓபிசி மக்களைத் தங்கள் பக்கம் ஒரு வாக்கு வங்கியாகத் திரட்ட முடியும். இத்தனை இருந்தும் 1992ஆம் ஆண்டில் உச்ச நீதிமன்றம் அரசின் பொதுப்பணிகளில் 27% பணிகள் ஓபிசிக்காக ஒதுக்கப்பட வேண்டும் என்று தீர்ப்பளித்திருந்தாலும் 2010 ஆகஸ்ட் மாதம் டைம்ஸ் ஆஃப் இந்தியா வெறும் ஏழு சதவிகிதம் பணிகளில் மட்டுமே ஓபிசி மக்கள் பணியமர்த்தப்படுகிறார்கள் என்ற செய்தியை வெளியிட்டு இருந்தது.

உயர்கல்வி நிலையங்களில் பல்வேறு இனக் குழுக்களின் விகிதாச்சாரம் ஆரம்பக் கல்வி நிலையங்களில் சேர்க்கப்படும் நிலையை ஒத்தே இருக்கின்றது. இதற்கான காரணமாக ஓபிசி மக்கள் பொருளாதாரத்திலும் கல்வித் தரத்திலும் இன்னும் மிகவும் கீழான நிலையிலே தங்கிவிட்டனர். இன்னும் பலரும் தங்கள் குடும்பத் தொழிலைத் தொடர்ந்து செய்வதற்காகக் கல்வியை இடையிலேயே நிறுத்தி விடுகின்றனர். அவர்கள் மீதான பொருளாதாரத் தாக்கம் அத்தனை வலிமையானது. தங்கள் குடும்பத்தை நடத்துவதற்குக் கல்வியைத் தவிர்க்கும் கட்டாயம் பலருக்கும் நடக்கிறது. அதிலும் கிராமப்புறங்களில் உள்ள பள்ளிகள் மாணவர்களிடம் கல்வியின் சிறப்பை எடுத்துச் சொல்லி ஊக்கப்படுத்துவதில்லை, வழிப்படுத்துவதில்லை. அனைத்திற்கும் மேலாக அனைத்து அரசியல் கட்சிகளும் இம்மக்களைத் தங்கள் வாக்கு வங்கிகளாக மட்டும் பயன்படுத்துகின்றனர். அம்மக்களின் நலனுக்காக உருப்படியாக ஏதும் செய்வதில்லை. இதனால் இம்மக்கள் பொதுவாக அவர்கள் பொருளாதாரத்திலும் கல்வியிலும் பின்தங்கிக் கிடக்கிறார்கள்.

இந்திய அரசியல் சட்ட அமைப்பின் பிதாமகனான பி.ஆர். அம்பேத்கர் காலவாரியாக இவர்கள் எப்படி முன்னேற முடியும் என்று ஒரு கனவு கண்டிருந்தார். அவரது கனவில் சுதந்திர இந்தியாவில் சில நாட்களிலேயே மக்களுக்கு இடப்பங்கீடு என்பது தேவையில்லாத

ஒன்றாக ஆகிவிடும். அதற்கும் அனைத்துச் சமமின்மைகளும் சீராகிவிடும் என்று நினைத்திருந்தார். அத்தனை பெரிய ஆளுமையாக இருந்தாலும் அவர் இன்னொரு முக்கியமானதைக் கவனிக்க மறந்து விட்டார். நம் நாட்டு அரசியல்வாதிகள் மிகவும் புத்திசாலித்தனத் தோடு மக்களை ஏறி மிதித்து தங்கள் அரசியல் ஏணியில் ஏறித் தங்களை உயரத்தில் ஏற்றி வைத்துக் கொள்வார்கள். மக்களின் வாழ்வு பற்றிய கவலை ஏது அவர்களுக்கு? அரசியல்வாதிகளுக்கு மக்கள் வெறும் விளையாட்டுப் பொம்மைகள். அவர்கள் எல்லோரும் வாக்கு வங்கியாக மட்டுமே அரசியல்வாதிகளால் பார்க்கப்படுகிறார்கள். அவர்கள் வாழ்வில் பெரும் மாற்றங்கள் நடந்தால் தங்கள் வாக்கு வங்கிகள் மாறிவிடும் என்ற அச்சம் உண்டு அவர்களிடம்.

ஆகவே இந்த விளிம்பு நிலை மக்கள் அப்படியே உறைந்திருந்தால் தான், தங்களது அரசியல் வாழ்க்கை சிறக்கும். ஆகவே அவர்களை அப்பப்படியே வைத்திருக்கவே அரசியல் சக்திகள் விரும்புகின்றன. இதற்காகவே மேலும் மேலும் பல மக்கள் குழுக்களைப் பிற்படுத்தப் பட்ட மக்களாகப் புதிதாகச் சேர்த்துக் கொண்டனர், அவர்களின் வசதிக்கேற்ப! அம்பேத்கரின் கனவு நினைவாகி இருந்தால், அவரது ஆசைகள் கனிந்திருந்தால், இப்போது மக்களுக்கு எந்த உதவியும் தேவைப்படாத நிலைக்கு உயர்ந்திருப்பார்கள். அதோடு வழிவந்த அடுத்த தலைமுறைக்கும் வழிகாட்டிகளாக ஆகி இருக்கக்கூடும். ஆனால் மேலோட்டமாகப் பார்த்தாலே 1950ஆம் ஆண்டில் எடுத்த கணக்கின்படி இப்போதுள்ள ஏழை மக்கள் இரட்டிப்பான எண்ணிக்கையில் மிகுந்து விட்டார்கள் என்பதே தெரியும்.

அம்மக்களின் வாழ்வில் மாற்றங்களை ஏற்படவில்லையா? ஏற்பட்டு உள்ளது. முந்தைய தலைமுறைகளை விட அதிக மக்கள் பிற்படுத்தப் பட்ட மக்களாக உள்ளனர். ஏனெனில் அரசியல்வாதிகளால் வேறு பல இனத்தவரும் இந்த அமைப்புக்குள் கொண்டுவரப்பட்டுள்ளனர். இம்மக்கள் இன்னும் முந்திய தலைமுறை இருந்த நிலையிலேயே உள்ளனர். மேலும் ஓபிசி மக்களுக்குள்ளேயே பல மாற்றங்களை அரசியல்வாதிகள் கொண்டு வந்துள்ளனர். குறைந்த சலுகை பெற்ற மக்கள், அதிகச் சலுகை உள்ள அமைப்பிற்கு மாற்றப்படுகிறார்கள். எல்லாமே அரசியல் தந்திரமே. சமூக வளர்ச்சி என்பது சொல்லிக் கொள்ளும் அளவிற்கு ஏற்படவில்லை. நீதிமன்றங்கள் இதுபோன்ற மாற்றங்களை அனுமதிப்பதில்லை. ஆனால் அரசியல்வாதிகள் பல விளம்பரங்கள் மூலம் தங்கள் அரசியல் ஆட்டங்களைத் தொடர்கிறார்கள். சலுகைகளுக்கு எதிராக உள்ள மக்கள் ஒன்றை நினைவில் வைத்துக் கொள்ள வேண்டும். எப்போதும் அனைத்து மக்களின் வளர்ச்சி மட்டுமே நாட்டில் புதிய மாற்றத்தைக் கொண்டு வர முடியும்.

சூத்திரர்: ஒரு புதிய பார்வை | 245

ஆனால் இந்திய வரலாற்றில் ஒரு வினோதத்தைக் காணலாம். நாட்டின் வளர்ச்சியும் வாக்கு வங்கி அரசியலும் இணைந்து செல்வது கிடையாது. கல்வியறிவு பெற்ற மக்கள் அரசியல் கட்சிகளின் அரசியலையும் கருத்துகளையும் வாசித்து யோசித்துத் தெரிந்து கொண்டிருக்கிறார்கள். தேர்தலுக்கு முன்பு வேட்பாளர்களைப் பற்றியும் தெரிந்து கொண்டு வாக்களிக்கின்றனர். ஆனால் படிப்பறிவில்லா ஏழை மக்கள் கட்சிகளின் சின்னங்களால், தலைவர்களால் மட்டுமே ஈர்க்கப்பட்டு வாக்களிக்கிறார்கள். காதால் கேட்பதை நம்புகிறார்கள். இதனால் தான் இந்தியாவில் அரசியல் கட்சிகளின் சின்னங்களுக்கு இத்தகைய முக்கியத்துவம் கொடுக்கப்பட்டுள்ளது.

அம்பேத்கர் இடப்பங்கீட்டை முன்வைக்கும்போது அவரின் கருத்துப்படி ஒரு கால நிர்ணயம் செய்திருந்தார். அவரைப் பொருத்தவரையில் ஒரு காலக்கெடுவிற்குள், இடப்பங்கீட்டின் மூலம் மக்கள் சமூக மாற்றங்களுக்கு உட்பட்டிருப்பார்கள்; கல்வியறிவிலும் வளர்ந்திருப்பார்கள். இதனால் அவர்களுக்கான சலுகைகளின் காலம் முடிந்திருக்கும் என்றே நினைத்திருந்தார். ஆனால் நடந்ததென்னவோ வேறு மாதிரிதான். அம்பேத்கரின் கனவில் தோன்றியவை நடக்காமல், இடப்பங்கீடு வாக்குகளை அரசியலில் சம்பாதிப்பதற்காகவே பயன்படுத்தப்பட்டது. ஒரு சான்றைக் காணலாம்; 1970ஆம் ஆண்டில் பிற்படுத்தப்பட்ட மக்கள் இணைந்த ஆந்திரப் பிரதேசத்தில் எழுபது விழுக்காடு மக்களாகக் கணக்கெடுக்கப்பட்டனர். இவர்கள் அனைவரும் பிசி என்று கருதப்பட்டனர். ஒவ்வொரு பத்தாண்டிலும் இந்த மக்களின் முன்னேற்றம் கணக்கிடப்பட வேண்டுமென்று அம்பேத்கர் நினைத்தார். அரசியல் கட்சிகள் இதைச் செய்ய வேண்டுமென்று எதிர்பார்த்திருந்தார். காலம் செல்லச் செல்லப் பல்வேறு சாதிகள் ஓபிசி களாக தொடர்ந்து சேர்க்கப்பட்டனர். 2014ஆம் ஆண்டில், ஆந்திரப் பிரதேசப் பிரிவினைக்குப் பின் உழவுத் தொழிலில் ஈடுபட்ட சாதியினர் - காபூஸ் (Kapus) போன்ற சாதியினர் - தங்களையும் ஓபிசியில் சேர்க்கும்படி கோரிக்கை விடுத்தனர். இந்தக் காலக்கெடுவான அறுபது ஆண்டுகளில் இந்தச் சமூகத்தினர் எந்த அளவு முன்னேறினர்? அரசின் அதிகாரம் அம்மக்களுக்கு உதவியதா? இந்தக் கேள்விக்கான பதில், இல்லை என்பதே. இது உண்மையானால், அம்மக்களுக்கு ஓபிசி என்றதொரு 'பட்டத்தை' கொடுத்ததன்றி வேறு பலன் என்ன கிடைத்தது?

நான் கல்வி பயின்ற ஹைதராபாத் பொதுப் பள்ளியில் எஸ்ஸி, எஸ்டி மாணவர்களுக்கான இருக்கைகள் உண்டு. அவர்கள் உள்ளுறை மாணவர்களாகத் தங்குவதற்கான வசதிகளும் உண்டு. அவர்களைப்

பற்றிய ஒரு புகார் எப்போதும் அங்கு உண்டு. இந்த மாணவர்களினால் பள்ளியின் தரம் குறைந்து போகிறது என்ற புகார் அது. அம்மாணவர்கள் கற்றலில் மிகவும் குறைந்திருப்பதாகவும் அதனால் பள்ளியின் தரமும் தாழ்ந்துவிட்டதாகச் சொல்வார்கள். அப்பள்ளியோ, அரசோ இம்மாணவர்களை பள்ளியில் சேர்ப்பதோடு நிற்காமல் அவர்களுக்கான முழுப் பலனும் கிடைப்பதற்கு உதவ வேண்டும். கல்வியின் முக்கியத்துவத்தை அவர்கள் மனதில் முறையாக விதைக்கவேண்டும். அதற்கான பயிற்சி முறைகள் கொடுக்கப்படவேண்டும். ஆசிரியர்கள் இப்பொறுப்பை மனமுவந்து எடுக்கவேண்டும். மாணவர்கள் தம் சொந்த முயற்சியில் கல்வி அறிவு பெற உதவ வேண்டும். அவர்களுக்கான தனிப் பயிற்சி வகுப்புகள் நடத்த வேண்டும். விளையாட்டுத் திறமை அவர்களிடம் இருப்பது தெரிந்தால் அதில் அவர்களைத் தீவிரப்படுத்த வேண்டும். ஒவ்வொரு மாணவனும் அவனவன் திறமைக்கேற்றவாறு முன்னேற வழி காட்ட வேண்டும்.

ஆனால் இங்கும் அரசியலே விளையாடுகிறது. அவர்கள் கண்கள் அனைத்தும் வாக்கு வகைகளில் மட்டுமே. தெலுங்கானாவில் எஸ்சி மக்களுக்குத் தெலுங்கானா ராஷ்ட்ரிய சமிதி அரசு மூன்று ஏக்கர் நிலம் கொடுத்தது. நாளடைவில் பயன் பெற்ற ஒருவர் தன் நிலத்தை விற்க முன் வந்தால் பலத்த முணுமுணுப்புகள் கிளம்பும். 'நிலத்தைக் கொடுத்தால் அதை விற்கும் மக்களுக்கு ஏன் நிலம் கொடுக்க வேண்டும்?'

அம்பேத்கரின் நினைவோட்டத்திற்கும் இன்றைய அரசியல்வாதிகளின் நினைவோட்டத்திற்கும் பார தூர வித்தியாசம். அரசியல்வாதிகள், தாங்கள் இம்மக்களுக்காக எடுக்கும் முன்னெடுப்பில் மிகவும் சரியாகவும் தீவிரமாகவும் முழுமையாகவும் இருந்தால் அடுத்த தலைமுறை மக்களே பிற்படுத்தப்பட்ட மக்களாக இருக்க மாட்டார்கள். இந்த கனவுதான் அம்பேத்கரின் கனவாக இருந்தது.

இதுவரை அரசியலில் குளிர்காய்ந்த மக்கள் அரசியல் அதிகாரத்தின் மூலம் மிக வேகமாக அதிகமாக முன்னேறி விட்டார்கள். அதிகாரம் மட்டும் அவர்களின் கைகளில் இல்லை. கணக்கில் அடங்கா சொத்தும் அவர்கள் கைகளில். ஆனால் அரசியல் அதிகாரம் ஏதுமில்லாமல் இருக்கும் மக்கள் இன்னும் அதிகாரத்தில் இருப்பவர்கள் போடும் காசை பொறுக்கி எடுக்கும் பரிதாப நிலையில்தான் உள்ளார்கள். இலவச நிலம், இலவச வீடு ஆகியவற்றை எதிர்பார்த்து தங்களை மீண்டும் மீண்டும் வாக்கு வங்கிகளாக ஆக்கிக் கொள்கிறார்கள். அரசியல்வாதிகள் மக்களை அதே நிலையில் நிறுத்தி வைத்து, வாக்குகளை மட்டும் அறுவடை செய்கிறார்கள். அதன்மூலம்

அவர்கள் செல்வத்தில் குளிக்கிறார்கள். இந்தச் சூழல் மாறாவிட்டால் நாடு உயர்வடைய முடியாது; வளர்ச்சி பெற முடியாது. அதுவரை அப்படிப்பட்ட உயர்ந்த இந்தியா நமது கனவில் மட்டுமே இருக்கும். அந்தக் கனவு நினைவாக வேண்டுமெனில் ஓரளவு வளர்ச்சி பெற்ற சூத்திரர்கள் மேலும் சமூகப் பொருளாதாரக் கல்வி மேம்பாடு அடைந்து ஓபிசி களுக்கான அத்தனை நன்மைகளையும் பெற்று மீண்டும் சமூகத்தில் முழு மாற்றங்களைக் கொண்டு வர முயல வேண்டும்.

12

சாதியும், அரசியல் பொருளாதாரமும்

ஆசிரியர் குழு

சூத்திரர்களும் நில உடைமைத்துவமும்

பொருளாதாரப் பார்வையிலும் வரலாற்று அளவிலும் சூத்திரர்கள் வேளாண் தொழில், கால்நடை வளர்ப்பு, கைவினைத் தொழில் போன்ற தொழில்களோடு இணைக்கப்பட்டுள்ளனர். பொதுவாக அவர்கள் வேளாண்மைத் தொழிலோடு இறுக்கமாகப் பிணைக்கப் பட்டுள்ளனர். அதையும்விடப் பொருள் உருவாக்கல் தொழில்களில் அதுவும் உடலுழைப்புத் தேவைப்பட்ட அனைத்துத் தொழிலிலும் சூத்திரர்கள் முழுமையாக ஈடுபட்டிருந்தனர். த்விஜர்கள் (பிராமணர்கள், பனியாக்கள், சத்திரியர்கள்) இதுபோன்ற உடலுழைப்புத் தேவைப்படும் தொழில்களைச் செய்வதே இல்லை.[1]

நாம் எப்போதுமே த்விஜர்களான பிராமணர்கள், பனியாக்கள், சத்திரியர்களை ஆகியோரை மேல்மட்ட மக்கள் என்று கருதுகிறோம். இம்மக்களிடம் நிலம் இருந்தாலும் இல்லாவிட்டாலும் அவர்கள் எப்போதும் வேளாண்மைத் தொழில் செய்ததில்லை. இவ்வாறு கடும் உடல் உழைப்பிலிருந்து முற்றிலும் அவர்கள் தங்களை விலக்கி வைத்துக் கொள்வதற்கான உரிமையைப் பிராமணர்களின் வேத நூல்களிலிருந்து பெற்றுக் கொண்டு விட்டனர். அந்த வேத நூல்கள் உடலுழைப்புக் கோரும் தொழில்களைக் கீழான உழைப்பாகவே கருதுகின்றன. இதனால் பிராமணர் 'பாஷை'யில் உழைத்துப் பிழைப்பது மட்டமான ஒரு செயலாக மாறிவிட்டது.

உயர்ந்த சூத்திரர்கள் பெருமளவு விவசாய நிலம் வைத்திருந்தனர். அவர்களில் பலரைப் பெரும் நிலக்கிழார்கள் என்றோ குலாக்குகள் (Kulaks) என்றோ அழைக்கலாம். இடதுசாரிச் சிந்தனையாளர்கள், பொதுவுடைமையாளர்கள், தாராளவாத ஆய்வாளர்கள், சிந்தனையாளர்கள், எழுத்தாளர்கள் என்று பலரும் தங்கள் ஆழ்ந்த ஆய்வுகளை இந்தத் தொழிலாளர்கள், கைவினையாளர்கள், நில உடைமையாளர்கள் பற்றி அதிகமாக எழுதி வந்துள்ளனர். ஆனால் இவை பற்றி எதுவுமே இந்துத்துவ இலக்கியங்களில் எழுதப்பட வில்லை. வேளாண் உற்பத்திகள், அதன் தொடர்பானவைகள் பற்றி எதுவும் பேசப்பட்டதில்லை. பாஜக அறிவுஜீவிகள் யாருமே வேளாண் பொருளாதாரம் பற்றி தங்கள் சிந்தனைகளை எழுத்து வடிவத்தில் எழுதியதில்லை. அந்தத் துறையில் உள்ள பிரச்னைகள், சமூகத்தில் அதற்கான இடம், இத்தனைக்கும் நடுவில் அவர்களது நிலைப்பாடு போன்ற எழுத்துகள் எதுவும் அவர்களிடமிருந்து உருப்பெறவில்லை. அவர்கள் பேசும் தேசியவாதம் அதிலும் அவர்களது கலாச்சாரத் தேசியவாதம் எதிலும் சாதியை இணைத்து வந்துள்ள பொருளாதாரம் பற்றியோ, கலாச்சாரமும் சமூகத்திற்கும் நடுவில் உள்ள உறவுகள் பற்றியோ பேசப்படவில்லை.

இடதுசாரிகள்[2] இந்திய வேளாண்மையை நிலவுடைமைத் தத்துவத்தோடு இணைத்துப் பார்த்தனர். இதனால் அவர்களது குறி பெரும்பாலும் பெரிய நிலக்கிழார்கள் பக்கமே இருந்தது. பெரிய நிலக்கிழார்கள் சூத்திர சாதிகளின் மேம்பட்ட செல்வந்தர்கள். இந்த நோக்கம் பன்னெடுங்காலமாகவே இப்படியே இருந்து வந்துள்ளது. தீவிர இடதுசாரிகள் இந்தியப் பொருளாதாரத்தையே நில உடைமை, காலனியம் என்ற இரண்டின் சமகலப்பு என்றே கருதி வந்தனர். ஏறத்தாழ கடந்த 30 ஆண்டுகளாக இதே நிலையே நீடித்து வந்துள்ளது. இதனால் சூத்திரர்களின் மேல் தட்டு நில உடைமையாளர்கள் மீது அவர்களின் கவனம் இருந்தது. இந்த அமைப்பில் நடக்கும் குழப்பங்களும் போராட்டங்களும் சூத்திரர்களுக்கும் தலித் கூலிகளுக்கும் நடுவிலும் மேல்தட்டுச் சூத்திரர்களுக்கு நடுவிலும் நடப்பவை மட்டும்தான். இத்தகைய அமைப்பில் வெறுமனே வேளாண் உறவுகள் குழப்பங்கள் மட்டும் ஆய்வுக்குள்ளாக்கப்படுவது முறையல்ல. அதைவிட இந்த வேளாண் தொழிலின் உள்ளே இருக்கும் சாதியச் சமமின்மைகள், அதனால் நிலக்கிழார்களுக்கும் அவர் கீழே பணிபுரியும் தலித், கீழ்நிலை சூத்திரர்கள், ஒப்பந்தக்காரர் களுக்கும் நடுவில் உள்ள வன்மையான போராட்டங்கள் பற்றி ஆய்வுகள் மேற்கொள்வதுமே முறையாக இருக்கும். அதே நேரத்தில் இந்திய மண்ணில் சாதிய முதலாளித்துவம் எவ்விதம், எவ்வாறு வேரூன்றியது; அகில உலக முதலாளித்துவ உற்பத்தி முறையில்

எவ்வாறு இடம் பிடித்தது என்ற கேள்விகளும் ஆராயப்பட வேண்டும்.

இக்கட்டுரையில் நாங்கள் குறிப்பிட விரும்பும் ஒரு முக்கியமான புள்ளி என்னவெனில், சாதிகளுக்கான இடத்தை அரசியலிலும் பொருளாதாரத்திலும் மிகவும் ஆழ்ந்த யோசிக்கும் அறிவுஜீவிகள் அதைக் குறிப்பிட்டு பேசாமல் எப்போதும் சூத்திரர்களின் முரட்டுத்தனத்தையும், ஆணவத்தையும் பற்றிப் பேசிவிட்டு ஒதுங்கி விடுகிறார்கள். சான்றாக, இடதுசாரிகளும், தீவிர இடதுசாரிகளும் கூட இந்தியப் பொருளாதாரத்தைப் பற்றிப் பேசும்போது, அதன் நில உடைமைத்தனத்தைப் பற்றி ஏதும் பேசுவதில்லை. அதிலும் 1990க்குப் பிறகு நடந்த புதிய தாராளமயமாக்கல் நடந்த பிறகும் அவர்களின் போக்கு மாறவில்லை. இந்திய முதலாளித்துவம் முழுமையும் சாதிய முதலாளித்துவமே. ஆனால் இடதுசாரிகள் அந்தக் கோணத்திலிருந்து தங்கள் ஆய்வுகளை மேற்கொள்வதே இல்லை. அவைகள் பல சிக்கல்களைத் தரும் என்று ஒதுங்குகின்றனர். 'பத்ரலோக்' என்று அழைக்கப்படும் மேல் தட்டு மக்களின் அறிவுத்திறன் - அவர்கள் வலது அல்லது இடதுசாரிகளாகவோ தாராளவாதிகளாகவோ இருக்கலாம். ஆனால் அங்குச் சூத்திரர்களுக்கு இடமேதும் இல்லை - பத்ரலோக்குகள் தங்கள் முதலீட்டை வேளாண்துறை அல்லாத வேற்றுத் துறைகளில் ரகசியமாக முதலீடு செய்வதை வேறு பல தளங்களில் ஆராயலாம். ஆனால் இப்போது 1990களிலிருந்து 2000 வரை தொழில்துறைகளில் பெருமளவு முதலீடு செய்தபோது அவர்களில் சூத்திர நிலக்கிழார்கள் யாருமே இல்லை என்பதை இங்கே இப்போது நினைவுபடுத்துகிறோம். சூத்திர அறிவு ஜீவிகள் ஒன்றிணைந்து ஏன் அவர்களின் தொடர்பில் முதலீடுகள் இல்லாமல் போனது என்பதற்கான ஒரு விவாத மேடையை, அது ஆரம்ப நிலையாக இருந்தாலும், ஆரம்பிப்பது அவசியம்.

ஆர்எஸ்எஸ்-பாஜக [3] என்ற இரு குழுக்களின் இணைப்பு என்பது ஒரு முரட்டுத்தனமான சுரண்டல் நிறைந்த தனி உரிமை எடுத்துக் கொள்ளும் அமைப்பு. இவர்கள் சூத்திரர்களை முழுமையாக விலக்கி வைத்து அவர்களையும் வேளாண் துறையையும் விளிம்பு நிலைக்குத் துரத்திவிட்டனர். 1990களில் தாராளமயமாக்கலும் உலகமயமாதலும் ஆரம்பித்த பிறகு இவ்வாறு ஒதுக்கப்படுவது மிகத் தீவிரமாக நடந்தேறி வருகிறது. இதன் மூலம் அரசுத் தொழிலகங்கள், அரசு நிலங்கள், பல்வேறு நிறுவனங்கள் மிகவும் குறைந்த விலைக்கு பத்ரலோக்குகளுக்கு விற்கப்பட்டன. இதைப் பற்றி மட்டுமே தனி ஆய்வுகள் மேற்கொள்வது அவசியம். ஆனால் இப்போது இருக்கும் நிலையில் முதலீட்டு அளவீடுகளைக் கணக்கெடுத்தால் - இவை எண்ணிக்கையில் அதிகமாக இல்லாமல் இருக்கலாம். இருந்தும் -

அவைகளில் பிராமணர்கள் / பனியாக்கள் / கத்ரிஸ்கள் முழுமையான ஆதிக்கம் வைத்துள்ளார்கள். இந்தியப் பொருளாதாரத்தின் முதலீடு முனைப்புகள் யாவுமே இவர்களின் கைகளில் மட்டும்தான். இதைக் கண்டும் காணாமல் உள்ளது இந்திய நடைமுறை அரசியல். அனைத்து அரசியல் கட்சிகளும் பெரும் மௌனம் காக்கின்றன. இந்தக் கள்ள மௌனம் ஆர்எஸ்எஸ்-பாஜக அமைப்புகளுக்கு மிகவும் தோதுவாகப் போய்விட்டது. இது நிச்சயம் நமது நாட்டை அழிவுப் பாதைக்குத்தான் இட்டுச் செல்லும்.

பிராமண முதலாளித்துவமும் ஆர்எஸ்எஸ்–பாஜக அமைப்புகளுடன் உள்ள தொடர்பும்

மிகச் சமீப காலங்களில் முதலீட்டு ஏகாதிபத்திய வல்லமை மூலம் அரசியல் பலம் ஆர்எஸ்எஸ்-பாஜக கைகளுக்குள் சென்றுவிட்டது. இந்தப் பலத்தின் மூலம் நாட்டின் அனைத்துத் தேர்தல் களம், தேர்தல் செயல்முறைகள் இவ்விரு அமைப்புகளிடமும் சரணடைந்து விட்டன.[4] இதே காலத்தில் காங்கிரஸ் கட்சி தன் வலிமையிழந்து தோற்று நிற்கிறது. ஆயினும் அந்தந்த மாநிலங்கள் அளவில் அந்தந்தப் பகுதியின் சூத்திரர்கள் தங்கள் வலிமைகளை மாநில அளவில் காண்பித்துக் கொண்டிருக்கிறார்கள். இருந்தும் ஆர்எஸ்எஸ்-பாஜக தங்கள் ஆளுமையை இங்கே இழந்து விடவில்லை. அதோடு 'குலாக்குகள்' என்று ஏளனம் செய்யப்பட்ட சூத்திர நிலக்கிழார்கள் இப்போதாவது முதலீட்டாளர்களாக மாறிவிட்டார்களா என்பதையும் கண்டறிய வேண்டும் அல்லது இன்னும் அவர்கள் வேளாண் தொழிலை மட்டும் வைத்திருக்கிறார்களா? அல்லது இன்னும் குஜராத் - மும்பை பனியா என்ற கூட்டம் ஆர்எஸ்எஸ்-பாஜக தேசியவாதத்தை வைத்துக்கொண்டு சூத்திரர்களையும் ஓபிசிகளையும் அவர்களது மாநில சக்திப் பின்புலங்களை முற்றிலுமாக சிதறடிக்க அனுமதித்து விட்டார்களா? இதே கோணத்தில் இன்னொரு முயற்சியும் எடுக்கப்பட்டுள்ளது. இஸ்லாமியரின் பொருளாதார முயற்சிகளை முறித்துப் போடும் முயற்சி அது. சூத்திரர் ஓபிசி மக்களின் சக்தி அனைத்தும் 2002ஆம் ஆண்டில் குஜராத்தில் நடந்த கலகங்கள் மூலம் முறியடிக்கப்பட்டது போல் மீண்டும் நடத்தப்படும்.

ஆர்எஸ்எஸ்-பாஜக ஆடும் சதுரங்க ஆட்டத்தில் எங்கே சூத்திரர் - ஓபிசி மக்கள் நிற்கிறார்கள்? அவர்களுக்கு இடம் உண்டா அங்கே? பெரும் பொருளாதார மூலதனங்கள் பெரும் ஆதாரங்கள் அனைத்தையும் திரட்டி, அனைத்தும் தேர்தல் சமயத்தில் நாடு முழுவதும் கட்டவிழ்த்து விடப்படுகின்றன. இத்தனை பெரிய முதலீடுகளிலும் பொருளாதார முன்னெடுப்புகளிலும் நாடு முழுவதும் சூத்திரர்கள் கையறு பட்ட நிலையில் உள்ளனர்.

இதுபோல் முதலீடுகளையும் சாதிகளையும் வைத்து ஆடும் ஆட்டத்தைப் பற்றி ஆய்வுகள் ஏதும் அதிகம் இல்லை. 2010ஆம் ஆண்டிற்குப் பின் நடத்தப்பட்ட சில ஆய்வுகளின் முடிவுகள் மேற்கண்ட முறைகளில் தான் செல்கின்றன.

2012ஆம் ஆண்டில் ஓர் ஆய்வு அறிக்கை 'இந்தியாவின் பெரு நிறுவன வாரியம்: சாதியால் மறுப்பு?' வெளியிடப்பட்டது. இதில் 46 விழுக்காடு பெரு நிறுவனங்கள் பனியாக்களாலும் 44.6% பிராமணர் களாலும் 0.5% சத்திரியர்களாலும் 3.8% சூத்திரர் அனைவரும் உள்ளிட்ட ஓபிசிகளாலும் 3.5 சதவிகிதம் பட்டியல் இனம், ஆதிவாசிகளாலும் மற்றவர்களால் 1.5 விழுக்காடு நடத்தப்பட்டு வருகின்றன. இதிலிருந்து இரண்டே சாதியினர் பிராமணர்கள், பனியாக்கள் ஏறத்தாழ முழுவதுமாகக் கைப்பற்றி வைத்துள்ளனர். அவர்களே தொழில் துறைகளிலும் நிதி நிலைகளிலும் ஆதிக்கம் செலுத்தியுள்ளனர்.[5]

இப்படியிருக்கும் சூழ்நிலையில் எந்தத் தேசிய அரசியல் கட்சியும் இந்த இரு குழுக்களின் ஆசி இல்லாமல் தேர்தலில் வெற்றி பெறுவது இயலாத காரியம். இந்த இரு குழுக்களின் முழுக் கட்டுப்பாட்டில் இருக்கும் ஊடகங்களையும் மீறி அனைத்து மக்களின் ஆதரவை எந்தத் தேசிய அரசியல் தலைவரும் பெறமுடியாது. இப்போதுள்ள நடைமுறையில் மிகுந்த பெருத்த விளம்பரங்களாலும் அதற்குத் தேவையான பணமும் அதிக அளவில் வேண்டும். அதன் மூலமே அரசியல் கட்சிகளும் தலைவர்களும் மக்களின் கவனிப்பைப் பெற முடியும். இந்தக் குறிக்கோளை நரேந்திர மோடி 2014, 2019 பொதுத் தேர்தல்களில் வெற்றிகரமாகச் செய்து முடித்தார் என்பது நாம் அறிந்ததே. தேர்தல்களில் வணிகம் மிக முக்கிய இடம் பிடித்தது. மோடி முதலமைச்சராக இருந்தபோது பெரு வணிகர்களுக்குப் பிடித்தமானவராக தன்னைக் காட்டிக்கொண்டார். அவர் வணிகர்களோடு வைத்திருந்த உறவினால் பாஜக அவரை வளர்ச்சிக்கான ஒரு மெசையா என்று கூறி உயரத்தில் தூக்கி வைத்தது. அவரே இந்தியா என்னும் இந்துத்துவ நாட்டினை உய்விக்க வந்தவர் என்றும் பறைசாற்றியது.[6] 2002இல் நடந்த குஜராத் கலவரத்தில் எழுந்த புயல்களை ஊடகங்களின் முழு ஆதரவோடு வென்று மேலெழுந்தார். சூத்திரர்களுக்கும் ஊடகங்களுக்கும் அத்தகைய வலிமையான உறவு ஏதுமில்லை. அவர்கள் ஊடகங்களை நிறுவி நடத்துவதுமில்லை. அவ்வளவு ஏன்? ஊடகங்களில் அவர்கள் நல்ல பொறுப்பான பதவியில்கூட இல்லை.

நாம் நினைவில் வைத்துக்கொள்ள வேண்டிய ஒன்றும் உள்ளது. ஆனானப்பட்ட மகாத்மா காந்தியும் தான் முன்நின்று நடத்திய சுதந்திரப் போராட்டத்தில் பிர்லா, கோயங்கா என்ற செல்வந்தர்களின் துணையோடு பணமும், விளம்பரமும் பெற்றார். அவரைப் போலவே பண்டிட் ஜவாஹர்லால் நேருவும் பிராமண - பனியா ஆதரவையும்

மதச்சார்பற்ற முறையில் பெற்று வந்தார். ஆனால் இப்போது பிராமணப் பனியா இணைப்பு தன் திசையை மாற்றிக் கொண்டுள்ளது. இந்த உறவு முழுமையாக வலது சாரியாக மாற்றம் கண்டுவிட்டது. பம்பாய் - குஜராத் பனியாக்களின் முதலீடுகள் ஊடகங்களில் முன்னிலை வகிக்கின்றது. காந்தி - நேரு தங்கள் உருவாக்கத்திற்கு இந்த ஊடகங்களைப் பெரிதும் பயன்படுத்தினார்கள். ஆனால் இதை நரேந்திர மோடி - அமித்ஷா என்ற இருவரும் பயன்படுத்துவதை ஒப்பிட்டுப் பார்க்கவே முடியாது. இவர்கள் வரலாறு காணா விளம்பரங்களைத் தொடர்ந்து பெற்று வருகின்றனர்.

இதுநாள்வரை எந்தச் சூத்திரத் தலைவரும் பெரும் வணிக செல்வந்தர் எவரின் உதவியையும் பெற்றதில்லை. அதனால் பெரிய தேசியத் தலைவராகவும் உயரவில்லை. அதையும்விட எந்தச் சூத்திரத் தலைவரும் தன்னையே தேசிய அளவில் ஒரு பெரும் தலைவராக நினைத்தும் பார்த்ததில்லை. தொழில் துறையிலும் அரசியல் துறையிலும் தன்னை உயர்த்திப் பார்க்க வேண்டும் என்ற எண்ணம் கூடத் தோன்றாமல் இருந்து வந்துள்ளனர். அப்படிப்பட்ட அரசியல் தலைவர்கள் தன்னைச் சுற்றி ஒரு வளையும் வரைந்து கொண்டு அதற்குள்ளேயே அடங்கிப் போய்விடுகிறார்கள். தன் மாநிலத்துத் தலைவராக உயர்த்திக் கொள்வதோடு சரி. மாநிலத் தலைவர்கள், மாநிலச் செல்வந்தர்கள் என்று அளவோடு தங்கள் உயரத்தைக் குறுக்கி வைத்துக் கொள்கிறார்கள். இவர்கள் ஒரு பகுஜன் உணர்வை வளர்த்துக் கொள்ளாமல் ஆர்எஸ்எஸ்-பாஜக என்ற கட்சிகளிலிருந்து விலகி வாழ்ந்து உயர வேண்டும். அவ்வாறு முயன்றால்தான் நாடறிந்த தலைவராக முடியும் அதன் அடுத்த அடியே இந்தியப் பிரதமராகும் கனவு. காங்கிரஸ் கட்சி இதுவரை இப்படிப்பட்ட தலைவர் யாரையும் முன்னிலைப்படுத்தவே இல்லை.

பனியா, பிராமணர், கத்ரி இவர்களில் யார் பெரிய பணக்காரர்கள்

ஃபோர்ப்ஸ் கொடுக்கும் கோடீஸ்வரர்களின் பட்டியல் மூலம் இக்காலத்தில் யார் யார் செல்வந்தர்கள் என்றோ, எந்த அளவு அவர்களின் பொருளாதார வீழ்ச்சி/எழுச்சி உள்ளது என்றோ எளிதாகக் கூறிவிட முடியும். 2018ஆம் ஆண்டின் பட்டியலில் 119 கோடீஸ்வரர்களில் 65 பேர் வழக்கமான வணிக குடும்பங்களைச் சார்ந்தவர்கள். ஹரிஷ் தாமோதரன் இவர்களைச் சாதிவாரியாகப் பிரித்துப் பட்டியலிட்டுள்ளார். அந்த 65 பேரில் 38 பேர் குஜராத்தி அல்லாத பனியா / மார்வாரி; 10 பேர் குஜராத்தி பனியா / ஜெயின்; 8 பேர் பார்சி மக்கள்; 6 பேர் சிந்திக்கள்; 2பேர் குச்சி பாட்டியா; ஒருவர் லோகனா.

119 செல்வந்தர்களுள் மீதியுள்ள 54 பேர் கலவை இனத்தவர்கள். அவர்களில் 15 பேர் பிராமணர்கள் (இவர்களில் 3 பூமிகார்கள்; இந்த மக்கள் தங்களைப் பிராமணர்களாகவே காட்டிக் கொள்வார்கள்). 12 பேர் கத்ரிஸ் / அரோராக்கள்; 5 இஸ்லாமியர்கள்; 4 பட்டிதர்; 3 கிறிஸ்தவர்கள்; 2 ஜாட் இனத்தவர்கள்; 2 நாடார்கள்; ஒரு நாயர், கயஸ்தா, பண்ட், கொங்கநாஸ்தா வைசிய வாணி, லிங்காயத், கம்மா, ரெட்டி, சைனி, ஈழவா, ராம் கர்கியா, இசை வேளாளர்.[7]

எஸ்சி / எஸ்டி / ஓபிசி இவர்களில் யார் பெரும் ஏழைகள்?

ஆய்வொன்று[8] கீழ்க்கண்ட தகவல்களை நமக்குத் தருகிறது. 50 சதவிகிதம் பிராமணர்கள், 31% ராஜ்புத் மக்கள், 44% பனியாக்கள் 57% கயஸ்தாக்கள் வசதி படைத்த பணக்காரர்களாக இருக்கிறார்கள். ஆனால் 5 % ஆதிவாசிகள்; 10% பட்டியல் இனத்து மக்கள்; 16% ஓபிசி மக்கள்; 17% இஸ்லாமியர்கள் வசதி பெற்ற மக்களாக உள்ளனர். மிகவும் ஏழ்மை நிலையில் உள்ள மக்களாக 2.2 % கயஸ்தாக்கள், 4.6 % பிராமணர்கள், 7.3% பனியாக்கள், 9.7% எஃப்சி மக்கள் உள்ளனர். ஆதிவாசி மக்கள், பட்டியல் இனத்து மக்கள், ஓபிசி மக்களை மொத்தமாகப் பார்க்கும்போது அவர்களில் ஏழ்மையில் உழல்பவர்கள் 74%, 53%, 41% என்ற விகிதாச்சாரத்தில் உள்ளனர். இந்த ஏற்றத்தாழ்வுகளைப் பற்றி அதிகமாக யாரும் கவலை கொண்டதாகத் தெரியவில்லை. இதன் மூலம் தேசிய மொத்த உள்நாட்டு உற்பத்தி (ஜிடிபி) ஏறுவதும் இறங்குவதும் பற்றி யாருக்கும் கவலை இல்லை.

பல சாதிகளின் நடுவே உள்ள செழுமையும் ஏழ்மையும் [9]

Wealth Index

	Poorest	Poorter	Middle	Richer	Richest
Overall	20.63	19.82	19.86	19.6	20.09
ST	51	23.09	12.87	7.78	5.26
SC	28.47	24.8	21.19	16.08	9.46
OBC	18.87	21.66	22.94	20.7	15.83
FC (Brahman)	4.62	9.7	13.86	21.9	29.91
FC (Rajput)	7.27	13.78	21.9	25.89	31.15
FC (Bania)	5.8	11.86	16.52	22.17	43.66
FC (Kayasth)	2.17	5.25	10.89	24.67	35.26
FC (Other)	9.75	13.42	17.13	24.45	35.26
Muslim	20.91	21.19	19.11	21.8	16.99
Other	2.24	4.08	9.45	22.2	61.81

ஆதாரம்: நிதின் குமார் பாரதி, 'இந்தியாவில் செல்வச் சமத்துவமின்மை, வர்க்கம் மற்றும் சாதி, 1951-2012', முதுகலை ஆய்வறிக்கை, பாரிஸ் ஸ்கூல் ஆஃப் எகனாமிக்ஸ், 2009

பனியா–பிராமணர் சென்செக்ஸ் [பங்குச் சந்தைக் குறியீடுகள்]

குஜராத்தைச் சேர்ந்த ஆகர் படேல், சூத்திர (படேல்) சமூகத்தைச் சேர்ந்தவர். பிரபலமான இதழியியலாளர். பன்னாட்டுஆம்னெஸ்டியில் உள்ள இவரின் தொடர்பிற்காகத் துன்புறுத்தப்பட்டார். ஜாதி மற்றும் வங்கிகள் குறித்த தரவுகளைத் தொகுத்துப் பட்டியலிட்டுள்ளார். Mint என்ற இதழில் 'When will the Brahman-Bania Hegemony End' அவர் எழுதிய கட்டுரை 2009இல் வெளியிடப்பட்டது.[10] அதில் அவர் கொடுத்த பட்டியல் இங்கே கொடுக்கப்பட்டுள்ளது. நிறுவனங்களின் தலைவர்களின் பெயர்களில் சில மாற்றங்கள் இருந்திருக்கலாம் என்றாலும், அடிப்படைப் போக்கு இப்போதும் அப்படியே உள்ளது. சென்செக்ஸ் இந்தியாவின் 30 பெரிய வர்த்தக நிறுவனங்களை உள்ளடக்கிய அவருடைய பட்டியல் இதோ:

ACC ஒரு பிராமணரால் நடத்தப்படுகிறது (சுமித் பானர்ஜி)

BHEL ஒரு பிராமணரால் நடத்தப்படுகிறது (ரவி குமார் கிருஷ்ண சுவாமி)

பார்தி ஏர்டெல் ஒரு பனியா (சுனில் மிட்டல்)

கிராசிம் மற்றும் ஹிண்டால்கோ ஒரு பனியாவால் (குமார் மங்கலம் பிர்லா) நடத்தப்படுகிறது.

HDFC ஒரு பனியா (தீபக் பரேக்)

ஹிந்துஸ்தான் யூனிலீவர் ஒரு பிராமணரால் நடத்தப்படுகிறது (நிதின் பரஞ்ச்பே)

ஐசிஐசிஐ வங்கி ஒரு பிராமணரால் (கே.வி. காமத்)

ஜெய்பிரகாஷ் அசோசியேட்ஸ் ஒரு பிராமணரால் நடத்தப்படுகிறது (யோகேஷ் கவுர்)

L&T ஒரு பிராமணரால் நடத்தப்படுகிறது (ஏ.எம். நாயக்)

என்டிபிசி ஒரு பிராமணரால் (ஆர்.எஸ். ஷர்மா) நடத்தப்படுகிறது.

ONGC ஒரு பிராமணரால் நடத்தப்படுகிறது (ஆர்.எஸ். ஷர்மா)

ரிலையன்ஸ் குழும நிறுவனங்களை பனியாஸ் (முகேஷ் மற்றும் அம்பானி)

பாரத ஸ்டேட் வங்கி ஒரு பிராமணரால் நடத்தப்படுகிறது (ஓ.பி. பட்)

ஸ்டெர்லைட் இண்டஸ்ட்ரீஸ் பனியா (அனில் அகர்வால்)

சன் பார்மா நடத்துகிறது பனியா (திலீப் ஷங்வி)

டாடா ஸ்டீல் ஒரு பிராமணரால் (பி. முத்துராமன்) நடத்தப்படுகிறது.

பஞ்சாப் நேஷனல் வங்கி பிராமணர் கே.சி. சக்ரபர்த்தியால் நடத்தப்படுகிறது.

பாங்க் ஆப் பரோடா பிராமணர் எம்டி மல்லயா

கனரா வங்கியை பனியா ஏ மஹாஜ் நடத்துகிறார்

இந்தியாவின் மென்பொருள் நிறுவனங்களில்,

இன்ஃபோசிஸ் ஒரு பிராமணரால் நடத்தப்படுகிறது (இப்போது கிரிஸ் கோபாலகிருஷ்ணன் மற்றும் அவருக்கு முன் நாராயண மூர்த்தி மற்றும் நந்தன் நிலேகனி)

டிசிஎஸ் ஒரு பிராமணரால் நடத்தப்படுகிறது (சுப்பிரமணியன் ராமதோரா)

விப்ரோ ஒரு கோஜா (அசிம் பிரேம்ஜிக்கு சொந்தமானது), கோஜாக்கள் ஷியாவின் செவனர் பிரிவினர். லுஹானா என்ற வணிக சமூகத்தில் இருந்து மாற்றப்பட்டது (எல்.கே. அத்வானியும் மற்றும் எம்.ஏ. ஜின்னாவும் அதே சாதி)

இந்தியாவின் இரண்டு பெரிய விமான நிறுவனங்கள்:

கிங்ஃபிஷர், பிராமணர் (விஜய் மல்லையா)

ஜெட், பனியா (நரேஷ் கோயல்) என்பவருக்கு சொந்தமானது.

இந்தியாவின் மொபைல் போன் நிறுவனங்கள்:

ரிலையன்ஸ் கம்யூனிகேஷன்ஸ் (அம்பானி)

ஏர்டெல் (மிட்டல்)

வோடபோன் எஸ்ஸார் (ருயா)

ஐடியா (பிர்லா),

ஸ்பைஸ் (மோடி) ஆகியவை பனியாஸுக்கு சொந்தமானவை.

பிஎஸ்என்எல் பனியா (குல்தீப் கோயல்)

டாடாவின் டிடிஎம்எல் ஒரு பிராமணரால் (கே.ஏ. சௌகார்) நடத்தப்படுகிறது.

இந்தியாவில் கிரிக்கெட் ஒரு பனியாவால் நடத்தப்படுகிறது (லலித் மோடி,

அவருக்கு முன் ஜக் மோகன் என்ற பனியாவால் நடத்தப்பட்டது.)

இந்தியாவில் ஊடகங்கள் முழுக்க முழுக்க ஜெயின்களால் கட்டுப்படுத்தப்படுகின்றன.

இரண்டு பெரிய ஆங்கில செய்தித்தாள்களில்:

டைம்ஸ் ஆஃப் இந்தியா ஜெயின்களுக்கு சொந்தமானது.

ஹிந்துஸ்தான் டைம்ஸ் பனியாஸுக்கு சொந்தமானது (பிர்லா)

தி இந்து -பிராமணர்களுக்குச் சொந்தமானது. (கஸ்தூரி ஐயங்கார்)

தி இந்தியன் எக்ஸ்ப்ரஸ் பனியாஸ் (கோயங்கா)

ஜீ டிவிக்கு சொந்தமானது டானியா (சுபாஷ் சந்திர கோல்)

இரண்டு பெரிய இந்தி செய்தித்தாள்கள்:

டானிக் ஜாக்ரன் - பனியாஸ் (குப்தா)

டைனிக் பாஸ்கர், பனியாஸ் (அகர்வால்)

அகர்வால்கள் குஜராத்தி நாளிதழான திவ்யா பாஸ்கரையும் சொந்தமாகக் கொண்டுள்ளனர். மிகப்பெரிய குஜராத்தி செய்தித்தாள், குஜராத் சமாச்சார்.

ஜெயின்களால் (ஷா) மிகப்பெரிய மராத்தி பேப்பர், லோக்மத்,

ஜெயின்களுக்கு சொந்தமானது (தர்தா)

ராஜஸ்தான் பத்ரிகா ஜெயின்களுக்கு சொந்தமானது (கோத்தாரி)

நவ்பாரத் டைம்ஸ் ஜெயின்களுக்கு சொந்தமானது.

பனியாஸ் (பிர்லா)க்கு சொந்தமான ஹிந்துஸ்தான்.

அமர் உஜாலா பனியாஸ் (மகேஸ்வரி) என்பவருக்கு சொந்தமானது

இந்தியாவின் எஃகு நிறுவனங்களில்:

எஸ்ஸார் பனியாஸ் (ருயா)

ஆர்செலர் மிட்டலுக்கு பனியா (லக்ஷ்மி மிட்டல்)

இஸ்பாட் பனியாஸ் (மிட்டல்ஸ்) என்பவருக்கு சொந்தமானது.

ஜிண்டால் ஸ்டீல் பனியாஸ்

பூஷன் ஸ்டீல் நிறுவனத்திற்கு சொந்தமானது பனியாஸ் (சிங்கால்)

விசா ஸ்டீல் பனியாஸ் (அகர்வால்) என்பவருக்கு சொந்தமானது.

அரசுக்கு சொந்தமான SAIL I பனியா (எஸ்.கே. ரூங்டா) நடத்துகிறது.

லாயிட் ஸ்டீல் பனியாஸ் (குப்தா) என்பவருக்கு சொந்தமானது.

இந்தியாவின் சிமெண்ட் நிறுவனங்களில்:

அம்புஜா பனியாஸுக்குச் சொந்தமானது (நியோடியா மற்றும் செக்சாரியா)

டால்மியா சிமெண்ட்ஸ் பனியாஸ் அல்ட்ராடெக் நிறுவனத்திற்கும், விக்ரம் சிமென்ட் பனியாஸுக்கும் (பிர்லா) சொந்தமானது.

ஜேகே சிமெண்ட் பனியாஸ் (சிங்கானியா)

ஹிந்துஸ்தான் மோட்டார்ஸ் பனியாஸ் (பிர்லா)க்கு சொந்தமானது.

பஜாஜ் ஆட்டோ பனியாஸுக்கு சொந்தமானது.

பழைய பொருளாதாரம், புதிய பொருளாதாரம்: இந்தியாவில் உள்ள அனைத்துப் பொருளாதாரமும் இரண்டு சாதியினரால் நடத்தப்பட்டு வருகிறது.

பிராமணர் அறிவில் தனது ஏகபோகத்தைப் பயன்படுத்தினர். மற்றும் பனியா தனது உயர் நம்பிக்கையான வர்த்தக கலாச்சாரத்தைப் பயன்படுத்தி ஆதிக்கம் செலுத்தினர். அவர்களின் திறமைகள் உலகத்தரம் வாய்ந்தவை. மூலதன உருவாக்கம் பற்றிய உண்மை களைப் பார்த்தால், மற்ற சாதியினருக்கு விரைவில் அவர்களைப் பிடிப்பது மிகக்கடினம்.

இந்த கட்டுக்கடங்காத பனியா-பிராமண மேலாதிக்கம், முதலாளித்துவ பெருநிறுவன அமைப்புகளின் நிர்வாகச் செயல்பாட்டிலுள்ள நயவஞ்சக வழிவகைகள் மற்றும் ஜாதிவெறி ஆகியவற்றின் மூலம் இயங்குகிறது.

அரசியல் பொருளாதாரம் என்பதை சாதியப் பொருளாதாரம் என்று மீள்வாசிப்பது

ஆகார் பட்டேல் பட்டியல், ஃபோர்ப்ஸ் தரவுகள் இரண்டுமே எவ்வாறு இந்தியப் பொருளாதாரம் தடம் மாறித் தவறான வழியில் கால் எடுத்து வைத்தது என்பதை நன்கு விளக்குகின்றன. ஆடம் ஸ்மித் காலத்திலிருந்து ஐரோப்பியாவின் மார்க்சிய முறைகள் அல்லது தாராளமயமாக்கல் முறைகள் இந்திய நாட்டைத் தவறான முறையில் திருப்பி விட்டுவிட்டது. சான்றாக மேற்கு பஞ்சாபிலிருந்து நிலப்பகுதிகளை நிர்வாகிக்கும் பஞ்சாபி பட்டாரி என்ற இனத்தின் கத்தாரி சாதியினர் என்ற புலம் பெயர்ந்த மக்கள் இப்போது நாட்டில் பெரும் செல்வந்தர்களாக அறியப்படுகிறார்கள். அவர்கள் அனைவரும் நன்கு கல்வியறிவு பெற்றவர்கள். இப்போது அவர்கள் டில்லி, பஞ்சாப் பகுதிகளில் வாழ்கின்றனர். இப்போது அவர்கள் வேளாண் தொழிலில் இருந்து மிகவும் விலகி நிற்கிறார்கள். இன்னும் வேறு இரு வட இந்திய சாதியினரான கத்ரிகள், கயஸ்தாக்கள் என்பவர்கள் எண்ணிக்கையில் குறைவாக இருந்தாலும் இப்போது பெரும் வளம் நிறைந்த மக்களாக உள்ளனர். இவர்கள் பிராமணர், பனியா, ஜெயின் போன்றவர்களோடு நெருங்கி இணைந்து செயலாற்றி வருகின்றனர். இவர்கள் எல்லோரும் இந்தியாவின் புதிய ‘பத்ரலோக்கு’களாக உருவெடுத்துள்ளனர். பத்ரலோக் பற்றிய வங்காள சூத்திரம் ஒன்றுள்ளது இதன்படி பிராமணர்கள், கயஸ்தாக்கள், பைதையாக்கள் என்ற சாதியினர் ஒருங்கிணைந்து புதிய இந்தியாவின் உலகமயமாக்கல் பொருளாதாரத்தின் ஒரு தீவிரப் பகுதியாகவே ஆகிவிட்டார்கள். இந்த சாதிகள் அனைவருமே

கல்வியிலும் வேலைகளிலும் அரசு கொடுத்துள்ள இடப்பங்கீட்டுக்கு எதிராக இருந்தனர்.

ஆயினும் இவர்களுக்குள் சிலர் மட்டும் மதச்சார்பின்றி தாராள மனதோடும் ஜனநாயகப் பண்போடும் உள்ளவர்களாக இருந்தனர். ஆனால் பெரும்பான்மையினர் பிராமண இந்து மதப் பித்தர்களாகவும் ஆர்எஸ்எஸ்-பாஜக சக்திகளை முழுமையாக ஆதரிக்கிறவர்களாகவும் இருந்தனர். இம்மக்கள் இஸ்லாமியர் கிறிஸ்தவர்களுக்கு எதிராக இருந்தால் உலகத்தின் கண் முன் இந்தியா சிறுமைப்படுத்தப்படும் என்பதையும் நன்கு தெரிந்தவர்களாகவே இருந்தனர். அதிலும் இந்துப் பரிவாரம் இஸ்லாமியரின் தீவிரவாதத்தை உலக அளவில் பெரிதுபடுத்தி வைப்பதைத் தீவிரமாகத் தொடர்ந்து செய்து கொண்டிருந்தனர். இதன்மூலம் அவர்கள் இந்தியாவின் எதிர்காலத்தை உலகத்தின் முன் தலைகுனிய வைக்கிறார்கள். எந்த மதத்தையும் தூக்கிப்பிடிப்பதால் உலகமே தன் சமநிலையை இழக்கும். சமூகத் தளங்கள் மெல்ல நம்மையே கொல்லும் தன்மை பெறும். ஆனால் இம்மக்கள் ஆர்எஸ்எஸ்-பாஜக பக்கம் நிற்பதன் மூலம் சோசலிச மனப்பான்மையும் அனைவருக்குமான வசதி என்ற இந்தியத் தத்துவம் அவர்களுக்குச் சரியானதாகப் படவில்லை; அவர்களிடம் எடுபடவில்லை. காங்கிரஸ் நிலையோ மதச்சார்பற்ற கொடி பிடித்து நிற்கிறது. ஆனால் அது ஒன்றும் இப்போது எடுபடவில்லை.

பத்ரலோக் அறிவுஜீவிகளில் பலரும் உயர் கல்வியை வெளிநாடு சென்று கற்றவர்களாகவோ, நம் நாட்டின் உயர் கல்வி நிலையங்களில் கற்றவர்களாகவோ இருப்பார்கள். இவர்கள் ஒருவேளை மதச்சார்பற்ற கொள்கைகளைக் கொண்டிருக்கலாம். நாட்டின் பன்முகத்தன்மையை அரவணைத்து ஏற்றுக் கொள்பவர்களாக இருக்கலாம். இருந்தும் இவர்கள் சாதியும் முதலீடும் இப்போது நம் நாட்டில் இணைந்து போகும் தன்மை பற்றிக் கவலைப்படுவதில்லை. அதேபோல் ஆதிவாசிகள் / தலித்துகள் / ஓபிசி / சூத்திரர்கள் நாட்டின் வளமையைப் பெருக்கியவர்கள்; இப்போதும் பெருக்கிக் கொண்டிருப்பவர்கள் என்பதை ஒத்துக் கொள்ள மனமில்லாதவர்கள். நெடுங்காலமாக அவர்கள் நுனி நாக்கில் சீர்மிகு மொழியில் ஏதேதோ பேசிக் கொண்டிருக்கிறார்கள். ஆனால் அவர்கள் நாக்கிலிருந்து மக்கள் அடிமைப்பட்டுக் கிடப்பதையோ, அம்மக்கள் காலங்காலமாக சுரண்டப்பட்டு வருவதையோ பற்றி ஏதும் வராது. அதிலும் சமீப காலத்தில் தலித்துகள் பற்றிய சில இரக்க உணர்வுள்ள வார்த்தைகள் எப்போதாவது வரலாம். ஆனால் சூத்திரர், ஓபிசி பற்றிய சிந்தனையும் மனதில் வருவதில்லை. நாக்கில் வார்த்தைகளும் வருவதில்லை.

ஆனால் மாற்றாக பல்வேறு இனங்களில் சுரண்டலைப் பற்றிப் பொதுவாகப் பேசப்படுவதுண்டு. இடதுசாரி சிந்தனையாளர்கள் - அவர்களும் பத்ரலோக் சமூக நிலையிலிருந்து வந்தவர்கள்தான் - ஒன்றை நன்கு மறந்துவிடுகிறார்கள். அவர்கள் இருப்பது இந்தியாவில்; சைனாவில் அல்ல இந்தியாவில் 'வர்க்கம்' என்பதும் சீனாவில் இருக்கும் வர்க்கமும் ஒன்றல்ல. இந்தியாவில் வர்க்கம் என்பது சாதியைப் பற்றியதே. சாதிக்குள் வர்க்கம் புதைந்து, பொதிந்து கிடக்கிறது. சூத்திர ஓபிசி அறிவுஜீவிகள் எந்த அரசியல் அமைப்பிலும் நுழைந்து, அங்கே சாதியக் கட்டமைப்புடன் கூடிய நமது சமுதாயத்தைப் பற்றி அறிவுப்பூர்வமான ஆக்கப்பூர்வமான விவாதங்கள் நடத்துவது என்பது இன்னும் முடியாத ஒன்றாகவே உள்ளது. அப்படிப்பட்ட தரமான விவாதங்கள் மூலமாகவே, இந்தியா மூழ்கிக் கிடக்கும் வகுப்புவாதச் சூழலிலிருந்து விரைவில் மீள முடியும். அதன் மூலமே சில சாதி வணிகர்கள் முதலீட்டில் சந்தை வளம் பெற்று, அவர்கள் விற்பனையாளர்களாக உள்ளனர்.

சூத்திரர், ஓபிசி, தலித், ஆதிவாசிகள், சிறுபான்மையினர் என்ற ஏழை சாதியினர் எப்போதும் அந்தச் சந்தையைச் சார்ந்து வாங்குபவர்களாக மட்டுமே உள்ளனர். இந்திய முதலீடுகள் ஒரு சமயச் சார்பற்ற மக்களாட்சி அமைப்பிலிருந்து வந்தது. ஆனால் இது சாதியக் குழப்பங்களால் அதன் வளர்ச்சி முற்றிலும் பாதிக்கப்படும். இதனால் நம் மீது உள்ள உலக ஈர்ப்பு நிச்சயமாகக் குறைந்துவிடும். எந்தச் சமயம் சார்ந்த நாடும் உலகப் பொதுச் சந்தையில் பெரிதாக எதையும் இதுவரை சாதிக்கவில்லை சமயச் சார்பு என்பதே முதலாளித்துவத்திற்கு முழு எதிரியாகவே இருக்கும். இங்கே பிராமணிய - பனியா கூட்டுறவு சமயத்தோடு இணைந்து நிற்கும் போது நிச்சயமாக அது அழிவை நோக்கிய பாதையாகவே இருக்கும். இந்தக் கூட்டினால் அந்த அழிவு முழுமையாகவும் விரைவாகவும் இருக்கும்.

பிராமணர்களும் பனியாக்களும் செல்வங்களைக் குவித்து வைத்துள்ளனர்.[11] தேசிய அரசியல் அதிகாரங்கள் மட்டுமல்ல, பிராமணர்கள் மாநிலங்களிலும் அதிகாரம் செலுத்துகின்றனர். மேற்கு வங்காளம், ஒடிசா மாநிலங்களில் இதுவரை தொடர்ந்து பிராமண மாநிலக் கட்சிகளின் தலைவர்களின் ஆட்சியின் கீழ் தான் இருந்து வந்துள்ளது. மேற்குவங்க முதலமைச்சர்கள் பிராமணர்களாகவோ கயஸ்தாஸ்களாகவோ மட்டும் இருந்துள்ளனர். எந்தக் கட்சி ஆட்சி செய்தாலும் நிலைமை இதுவே. காங்கிரஸ், சிபிஎம், திரிணாமுல் காங்கிரஸ் என்று அடுத்தடுத்து வந்தவைகளும் பிராமணர் ஆட்சியையே கொடுத்தன. இந்த இரு சாதியினர் கைகளில்தான் மாநிலத்தின் முழுப் பொருளாதாரமும் அடங்கிக் கிடக்கின்றன.

வங்காள மாநிலத்துப் பிராமணர்களும், மகாராஷ்டிரமும் பல நூற்றாண்டுகளாக அறிவு சார்ந்த அனைத்திலும் முதல் நிலைகளிலேயே இருந்து வந்துள்ளனர். இது மட்டுமல்லாது காலனிய அரசின் சமயத்திலும் அவர்களோடு லாபகரமான தொடர்பு கொண்டிருந்தனர். இன்றும் அதே நிலை தொடர்கிறது. பல்வேறு சாதி மக்களில் ஏழ்மை நிலையில் உள்ளவர்களை நோக்கினால், மிகக் குறைந்த அளவில் உள்ள சாதி கயஸ்தாஸ்; இவர்களுக்கு அடுத்த நிலையில் பிராமணர்களும் பனியாக்களும் உள்ளனர். ஆனால் மிகவும் ஏழையான மக்களைச் சூத்திர மேல் சாதி மக்களிடம் தேடினால் அவர்களின் மொத்த எண்ணிக்கை பிராமண, பனியாக்கள், கயஸ்தாஸ் அவர்களின் கூட்டெண்ணிக்கையை விட மிக அதிகமாகவே இருக்கும். கொடுக்கப்பட்டிருக்கும் பட்டியலைப் பார்த்தால் மிகவும் ஏழ்மையான நிலையில் இருப்பவர்கள் இஸ்லாமியர்கள். இதில் நாம் பார்க்கக்கூடிய ஆச்சரியமான விஷயம் என்னவெனில் இந்தப் புதிய பத்ரலோக்குகள் பொருளாதாரத்தில் முன்னேறிய நாட்கள் காங்கிரஸ் பதவியில் இருந்த பி.வி. நரசிம்மராவ், மன்மோகன் சிங் ஆகியவர்களின் காலம்தான். அதேபோல் இப்போதைய ஆட்சியும் அவர்களின் காலமாகவே உள்ளது. இந்திய முதலீட்டாளர்கள் சிலர் காங்கிரஸ் ஆட்சிக் காலத்தில் தனி ஏகாதிபத்திய முதலீடுகள் செய்ய முடிந்தது. ஆனால் அதனால் காங்கிரஸ் கட்சிக்கு எந்தப் பயனும் இல்லை. பொதுவுடைமைக் கட்சியினர் பேசும் சமத்துவச் சித்தாந்த வாதத்திற்குச் சில சாதிகளின் கூட்டால் ஏற்பட்ட அரசியல் பொருளாதாரத்திலும் இடமில்லாமல் போய்விட்டது.

ஏகபோக முதலீட்டாளர்கள் முக்கியமாகப் பிராமணர்களாகவும் பனியாக்களாகவும் உள்ளனர். இவர்கள் செல்வப் பெருக்கத்தில் இந்த அளவு உயர்வதற்கு காங்கிரஸ் ஆட்சியும் ஆர்எஸ்எஸ்-பாஜக இல்லாத வேற்றுக் கட்சிகளின் ஆட்சியும் காரணமாக இருந்தன. இருப்பினும் இவர்களே ஆர்எஸ்எஸ்-பாஜக ஆதரிப்பாளர்கள் கூட்டத்தில் முதல் வரிசையில் இருந்தனர். பாஜக ஆட்சியைப் பிடித்து அதிகாரத்தைக் கைப்பற்றுவதற்கு இவர்களே உதவி செய்தனர். இந்த அரசியலில் இஸ்லாமியருக்கும் கிறிஸ்தவர்களுக்கும் எதிரான இனவாத அரசியல் இவர்களின் அரசியலில் முக்கிய முதலிடத்தைப் பிடித்தது. ஆட்சியினர் இதற்குப் பெரும் முக்கியத்துவம் அளித்தனர். நகரத்திலுள்ள ஏகபோகச் சந்தைகளுக்கு இது ஒரு பெரும் பிரச்னையைத் தந்தது. இதில் முக்கியமான கேள்வி ஒன்று எழுகின்றது. ஏன், எப்படி, எதற்காக இந்திய ஏகபோக முதலீட்டாளர்கள் தங்கள் முழு ஆதரவை ஒரு வகுப்புவாத அரசியலுக்குக் கொடுத்தனர்? ஏன் ஒரு சமயச் சார்பற்ற அரசியலுக்குக்

கொடுக்க மறுத்தனர்? அந்த ஒரு பத்ரலோக் பொருளாதார மேதையும் இந்தச் சிக்கலானக் கேள்விக்குப் பதில் கண்டுபிடிக்க முயற்சி எதுவும் எடுத்ததில்லை.

ஐரோப்பிய - அமெரிக்க அரசியல் பொருளாதாரம் வர்க்க உருவாக்கத்தின் மீது கட்டப்பட்டுள்ளது. அதில் வர்க்கமில்லா எதுவும் ஊடுறுவதில்லை. இவ்வழியின் மூலமே அந்நாடுகளில் செல்வக் குவிப்பும் உழைப்புச் சுரண்டலும் இல்லாமல் நடைபெறுகின்றன. இந்தியச் சூழலில் இந்தமுறை போதுமான அளவில் உருவாகவில்லை. பதிலாக இங்கே சாதியப் பொருளாதாரம் தன் கிடுக்குப் பிடியை, சொத்தை உருவாக்குவதிலும் குவிப்பதிலும் இறுக்கமாகப் பிடித்து வைத்துள்ளது. சாதிகள் பொருளாதாரத்தைத் தங்களுக்குத் தெரிந்த வழியில் உருவாக்குகின்றன.

முன்பு குறிப்பிட்ட சொத்து பற்றிய பட்டியலில் சூத்திரர்களின் இருப்பு மிக மிகக் குறைவு. அப்படி இருப்பினும், அரசியல், கருத்து போன்றவைகளில் அதிகமாகக் குற்றம் சாட்டப்படுபவர்கள் இவர்களே. இது காலனி ஆட்சிக்கு எதிரான போராட்டக் காலத்திலும் நடந்தது. இப்போது பெரும் முதலாளிகள் பங்குச்சந்தையில் போட்டியிட்டுக் கொண்டிருக்கும் போதும் நடக்கிறது. சூத்திரர்கள் பெருமளவு சுரண்டல்காரர்கள் என்ற அவதூறு அவர்கள் மேல் ஏற்றி வைக்கப்படுகிறது. ஆனால் சூத்திரர்கள் மாநில அளவில் மட்டும் முதலாளிகள்; நிலக்கிழார்கள்; அரசியல்வாதிகள். இங்கெல்லாம் அவர்களுக்கு எதிரிகளாகப் பொதுவுடைமையாளர்கள் இருக்கிறார்கள். இப்போது வலதுசாரிகளும் அவர்களுக்கு எதிரியாகிப் போனார்கள். சூத்திரர்கள் தென்னிந்தியப் பகுதிகளில் சற்று வலுவாக உள்ளனர். ஏனெனில் இங்கு நடந்த பிராமணருக்கு எதிரான போராட்டங்கள் அந்த உணர்வை ஊட்டி வளர்த்துள்ளன. வட இந்தியாவில் இப்படிப்பட்ட பிராமணர்களுக்கு எதிரான போராட்டம் ஏதும் நடந்ததில்லை. பத்ரலோக் எழுத்தாளர்கள் சிலர் இந்த மாநிலங்களில் முதலீடுகள் கம்மாஸ், ரெட்டி, மராத்தர்கள், நாடார்கள் போன்ற சாதிகளிடமிருந்து வருவதை வடநாட்டில் பிராமணர்கள், பனியாக்கள் என்பவர்களின் முதலீட்டோடு ஒப்பிட்டு எழுதுதல் உண்டு. ஆனாலும் இந்த மாநிலச் சூத்திரர்கள் நிச்சயமாகப் பனியாக்களுக்கும் பிராமணர்களுக்கும் நிகரான முதலீட்டாளர்களாக இருக்க முடியாது. இத்தகைய மாநிலச் சூத்திர தொழிலாளர்களும், அரசியல் ஆளுமையும் நிச்சயம் மும்பை, அகமதாபாத், டெல்லி த்விஜா முதலீடுகள் போலவோ, அவர்களின் இணைந்த சக்தியோ, ஆர்எஸ்எஸ்-பாஜவோடு வைத்திருக்கும் நெருக்கம் போலவோ இருப்பதில்லை. எண்ணிக்கையில் அதிகமாக உள்ள பனியாக்களின்

முதலீடு, பிராமணர்களோடு உள்ள நெருக்கம், மென்பொருள் உற்பத்தியில் உள்ள முதலீடு என்பவை எல்லாம் அவர்களது 'வேளாண்மையிலிருந்து தொழிலகம்' என்ற நிலை உள்ளது. இதோடு சூத்திரர்களை ஒற்றுமைப்படுத்திப் பார்க்க முடியாது. சூத்திரர்கள் இதில் நெருங்கும் தூரத்தில் கூட இல்லை.[12] சில சூத்திரர்கள் வேளாண் தொழிலில் அதிகமாக ஆழமாக ஈடுபட்டிருப்பதால், மற்ற அனைத்து வணிகத்திலும், தொழிலிலும் ஈடுபட்டுள்ள பனியாக்களோடு ஒப்பிட்டுப் பார்க்கவே முடியாது.

எங்களது ஆய்வு ஓர் உண்மையை நிச்சயமாக உணர்த்துகிறது. இந்திய நில உடைமை உள்ள சூத்திரர்கள் இன்னும் பெரும் முதலீட்டாளர்கள் ஆகவில்லை. ஏனைய தாழ்ந்த தொழில் துறைகளில் பணிபுரியும் ஏழைச் சூத்திரர்கள் இன்னும் பெரிய நிலப் பிரபுத்துவத்திற்குள் அடிமைப்படுத்தப்பட்டுள்ளனர். அவர்கள் இன்னும் வணிக முதலீட்டிலிருந்து (மெர்கன்டைல் காபிடல்) உயர்ந்து ஏகபோக முதலீட்டிற்குள் நுழைய இயலாதவர்களாகவே உள்ளனர். செல்வம் அனைத்தும் காலம் காலமாக, தலைமுறை தலைமுறையாக பிராமணர்கள், பனியாக்கள் மட்டுமே தங்கள் கட்டுக்குள் வைத்துள்ளார்கள். அவர்களது இந்த நிலை இன்னும் தீவிரமாக ஆராயப்படவில்லை. சூத்திர நில உடைமையாளர்களோ இந்த உலகளாவிய ஏகபோக முதலீட்டின் பக்கமே கூடச் செல்ல முடியாத அளவு உள்ளனர். அவர்கள் மேற்கத்திய கல்வி பெற்ற பத்ரலோக்குகளோடு - அவர்கள் பொதுவுடைமைவாதிகளாகவோ தாராளவாதிகளாகவோ இருக்கலாம் - பொருந்த வேண்டியுள்ளது. இந்துத்துவப் பொருளாதார வல்லுநர்கள் சிறுபான்மையினரை, சிறப்பாக இஸ்லாமியரைக் குறி வைத்துள்ளனர். ஆனாலும் பெயர் சொல்லிக் கொள்ளும் இஸ்லாமியச் செல்வந்தர் யாருமில்லை. விப்ரோ தலைவரான அஸிம் பிரேம்ஜி மட்டும் ஒரே ஒரு விதிவிலக்கு. ஆர்எஸ்எஸ்-பாஜக பொருளாதார வல்லுநர்கள் கிறிஸ்தவர்களை மதம் மாற்ற வைத்துக் குறி பார்க்கிறார்கள். ஆனால் கிறிஸ்துவத்திலிருந்து உயர் பொருளாதாரத் துறையில் யாரும் இல்லை.[13] உண்மையில், இஸ்லாமியர் - கிறிஸ்தவர் எதிர்ப்பு சூத்திரர்களையும் வழிமாறச் செய்து விட்டது. ஆனால் ஆர்எஸ்எஸ்ஸின் இந்துத்துவ வாதம் அவர்களுக்கு வேலை செய்த அளவு இது செய்யவில்லை.

ஒரு முக்கியமான பொருளாதாரக் கேள்வி நம் முன் இருக்கிறது. எப்படி, எவ்வாறு தொடர்ந்து, வரும் வழி தெரியாத பணம் இந்துக் கோவில்களுக்கு, இந்து மடங்களுக்கு, இந்துப் பீடாதிபதிகளுக்கு வருகிறது என்பதே ஒரு பெரும் கேள்விக்குறி. இந்தக் கேள்வி எப்போதும் எழுப்பப்பட்டதில்லை. அதிலும் சூத்திரர் / ஓபிசி

மக்களுக்கு இந்துக் கோவில்களோடு தொடர்புடைய எதனோடும் எந்தத் தொடர்பும் இல்லை. சூத்திர யாதவரான ராம்தேவ் போன்ற வெகு சிலரே பெருமதிப்புள்ள அமைப்புகளை வைத்திருக்கின்றனர். ஆனால் இந்தச் சொத்தும் ஆர்எஸ்எஸ்-பாஜகவுக்கு ஆதரவாகவே உள்ளது.[14] இஸ்லாமிய மக்களிடையே ஜக்காத் முறைப்படி அவர்களது பொருளாதாரம் பகிரப்படுகிறது, கிறிஸ்துவர்களுடைய பொருளாதாரத்தில் பரம ஏழைகளுக்குப் பகிர்வதில் செலவிடப்படுகிறது. கல்வியளிப்பது அல்லது சிறு தொழில் தொடங்குவது என்று பகிர்ந்து அளிக்கப்படுகிறது. ஆர்எஸ்எஸ்-பாஜக எப்போதும் இந்தப் பகிர்ந்தளிப்பை அச்சமூட்டும் ஒன்றாகக் கற்பிக்கிறது. இந்துத்துவப் பொருளாதார நிபுணர்கள் கிறிஸ்துவ மதத்தில் உள்ள பகிர்தலை மதமாற்றத்தோடு முடிச்சிடுகிறார்கள். கல்வியின் மூலமும் மதமாற்றம் நடைபெறுகிறது என்றும் அது அச்சத்துக்குரியது என்றும் பேசுகிறார்கள். சோகமான விஷயம் என்னவெனில் பல பணக்கார நிலங்கள் வைத்துள்ள சூத்திரர்கள் மிக எளிதாக ஆர்எஸ்எஸ்-பாஜகவின் இந்த சூழ்ச்சி வலைக்குள் விழுந்து விடுகின்றனர். அதைப் பற்றித் தீர்ந்து ஆராய அவர்கள் முயல்வதே இல்லை.

சூத்திரர்களின் அறியாமை

இந்துத்துவாவின் அமைப்புகளில் அவர்களின் 'அடியாட்களாக' இருப்பது சூத்திரர்களும் ஓபிசி மக்களும்தான். சூத்திரர்கள் / ஓபிசி / தலித்துகள் - இந்த மக்களுக்கான சமூக வரலாறு என்பது அதிகம் இல்லை. ஆனால் இவர்களைத் திரளாகச் சில இனப் போராட்டங்களுக்குப் பயன்படுத்த முடியும். சூத்திரர்களை ஒன்று திரட்ட அடிப்படை இந்துத்துவவாதிகள் சிலவற்றைத் தொடர்ந்து பேசி வருகிறார்கள். அவை இஸ்லாமியருக்கும், கிறிஸ்தவர் களுக்கும் எதிரான குற்றச்சாட்டுகள். இந்தச் சிறுபான்மையினரால் நாட்டுக்கே கேடு என்ற விசித்திரமான எண்ணத்தைப் பரப்புகிறார்கள். இதுவரை தந்த தகவல்களின்படி ஒன்று மிக நிச்சயமாகத் தெரிகிறது. சூத்திரர் / ஓபிசி / தலித் தொழிலாளர்களின் சக்தி முழுமையும், பத்ரலோக் மக்களால் சுரண்டப்படுகிறது. ஏனைய சாதியினர் யாரும் உழைப்புத் தொழிலில் ஈடுபடுவதில்லை. ஆனால் தலித், இஸ்லாமியர், கிறிஸ்தவர் இந்த உழைப்புத் தொழிலில் (வேளாண் தொழிலிலும், தொழில்துறையிலும்) பங்கு கொள்கிறார்கள். ஆனால் இந்த நடப்பை அப்படியே ஆர்எஸ்எஸ்-பாஜக இருட்டடிப்பு செய்துவிடுகிறது. இந்தியத் தேசிய வாதம் என்ற ஒன்றை வைத்து உண்மைகளை மறைத்துவிடுகிறது. இந்து தேசியவாதத்திற்குப் பத்ரலோக்குகள் அளிக்கும் பணமும், சூத்திரர் - ஓபிசி - தலித் மக்களின்

உடல் உழைப்பும் தேவைப்படுகிறது. அதை எளிதாக இந்து தேசியம் என்பதின் மூலம் பெற முடிகிறது.

சூத்திரர் / ஓபிசி / தலித் / ஆதிவாசி மக்களின் பிரச்னைகள் தீர, இப்போது அவர்கள் தள்ளப்பட்டு இருக்கும் பள்ளத்திலிருந்து மீண்டு எழுந்து வர ஒரு வழி உண்டு. சூத்திரர்களில் மேல்தட்டில் இருக்கும் மக்கள் ஒன்றைக் கட்டாயமாகப் புரிந்துகொள்ள வேண்டும். சூத்திரர்கள் அனைவரும் இணைந்து தேசிய அரசியல் களத்திற்குள் இறங்காவிட்டால் அவர்கள் எப்போதும் விளிம்பு நிலை மக்களாகத்தான் இருக்க முடியும். தனியாகவோ, மற்றோருடன் இணைந்தோ, தங்களுக்குப் பின் ஓர் அறிவார்ந்த மக்கள் கூட்டம் இருக்கிறது என்று நம்பிக்கையுடன் அவர்கள் களத்தில் இறங்கியாக வேண்டும். வெறும் இனக் குழப்பங்களால் சூத்திரர் / ஓபிசி இளைஞர்கள் சிறைகளைத்தான் நிரப்ப முடியும். இஸ்லாமியர், கிறித்துவர் என்று சொல்லப்படும் பிரச்னைகள் உலக அளவிற்கான பிரச்னைகள். ராஜு சோலன்கி என்ற குஜராத் தலித்தியக் கவிஞர் 2002இல் நடந்த கோத்ரா கலவரம் பற்றிய தகவல்களைத் தந்துள்ளார். அகமதாபாத்தில் மட்டும் 2945 பேர் சிறைப்படுத்தப்பட்டனர். இவர்களில் 1577 பேர் இந்துக்கள்; 1368 பேர் இஸ்லாமியர்கள். இந்துக்களில் 797 பேர் ஓபிசி; 747 பேர் தலித்துகள்; 19 பேர் பட்டேல்; 2 பனியாக்கள்; 2 பிராமணர்கள். இவர்களில் உயர் சாதியினர் பின்பு எம்எல்ஏ ஆனார்கள். மற்றவர்கள் சிறையில்! [15]

இஸ்லாமிய, கிறிஸ்தவப் பிரச்னைகள் உலக அளவில் விவாதிக்கப் பட வேண்டியவை. ஏனெனில் அவையிரண்டும் உலக மதக் குழுக்கள். சூத்திரர் / பிசி / தலித் / ஆதிவாசி மக்களின் பிரச்னைகள், சமூகத்தில் அவர்களுக்கான இடம், அவர்களின் மீதான சுரண்டல் போன்ற பல பிரச்னைகள் உலக அளவில் பேசப்படவோ, விவாதிக்கப்படவோ, நடக்கப் போவதோ இல்லை. உலகம் இம்மக்கள் அனைவரையும் ஒரே மாதிரியாக, இந்துகளாக மட்டும் பார்க்கிறது. அதுவே ஒரு பெரும் சோகம். ஆர்எஸ்எஸ்-பாஜக சில சலுகைகளை இவர்களுக்குத் தரலாம். ஆனால் நாட்டின் பொதுச் செல்வத்தில், பொதுப் பொருளாதாரத்தில், இந்த மக்களுக்குப் பங்கு இல்லை. அவர்கள் அதை அடைவதற்கு வழி ஏதுமில்லை. இதுவே நம் நீண்ட வரலாறு தரும் பாடம். அதிலும் கிராமத்தில் சூத்திரர்கள் கைகளில் இருந்த நிலம் இப்போது மெல்ல கார்ப்பரேட்டுகள் பக்கமும் செல்ல ஆரம்பித்து விட்டன.

பத்ரலோக் மக்கள் வேளாண் துறையோடு தொடர்பு இல்லாதவர்கள் தான். ஆனால், பெரும் நிலப்பரப்புகளைக் கைக்கொள்ள ஒரு வழி கண்டுபிடித்து விட்டனர். சிறப்புப் பொருளாதார மண்டலம் மூலம்

இது நடந்து வருகிறது. மேலும் ஆயிரக்கணக்கான ஏக்கர் நிலங்கள் பள்ளி, கல்லூரி, பல்கலைக்கழகம் என்ற பெயரில் வாரிச் சுருட்டப்படுகின்றன. அடுத்து மென்பொருள், வன்பொருள் தொழிற் கூடங்களுக்காக இடங்கள் கவரப்படுகின்றன. குஉநூ பொருளாதாரத்தில் சூத்திரர் பங்கேற்பது என்பதே ஒரு கனவுதான். டில்லி, மும்பை, கொல்கத்தா, பெங்களூரு, சென்னை, ஹைதராபாத் போன்ற பெரு நகரங்களின் அருகில் உள்ள பெரும் நிலப்பரப்புகள் ஏகபோக முதலாளிகளிடம் சென்று விட்டன. இவைகள் தங்களுக்கு ஆதரவாக இருப்பதால் ஆர்எஸ்எஸ்-பாஜக இதைக் கண்டு கொள்வதில்லை. அவர்களுக்குத் தேவையானது தேர்தலை வெற்றி கொள்வதற்கான பணம். அதனால் அவர்களின் எந்த அமைப்பும் இவ்வாறு நிலப்பரப்புகள் மாறுவதற்கு எவ்வித மறுப்பும் சொல்லாது.

சூத்திரர் – தலித் முரண்பாடுகள்

நல்லதொரு நிகழ்வு ஒன்று நடந்துள்ளது. தலித் அறிவு ஜீவிகள் சிலர் இணைந்து தங்களுக்குள் விவாதிக்கக் குழு ஒன்றை ஏற்படுத்தி உள்ளனர் என்பது ஓர் இனிக்கும் செய்தி. ஆனாலும் அதில் அவர்களின் குவியம் வேளாண் துறை பற்றியதும், சூத்திரர் / ஓபிசி - தலித் இவர்களுக்கு ஊடே உள்ள முரண்பாடுகள் பற்றியது மட்டுமே. இவர்களின் ஆய்வில் ஒரு முக்கியமான, ஆழமான பிளவு, மேல்தட்டு சூத்திரர்களுக்கும், அவர்களிடம் உழைக்கும் நிலமில்லா தலித் மக்களுக்கும் நடுவில் உள்ளது. இப்பிளவை ஆக்கப்பூர்வமான அரசியலுக்குள் எடுத்துக்கொண்டு, தொடர் நடவடிக்கைகளை எடுக்க வேண்டும். ஆயினும் இந்த தனிப்பட்ட விளக்கம் மேம்பட்ட மக்களின் கல்விப் புலத்தில் விதிவிலக்கான ஒத்திசைவுகளைக் காண முடிகிறது. இதன் மூலம் அவர்கள் பிராமண - பனியாக்கள் தங்கள் மூலதனத்தைக் கட்டுப்படுத்துவதை மறைக்க முடியும். சூத்திரர் / ஓபிசி / தலித் மக்களை விளிம்பு நிலை மக்களாகவும், உழைப்புத் தளத்தில் அவர்களை எதிரிகளாகவும் வைத்திருப்பது மேம்பட்ட மக்களின் தந்திரமான ஆர்வத்திற்கு மிகவும் பயனுள்ளதாக இருக்கும்.,சூத்திரர்களின் ஆற்றல்கள் எவ்வித அறிவார்ந்த பின்புலம் இல்லாமல் சிறிய மூலதனத்தோடும் வேளாண் துறையோடும் இருப்பது நிச்சயம் தலித் அறிவுஜீவிகளுக்கு ஒரு முக்கியக் காரணமாக இருக்க வேண்டும். ஆனால் அம்பேத்கர், கன்ஷிராம் என்பவர்களின் காலத்திற்குப் பின்னால் தலித் அரசியல்வாதிகள் ஒரு சரியான சமூக அரசியல், ஆன்மீகப் பார்வை ஏதும் இல்லாமல் தொடர்ந்து தவறிழைக்கிறார்கள். அம்பேத்கர் 'அனைத்திந்தியப் பட்டியல் சாதனை கூட்டமைப்பு' என்பதை உருவாக்கினாலும் அதனோடு, தான்

'சூத்திரர்கள் யார்?' என்று எழுதிய நூலில் தன் தொலைநோக்குப் பார்வையை மிகவும் எளிதாக எழுதியுள்ளார்.[16]

இப்போதுள்ள தலித்துகளின் அறிவு சார்ந்த விவாதங்களில் சூத்திரர்களின் சமூக நிலை இடம் பெறுவதில்லை. சூத்திரர்கள் / ஓபிசி - தலித் மக்கள் தாங்கள் இணைந்து உழைக்கும் வேளாண் தொழிலில் அடிக்கடிக் கலவரங்களைத் தொழில் ரீதியாகவும், தீண்டாமை மூலமும் சந்திக்கின்றனர். பெரும்பாலும் சூத்திரர்கள் நில உடைமையாளர்களாக இருக்கிறார்கள். ஆனால் தலித்துகள் நிலமற்ற வெறும் உழைப்பாளிகள். வாழ்வதும் தனி குடியிருப்புகளில். பாட்டாளி வர்க்கம் என்ற அளவிற்குக் கூட அவர்கள் உயரவில்லை. சூத்திரர்கள் / ஓபிசி மக்களும் தலித்துகளும் பணிகளிலும் உடைமைகளிலும் நில உடைமை, பணி வாய்ப்புகள் என்பவைகளில் உள்ள ஏகபோக மூலதனத்தில் பங்கேற்கப் போராட வேண்டி உள்ளது. சூத்திரர்கள் / ஓபிசி கடினமாகச் சமூக, நில சீர்திருத்தங்களுக்காகத் தங்கள் வேளாண் தொழிலில் போராடவே வேண்டியுள்ளது. அவை அடிக்கடி நடக்கும் போராட்டங்களாகவும் உள்ளன. இந்த நிலைப்பாட்டிற்கு அடிப்படைக் காரணமே வர்ணாஸ்ரமம்தான். இந்த முறையே ஆர்எஸ்எஸ்-பாஜக மக்களின் அடிப்படைக் கொள்கையாக உள்ளது. இப்பிரச்னை அனைவருக்கும் பொதுவானது. சூத்திரர் / ஓபிசி - தலித் நடுவில் உள்ள பிரச்னைகளால் தேர்தல் ஒத்துழைப்பு களிலும் குழப்பம் ஏற்பட்டு விட்டது. ஆர்எஸ்எஸ்-பாஜகவை ஆதரிக்கும் மேல் தட்டு மக்களுக்கு இந்தக் குழப்பங்கள் மிக வசதியானவைகளாக ஆகிவிட்டன. இந்த நடைமுறை வருணதர்ம பொருளாதாரமாகவும், அரசியலைக் கட்டுப்படுத்துவதாகவும் ஆகிவிட்டது. இந்துத்துவா கட்டமைப்புக்கு இது மிகச் சாதகமாக ஆகிவிட்டது.

கன்ஷிராம் உத்தரப்பிரதேசத்தில் தலித்/சூத்திரர்/ஓபிசி கூட்டணியைக் கட்டியமைத்தார். ஆனால் மாயாவதி, முலாயம் சிங் இந்தக் கட்டுக்கோப்பை உடைத்துச் சிதறடித்துவிட்டனர். பதவிக்கான போட்டிகளில் இப்படி நடந்தேறின. தேர்தல் போட்டிகள், அரசியல் கட்டாயம் என்ற காரணங்களால் அந்த இரு அரசியல் தலைவர்களும் தங்களையே வலுவிழக்கச் செய்துவிட்டனர். ஆளுக்குச் சிறிது மக்கள் என்று பிரிந்து போய், சிறு சிறு குழுக்களின் தலைவர்களாகி, தேசிய அளவில் போட்டியிட முடியாதவர்களாகி விட்டனர். அவர்கள் ஆர்எஸ்எஸ்-பாஜக மேம்பட்ட மக்களின் ஏகபோக முதலீடுகளையும் அவர்களது அடிப்படை வாதத்தையும் எதிர்க்க மிகவும் சிரமப்படுகிறார்கள். சூத்திரர் / ஓபிசி / தலித் இவர்கள் யாராக இருப்பினும் எல்லோருமே ஒரே பிரச்னையால் அடக்கப்படு கிறார்கள். பத்ரலோக் என்ற மேம்பட்ட மக்கள் ஆர்எஸ்எஸ்-பாஜக

பக்கமே சார்ந்திருப்பார்கள். ஆனால் 2019ஆம் ஆண்டுக்குப் பிறகு ஆர்எஸ்எஸ்-பாஜக அமைப்புகள் இஸ்லாமியருக்கு எதிரான நடவடிக்கைகள் எடுக்கிறார்கள். இதிலிருந்து பத்ரலோக் மக்கள் விலகி இருத்தல் வேண்டும். ஏனெனில் உலக அளவில் இந்து அடிப்படை வாதம் உற்று நோக்கப்படுகிறது. இல்லாவிடில் இதனால் முதலீட்டுச் சந்தையின் பிரச்னைகள் உலகம் முழுமைக்குமே நடக்கக்கூடும். தேக்கமும் ஏற்படும். சான்றாக, அரசியலமைப்பின் 370 சட்டம் ரத்து செய்த போதும், குடியுரிமை திருத்தச் சட்டம் நிறைவேற்றிய போதும், தேசியக் குடிமக்களின் பதிவேடு பற்றிய பேச்சு வார்த்தைகள் நடந்த போதும் முதலீட்டுப் பிரச்னைகள் தலையெடுத்தன. சந்தையின் தினசரிப் போக்கு திணறியது. நாட்டின் வளம் நட்டமானது. மேற்குலகமும், இஸ்லாமிய நாடுகளும், சைனாவும் ஆர்எஸ்எஸ்-பாஜக ஆளுமையின் கீழ் உள்ள இந்தியக் குடியரசை பிரச்னை தரும் நாடாகப் பார்க்கின்றனர்.

கோவிட்-19க்குப் பிறகு இந்தியாவின் பொருளாதாரமும் வாழ்வாதாரமும் பெரிதும் பாதிக்கப்படும்.[17] தொழிலாளர்களின் பிழைப்பும், வாழ்வும் மிகப்பெரிய அளவில் பாதிக்கப்பட்டன. நாடு முழுவதும் ஊரடங்கு நிலை. பொருளாதாரத்தில் பெரும் சரிவு. தேசிய ஊரடங்கு நடந்தபோது தேசிய அளவிலும் உலக அளவிலும் பொருளாதாரம் சீர்குலைந்ததால் தொழிலாளர்களுக்கும், சுய தொழில் செய்வோருக்கும் பெரும் தாக்கம் ஏற்பட்டது. எதிர்பாராமல் மக்கள் வறுமைக்குள்ளானார்கள். இதில் அதிகமாகச் சிரமப்பட்ட மக்கள் சூத்திரர்கள் / ஓபிசி / தலித் மக்கள். ஏனெனில் அவர்களே பெரும்பாலும் தொழிலாளர்களாக உள்ளனர். அதிலும் புலம்பெயர்ந்த தொழிலாளர்களை வகுப்புவாரியாகப் பிரித்தால், அவர்களின் சாதியப் பின்புலம் தெரியாமல் போய்விடும். தலித் / ஆதிவாசிகள் / ஓபிசி மக்களின் வறுமை நிலைமை ஏற்கெனவே குறிப்பிடப்பட்டிருந்தது இந்த மக்களில் பத்ரலோக் மக்கள் இருப்பதற்கு வாய்ப்புகள் இல்லை. அந்தப் புலம்பெயர் மக்கள் ஆயிரக்கணக்கான, நூற்றுக்கணக்கான மைல்கள் நடந்ததும், வழியில் பசியால் பலர் இறந்ததும் மிகச் சோகமான நிகழ்வுகள்.

முன்பே சொன்னது போல, இஸ்லாமியப் பிரச்னை நிச்சயமாக உலகத்தின் பார்வைக்குள் வரும்.[18] அதிலும் முக்கியமாக இஸ்லாமிய மக்களின் பார்வைக்கும் வரும். ஆனால் சூத்திரர் / ஓபிசி / தலித் / ஆதிவாசிகள் பிரச்னைகள் வெறும் இந்துமதப் பிரச்னையாகத்தான் வெளி உலகத்திற்குத் தெரியும். கோவிட் - 19 பரவலுக்குப் பிறகு என்னென்ன சமூக, இனப் பிரச்னைகள் வரும் என்பதைச் சொல்ல முடியாது. ஆயினும் ஒன்றை உறுதியாகச் சொல்ல முடியும் - மிகுந்த பொருளாதாரப் பிரச்னையும், சமூக அழுத்தமும் வரும். இந்திய

ஏகபோக முதலீட்டாளர்கள் எப்போதுமே தங்கள் தாராள மனதைக் காட்டியதில்லை. இப்போதும் தங்களைச் சுற்றி நிகழும் புலம்பெயர் மக்களின் சிரமமும், சாவும் அவர்கள்மீது எந்தத் தாக்கத்தையும் அளிக்காது. ஏகபோக முதலீட்டாளர்கள் மகாத்மா காந்தியை 'மகாத்மா' என்றழைக்கிறார்கள். ஆனால் அவர்கள் காந்தி சொன்ன 'செல்வந்தர்கள் தங்கள் பணத்திற்குக் காவலர்கள் மட்டும்தான்' என்பதையும், ஏழைகளுக்கு உதவ வேண்டும் என்பதையும் நினைவில் வைத்திருப்பதே இல்லை. ஆனால் மாறாக, சிரமத்திற்குள் இருக்கும் அவர்களைக் குறைந்த செலவில் பயன்படுத்திக் கொள்வார்கள். நமது நாட்டில் இருந்து வரும் சாதி கலாச்சாரத்தின்படி, பணம் படைத்தவர்கள் ஏழைகளைத் தீண்டாமை என்ற கண்ணோட்டத்துடன் பார்க்கின்றனர். அதோடும் நில்லாமல் அவர்களை 'மற்றவர்கள்' என்றே அன்னியப்படுத்திப் பார்ப்பதே வழக்கம். பணக்கார பத்ரலோக் என்ற மேம்பட்ட மக்கள் பணத்திலும், அறிவிலும், அதிகாரத்திலும் உயரத்தில் உள்ளனர். ஆனால் வறுமையில் உழல்பவர்களை இவ்வாறு கீழ்த்தரமாக நடத்துவதில் எந்தவித வெட்கமும், குற்ற மனப்பான்மையும் இல்லாமல் நடந்து வருவதே வழக்கமாக உள்ளது. அவர்களைச் சுரண்டவே தயார் நிலையில் எப்போதும் உள்ளனர். அம்மக்களை நமது நாட்டின் பரம்பரையாக வாழும் மக்கள் என்றுகூட நினைப்பதில்லை. ஏனென்றால் அம்மக்கள் அனைவரும் அவர்களின் கடவுளின் காலிலிருந்து பிறந்த, தாழ்ந்த, அருகதையற்ற மக்கள்! ஆகவே அவர்களை அடிமைகளாக நடத்துவதே சரி என்ற உணர்வு அவர்களின் ரத்தத்திலேயே ஊறியுள்ளது.

நம்முள்ளே இருப்பது சிறு மாற்றங்கள். சூத்திர மேல்தட்டு மக்கள் மண்டல் ஆணையத்தின் கீழ் வராத மக்களாக இருக்கலாம். அவர்களும் ஓபிசி மக்களும் ஆர்எஸ்எஸ்-பாஜக என்று அமைப்புகளில் இருந்து விலகி நிற்க வேண்டும். தங்களுக்குள்ள ஆளுமை மிக மிகக் குறைவு என்பது புரிய வேண்டும். காங்கிரஸ் உட்பட்ட அனைத்து அரசியல் அமைப்புகளும் அனைத்து முதலீடுகளும் அனைத்து மக்களிடம் இருந்தும் வரப்பட வேண்டும் என்ற முடிவுக்கு வர வேண்டும். பன்முகத்து நிலைமை உறுதியாக வேண்டும். சூத்திரர் / ஓபிசி / தலித் தங்கள் பங்கிற்காக, உரிமைக்காக, முதலீட்டில் தங்கள் பங்கிற்காகப் போராட வேண்டும்.

முடிவுரை

சூத்திரர் / தலித் / ஆதிவாசி மக்களுக்குத் தேசிய அளவில் ஓர் அரசியல் தலைவர் தேவை. அறிவும், அதிகாரமும் சூத்திரர் / ஓபிசி / தலித் / ஆதிவாசி மக்களின் கைகளுக்குப் போய்ச் சேர வேண்டும். இதன்

மூலம் ஆர்எஸ்எஸ்-பாஜக என்ற அபாயகரமான வலையை மாற்ற வேண்டும். அந்த வலையை மெல்ல அரசியல் அமைப்பின் வழியே அமைதியாக அவிழ்க்க வேண்டும். காஞ்சா அய்லய்யா ஷெப்பர்ட் சமீபத்தில் எழுதியது போல், ஆர்எஸ்எஸ்-பாஜக கூட்டும், பத்ரலோக் மக்களின் ஏகதேச முதலீடும் இந்துத்துவத்தின் பெயரால் ஆதி காலத்து வர்ணதர்ம ஆதிக்கத்தைக் கொண்டு வரும் என்ற அச்சம் உள்ளது.[19] அப்படி ஒரு நிகழ்வு நடந்தால் இந்தியா தன் நிலையிலிருந்து வழுவி, இடைக்காலத்து நிலைக்கு இழுத்துச் செல்லப்படும். அங்கே சாதிகள் ஆளும் சக்தியாக இருக்கும். பத்ரலோக் முதலீடுகள் தளர்ந்து விடும்; பின், மெல்லச் சாகும். அது முழுமையான பொருளாதாரத் தோல்விக்குக் கொண்டு செல்லும்.

நூலிலுள்ள கட்டுரை ஆசிரியர்கள் பற்றி சில வரிகள்

அரவிந்த் குமார்: புது தில்லி, ஜாமியா மில்லியா இஸ்லாமியா, சமூக விலக்கு மற்றும் உள்ளடக்கிய கொள்கை ஆய்வு மையத்தில் உதவிப் பேராசிரியராக உள்ளார். அரசியலில் முதுகலைப் பட்டமும், ஜவாஹர்லால் நேரு பல்கலைக்கழகத்தின் அமெரிக்க ஆய்வுப் பிரிவில் எம்.பில். மற்றும் முனைவர் பட்டமும் பெற்றார். அவர் டெல்லியில் உள்ள SARAI, வளரும் சமூகங்களின் ஆய்வு மையத்தில் (CSDS), இந்தியச் சமூக அறிவியல் ஆராய்ச்சி கவுன்சிலின் (ICSSR) கீழ் வெளிநாட்டிலிருந்து தரவு சேகரிப்புக்கான சுதந்திர முனைவர் உதவி மற்றும் பெலோஷிப்பைப் பெற்றவர். அவரது ஆராய்ச்சி ஆர்வங்களில் ஒப்பீட்டு அரசியல், வரலாறு மற்றும் பாகுபாடு மற்றும் ஒதுக்கல் அரசியல், மற்றும் இன எதிர்ப்பு மற்றும் சாதி எதிர்ப்பு இயக்கங்கள் ஆகியவை அடங்கும். அவர் ஒரு இருமொழி எழுத்தாளர் மற்றும் அரசியல் விமர்சகர் ஆவார், அவர் முக்கிய தேசியத் தொலைக்காட்சி செய்திச் சேனல்களில் ஒரு குழு உறுப்பினராகவும் பங்கேற்கிறார்.

மரியாதைக்குரிய சுனில் சர்தார்: ஒரு சமூக ஆர்வலர் மற்றும் போதகர் ஆவார். அவர் 2001 முதல் இந்தியாவில் சாதிகளைச் சமரசம் செய்வதற்கான இயக்கத்தை வழிநடத்தி வருகிறார். சுனில் தனது வாழ்நாள் முழுவதும் சமூக நீதி, சமூக - ஆன்மீகம் மற்றும் அரசியல் சீர்திருத்தம் மற்றும் ஓ.பி.சி., தலித் சாதிகளுக்கான பொருளாதார அதிகாரம் ஆகியவற்றிற்காக நேரடி நடவடிக்கை மற்றும் அமைப்புகளில் ஈடுபட்டுள்ளார். 1873இல் மகாத்மா ஃபுலேவால் தொடங்கப்பட்ட உண்மையைத் தேடுபவர்களின் சங்கத்தால் ஈர்க்கப்பட்டு, 2001இல் அவர் ட்ரூத்சீக்கர்ஸ் இன்டர்நேஷனலை நிறுவினார். சாதி அடிப்படையிலான பாகுபாடு முறையை மேம்படுத்துவதற்காக இந்து மதத்தின் மத நூல்களை சுனில் ஆழமாக விமர்சிக்கிறார். அவர் 2004இல் ஒரு பாலிஜன் கலாச்சார இயக்கத்தை முக்கிய ஆர்வலர்கள் மற்றும் எழுத்தாளர்களுடன் தொடங்கினார்.

சாதி அமைப்பை எதிர்கொள்வதற்காக ஓ.பி.சி., மற்றும் தலித் சாதிக் குழுக்களிடையே சமரசம் செய்வதில் கவனம் செலுத்தினார். 2009ஆம் ஆண்டில், புதிய ஏற்பாட்டை வட இந்தியப் பகுதிகளிலுள்ள கீழ் - சாதி மொழிகளில் ஒரு பைபிள் மொழிபெயர்ப்புத் திட்டத்தை அவர் வழிநடத்தினார்.

ஷரத் யாதவ்: இவர் லோக்தந்திரிக் ஜனதா தளம் கட்சியின் நிறுவனர் ஆவார். மக்களவைக்கு ஏழு முறையும், மாநிலங்களவைக்கு மூன்று முறையும் தேர்ந்தெடுக்கப்பட்டுள்ளார். ஜனதா தளம் (யுனைடெட்) உருவானது முதல் 2016 வரை அதன் தேசியத் தலைவராக இருந்தார். வி.பி.சிங் அவர்களைக் கட்டாயப்படுத்திய அமைச்சரவையில் முக்கிய இளம் ஓ.பி.சி. தலைவராக இருந்தார். சிங் 1990இல் மண்டல் கமிஷன் அறிக்கையை அமல்படுத்தினார், மேலும் மண்டல் த்விஜா எதிர்ப்புப் போராட்டங்களை எதிர்கொண்டு வட இந்தியாவில் மண்டல் ஆதரவு இயக்கத்தை அவர் வழிநடத்தினார். பி.வி. நரசிம்மராவ் மண்டல் இடஒதுக்கீட்டை அமல்படுத்தத் தயங்கிய போது, யாதவ் 27 சதவிகித ஓ.பி.சி ஒதுக்கீட்டை அமல்படுத்த அவரை வற்புறுத்த ஓர் இயக்கத்தை ஏற்பாடு செய்தார். சோசலிசச் சின்னங்களான ராம் மனோகர் லோஹியா மற்றும் ஜெயபிரகாஷ் நாராயண் ஆகியோரின் தாக்கத்தால் அரசியலில் சேர்ந்தார். வட இந்தியாவில் பகுஜன் அரசியலின் வளர்ச்சிக்கு அவர் குறிப்பிடத் தக்கப் பங்களிப்பைச் செய்துள்ளார்.

ஓம்பிரகாஷ் மஹதோ: ஜவாஹர்லால் நேரு பல்கலைக்கழகத்தின் அரசியல் ஆய்வு மையத்தில் மூத்த ஆராய்ச்சி அறிஞர் ஆவார். அவர் தனது முனைவர் ஆய்வறிக்கையில் பணியாற்றி வருகிறார்: 'பீஹாரின் ஓ.பி.சி. அரசியலில் மோதல் மற்றும் துண்டாடுதல்: 1990 - 2020 வரை மிகவும் பிற்படுத்தப்பட்ட சாதிகள் பற்றிய ஆய்வு'. பேராசிரியர் குர்பீத் மகாஜனின் மேற்பார்வையில் 'உயர் கல்வியில் பின்தங்கிய குழுக்களுக்கு இடமளித்தல்: நீடித்த சவால்கள்' என்ற தலைப்பில் அவர் தனது எம்.பில். ஆய்வுக் கட்டுரையைச் சமர்ப்பித்தார். ஆன்லைன் தளமான ரவுண்ட் டேபிளில் இந்தியாவின் அரசியல் விவகாரங்கள் குறித்துப் பல கட்டுரைகளை வெளியிட்டுள்ளார்.

பிராச்சி பாட்டீல்: ஒரு தனியார் பல்கலைக்கழகத்தில் சமூகவியல் கற்பித்து வருகிறார். அவர் மும்பையில் உள்ள ஜவாஹர்லால் நேரு பல்கலைக்கழகத்தின் சமூக அமைப்புகளின் ஆய்வு மையத்தில் தாய்மை பற்றிய தனது முனைவர் பட்டத்தை மும்பையில் முடித்துள்ளார். அவரது ஆராய்ச்சி ஆர்வங்கள் பாலினம், சமூக இனப்பெருக்கம், பாலியல் வேலை, தாய்மை மற்றும் சமூக அடுக்குகள் என்பவற்றில் உள்ளன. பெண்களின் பிரச்னைகள், சாதி

மற்றும் பெண்ணியம் பற்றிய ஆழமான புரிதலுடன், இந்தியாவில் வரவிருக்கும் சூத்திரப் பெண் அறிஞர்களில் இவரும் ஒருவர்.

ஊர்மிளேஷ்: டெல்லியைச் சேர்ந்த ஒரு சுயாதீனப் பத்திரிகையாளர் மற்றும் எழுத்தாளர். மற்றும் ராஜ்யசபா டிவியின் முன்னாள் நிர்வாக ஆசிரியர். வாராந்திர நிகழ்ச்சியான 'மீடியா போல்' (Media Bol) நிகழ்ச்சிகளையும், வயர் மற்றும் நியூஸ் கிளிக்கிற்கு 'ஆஜ் கி பாத்' என்பதையும் வழங்குகிறார். ஒரு முக்கிய ஹிந்தி செய்தி இணையதளத்தில் வாராந்திரப் பத்திகளையும் எழுதுகிறார். அவர் எட்டு புத்தகங்களை எழுதியுள்ளார், அவை இந்தியாவின் முக்கிய ஹிந்தி மொழி வெளியீட்டாளர்களால் வெளியிடப்பட்டுள்ளன. காஷ்மீர்: விராசத் அவுர் சியாசத் மற்றும் கிறிஸ்டினியா மேரி ஜான் ஆகியவை அவருடைய மிகச் சமீபத்திய நூல்கள்.

ராம் ஷெப்பர்ட் பீனவேணி: 2010ஆம் ஆண்டு முதல் ஹைதராபாத்தில் உள்ள உஸ்மானியா பல்கலைக்கழகத்தில் சமூகவியல் துறையில் உதவிப் பேராசிரியராகப் பணியாற்றி வருகிறார். இவர் இந்தியச் சமூக அறிவியல் ஆராய்ச்சிக் கவுன்சிலின் முனைவர் பட்டத்திற்குத் தேர்வு செய்யப்பட்டுள்ளார். 2015-17க்கான பல்கலைக்கழக மானியக் குழுவின் ஆராய்ச்சி விருதிற்காக அவரது பிஎச்.டி.க்கான பெலோஷிப் கிடைத்தது. தற்போது, ஹைதராபாத்தில் உள்ள உஸ்மானியா பல்கலைக்கழகத்தில் சமூகவியல் மற்றும் சமூகப் பணிகளுக்கான வாரியத்தின் தலைவராக உள்ளார். அவரது கட்டுரைகள் மற்றும் ஆய்வுகள் புகழ்பெற்ற சர்வதேசப் பத்திரிகைகளில் வெளியிடப் பட்டுள்ளன.

பிந்து என். தொட்டஹட்டி: பெங்களூருவில் உள்ள மாற்றுச் சட்ட மன்றத்தில் சமூக நீதி வழக்கறிஞராகவும், புது தில்லியின் மூத்த வழக்கறிஞர் இந்திரா ஜெய்சிங்குடனும் முன்பு பணியாற்றியுள்ளார். அவர் கர்நாடக மாநில சட்டப் பல்கலைக்கழகத்தில் இளங்கலை சட்டப் பட்டம் பெற்றார், மேலும் பென்சில்வேனியா பல்கலைக் கழகச் சட்டப் பள்ளியின் முதுகலை பட்டப்படிப்பில் ஃபுல்பிரைட் மற்றும் டீன் அறிஞராகச் சேர்ந்தார். 2020இல் பட்டம் பெற்றார். பிலடெல்பியா மாவட்ட வழக்கறிஞர் அலுவலகத்தில் 'தண்டனைக்குப் பிந்தைய நிவாரணத்தில்' பணியாற்ற அவருக்கு பென் லா மனித உரிமைகள் பெலோஷிப் வழங்கப்பட்டது. பல்வேறு நிலைகளில் குற்றவியல் நீதி முறையைச் சீர்திருத்துவதில் ஈடுபட்டுள்ளார் பிந்து. அரசின் காவல் அதிகாரங்களைச் சரிபார்ப்பதும், சிறைக்கைதிகளின் எண்ணிக்கையைக் குறைப்பதுவே அவரது முதன்மையான ஆர்வம். அவர் இந்தியாவில் சாதி மற்றும் பாலினப் பிரச்னைகளில் பணிபுரியும் பல்வேறு மக்கள் குழுக்களுடன் தொடர்புடையவர்.

பள்ளிகொண்ட மணிகண்டா: ஹைதராபாத் பல்கலைக்கழகத்தின் அரசியல் அறிவியல் துறையில் எம்.பில். அறிஞர் ஆவார். புலே - அம்பேத்கரிய அறிஞராகவும் ஆர்வலராகவும், அவர் தெலுங்கானாவில் சாதி எதிர்ப்புச் சிந்தனை மற்றும் அரசியல், இந்து தேசியவாதம் மற்றும் அரசியல் கலாச்சாரம் குறித்து ஆய்வு செய்து வெளியிடுகிறார். ஹைதராபாத் பல்கலைக்கழகத்தில் பகுஜன் மாணவர் முன்னணி மற்றும் ஜவாஹர்லால் நேரு பல்கலைக்கழகத்தில் 'பிர்சா அம்பேத்கர் புலே மாணவர் சங்கம்' ஆகியவற்றுடனான அவரது தீவிரத் தொடர்பு ஒடுக்கப்பட்டவர்களின் அரசியலை அதன் தத்துவார்த்த மற்றும் நடைமுறைப் பரிமாணங்களில் புரிந்து கொள்வதை எளிதாக்கியது.

டாக்டர் பி. வினய் குமார்: ஹைதராபாத்தில் உள்ள அப்பல்லோ மருத்துவமனைகளில் காஸ்ட்ரோ என்டாலஜி மற்றும் லேப்ராஸ்கோபிக் அறுவை சிகிச்சையில் மூத்த ஆலோசகர் ஆவார். 1989-90 காலகட்டத்தில் மும்பையில் உள்ள டாடா மெமோரியல் கேன்சர் மருத்துவமனையில் வயிற்று அறுவை சிகிச்சைக்கான மூத்த பதிவாளராகப் பணியாற்றினார்; 1994-95ஆம் ஆண்டு மலக்குடல் அறுவை சிகிச்சையில் லிவர்பூலில் உள்ள ராயல் லிவர்பூல் பல்கலைக்கழக மருத்துவமனையில் மூத்த பதிவாளர்; மற்றும் 1995 முதல் 1998 வரை உலகப் புகழ்பெற்ற நைன்வெல்ஸ் மருத்துவமனை மற்றும் மருத்துவப் பள்ளி, டண்டீ, ஸ்காட்லாந்தின் மூத்த பதிவாளர், மதிப்புமிக்க நிறுவனத்தில் சேர்ந்த முதல் ஆசியர் ஆவார்.

★

சம்ருத்த பாரத் அறக்கட்டளை பற்றி

S.B.F - சம்ருத்த பாரத் அறக்கட்டளை என்பது டாக்டர் அம்பேத்கர் சர்வதேச மாநாடு ஜூலை 2017இல் நடைபெற்றதற்குப் பிறகு நிறுவப்பட்ட ஒரு சுதந்திரமான சமூக அரசியல் அமைப்பாகும். இந்தியாவின் அரசியலமைப்பு வாக்குறுதியை முன்னெடுத்துச் செல்லுதல்; முற்போக்குச் சக்திகளின் கூட்டணியை உருவாக்குதல்; இந்திய அரசியல் மற்றும் சமூகத்தில் மாற்றங்களைக் கொணர ஊக்குவித்தல் ஆகியவை இவ்வமைப்பின் குறிக்கோள்கள்.

மேலும் விவரங்களுக்கு, பார்க்கவும்: www.samruddhabharat.in

குறிப்புகள்

1. அறிமுகம்

1. Ram Sharan Sharma, Sudras in Ancient India, A Social History of the LowerOrder Down to Circa A.D. 600 (Delhi: Motilal Banarsidass, 1958), pp.90–156.
2. M.S.S. Pandian, Brahmin & Non-Brahmin, Genealogies of the Tamil Political Present (New Delhi: Permanent Black, 2017), pp. 77–83.
3. G. Aloysius, Nationalism without a Nation in India (New Delhi: Oxford University Press, 1997); Parimala V. Rao, Foundations of Tilak's Nationalism: Discrimination, Education and Hindutva (New Delhi: Orient BlackSwan, 2011).
4. Satyakam Joshi and K.S. Raman, 'Jotirao Phule: An Incomplete Renaissance', Economic and Political Weekly 26.21 (6 March 1991): 1325–27
5. G. Aloysius, Dalit-Subaltern Self-Identifications: Iyothee Thassar And Tamizhan (New Delhi: Critical Quest, 2010).
6. Bhimrao Ramji Ambedkar, Dr Babasaheb Ambedkar: Writings and Speeches, Vol. 1 (Bombay: Government of Maharashtra, 2016).
7. Print, 7 February 2019, https://hindi.theprint.in/opinion/why-did-become-abuddhist-the-sachchi-ramayana-printer-lalai-yadav/44163/. Accessed 10 July 2020.
8. Christophe Jaffrelot, India's Silent Revolution: The Rise of the Lower Castes in North India (New Delhi: Orient BlackSwan, 2003).
9. Judgment of The State of Madras v. Champakam Dorairajan is available on https://indiankanoon.org/doc/149321. Accessed 10 July 2020.
10. G. Aloysius, Periyar on Category-Wise Rights (New Delhi: Critical Quest, 2016), p.4.
11. Satish Deshpande, 'Caste and Castelessness', Economic and Political Weekly (2013), www.epw.in/journal/2013/15/perspectives/casteand-castelessness.html.
12. H.S. Verma and Arun Kumar Singh, 'Debate on Identification, Scheduling and Reservation for the OBCs: Misdirection, Disinformation and Partisanship by the Mainstream Social Scientists', in The OBCs and the Ruling Classes in India, ed., H.S. Verma (New Delhi: Rawat Publications, 2005).
13. Vivek Dhareshwar, 'Caste and the Secular Self', Comparative Studies in Society and History, 2006, https://doi.org/10.1017/S0010417506000065.
14. Dilip M. Menon, The Blindness of Insight, Essays on Caste in Modern India (New Delhi: Navayana, 2011).
15. M.S. Golwalkar quoted in Subhash Gatade, 'Modi: Fascinated by Manu', mainstreamweekly.net.
16. Gatade, 'Modi: Fascinated by Manu'.
17. Bhanwar Meghwanshi, I Could Not Be Hindu: The Story of a Dalit in the RSS (New Delhi: Navayana, 2020), pp. 36–37.
18. The RSS in its ninety-five years of existence has exclusively chosen its sarsanghchalak from Dwija castes, and that too almost exclusively Brahmins.
19. Mohan Bhagwat, quoted in Dinesh Narayan, 'Closed Ranks, The Rashtriya Swayamsevak Sangh's Tribulations over Caste', Caravan, April 2020.
20. Meghwanshi, I Could Not Be Hindu: The Story of a Dalit in the RSS.

21. Ibid, p. 190.
22. Ramachandra Guha, 'Which Ambedkar?', Indian Express, 21 April 2016
23. Anish Gupta and Aaleya Giri, 'Violation of Reservation in Top Posts at Universities', The Hindu, 2 June 2019
24. Kancha Ilaiah Shepherd, Why I Am Not a Hindu: A Sudra Critique of Hindutva Philosophy, Culture and Political Economy (New Delhi: Sage India, 2019), pp. 36–53.
25. G. Aloysius, Contextualising Backward Classes Discourses (New Delhi: Critical Quest, 2016).
26. Asha Singh and Nidhin Donald, 'Asking Questions to OBC as a Category', 'Has Capitalism Destroyed Caste and Race; Does Capitalism Equalize or Perpetuate Age-Old Inequalities?', Prabuddha: Journal of Social Equality 3.1 (2019)

2. நாடும் அதன் சூத்திரர்களும்

1. The title of this essay is not inspired, rather provoked, by the title of an important work on the subject of postcolonial studies by Partha Chatterjee, The Nation and Its Fragments: Colonial and Postcolonial Histories (Oxford University Press, 1997). The provocation comes primarily from the fact that various excluded and marginalized subaltern groups have been made part of this book as a subject of study vis-à-vis the nation, be it outcastes, women and peasants, but not Shudras. The Shudra subject has suffered pernicious neglect in the epistemology of the making of the modern nation called India. This essay, therefore, is an exploration of the existing intellectual gap. It seeks to highlight the missing Shudras from the imagination of a nation from the vantage of two questions. The first was posed by B.R. Ambedkar in 1946, on the eve of Independence, Who Were the Shudras? How They Came to Be the Fourth Varna in the Indo-Aryan Society (see, B.R. Ambedkar, Who Were the Shudras? How They Came to Be the Fourth Varna in the Indo-Aryan Society [Delhi: Gautam Book Centre, 2008]), and the second by Kancha Ilaiah Shepherd in 2018, more than seventy years after Independence, Where Are the Shudras? Why the Shudras Are Lost in Today's India (see, Kancha Ilaiah, 'Where Are the Shudras? Why the Shudras Are Lost in Today's India', Caravan, 30 September 2018). A special acknowledgement is due to Prof. Ilaiah, who keeps inspiring Shudra scholars to write more and more, for even Dalits, who have been socially much more deprived than Shudras, have been successful in creating a scholarship and substantive corpus of literature under the banner of Dalit Studies.
2. See, Jyotirao Phule, Shetkaryaca Asud, 'Introduction', trans. Gail Omvedt and Bharat Patankar (Round Table India, 28 November 2010). Setkayaca Asud is one of Phule's original Marathi writing that literally means 'The Whipcord of the Cultivator', published in 1881.
3. Political Theory, textbook for Class XI (New Delhi: National Council for Education Research and Training), pp. 100–01. For detailed discussion, see Partha Chatterjee's essay, 'Whose Imagined Community?' in Partha Chatterjee Omnibus (New Delhi, Oxford University Press), pp. 4–5. Also see, Benedict Anderson, Imagined Communities: Reflections on the Origin and Spread of Nationalism (London: Verso, 2006).
4. Romila Thapar, 'The Past As Seen in Ideologies Claiming to Be Nationalist', in What the Nation Really Needs to Know: The JNU Nationalism Lectures, eds Rohit Azad, Janaki Nair, Mohinder Singh and Mallarika Sinha Roy (New Delhi: HarperCollins, 2016), p. 180.
5. Ibid, p. 180.
6. Romila Thapar, 'Renunciation, Dissent and Satyagraha', Twelfth V.M. Tarkunde Memorial Lecture, India International Centre, 6 December 2019, as reported in The Hindu, 7 December 2019.
7. Gopal Guru, 'Taking Indian Nationalism Seriously' in What the Nation Really

Needs to Know: The JNU Nationalism Lectures, eds Azad, Nair, Singh, Sinha Roy, p. 3.
8. Ibid, p. 4.
9. See, Kancha Ilaiah, Why I Am Not a Hindu: A Shudra Critique of Hindutva Philosophy, Culture and Political Economy (Kolkata: Samya, 1996); G. Aloysius, Nationalism Without A Nation in India (Oxford University Press, 1997); Braj Ranjan Mani, Debrahmanising History: Dominance and Resistance in India (New Delhi: Manohar Publishers and Distributors, 2005); Gail Omvedt, Seeking Begumpura: The Social Vision of Anti-Caste Intellectuals (New Delhi: Navayana, 2011).
10. Gail Omvedt, Dalits and the Democratic Revolution: Dr Ambedkar and the Dalit Movement in Colonial India (Sage, 1994), p. 97.
11. Ibid, p. 15.
12. Phule, in his deliberate attempt to reverse Aryan race theory, argued that Shudras, Ati-Shudras and Adivasis were the original inhabitants of this nation who were enslaved, exploited by barbaric Aryans who later formulated caste-based Hinduism for deceiving the Bahujan masses and legitimizing their might over them (see, Omvedt, Dalits and the Democratic Revolution: Dr. Ambedkar and the Dalit Movement in Colonial India). However, Ambedkar concluded that Shudras did not form a separate varna in the Indo-Aryan society when there were only three varnas and then the Shudras were part of Kshatriyas. Later, due to continuous feuds between Shudra kings and Brahmin priests, the latter refused to perform upanayana for the former and were therefore degraded to the fourth varna, below Vaishyas (see, Ambedkar, Who Were the Shudras? How They Came to Be the Fourth Varna in the Indo-Aryan Society).
13. Omvedt, Dalits and the Democratic Revolution: Dr Ambedkar and the Dalit Movement in Colonial India, p. 148.
14. Ambedkar, Who Were the Shudras? How They Came to Be the Fourth Varna in the Indo-Aryan Society, p. 9.
15. Sharad Patil, Dasa-Sudra Slavery: Studies in the Origins of Indian Slavery and Feudalism and their Philosophies (New Delhi: Allied Publishers), p 3.
16. R.S. Sharma, Sudras in Ancient India: A Social History of the Lower Order Down to Circa A.D. 600 (Delhi: Motilal Banarsidass, 2016 reprint), p. 34.
17. Ibid, p. 44.
18. A Code of Gentoo Laws was a legal document developed by the early colonizers in India. It was translated from the Persian by Brahmin scholars and later into English by Nathaniel Brassey Halhed, a British orientalist and philologist working with the East India Company. The sole purpose of this translation project funded by Warren Hastings was to increase the hold of the colonizers over colonial subjects.
19. Braj Ranjan Mani, Debrahmanising History: Dominance and Resistance in Indian Society (New Delhi: Manohar Publishers, 2005), p. 15.
20. M.N. Srinivas coined and popularized the term based on his fieldwork. See, M.N. Srinivas, The Dominant Caste and Other Essays (New Delhi: Oxford University Press, 1995).
21. There are numerous instances of upper Shudra castes being involved in atrocities against Dalit castes in changing agrarian relations owing to the ownership of agricultural land.
22. Omvedt has endorsed this point, saying Marathas and other castes may have been dominant castes at the village level but Brahmans were the dominant caste in the system as a whole. See Omvedt, Dalits and the Democratic Revolution: Dr Ambedkar and the Dalit Movement in Colonial India, p. 149.
23. Ibid, p. 67.

24. Ibid.
25. This slogan literally meant, 'Karpoori, do your work, get a shaving knife and perform a barber's job.' See, Prem Kumar Mani's interview with Nawal Kishore titled, 'Karpuri Thakur ne Uttar Bharat Ki Rajneeti Ki Disha Badal Di', Forward Press, 24 January 2020. Accessed 26 January 2020.
26. 'Sharad Yadav, go back, get a stick and start shepherding buffaloes', as told by an upper-caste informant on the condition of anonymity during a field visit in March 2019.
27. Kancha Ilaiah, 'Where are the Shudras? Why the Shudras Are Lost in Today's India', Caravan, 30 September 2018.
28. The idea of 'Unequal Citizens' is borrowed from K.C. Yadav's book India's Unequal Citizens, written at the height of the Mandal agitation. K.C. Yadav, India's Unequal Citizens: Study of Other Backward Classes (Delhi: Manohar Publishers and Distributors, 1994).
29. Ambedkar, Who Were the Shudras? How They Came to be the Fourth Varna in the Indo-Aryan Society.
30. Ambedkar's acknowledgement reads, '. . . inscribed in memory of the greatest shudra of modern India who made the lower classes of Hindus conscious of their slavery to the higher classes and who preached the gospel that for India social democracy was more vital than independence from foreign rule . . .' See, Ambedkar, Who Were the Shudras? How They Came to Be the Fourth Varna in the Indo-Aryan Society.
31. Ibid, p. 18.
32. Constituent Assembly Debates, Volume I. See, 'Proceedings of 13 December 1946', p. 85.
33. G. Aloysius, Nationalism Without a Nation in India (Oxford University Press, 1998), p. 64.
34. Ibid, pp. 64–65.
35. See, B.R. Ambedkar, States and Minorities: What Are their Rights and How to Secure Them in the Constitution of Free India (New Delhi: Samyak Prakashan, 2014 reprint).
36. Omvedt, Dalits and the Democratic Revolution: Dr. Ambedkar and the Dalit Movement in Colonial India, p. 239.
37. This slogan translates to 'We are children of Lord Rama and our life holds meaning only if sacrificed for the sake of motherland'. From the author's field notes from Banka and Bhagalpur districts of south-eastern Bihar from fieldwork conducted during April–May 2019. Bhagalpur was engulfed in major communal riots during late 1989 and early 1990. The clash was primarily between one of the Shudra castes and the Muslim minority.
38. This slogan of the Sanyukta Socialist Party literally meant: 'The Socialist Party has taken a resolve that backwards must get their share at least sixty out of hundred.' See, Raghuniram Shastri, 'Eyewitness Account: When Jagdeo Babu Said, "Ninety Parts of the Hundred Are Ours"', Forward Press, 27 September 2018. Accessed 30 May 2019.
39. See, Indra Sawhney Etc. v. Union of India and Others, 16 November 1992 (AIR 1993, SC 477, 1992 Supp. 2 SCR 454, author B.J. Reddy).
40. See, Office Memorandum No. 36011/6/2010-Estt.(Res), Government of India, Ministry of Personnel, P.G. and Pensions, Department of Personnel and Training, North Block, New Delhi, 25 June 2010.
41. See, D. Suresh Kumar, '24 Years On, OBC Workforce in Centre Still Short of Mandal Mark', The Hindu, 9 December 2017.
42. See, Shyamlal Yadav, 'Reservation Candidates Are Under-represented in Govt's

Upper Rungs', *Indian Express*, 17 January 2019.

43. Even subaltern historians did not bring up this subject, considering it trivial owing to its everyday nature. Gyanendra Pandey wrote A History of Prejudice as late as 2013, chronicling the prejudices and impact of damage done by social prejudices. He substantiates how historians' crafts have missed out on an important social phenomenon as there were no traces of prejudice available in the archives which make the basis of modern historiography. If one looks objectively, there are numerous proverbs and humiliating jokes which are part and parcel of the everyday life of numerous caste groups belonging to the Shudra category, and have hardly been considered of any worth to be mentioned in academic writings.
44. See, Sidharth Yadav, 'They Are Upset with Our Rise in Society: OBC Groom', *The Hindu*, 5 December 2019.
45. Ibid.
46. See, Christophe Jaffrelot, *India's Silent Revolution: The Rise of the Lower Castes in North India* (London: C. Hurst & Company, 2003).
47. For Michel Foucault, knowledge always acted as an agency for power. He rightly delineates that for human beings, the goals of knowledge and goals of power cannot be separated from each other because in knowing we control and in controlling we know. See, Gary Gutting and Johanna Oksala, 'Michel Foucault', *Stanford Encyclopedia of Philosophy* (Spring 2019 Edition), Edward N. Zalta, ed.

3. சமூக-ஆன்மீக அடிமைத்தனத்தில் சிக்கிக்கொண்ட சூத்திரர்கள்

1. M.K. Gandhi, *Collected Volumes of Mahatma Gandhi*, Vol. 59 (Ahmedabad: Navajivan Press, 1972), pp. 66–67.
2. Ashwini Deshpande, *The Grammar of Caste: Economic Discrimination in Contemporary India* (New Delhi: Oxford University Press, 2012), p. 68, emphasis in original.
3. Kancha Ilaiah Shepherd, *From a Shepherd Boy to an Intellectual: My Memoirs* (New Delhi: Sage, 2019).
4. Valmiki and Hari Prasad, trans. Hari Prasad Shastri, *The Ramayana of Valmiki* (London: Shanti Sadan, 1957), p. 1585.
5. Avantika Lal, 'Chandragupta Maurya', *Ancient History Encyclopedia*, 2019.
6. Braj Ranjan Mani, *Debrahmanising History* (Delhi: Manohar, 2011), p. 123.
7. Ibid, pp. 124–25.
8. Mahatma Jyotirao Phule, *Slavery* (Bombay: Education Department, Government of Maharashtra, 1991).
9. Rosalind O'Hanlon, *Caste, Conflict and Ideology: Mahatma Jotirao Phule and Low Caste Protest in Nineteenth-century Western India* (Chennai: Cambridge University Press, 2002), pp. 79–80.
10. G.P. Deshpande, *Selected Writings of Jotirao Phule* (Delhi: Left Word Books, 2010), p. 10, emphasis in original.
11. Gail Omvedt, *Cultural Revolt in a Colonial Society: The Non-Brahmin Movement in Western India* (Delhi: Manohar, 2011), p. 117.
12. Deshpande, *Selected Writings of Jotirao Phule*, pp. 73–75.
13. Himanshu Roy and M.P. Singh, *Indian Political Thought, Themes and Thinkers* (Chennai: Pearson, 2017).
14. Bhimrao Ramji Ambedkar, *Dr Babasaheb Ambedkar: Writings and Speeches*, Vol. 11 (Mumbai: Government of Maharashtra, 2016).
15. Kancha Ilaiah Shepherd, *Why I Am Not a Hindu*, second edition (Kolkata: Samya, 2009), p. 135.

16. Ibid, p. 136.
17. Bhimrao Ramji Ambedkar, Who Were the Shudras? (New Delhi: Ministry of Social Justice, 2013).
18. Mahatma Jyotiba Phule, Gulamgiri (Mumbai: Milind Prakashan, 2017).
19. Deshpande, Selected Writings of Jotirao Phule.
20. Mahatma Jotirao Phule, Slavery (Mumbai: Education Department, Government of Maharashtra, 1991), p. 13.
21. DNA, 'Narendra Modi Belongs to Modh–Ghanchi Caste, Which Was Added to OBC Categories in 1994, Says Gujarat Government', 9 May 2014.
22. Vijay Korra, Forgotten Communities of Telangana and Andhra Pradesh: A Story of De-Notified Tribes (Palgrave-MacMillan, 2019), p. 2.

4. சூத்திரர்களும் இந்தியக் குடியரசும்

1. B.R. Ambedkar, 'Who Were the Shudras?' in Dr Babasaheb Ambedkar: Writings & Speeches, Vol. 7 (Mumbai: Government of Maharashtra, 1990), pp. 21–22.
2. Kancha Ilaiah Shepherd, 'Shudras, Not Aryans, Built the Indus Valley Civilisation', DailyO, 19 August 2018.
3. According to the 1931 Census and the 1980 Mandal Commission, the backward classes (Shudra communities) numbered around 54 per cent of the total population. See Rajesh Ramachandran, 'Socio-economic Caste Census: Numbers Not Being Revealed to Hide Upper Caste Dominance in Governance', Economic Times, 12 July 2015. The percentage of Shudras automatically went up after Partition because the Muslim population came down.
4. Mallepalli Laxmaiah, 'Caste Rules in Text and Context', Outlook, 18 December 2017.
5. Nelanshu Shukla, 'Modi Included His Caste in Backward Category for Political Advantage: Mayawati', India Today, April 2019.
6. Abhishek Srivastava, '53 Years and Counting: CPI(M) Still Has No Space for a Dalit Leader', Youth Ki Awaaz, 15 May 2018.
7. The Hindu, 'RSS Chief Mohan Bhagwat Calls for Dialogue on Reservation', 19 August 2019
8. Swarajya, 'Congress Is Wooing Upper Castes in Rajasthan by Relaxing the Criteria of Modi's EWS Quota, and It Already Seems to Be Working', 11 November 2019.
9. Jawhar Sircar, 'Why the BJP Feels It Has to Appropriate Sardar Patel', Wire, October 2019.

5. இன்றைய இந்தியாவில் சூத்திர அரசியலின் முக்கியத்துவம்

1. All personal narratives and reference to pronouns such as 'I' and 'we' are for the first author, Sharad Yadav.
2. Ram Manohar Lohia, 'Seven Revolutions and Five Hidden Imperialisms', in Verinder Grover, ed., Ram Manohar Lohia: Political Thinkers of Modern India, Vol. 9 (New Delhi: Deep and Deep Publications, 1996), pp. 270–71.
3. Ram Manohar Lohia, 'A Note on India's Ruling Classes', Mankind 4.4 (November 1959); Adi H. Doctor, 'Lohia's Quest for an Autonomous Socialism', The Indian Journal of Political Science 49.3 (1988): 312–27.
4. Lohia, 'A Note on India's Ruling Classes', p. 34.
5. Ibid, p. 35.
6. Ibid.
7. Ram Manohar Lohia, The Caste System (Navahind, 1964).
8. Dr B.R. Ambedkar's speech in the Constituent Assembly, 25 November 1949.
9. Ibid.

10. Christophe Jaffrelot, India's Silent Revolution: The Rise of the Lower Castes in North India (Orient BlackSwan, 2003).
11. Gowd Kiran Kumar, 'Why Are There No OBC Professors in Central Universities?' Wire, 2018.
12. Ibid.
13. Nomita Yadav, 'Other Backward Classes: Then and Now', Economic and Political Weekly 37.44-45 (17 July 2002): 4495–4500.
14. Government of India, 'Census Report', 1931.
15. Indra Sekhar Singh, '30 Years On, Mandal Commission Is Still a Mirror for India', Wire, 2020.
16. The first author was privy to this information due to his capacity as a member of Parliament and also someone with an influential role in the internal politics of that time.
17. Kumar, 'Why Are There No OBC Professors in Central Universities?'
18. Press Trust of India, 'OBCRepresentation in Central Jobs Less Than ActualQuota: Government', Wire, 2018.
19. Jaffrelot, India's Silent Revolution: The Rise of the Lower Castes in North India, p. 185.

6. பகுஜன் பெண்களின் நிலை

1. F.M.P. Dalton, Transforming Dalit Identity: Ancient Drum Beat, New Song, master's thesis (New Zealand: Victoria University of Wellington, 2008), p. 48.
2. Bhimrao Ramji Ambedkar, 'Who Were the Shudras?' in Dr Babasaheb Ambedkar: Writings & Speeches, Vol. 7 (Bombay: Government of Maharashtra, 1990), p. 23.
3. Ram Sharan Sharma, Sudras in Ancient India, A Social History of the Lower Order Down to Circa A.D. 600 (Delhi: Motilal Banarsidass, 1958), p. 45.
4. Ambedkar, 'Who Were the Shudras?'
5. Ibid, p. 12.
6. Ibid, p. 9.
7. Ibid, p. 10.
8. Ibid.
9. Some like the Jats, Patels and Kunbi-Marathas have achieved dominant status due to landownership and political representation, while others like the Telis, Malis, Nais and Dhobis remain marginalized.
10. Shudra women's productive and reproductive labour has from time to time come under state control. During the Peshwa rule in Maharashtra, the Kunbi female slaves of the Shudra caste performed productive labour in domestic and agricultural spheres, and the Bateeks performing sexual labour were drawn from both Shudra and Ati-Shudra castes. The Bateek slaves were purchased by individuals or for state-run dancing houses.
11. Jyotirao Phule, Collected Works of Jotirao Phule, Vol. 2 (Bombay: Government of Maharashtra, 1991), pp. 111–14.
12. Harold A. Gould, 'A Jajmani System of North India: Its Structure, Magnitude, and Meaning', Ethnology 3.1 (3 May 1964): 12–41, https://doi.org/10.2307/4617554.
13. For more about this, see Braj Ranjan Mani and Pamela Sardar, eds, A Forgotten Liberator: The Life and Structure of Savitribai Phule (New Delhi: Mountain Peak, 2008).
14. Tarabai Shinde came from one of the influential Maratha families which claimed its lineage to the royal Rajput families of northern India. The Shindes were originally from an obscure family from within the complex of peasant castes

(Rosalind O'Hanlon, Caste, Conflict and Ideology, Mahatma Jotirao Phule and Low Caste Protest in Nineteenth-Century Western India [Ranikhet: Permanent Black, 2016]). Many agriculturist families which held powerful positions in Chhatrapati Shivaji's army laid a genealogical claim to Kshatriyahood, calling themselves assal (real) Marathas to distance themselves from their Shudra status. In the context of this aspirational varna mobility among the Kunbi castes, O'Hanlon points to an adage in Marathi: 'Kunbi Majhala ani Maratha Jhala' (When a Kunbi prospers, he becomes Maratha).

15. Prachi Patil, 'Where Are the Women Professors from the SC/ST/OBC Categories?', Round Table India, 2016.

7. சூத்திரர்களுக்கான புதியதொரு விடிதல் சாத்தியமே

1. Piyush Mishra, 'Fleet of 3 Aircraft Ensures Modi Is Home Every Night after Day's Campaigning', Times of India, 22 April 2014.
2. Sheela Bhatt, 'Is Narendra Modi Really an OBC?', Rediff, 5 June 2014.
3. ANI, 'No One Can Defeat Modi in 2019 Elections: Nitish Kumar', Outlook, 30 July 2017.
4. Sharat Pradhan, 'Kanshi Ram Declares Mayawati as His Successor', Rediff, 15 December 2001.
5. Debayan Roy, 'Bhima Koregaon: How and Why the January Violence Snowballed into Arrest of Rights Activists', News18, 29 August 2018.
6. Press Trust of India, 'Supreme Court Justifies Its March 20 Verdict on SC/ST Act', New Indian Express, 16 May 2018.
7. B.R. Ambedkar's speech in the Constituent Assembly, 25 November 1949.
8. Press Trust of India, 'Rajasthan: Karni Sena Demands Review of Reservation System', Deccan Chronicle, 9 February 2017.
9. Siddhartha Rai, 'RSS Chief Mohan Bhagwat's Comments on Reservation Policy Stirs Controversy', India Today, 22 September 2015.
10. NCRB report, 2017.
11. Press Trust of India, 'Government Wants to Pass SC/ST Bill in Current Parliament Session, Says Rajnath Singh', Financial Express, 2 August 2018.
12. Milind Ghatwai, 'To Placate Protesting Upper-Castes, MP CM Shivraj Singh Chouhan Announces Move to Dilute SC/ST Atrocities Law', Indian Express, 21 September 2018.
13. Quint, 'Watch: Cobrapost Catches Ranveer Sena Killers Confessing on Camera', 20 August 2015.
14. V. Ajmal, 'Why Is Academia Opposing New Higher Education Roster?' Deccan Herald, 1 February 2019.
15. Press Trust of India, 'UGC University Teacher Reservation: Ordinance within 2 Days, Assures Prakash Javadekar', Times Now, 7 March 2019.
16. Bhimrao Ramji Ambedkar, Dr Babasaheb Ambedkar: Writings and Speeches, Vol. 1 (Bombay: Government of Maharashtra, 2016), pp. 50–51.

8. சூத்திரர்களின் ஆன்மீகம்

1. Monier Monier-Williams, A Sanskrit-English Dictionary: Etymologically and Philologically Arranged with Special Reference to Cognate Indo- European Languages (New Delhi: Motilal Banarsidass, 1899, 2005 reprint), p. 924.
2. Ibid.
3. Andrea Stanton, An Encyclopedia of Cultural Sociology of the Middle East, Asia, and Africa (Thousand Oaks: Sage, 2012), pp. 12–13.
4. Julia Leslie, Authority and Meaning in Indian Religions: Hinduism and the Case of Valmiki (Ashgate Publishing, 2003), p. 189.
5. Daine M. Cocarri, 'Protection and Identity: Banaras's Bir Babas as Neighbourhood

Guardian Deities', in Culture and Power in Banaras: Community, Performance, and Environment, 1800–1980, ed. Sandria B. Freitag (Oxford, UK: University of California Press, 1992), p. 137.

6. The Hindu, 'Indus Valley Settlers Had a Distinct Genetic Lineage', 17 September 2019.

7. Robin Coningham and Ruth Young, The Archaeology of South Asia: From the Indus to Asoka, c.6500 BCE–200 CE (New York: Cambridge University Press, 2015), pp. 339–48.

8. Mahadev Chakravarti, The Concept of Rudra-Siva Through the Ages (Delhi: Motilal Banarsidass, 2009), pp. 130–45.

9. Milton Singer, 'The Great Tradition in a Metropolitan Center: Madras', Journal of American Folklore 71.281 (1958): 347–88.

10. Milton Singer, When a Great Tradition Modernizes (New York: Praeger, 1972).

11. McKim Marriott, 'Little Communities in an Indigenous Civilization', in McKim Marriott, ed., Village India (Chicago: University of Chicago Press, 1955).

12. Robert Redfield, 'The Social Organization of Tradition', Far Eastern Quarterly 15.1 (November 1955), pp. 13–21.

13. Yogendra Singh, Modernization of Indian Tradition: A Systemic Study of Social Change (Faridabad: Thomson Press [India] Publication Division, 1973), pp. 13–15.

14. Mary Storm, 'Unusual Group of Hero Stones', Freer Gallery of Art, Smithsonian Institution and Department of the History of Art, University of Michigan, Ars Orientalis 44 (2014): 61–84.

15. S. Settar, Günther D. Sontheimer, 'Memorial Stones: A Study of Their Origin, Significance and Variety', I.A.H. Series 2, South Asian Studies 11 (1986).

16. Lata Aklujka, 'Variety of the Hero-Stones in Solapur District in Early Medieval Period', Proceedings of the Indian History Congress 66 (2005–06): 1450–53.

17. Ramachandra Chintaman Dhere, The Rise of a Folk God: Vitthal of Pandharpur (Ranikhet: Permanent Black, 2011).

18. Kancha Ilaiah Shepherd, Why I Am Not a Hindu: A Shudra Critique of Hindutva Philosophy, Culture and Political Economy (New Delhi: Sage, 2018).

19. S. Jaikishan, 'Historical Note on Konasamudram: The Famous Wootz Steel Production Centre', Indian Journal of History of Science 42.4 (2007): 697–703.

20. C.G. Uragoda, Traditions of Sri Lanka: A Selection with a Scientific Background (Vishva Lekha Publishers, 2000).

21. 'Rama stayed mostly indoors. He did not bathe at fixed hours, as he had done before. He disliked wearing royal robes; he desisted from delicacies; he never sat on the golden throne; he appeared as if immersed in contemplation of the Absolute, of something beyond the senses and the mind . . . The guru arrived, and they fell at his feet, showering him with eager questions about the boy's peculiar malady and the change that had come upon them. They were all in tears. Noticing the agitation of the king and the queens, Vasishta turned his attention inward and sought the reason for the sorrow, through inner vision'. Bhagawan Sri Sathya Sai Baba. Ramakatha Rasavahini, Part I: The Rama Story (Stream of Sacred Sweetness) (Anantapur: Sri Sathya Sai Books and Publications Trust, 2004), pp. 38–40.

22. Most of the stories in Indian epics were written on the basis of imagination. Of course, the story might be true but explanations in such stories are merely imagined constructions. Therefore, if one critically examines the killings of baby Krishna, the murders are not possible for a small baby to commit at any given point of time. Thus, the logical argument can infer that somebody killed all the asuras and ascribed the murders to baby Krishna.

23. Bhagavad Gita, 4:13.
24. Sarvepalli Radhakrishnan, The Bhagavadgita (George Allen and Unwin, 1948).
25. National Museum, Government of India, New Delhi, 2020.

9. சூத்திரர்களிடையே சமூக-கலாச்சார அடையாள உருவாக்கம்

1. Telegraph, 'Fake OBC Finger at Modi', 9 May 2014.
2. Dr B.R. Ambedkar, 'Who Were the Shudras?' Ministry of External Affairs, 1946.
3. Marc Galanter, 'Who Are the Other Backward Classes? An Introduction to a Constitutional Puzzle', Economic and Political Weekly 13.43/44 (1978).
4. Ibid.
5. Ambedkar, 'Who Were the Shudras?'
6. M.N. Srinivas, The Dominant Caste and Other Essays, revised and expanded edition (Oxford University Press, 1994).
7. Ambedkar, 'Who Were the Shudras?'
8. R.S. Sharma, Sudras in Ancient India, fifth edition (Delhi: Motilal Banarsidass, 2016).
9. Suvira Jaiswal, 'Changes in the Status and Concept of the Sudra Varna in Early Middle Ages', Proceedings of the Indian History Congress 41 (1980):112–21.
10. M.N. Srinivas, The Remembered Village (Oxford Scholarship Online, 2012).
11. Kancha Ilaiah Shepherd, 'The Shudras Want Empowerment, Not a Giant Statue of Their Iron Man', Wire, 31 October 2018.
12. K.N. Panikkar, 'Culture and Consciousness in Modern India: A Historical Perspective', Social Scientist 18.4 (April 1990): 3–32.
13. Raymond Williams, The Long Revolution (Harmondsworth, 1984), p. 57.
14. Kancha Ilaiah Shepherd, 'Where Are the Shudras?' Caravan, 1 October 2018.
15. Ibid.
16. R. Vaidyanathan, 'India Growth: The Untold Story—Caste as Social Capital', 2012.
17. M. Vijaybhaskar and A. Kalaiyarasan, 'Caste as Social Capital', Economic and Political Weekly 49.10 (2014): 34–38.
18. Akhil Alha, 'The Other Side of Caste as Social Capital', 2018.
19. Pradeep Thakur, 'Data: OBCs Just 12% of Lower Court Judges', Times of India, 29 January 2018.
20. Sidharth Prabhakar, '20 Years after Mandal, Less than 12% in Central Government Jobs', Times of India, 26 December 2015.
21. Dy. No. 2016/RTI/18-19/SCI.
22. RTI reply from the High Court said, 'Information not maintained.'
23. Siddharth Joshi and Deepak Malghan, 'Why Are There Still Such Few SCs, STs and OBCs at IIMs?' Wire, 18 January 2018.
24. Chirayu Jain, Spadika Jayaraj, Sanjana Muraleedharan, Harjas Singh and Marc S. Galanter, 'The Elusive Island of Excellence: A Study on Student Demographics, Accessibility and Inclusivity at National Law School 2015–16', 2016.
25. M. Kalyanaraman, Bosco Dominique, 'Why Caste Battle in Tamil Nadu Never Ends', Times of India, 24 August 2015.
26. K. Keshava Raju, 'Atrocities of Scheduled Castes and Scheduled Tribes in Karnataka since 1980: A Case Study of Socio-economic and Political Causes', Department of Political Science, Karnatak University, 31 December 2003.
27. Ibid.
28. Gauri Lankesh, 'Making Sense of the Lingayat vs Veerashaiva Debate', Wire, 5 September 2017.

29. Greeshma Kuthar, 'How Coastal Karnataka Was Saffronised', Firstpost, 7 April 2019.
30. Jaiswal, 'Changes in the Status and Concept of the Sudra Varna in Early Middle Ages'.
31. It's limited because the practice of untouchability against and within Shudras is not as dehumanizing as against Dalits.
32. S. Senthalir, '"We Do Not Touch Them": Shocking Caste Discrimination in Karnataka District, Finds New Study', Scroll, 21 January 2019.
33. Suvira Jaiswal, 'Some Recent Theories of the Origin of Untouchability: A Historiographical Assessment', Proceedings of the Indian History Congress 39.1 (1978): 218–29.
34. Anitha Pailoor, 'Annihilation of Dignity: Untouchability in Karnataka', Deccan Herald, 22 September 2019.
35. News Minute, 'Are Dalits the Biggest Caste Group in Karnataka? Census Result Triggers Debate, Political Panic', 12 April 2016.
36. N. Neetha, 'Crisis in Female Employment', Economic and Political Weekly 49.47 (2014).
37. Stephan Klasen, 'Low, Stagnating Female Labour Force in India', Livemint, 21 March 2017.
38. S. Senthalir, "We Do Not Touch Them": Shocking Caste Discrimination in Karnataka District, Finds New Study.
39. Udayan Rathore, Pramit Bhattacharya, 'Why So Few Women Enter the Job Market in India', Livemint, 21 June 2018.
40. Shreya Parikh, 'Sanskritization & Gender: Discrimination in Labor Market at the Intersections of Religion and Caste in India'.
41. Erin K. Fletcher, Rohini Pande and Charity Troyer Moore, 'Women and Work in India: Descriptive Evidence and a Review of Potential Policies', Centre for International Development at Harvard University, 2017.
42. Hema Swaminathan, Rahul Lahoti, Suchitra J.Y, 'Gender Asset and Wealth Gaps: Evidence from Karnataka', Economic and Political Weekly 47.35 (2012): 59–67.
43. Aashish Gupta, 'Reporting and Incidence of Violence against Women in India', Rice Institute, 2014.
44. DailyO, 'India Has the Lowest Divorce Rate in the World: 5 Reasons Why It's Not a Good Thing', 31 January 2019.
45. Yashwant Zagade, 'How Dalit-"Lower Caste" Unity Laid the Foundation for the Ambedkarite Movement', Wire.
46. Amrita Dutta, 'In Fact: For Kannadigas, a Breathing, Living Presence', Indian Express, 30 March 2018.

10. சூத்திரர்களின் விழிப்புணர்வும் நாளைய இந்தியாவும்

1. B.R. Ambedkar, Who Were the Shudras? (New Delhi: Ministry of Social Justice, 2013), p.18.
2. Indian Express, 'Most Indian Nobel Winners Brahmins: Gujarat Speaker Rajendra Trivedi', 4 January 2020.
3. Press Trust of India, 'Mahatma Gandhi Was a "Chatur Baniya"': Amit Shah', Livemint, 2017.
4. Wire, 'Gujarat Assembly Speaker Claims Brahmins Have "Different DNA"', Wire, 4 January 2020.
5. Ambedkar, Who Were the Shudras?, p. 9.
6. Nithya Subramanian, 'In Charts: India's Newsrooms Are Dominated by the Upper Castes—and That Reflects What Media Covers', Scroll, 2019.

7. Mahatma Jyotirao Phule, Slavery (Mumbai: Education Department, Government of Maharashtra, 1991).
8. Kancha Ilaiah Shepherd, Why I Am Not a Hindu: A Sudra Critique of Hindutva Philosophy, Culture and Political Economy (New Delhi: Sage Publications India, 2019).
9. IndiaSpend, 'BJP-Governed States Not Serving Eggs in Mid-Day Meals, Cite "Vegetarian Sentiments"', FirstPost, July 2018.
10. Wire, 'These Are the 25 People Killed During Anti-Citizenship Amendment Act Protests', 23 December 2019.
11. Raju Solanki, 'Blood under Saffron: The Myth of Dalit–Muslim Confrontation', Round Table India, 23 July 2013.

11. என் கனவின் இந்தியா

1. Oxfam, 'India: Extreme Inequality in Numbers', Oxfam.org, 2017.
2. Rahul Tripathi, 'ஓபிசி Count to Be Part of Census 2021, 3 Decades after Mandal Commission', Indian Express, 1 September 2018.
3. Suresh Kumar D., '17 Yrs after Mandal, 7% OBCs in Govt Jobs', Times of India, 31 August 2010.

12. சாதியும், அரசியல் பொருளாதாரமும்

1. See, for instance, Jotiba Phule's 'Kulambin' (A Peasant Woman), a poem that exposes the condition of Shudra peasant women who work tirelessly in their homes and at the farms and homes of Bhat–Kshatriya families whereas the Bhat women do nothing and despise working as labourers on Shudra farms, indulging in idle tricks and finery. His Cultivator's Whipcord also gives an account of extortion by Brahmins in religious festivals throughout the year; of the Aryan defeat of indigenous inhabitants; of the exploitation of 'Shudra and Ati-Shudra farmers' by the British and Brahmin bureaucracy; a minute description of the living standards of his farmers; then his own suggestions, along with a condemnation of the Swadeshi movement, which was beginning at that time. Also see his four poems (in English prose) on the craftiness of the Marwaris and Bhats in exploiting Shudras. Collected Works of Jotirao Phule, Vols 1 and 2 (Mumbai: Government of Maharashtra, 1991), pp. 76–83, 111–14.
2. T. Nagi Reddy, India Mortgaged: A Marxist-Leninist Appraisal (TNR Memorial Trust, 1978); Bharat Patankar and Gail Omvedt, 'The Dalit Liberation Movement in Colonial Period', Economic and Political Weekly 14.7–8 (1979).
3. As a matter of fact, in the RSS world view, the Banias are seen as the best people in the country (for RSS's accounting too) that can maintain and keep the money safe. See, for instance, Bhanwar Meghwanshi, I Could Not Be Hindu (New Delhi: Navayana, 2020), chapter 7.
4. See two recent works, C. Jaffrelot, A. Kohli and K. Murali, eds, Business and Politics in India (Oxford University Press, 2019); Angana P. Chatterji, Thomas Blom Hansen, Christophe Jaffrelot, eds, Majoritarian State: How Hindu Nationalism Is Changing India (Oxford University Press, 2019), chapters 9 and 10.
5. D. Ajit, Han Donker and Ravi Saxena, 'Corporate Boards in India', Economic and Political Weekly (2012).
6. For instance, James Crabtree in his book The Billionaire Raj says on the Modi–Adani relationship, 'The two men enjoyed symbiotic careers. Modi's probusiness policies helped Adani expand. Adani's own companies, meanwhile, built many of the grand projects that came to symbolise Modi's "Gujarat model", with its emphasis on infrastructure investment, attracting foreign capital and export industries . . . The duo were said to get on well. Adani was loyal too, defending Modi in the aftermath of the bloody Hindu-Muslim riots that hit Gujarat in 2002, a time when Modi faced fierce public criticism.' Excerpt taken from James

Crabtree, 'The Symbiotic Careers of Narendra Modi and Gautam Adani', Wire, 17 July 2018, https://thewire.in/books/the-symbiotic-careers-of-modi-and-adani. Also refer to Aseema Sinha and Andrew Wyatt, 'The Spectral Presence of Business in India's 2019 Election', Studies in Indian Politics 7.2 (2019): 247–61; Jaffrelot, Kohli and Murali, eds, Business and Politics in India, especially chapter 8; Prakash Nanda, 'Why Narendra Modi Supporting an Ambani and Adani Is More Myth Than Fact', Firstpost, 25 December 2016, https://www.firstpost.com/politics/why-narendra-modisupporting-an-ambani-and-adani-is-more-myth-than-fact-3173142.html; Vivashwan Singh, 'The "Beneficiaries" of Modi's Globetrotting: Adani and Ambani', NewsClick, 1 April 2019, https://www.newsclick.in/%E2%80%98Beneficiaries%E2%80%99-Modi%E2%80%99s-Globetrotting-Adani-Ambani; Bodapati Srujana, 'The Billionaire Beneficiaries of BJP's Schemes', NewsClick, 3 May 2019, https://www.newsclick.in/BJP-Schemes-Modi-Ambani-Adani-Baba-Ramdev-Indian-Billionaire; Amit Mudgill, 'How Tata, Ambani, Birla and Adani Stocks Fared during Modi Regime', Economic Times, 23 May 2019, https://economictimes.indiatimes.com/markets/stocks/news/howambani-adani-birla-tata-stocks-fared-during-modiregime/articleshow/69441110.cms; Subodh Varma, 'Under Modi Rule, Ambani, Adani Have Doubled Their Wealth', News Click, 13 October 2019.

7. Harish Damodaran, India's New Capitalists: Caste, Business, and Industry in a Modern Nation (Gurgaon: Hachette, 2018), pp. xvii, xxiii, xxiv.
8. Nitin Kumar Bharti, Wealth Inequality, Class and Caste in India, 1951–2012, master's thesis report (Paris: Paris School of Economics), p. 57.
9. Ibid.
10. Aakar Patel, 'When Will the Brahmin–Bania Hegemony End', Livemint, 28 August 2009.
11. See N. Tagade, Ajaya Kumar Naik and Sukhadeo Thorat, 'Wealth Ownership and Inequality in India: A Socio-religious Analysis', Journal of Social Inclusion Studies 4.2 (2018): 1–18; also, Bharti, Wealth Inequality, Class and Caste in India, 1951–2012.
12. See Sanjaya Baru, 'Economic Policy and the Development of Capitalism in India: The Role of Regional Capitalists and Political Parties' in Transforming India: Social and Political Dynamics of Democracy, eds Francine Frankel et al. (Oxford University Press, 2000, 2002), pp. 207–30; Harish Damodaran, India's New Capitalists: Caste, Business, and Industry in a Modern Nation (Gurgaon: Hachette, 2018).
13. Rajeev Khanna, 'Call For Economic Boycott of Muslims In the Wake of CAA–NRC–NPR Protests in Kutch', Citizen, 2 February 2020; Asim Ali, 'Covid an Excuse to Push Indian Muslims Out of Informal Sector Jobs. Apartheid the Next Step', Print, 9 April 2020.